அறிவியல்
வளர்ச்சி மற்றும்
வன்முறை

அறிவியல் வளர்ச்சி மற்றும் வன்முறை

(நவீனமயமாக்கலுக்கு எதிரான எழுச்சி)

கிளாட் ஆல்வாரஸ்

தமிழில்: ஆயிஷா இரா. நடராஜன்

எதிர் வெளியீடு

அறிவியல் வளர்ச்சி மற்றும் வன்முறை
(நவீனமயமாக்கலுக்கு எதிரான எழுச்சி)
கிளாட் ஆல்வாரஸ்
தமிழில்: ஆயிஷா இரா. நடராஜன்

முதல் பதிப்பு: ஜூன் 2016
இரண்டாம் பதிப்பு: ஜனவரி 2020

எதிர் வெளியீடு,
96, நியூ ஸ்கீம் ரோடு, பொள்ளாச்சி – 642 002
தொலைபேசி: 04259 – 226012, 99425 11302

விலை: ரூ. 350

Science, development and Violence
Claude Alvares
Copyright © Committee for Cultural and Global Futures, Delhi,1992
Translated by Ayesha Era Natarajan

First Edition: June 2016
Second Edition: January 2020

Published by
Ethir Veliyeedu, 96, New Scheme Road, Pollachi - 2
email: ethirveliyedu@gmail.com
www.ethirveliyeedu.com

ISBN: 978-93-84646-65-3
Cover Design: Vijayan
Printed at Manipal Technologies Limited, Manipal

All rights reserved. No part of this book may be reprinted or reproduced or utilised in any form or by any electronic, mechanical or other means, now known or hereafter invented, including photocopying and recording, or in any information storage or retrieval system, without permission in writing from the Publisher.

பொருளடக்கம்:

நூலாசிரியர் முன்னுரை — 09
- வளர்ச்சி: அழிவு மற்றும் கொள்ளையாக — 17
- வளர்ச்சி மற்றும் வன்முறை — 69
- அறிவியல் மற்றும் வன்முறை — 115
- வளர்ச்சி: பிரச்சாரமாக... சிந்தனைப் போக்காக — 151
- வளர்ச்சியை முடித்து வைத்தல் — 182
- தொகுத்துரைத்தலாக — 230

அடிக்குறிப்புகள் — 261

கிளாட் ஆல்வாரஸ்

1948–ல் மும்பையில் பிறந்தார். 1973—ல் மும்பை பல்கலைக் கழகத்தில் தத்துவஇயலில் முதுகலைப்பட்டமும் பிறகு நெதர் லாந்தின் டெக்னிச் ஹெகெஸ்கூல் கல்வியகத்தில் 1976—ல் முனைவர் பட்டமும் பெற்றார். எனினும் நவீன கல்வியியல் குறித்த கடும் அதிருப்திகாரணமாக நிறுவன கல்வி குழும அமைப்பிலிருந்தே விலகி தன்னை முழுதுமாய் முரட்டு வளர்ச்சிக்கு எதிரான, அரசியலில் ஈடுபடுத்திக் கொண்டார். தன் வாழ்க்கைத் துணையான நார்மா ஆல்வாரஸ் உடன் 1978—ல் கிராமப்புற முன்னேற்றத் திட்டம் ஒன்றை தொடங்கமுயன்று தோற்றார். பிறகு பல வெகுஜன ஏடுகளில் உலக வங்கி உட்பட கார்பரேட் வளர்ச்சித் திட்டங்களின் பின் உள்ள அழிவு, கொள்ளை லாபம் போன்றவற்றின் முகத்திரைகளைக் கிழித்த ஆதாரப்பூர்வமான கட்டுரைகளைத் தொடர்ந்து எழுதினார் ஆல்வாரஸ். 1986இல் கோவா பவுண்டேஷன் அமைப்பை நிறுவி சுற்றுச்சூழல் அரசியலுக்கே புதிய திருப்புமுனையை சாதித்த அவர், அதர் இந்தியா புக்ஸ் *(Other India Books)* எனும் மாற்று அறிவியல் நூல் வெளியீட்டகத்தை தொடங்கினார். தற்போது கிளாட் ஆல்வாரஸ், இன்றைய வெகுஜன முரட்டு கல்விக்கான மாற்று அமைப்புகளை நோக்கி புவி நேசக்கல்வி ஆதாரங்களை முன்வைத்து கடுமையாக உழைத்து வருகிறார். டி காலனைசிங் ஹிஸ்டரி *(De-Colonizing History)*, இன்ஸ்டீட் ஆஃப் எஜூகேஷன் *(Instead of Education)*, மற்றொரு 'புரட்சி'யும் தோற்கிறது *(An other 'Revolution' fails)* போன்றவை இவரது பிற நூல்கள் ஆகும்.

முன்னுரை

'சோதனை முடிவுக்கு வந்துவிட்டது. வளர்ச்சி மரணித்தது'. நமது இந்த நூலின் நோக்கத்தை இந்த வார்த்தைகள் சுருக்கமாக விவரிக்கின்றன. மெக்ஸிகோ—வின் எழுத்தாளர் கஸ்டாவோ எஸ்டேவா 'மக்களுக்கான வாழ்வெளியை மறு உருவாக்கம் செய்தல்' எனும் தலைப்பில் ஆல்டர்னேட்டிவ்ஸ் ஜனவரி 1987 இதழில் எழுதிய கட்டுரையில்தான் இந்த வார்த்தைகள் இடம் பெற்றன. இந்த நூலின் இறுதிப் பிரதி உருவாக்கப்பட்டு அச்சுக்கு தயாரான நிலையில் நான் அதை கண்டுபிடித்திருந்தேன். வளர்ச்சி இயக்கத்திற்காக *(Development Forum)* நான் எழுதிய ஒரு செய்திக் கட்டுரைக்கு தனது கருத்துக்களைப் பதிவு செய்யும்போது எஸ்டேவா என் கவனத்தை அக்கட்டுரையின் பால் ஈர்த்திருந்தார்.

எனது ஹோமோ ஃபேபர், நூலுக்குப்பிறகு, நான் கோவாவிற்கு அருகே ஒரு கிராமத்திற்கு சென்று, கிராமப்புற வளர்ச்சியில் இணைந்து என்னிடம் நான் உருவாக்கிக்கொண்டதாக கருதிய திறன்களை பயன்படுத்தும் மட்டற்ற ஆர்வத்தோடு வாழத் தங்கினேன். ஆனால் என்னிடமிருந்ததாகக் கருதிய எந்தத் திறனும் கிராமப்புற சமூகத்திற்கு எந்தப் பலனும் அளிக்கவில்லை என நான் விரைவில் உணரவேண்டி வந்தது. இதனால் என் வாழ்வையே நான் திரும்ப முழுதுமாய் கற்க வேண்டியதாகிற்று.

ஆனால், அவ்விதம் செய்வது கடினமாகவோ, துயரமாகவோ இருக்கவில்லை. ஏனெனில் எஸ்டேவாவைப் போலவே நானும் என்னை முழுதுமாய் வல்லுநர்தன்மை இழப்பிற்கு உட்படுத்திக் கொண்டு... கல்வி மற்றும் அனைத்து வகை நிறுவன தொடர்புகளிலிருந்தும்

முற்றிலும் விடுபட்டு. இதுவே வாழ்வின் உயிர்ப்பை பிழைத்திருக்க வைக்கும் ஒரே வழியென உணர்ந்திருந்தேன். கடந்த பத்தாண்டில் பிழைத்திருத்தலுக்கான மிகக்கடினமான பாதையில் நான் சிறிதளவு வேளாண் வாழ்வையேனும் — முழுமையாய் இல்லை எனினும் அறிந்து வந்துள்ளேன்.

‘வளர்ச்சி’ பிரச்சனைகள் குறித்து — கிராமப்புற வாழ்வு தந்த அனுபவங்களின் தாக்கத்தால் தொடர்ந்து எழுதத் தொடங்கி னேன். வார்டு மோர் உறவில் கொடுத்த ஊக்கத்தால், 1978—ல் வளர்ச்சி — இயக்கத்திற்காக என் முதல் எழுத்து ‘மக்களுக்கு எதிரான வளர்ச்சி’ எனும் தலைப்பில் எழுதப்பட்டது. சில ஆண்டுகளுக்குப்பிறகு, அதே அமைப்பிற்காக இன்னொரு கட்டுரை எழுத பணிக்கப்பட்ட போது தலைப்பு அப்படியே மாற்றிப்போடப்பட்டது; வளர்ச்சிக்கு எதிரான மக்கள். இந்த காலகட்டத்தில் எனது வளர்ச்சி குறித்த எழுத்துக்களது போக்கின் இரு முனைகளை தலைப்புகள் பறைசாற்றுகின்றன.

இந்த நூலின் பெரும்பாலான கட்டுரைகள், நமது புவியின் ஒப்பற்ற விமர்சன இதழான தி இலஸ்ட்ரேடட் வீக்லி ஆஃப் இந்தியா *(The Illustrated Weekly of India)* இதழில் வெளிவந்த என் எழுத்துகளின் தொகுப்பாக பெறப்பட்டவை. ஆதரவும், தோழமையும் எப்போதும் நம்பிக்கையும் வைத்திருக்கும் அவ்விதழின் ஆசிரியர் பிரித்திஷ் நந்தி அவர்களுக்கு என்நன்றி. 1983—ல் அவர் வீக்லியின் ஆசிரியர் பணி பெற்றபோது அவரை எனக்குத் தெரியாது. இப்போதும் அவரை முழுவதுமாய் தெரியாதுதான். ஆனால் நாட்டு மக்கள் அவசியம் அறியவேண்டிய ஏதோ ஒரு விஷயம் என்னிடம் இருப்பதாக நம்பி எந்த மன வெறுப்பும் காட்டாது அவர் எனக்கு வாய்ப்பளித்தார். ஏனைய இதழாசிரியர்கள் டெக்கான் ஹெரால்டு இதழின் கே.என்.ஹரிகுமார், இந்துஸ்தான் டைம்ஸ் இதழின் வெப்பாராவ், இந்தியன் எக்ஸ்பிரஸில் இருந்தவர்கள் மற்றும் ஏராளமான பிற இதழாளர்கள்... நான் எதை எழுதவேண்டுமோ அதை எழுதிட மகிழ்ச்சியோடு அனுமதித்தவர்கள் இவர்கள்... இத்தனைக்கும் நான் எழுதியவற்றோடு அவர்களில் பலர் கடுமையாக முரண் பட்டார்கள். இவர்கள் யாவருக்கும் நன்றி.

இந்த புத்தகத்தின் பெரும்பகுதி, அஷிஸ் நந்தி அவர்களால், புதுடில்லியின் கலாச்சார சாத்தியகூறுகள் மற்றும் புவியின் எதிர்காலங்கள் குறித்த சிறப்பு குழுவின் *(Committee for Cultural Choices and Global Futures, Delhi)* சார்பாக

முன்னெடுத்த அறிவியலும் வன்முறையும் செயல்திட்டத்திற்காகவும், ரஜனி கோத்தாரியும், கிரி தேசிங்காரும் இயக்கிய ஐநா. பல்கலைக்கழக அமைதி மற்றும் சர்வதேச மாற்றம் குறித்த திட்டத்திற்காகவும் *(Peace and Global Transformation Programme)* எழுதப்பட்டது ஆகும். அஷிஸ் தலைசிறந்த நுண்ணோக்குப் பார்வையும் சுறுசுறுப்பும் அதே சமயம் என் அதிர்ஷ்டமாக மிதமிஞ்சிய பொறுமையும் கொண்டவர். அவரது தொடர் ஊக்கம் இல்லாதிருந்திருப்பின் இந்த நூல் வெளிவர மேலும் பத்தாண்டுகள் ஆகியிருக்கலாம். அந்த செயல் திட்டத்திற்காக அவரோடு சேர்ந்து பணியாற்றிய காலகட்டம் என் வாழ்வின் ஆக்கமும் ஊக்கமும் ஒருங்கே கண்ட காலகட்டம் ஆகும்.

காலஞ்சென்ற பி.வி.கிருஷ்ண மூர்த்தி அவர்களின் எழுத்துக்களும் இந்த நூலுக்கான முக்கிய தடயங்களை தரவுகளை எனக்களித்தது. பீனாங் நுகர்வோர் கூட்டமைப்பின் தலைவர் அங்கிள் இட்ரிஸ் அவர்களும் மற்றொரு முக்கிய வழிகாட்டி. அவரும் 1978—ல் ‘மக்களுக்கு எதிரான வளர்ச்சி’ குறித்து ஏராளமான தகவல்களை சேகரித்தவர் மட்டுமல்ல, இந்த வளர்ச்சி எனும் வஞ்சம் மீதான அவரது கோபம், பாதிப்படைந்த மக்களை மீட்டல் என்பதை அவரது வாழ்வின் மைய நோக்கமாக ஆக்கிவிட்டது. எனது ஆற்றெண்ணா துணிவை கரை சேர்த்தவர் அவர். இந்த நூலின் சில பகுதிகள், பீனாங்கு நுகர்வோர் கூட்டமைப்பு (CAP) நடத்திய கருத்தரங்களில்தான் முதலில் வாசித்தளிக்கப்பட்டன... அங்கே காலனித்துவத்திற்கு பிறகான உலகின் பல நல்லறிஞர்களை சந்திக்கும் வாய்ப்பு எனக்கு கிடைத்தது. மதிப்புமிக்க வரலாற்றாளர் தரம்பால் அவர்களும், இட்ரிஸ் போலவே எனக்கு பாதையும், ஆதரவும் நல்கிய வழிகாட்டி ஆவார்.

எஸ்.என். நாகராஜன் மற்றும் ஹ்யூகோ டி சோசா, இருவரும் இந்த நூலின் முதல் பிரதியை வாசித்து விமர்சனப்பூர்வமாக கருத்து மொழிந்தார்கள். அவர்கள் நூலை ஏற்றபோது நான் மகிழ்ச்சி அடைந்தேன். இந்த இரண்டு பேரும் பொதுவாக வெளியிடும் விமர்சனங்களைவிட காட்டமான எதிர்வினை வேறு வர முடியாது. அதேபோல என்கொயரி இதழின் இக்பால் அசாரியா, ஸியாவுதீன் சர்தார், என் பழைய சகா வார்டு மோர் ஹவுஸ் போன்றோர், இவர்கள் அடிக்கடி எனக்கான புள்ளி விபர வங்கியாக பணியாற்றுபவர்கள், அவர்களது உதவியை கண்டிப்பாக குறிப்பிட வேண்டும். இந்த நூலின் முதல் பிரதி அச்சாக்கத்தில் உதவியவர் கவுரி டாங்கே.

விவரிக்க இயலா சக உறவும், மன எழுச்சிமிக்க தோழமை என மனைவி நார்மாவுக்கு எனது நன்றிகள். வார்த்தைகளைவிட வாழ்க்கை முறையாலேயே இது விவரிக்கப்படுகிறது. எனது எழுத்துக்களை நார்மா மூன்றுமுறை பொறுமையாக வாசித்து, கருத்துகளை விளக்கி, ஆட்சேபனைகள் எழும் இடங்களை திறந்த மனதோடு விவாதித்து செப்பனிட்டு அவற்றை ஒழுங்கமைத்தார். அவர் இதை ஏற்கமாட்டார் என்றாலும் இந்த நூல் எவ்வளவிற்கு எனதோ அவ்வளவிற்கு அவருடையதும்கூட. இதுபோன்று படைப்பாக்கத்தினால் முழுதுமாய் ஆசிர்வதிக்கப்பட்ட திருமண பந்தங்களில் ஒருவரது பங்களிப்பு எங்கே முடிகிறது மற்றொரு வாழ்க்கை துணையின் பங்களிப்பு எங்கே தொடங்குகிறது என்பதை வெளிப்படுத்த முடியாது.

என் நினைவில் இல்லாமல் இங்கே பெயர் குறிப்பிட முடியாத ஏனையவர்கள் இப்படியான ஒரு புத்தகத்தோடு தனக்கு தொடர்பில்லை என மன மகிழ்ச்சி கொள்ளலாம்.

ராகுல், சமீர் மற்றும் மிலிண்ட்க்கு...
'வளர்ச்சி'யா சுதந்திர வாழ்வா
எது என அவர்கள் தேர்வு செய்ய வேண்டியுள்ளது.

இந்நூல் தமிழில் வெளிவர
அனைத்து வகையிலும் உதவிய
ராயருக்கு...

1

வளர்ச்சி:
அழிவு மற்றும் கொள்ளையாக

'**வ**ளர்ச்சி எனும் சிந்தனை, கடந்த நான்கு பத்தாண்டுகளில் குறிப்பாக, முன்னேற்றம், நவினமயமாதல் மற்றும் சமத்துவம் போன்றவைகளோடு அடையாளப்படுத்தப்படுகிறது. இந்தக் காரணங்களுக்காக அது கச்சிதமான எதிர்க்க முடியாத நம்பகத்தன்மையையும் விழுந்து கொண்டிருக்கும் ஒரு பருப்பொருள் மீதான விதியைப்போல மாற்றவே முடியாத ஒன்றாகவும் வைத்துக் கருதப்படுகிறது. ஆனால் இந்தப் பார்வை நம்மைத் தவறாக வழிபடுத்தும் ஒன்றாகும். வளர்ச்சி என்பது கொள்ளைக்கும் சுரண்டலுக்கும் வைக்கப்பட்டுள்ள மாற்றுப் பெயராகவும் பெரிய வன்முறையாகவும் அழிவை நோக்கி நம்மைச் செலுத்தும் கருவியாகவும் இருக்கிறதென்று என்னால் வாதாடமுடியும்' சமீபத்தில் கஸ்டாவோ எஸ்டெவா முடிவாக அறிவித்தார்: "வளர்ச்சி நாறுகிறது."[1]

'வளர்ச்சி' என்பதைக் கொள்ளையாகவும் 'அழிவாகவும்' முன்வைப்பது என்பது, வழக்கமாய்

வளர்ச்சிக்காகக்குரல் கொடுக்கும் மேலான அமைப்புகள், அவைகளின் பிரச்சாரம் மற்றும், அது சார்ந்த எல்லா எழுத்துக்களுக்கும், முற்றிலும் எதிரானதாக இருக்கிறது. அத்தகைய பிரம்மாண்டமான பின்னணியில் வைத்துப்பார்க்கும்போது என் போன்றவர்களின் இத்தகைய கருத்துக்கள் நம்ப முடியாததாகவும், ஏன் அதிர்ச்சிக்கு உள்ளாக்குபவையாகவும்கூட இருக்கும்.

ஆனால், எதிர்ப்பார்த்ததற்கு முன்னாலேயே 'வளர்ச்சி' அளித்த உத்திரவாதத்திற்கு எதிரான 'ஏமாற்றம்' இப்போது தோன்றத் தொடங்கிவிட்டது. பாதிப்படைந்தவர்களின் பார்வையில் இந்த மனமாற்றம் இன்னமும் முன்னாலேயே நடந்திருக்க வேண்டும். 'வளர்ச்சி'யிடமிருந்து தன்னை அறுத்துக்கொள்வதும் அதன்மீது நம்பிக்கை இழப்பதும் பலருக்கும் நிம்மதி தரும். அது ஒருவித கட்டுடைப்பு ஆகும். ஏனெனில், 'வளர்ச்சி'யின் முடிவு என்பது ஒரு கொடுங்கோண்மையின் முடிவு ஆகும்.

அழிவை நோக்கிய வளர்ச்சி:

வளர்ச்சி என்பது சற்றேறக்குறைய ராஜாங்கப்பூர்வமாக நடந்தேறும் ஒருவித அழிவுதான் என்கிற உண்மையை இதற்குமேல் மறைத்து வைக்க முடியவில்லை. 'அழிவு' என்று நாம் எதைச் சொல்கிறோம்? இந்தச் சொல் "வளர்ச்சிக்கான அளவு" என்ற தலைப்பில் புவியின் கச்சாப் பொருட்கள் மீதான கிளப் ஆஃப் ரோம் நடத்திய விவாதத்தின் போது சுற்றுக்கு விடப்பட்டது.[2] மேற்கத்திய சூழலியலாளர்களும், "உலக அழிவு நாள்" வாதிகளும் கீழ்க்காணும் கேலிக்குரிய சிந்தனையை முன்வைத்தார்கள்: “உலகில் வனச் செல்வங்களும் கச்சாப்பொருட்களும் ஒரு அளவோடுதான் இருக்கின்றன என்றால், அவை எங்கே இப்போது உள்ளனவோ அந்த இடங்களில் வாழ்பவர்கள் அதைப்போதுமானவரை அனுபவித்து விட்டார்கள்... இப்போது அவற்றைக் குறை மிகுந்த சூழலில் வாழும் மக்களிடம் திறந்த மனத்தோடு அவர்கள் ஒப்படைத்துவிட வேண்டும். அவற்றை முழுமையாக இவர்கள் பயன்படுத்த அனுமதிக்க வேண்டும்... அப்படிப் பயன்படுத்தும் போது அவை முற்றிலும் அழிந்து போனாலும் பரவாயில்லை.”[3]

1984, திசம்பரில் நடந்த போபால் விசவாயு பயங்கரம் 'வளர்ச்சி' என்பது அழிவுதான் என்பதை நிரூபிக்கும் ஒரு நிகழ்வு ஆகும்.[4] நவீன தொழில்நுட்பம் தயாரித்த ஒரு வாயு, பன்னாட்டு நிறுவனம் ஒன்றிற்குச் சொந்தமான ஆலையிலிருந்து, அனைத்துவகை மக்களும்

வாழும் பகுதிக்குள் ஊடுருவி, ஆயிரக்கணக்கானவர்களைக் கொன்று குவித்தது. நூற்றுக்கணக்கான மனிதர்களது வாழ்வை சூறையாடி லட்சக்கணக்கான குடும்பங்களை நிலைகுலையச் செய்து, சுற்றுச்சூழலில் மேலும் கணக்கிட முடியாத வன்முறையைக் கட்டவிழ்த்துவிட்டது. இந்தப் பயங்கரத்தால் பாதிக்கப்பட்டு உயிரிழந்தவர்கள் எண்ணற்றவர்கள்; அவர்களைவிட கூடுதலான கொடிய அனுபவங்களை அதனிடமிருந்து தப்பியவர்கள் பின்னர் அனுபவித்து வருகிறார்கள். தங்களது நோய்களுக்குச் சிகிச்சைமுறை எது என்றுகூட அறியாது வாழும் பிணங்களாக அவர்கள் ஆகிவிட்டார்கள்.[5] தனது செல்லக் குழந்தையான 'வளர்ச்சி'யின் அகோரப்பசிக்கு நவீனத்துவம் முக்கி முக்கி இட்ட பொன்முட்டைகள் பலவற்றில் இதுவும் ஒன்று.[6]

அகமதாபாத்தில் இந்தியன் இன்ஸ்டிடியூட் ஆஃப் மேனேஜ்மெண்ட் சமீபத்தில் குஜராத் மாநிலத்தின் ஐந்து மாவட்டங்களில் பூச்சிக்கொல்லிகளை வயல்வெளியில் கையாள்பவர்கள், நெல் புழுதி அடிக்கும் கூலித்தொழிலாளர்கள் மத்தியில் மேற்கொண்ட ஆய்வு கீழ்காண்பனவற்றை உறுதி செய்கிறது.

கூலித்தொழிலாளர்கள் யாருக்குமே நச்சு வேதிப்பொருட்களைச் சுவாசித்துவிடாமல் பாதுகாக்கும் முகமூடி அளிக்கப்பட்டிருக்கவில்லை. தங்களது கண்களைப் பாதுகாக்கும் மூக்குக் கண்ணாடிகளும் இல்லை. 50 கூலித்தொழிலாளர்கள் மட்டுமே மூக்கையும், வாயையும் சாதாரணத் துணியால் மூடிக் கொண்டிருந்தார்கள். வேலை முடிந்தபோது இருபது சதவிகிதப் பேர்கூடக் கைகளைக் கழுவிக் கொள்ளவில்லை. அப்படிக் கழுவியவர்களில் 64 சதவிகிதம் பேர் டிடர்ஜெண்ட் சோப்பு வில்லைகள் இல்லாமல் வெறும் நீரால் கழுவினார்கள். வெறும் நீரால் கழுவுவது போதவே போதாது.[7]

உலகச் சுகாதார நிறுவனம் (WHO) தெற்கே மட்டும் பூச்சிக்கொல்லி நஞ்சினால் ஒரு ஆண்டில் 5,00,000 பேர் பாதிக்கப்படுவதாகக் கணித்துள்ளது. இவற்றில் 5000 பேர் மரணமடைகின்றார்கள். இது சராசரி விகிதத்தில் ஒரு நாளைக்குப் பதிமூன்று பேர் என்றாகிறது. அமெரிக்க ஐக்கிய நாடுகளில் மட்டும் ஆண்டிற்கு 45,000 பேர் பூச்சிக்கொல்லி நஞ்சினால் பாதிக்கப்பட்டுச் சிகிச்சைபெற்று வருகிறார்கள். அவர்களில் ஆண்டுக்கு 200 பேர் இறந்து போகிறார்கள்.[8] உலக சுகாதார நிறுவனக் கணக்கெடுப்பு மருத்துவமனைப் பதிவேடுகளிலிருந்தும் நச்சுத்தன்மை குறைப்பு

மருந்துகள் எழுதப்பட்ட மருத்துவச் சீட்டுகளின் அடிப்படையிலும் நிகழ்த்தப்பட்டுள்ளது. ஆனால் பல சம்பவங்கள் மருத்துவர்களின் பார்வைக்கே கொண்டு செல்லப்படுவதில்லை. ஆதலால் பூச்சிக்கொல்லிகளின் நஞ்சினால் பாதிப்படைந்தவர்களின் எண்ணிக்கை வெளியே தெரிய வந்துள்ளதைவிட இன்னும் அதிகம்.

இலங்கையில் நடத்தப்பட்ட ஒரு கள ஆய்வு, அரசு மருத்துவ மனைகளில் 1975 முதல் 1980 வரையிலான பதிவேடுகளை அடிப்படையாகக் கொண்டது. அதன்படி, ஆண்டுக்குச் சுமார் 13,000 பேர் முழுக்கமுழுக்கப் பூச்சிக்கொல்லி நஞ்சின் பாதிப் பால் மருத்துவமனைகளில் அனுமதிக்கப்பட்டுள்ளார்கள். அவர்களில் சுமார் ஆயிரம்பேர் இறந்து போயிருக்கிறார்கள்.[9] தனியார் மருத்துவமனை மருத்துவர்களால் சிகிச்சை அளிக்கப் பட்டவர்கள் விவரம் இதில் சேர்க்கப்படவில்லை என்பதைக் கவனிக்க வேண்டும்.

இப்படிப்பட்ட புள்ளிவிவரங்கள் பூச்சிக்கொல்லியை உள்ளி ழுத்ததால் வரும் குறைப்பிரசவங்கள், பிறவி ஊனம், புற்றுநோய் போன்றவற்றை உள்ளடக்கியவை அல்ல. நைரோபியில் உள்ள லாய்சன் சுற்றுச்சூழல் மையத்தின் காலஸ்டஸ் ஜுமா ஒரு செய்தியை, புள்ளி விவரங்களோடு நிரூபித்துள்ளார்.[10] உண்மையில் உலகில், இந்தப் பூச்சிக்கொல்லி நஞ்சினால் சுமார் இரண்டு மில்லியன் மக்கள் ஆண்டொன்றிற்குப் பாதிக்கப்படுகிறார்கள். அவர்களில் 40,000 பேர் இறந்து போயிருக்கிறார்கள். இதில் 75 சதவிகிதம் அதாவது 30,000 பேர் தெற்கே இறந்தவர்கள். வேறு வார்த்தைகளில் சொல்வதானால் 15 நிமிடத்திற்கு ஒருவர் பூச்சிக்கொல்லியைத் தெளித்து இறந்து கொண்டிருக்கின்றார்.

சில சமயங்களில், கணக்கிலடங்காத பல நாட்கள் ஒரே நாளாகச் சுருக்கி இறுக்கப்பட்டு ஒரே சம்பவமாக நடந்து வருகிறது. இத்தாலியின் சாவோசாவில் ஹாஃப்மன் — லா ரோ தொழிற் சாலையின் பழுதான வால்வு ஒன்று, நச்சுவாயுவைக் காற்றில் விட்டு முழு சுற்றுச்சூழலையும் சின்னாபின்னப்படுத்தியது. பாசில் நகரில், சாண்டோஸ் தொழிலகத்தின் தீ 1986இல் ரைன் நதியையே நஞ்சாக்கி விட்டதையும் கூறலாம். மற்ற சமயங்களில் போபாலில் நடந்ததுபோல், அத்தகைய நாட்கள் ஒரு பல ஆண்டுகள் டெலஸ்கோபில் நடப்பது போலக் கூர்மையாகி, வாழும் நிலைகளின் மேல் திகைக்க வைக்கும் பாதிப்புகளை

ஏற்படுத்தி விடுகின்றன.

உள்ளூரில் நடக்கும் ஒன்றிரண்டு மரணங்கள் நமது தினசரிகளில் ஒரு பத்தி அளவு முக்கியத்துவத்தைக்கூடப் பெறுவது கிடையாது. "பெரிய நிகழ்வுகளான" மினமாட்டாக்கள், செவெசாகன், ஹிரோஷிமாக்கள், செர்னோபில்கள், சாண்டாஸ்—ரைன்ஸ்கள் போன்றவை உள்ளூர் விஷயங்களைக் கண்டுகொள்ளாமல் விடவைக்கின்றன. போபால்கள் தினந்தோறும் நடக்கின்றன. ஏனென்றால் அவை வலதோ இடதோ எல்லாவகையான அரசுகளாலும் செயல்படுத்தப்படும் 'வளர்ச்சி'த் திட்டங்களின் பிரிக்கமுடியாத ஒரு அம்சம் ஆகும்.

போபாலின் யூனியன் கார்பைட் மீண்டும் தனது இயக்கத்தைத் தொடரும். ஏனென்றால், இந்த உயிரோடு விளையாடும் உற்பத்திமுறை என்பது சட்டப்படி அங்கீகரிக்கப்பட்ட மிகப்பெரிய மூலதனத்தை விழுங்கிய பெருந்திட்டத்தின் ஒரு பகுதியே ஆகும். அவற்றை இயக்குபவர்கள், அதனால் அடையும் லாபங்களிலிருந்து பின் வாங்கமுடியாது. இந்த வகை உற்பத்தி முறை மனித வாழ்வை உணர்ந்து உருவானது அல்ல. தொழிலாளி, வேலை என்பதையும் மட்டுமே கொண்டு உருவானது. எனவே, அவர்களை ஆஸ்ச்விச்சிலிருந்து கட்டுப்படுத்துகிறவர்களால் எந்தவித உணர்ச்சியும் இன்றி மீண்டும் இயக்கத்தைத் தொடங்கமுடியும்.

இன்றைக்கு உற்பத்திசெய்து பயன்படுத்தப்பட்டு வரும் 6,00,000 வகையான வேதிப்பொருள்களில், சர்வதேசப் பாதுகாப்பு குறித்த விவரங்கள் 1,200 வேதிப்பொருள்களுக்கு மட்டுமே தெரிய வந்துள்ளது. இன்னும் அமெரிக்கச் சந்தையில் கிடைக்கும் 48,000 வேதிப் பொருட்கள் குறித்த விவரங்கள் கிடைக்க எண்பது ஆண்டுகள் ஆகும். ஆனால் அதற்குள் மேலும் 48,000 புதியவகை நச்சு வேதிப்பொருட்கள் சந்தைக்கு வந்துவிடும். "ஒவ்வொரு பொருளையும் பரிசோதிக்கவே மூன்றாண்டுகள் தொடர்ந்து ஆய்வுகள் மேற்கொள்ள (ஒரு பொருளுக்கு) 5,00,000 டாலர்கள் செலவு பிடிக்கும் என்று திட்டமிடப்பட்டுள்ளது. எனவே, (எளிதில் நாம் சொல்லிவிடலாம்) ஒருபோதும் அவை ஆய்வுக்கு உட்படுத்தப்படாது. மனிதர்களும் இயற்கையும் தங்கள் மீதே அந்த ஆய்வுகளை நடத்திக்கொடுக்கப்போகின்றன செலவு இல்லாமல்."

விவசாய அறிவியலால் விவசாயத்திற்கு எதிரி என்று முத்திரை

குத்தப்பட்ட உயிரினங்களை எதிர்த்து, கட்டுப்படுத்த முடியாதக் கொடிய யுத்தத்தை நடத்திடப் பூச்சிக்கொல்லிகளின் உற்பத்திக்காகப் பல்வேறு நச்சுவேதிப் பொருட்களைத் தயாரிக்கும் ஆலைகளைப்பற்றிய விளைவை, வலி ஏற்பட்டாலொழிய அவற்றின் பின்விளைவு பற்றி யோசிக்கக்கூடத் தெரியாத அப்பாவி மக்கள் மத்தியில் விழிப்புணர்வை ஏற்படுத்துவது சற்றுச் சிக்கலான ஒன்று.

இப்போது நாம் சந்திப்பது ஏதோ தவறிப்போய் ஏற்பட்டு விட்ட சூழல் அல்ல; அசைக்கக்கூட முடியாத நிரந்தரத் தன்மையுடையதும் மிகமிக ஆபத்தானதுமான சூழல் இது. வெறும் ஊகங்களின் அடிப்படையில் எவ்வித மறுஆய்வுக்கும் உட்படுத்தப்படாததும் ஜனநாயகரீதியில் மக்களின் ஒருமித்தக் கருத்தை அறிய ஒருபோதும் முயலாததுமான திட்டமிட்ட சூழல் இது. இந்த ஊகங்கள் அனைத்தும் பொதுநலக் கொள்கையைக் கொடுங்கோண்மைப்படுத்தியவை. இப்படித் தங்களது எண் ணத்தை அனைத்துவகை பலத்தோடும் செயல்படுத்தி இதனால் தொடர்விளைவுகள் ஏற்பட்டாலும் அதைப்பற்றிக் கவலைப் படாத ஆளும்கும்பலின் ஒருவிதமான, இயற்கையாகவே அமைந்த அரசு சார்ந்தவையாக இதைக்காண்கிறோம். "பொருளாதார வளர்ச்சி"யின் மேல் இருக்கும் இந்த வெறி பிரமிக்க வைக்கிறது. போபாலில் இது கண் மூடித்தனமாக எல்லைகளை மீறியது. நச்சுவாயு பயங்கரம் நடந்த சில ஆண்டுகளுக்குமுன் மாநிலச் சட்டமன்றத்தில், ஆலையை அந்த நெரிசலான நகரத்திலிருந்து இடம் மாற்றவேண்டும் என்று சில உறுப்பினர்கள் கோரியபோது, "யூனியன் கார்பைட், ஒன்றும் ஒரு ஒற்றைக் கல் அல்ல அப்படியே தூக்கி வேறு இடத்தில் வைப்பதற்கு", என்று மாநில அமைச்சர் ஒருவர் நக்கலடித்துள்ளார்.[12] எல்லாமும் முடிந்த பிறகும் "நம்பிக்கை இராணுவ நடவடிக்கை" *(operation faith)*யின்போது நகர மக்கள்தான் அப்புறப்படுத்தப்பட்டார்கள்.[13]

மனிதர்கள் இன்று சர்வதேச மனித உரிமைகள் யாவற்றையும் பெற்றவர்களாகச் சித்தரிக்கப்படுகிறார்கள். ஆனால் நவீன தொழில்நுட்பத்திற்கு வழங்கப்பட்டிருக்கும் அடிப்படை உரிமைகளோடு ஒப்பிடும்போது அவற்றைப் பற்றிப்பேசுவது வீண் என்றுதான் படுகிறது. அது கொலை செய்யும், ஊரைக் கூட அழிக்கும். ஆனால் அந்தப் பிரம்மாண்டமான இயந் திரத்தை யாரும் குறைசொல்வது இல்லை. பழுது, அதை அந்தச் சமயத்தில் இயக்கியவர் மீதுதான். தகுதியின்மை அதற்கு அல்ல. சரிசெய்யவேண்டியது அது அல்ல. யாருமே நவீன தொழில்

நுட்பம் எனும் இயந்திரத்தை நிறுத்தச் சொல்லவில்லை.[14] அதன் இயங்கும் விதிகளை மறுமதிப்பீடுசெய்து தேவை ஏற்பட்டால் அழித்து விடுமாறு யாருமே கோருவது இல்லை. இத்தனை கொலைகளுக்குப் பிறகும்.

அந்தப் பிரம்மாண்ட இயந்திரம் தனக்கென்று சில அடிப்படை உரிமைகளைத் தன்னகத்தே கொண்டுள்ளது. மனித உரிமையும் இயற்கையும் அதற்கு இரண்டாம்பட்சம்தான். கணிப்பொறிகளும், தானியங்கிகளும் இளைஞர்களின் பணி அடிப்படை உரிமைக்கு எதிரானவை என்பது ஒரு உதாரணம். தொழில்நுட்பமும் அவற்றை வைத்திருப்பவர்களும் மனிதர்களின் உரிமைகள் மீது மரியாதையே இல்லாதவர்கள். உயர்நீதிமன்றங்களும் உச்சநீதிமன்றமும்கூட தொழில்நுட்பத்தின் உரிமையைத்தான் பாதுகாக்கின்றன. உதாரணமாக அமெரிக்க உச்சநீதிமன்றம் 1980இல் மனிதன் என்பவன் இரண்டாவது பட்சமானவனும் உபயோகம் அற்றவனும் ஆவான் என்று வழங்கிய தீர்ப்பைச் சொல்ல வேண்டும்.

நாம் இப்போது பார்ப்பது தெற்கே உள்ளவை மட்டுமல்ல வடக்கேயும் இருக்கும் உண்மையான சூழல் ஆகும். ஆபத்தான பின்விளைவுகளைப் புவியெங்கும் ஏற்படுத்தும், சுற்றுச்சூழலுக்குப் பாதகமான வகையில் பயன்படுத்தப்படும் பொருட்களின் உற்பத்திக்கு எதிரான யுத்தங்கள் முதலில் தொடங்கியதே வடக்கில்தான். இவை இப்போதும் தொடர்கின்றன. 1976இல் டையாக்சின் விபத்து செவெசாவில் நடந்தபோது ஹாப்மன் லாரோச் நிறுவனத்தின் தலைவர் அடால்ப் ஜோனிடம் அவரது கம்பெனி பொதுமக்களுக்கு ஏற்படுத்திய அவதிகளைப்பற்றிக் கேட்டபோது அவர் இவ்வாறு பதிலளித்தார். "முதலாளித்துவம் என்பது முன்னேற்றம் ஆகும். முன்னேற்றம் சில சமயங்களில் சில சங்கடங்களையும் ஏற்படுத்தத்தான் செய்யும்."[15]

அதன் உருவாக்கத்திலேயே மக்கள் நலனுக்கும், இயற்கைக்கும் எதிரானதான வளர்ச்சி எனும் தவறான முன்மாதிரி நடத்திக் காட்டிய உச்சகட்ட காட்சிதான் போபால் விசவாயு சம்பவம். எனவே வளர்ச்சிக்கும், மனிதத் துன்பங்களும் இடையிலான தொடர்போ, மனித இருப்பின்மீதே அது ஏற்படுத்தும் அச்சுறுத்தலோ, வன்முறையைத் தனக்காக அது பயன்படுத்திக் கொள்வதோ தற்செயலான நிகழ்வு அல்ல.[16]

எஸ்டேவா முடிவாகக் கூறுகிறார்: "மனிதர்கள் மீதான தாக்குதலும் அரசியல் ரீதியில் ஊழல் மலிந்து போவதும், இயற்கையை சீர்கேடு அடையச் செய்வதும் இதுவரை வளர்ச்சியின் ஒரு கண்ணுக்குத் தெரியாத பின்விளைவாக இருந்தது. இப்போதோ தொட்டு உணரவும் முகர்ந்து பார்க்கவும் முடிந்த அளவிற்கு அது பெருத்துவிட்டது". வன்முறையை அது பயன்படுத்துவதன் வேகம் பெரிதும் அதிகமாகிவிட்டது. வளர்ச்சியின் நம்பிக்கை பரப்பு அதிகமானதைப் போலவே.[17]

கடந்த இரண்டு நூற்றாண்டுகளில் விஞ்ஞானத்தொழில் நுட்பத்தைத் தொழில் ரீதியில் பயன்படுத்துவதென்பது முன்னெப் போதும் கேள்விப்பட்டிராத அளவிற்கு மனிதன் மற்றும் இயற்கை ஆகியவைகளையும் உற்பத்தி முறையில் இணைத்தது. அமெரிக்காவில் கறுப்பர்கள் அடிமைகளாக விற்கப்பட்டுக் கொண்டிருக்கும்போது ஐரோப்பாவின் மூன்றில் இரண்டு பங்கு மக்கள்தொகை கடுமையான வறுமைக்கும், இயற்கை அழிவுக்கும் உட்படுத்தப்பட்டது. புதிய தொழில்நுட்பம் தொழில்புரட்சி என்று பெயரிடப்பட்டு அதற்கென்று ஒரு அரசியல் முக்கியத்துவம் கொடுக்கப்பட்டது அப்போது தான்.[18]

மக்கள்தொகை விரிவாக்கத்தின் ஒரு பகுதியாகத் தனித் தனியே குழுக்களைப் பகுப்பாயும்முறை இங்கிலாந்தில் அறிமுகப்படுத்தப் பட்டபோது வளர்ச்சிக்கு தடையாக இருப்பது கிராமப்புற மக்கள் என்ற ஒரு பார்வை உருவானது. உரிமைகள், சலுகைகள் குறித்த புதிய கோட்பாடுகள் உருவாக்கப்பட்டு அவர்கள் நகரங்களுக்குக் குடிபெயருமாறு திட்டவட்டமாக உத்தரவிடப்பட்டார்கள். அங்கே அவர்கள் சாதாரண ஆலைத் தொழிலாளர்களாக ஆக்கப்பட்டார்கள்.

எனது ஹோமோ ஃபேபர் புத்தகத்தில் தொல்படிவ எரிபொருள் கொண்டு இயங்கிவரும் தொழில் நிலையங்கள் அனைத்தும் எல்லா இடங்களிலும் விரைவில் தொழில் நிறுத்தத்தை நோக்கிச் செல்வதை நிறுவியிருந்தேன். இயந்திரமயமாதல் மனித கைவினை உற்பத்தியை முதலில் சூறையாடிய பின்னர் அதை அழித்தேவிட்டது.[18] முதலில் இவ்வகை “மாதிரி” இங்கிலாந்தில் அறிமுகப்படுத்தப்பட்டிருந்தாலும் அதுவே தொழிற்துறை திட்டங்கள் அறிமுகமான எல்லா பிற இடங்களிலும் அப்படியே பின்பற்றப்பட்டது. இதன் மூலம் ஐரோப்பா தனது தொழிற்துறை மாதிரியை அப்படியே தற்காத்துக்கொள்ளவும் அதையே உலகில்

ஒரே 'மாதிரி' ஆகவும் நிலைகொள்ள வைக்க முடிந்தது. தான் காலனி ஆதிக்கத்திற்கு உட்படுத்திய இடங்களின் தொழில்களை அழித்து அதை நம்பி இருந்த அப்பகுதிவாழ் மக்களின் துயரங்களை அதிகமாக்கி பயமுறுத்தியது.[20] ஐரோப்பியர்கள் இந்த விசயத்தில் இன்னொரு சாதகமான சூழலிலும் அப்போது இருந்தார்கள். அவர்களது சமூகம் மக்கள் பெருக்கத்திற்கு உட்பட்டு அவர்கள் திட்டமிட்டு குடிபெயரவும், காலனியாதிக்கத்திற்குப் பதில், புதிய இடங்களுக்குச் சென்று நிரந்தரமாகக் குடியமரவும் தொடங்கியது.

ஐரோப்பா அல்லாத உலகின் பல பெரிய பரப்பளவுள்ள பிரதேசங்கள் அவர்களுக்குக் கிடைத்தன. அந்தப் பகுதியில் பூர்வீகக் குடிகளை விரட்டி அடித்தோ அடியோடு அழித்தோ அது சாதிக்கப்பட்டது. அமெரிக்க ஊடுருவல், ஆஸ்திரேலியாவில் குடியமர்த்தல் போன்றவற்றைக் குறிப்பிட்டுச் சொல்லலாம். கி.பி. 1500இல் அமெரிக்காவில் வாழ்ந்த பூர்வீகக் குடிகளின் மக்கள் தொகை சமீபத்திய ஒரு ஆய்வின்படி 90இலிருந்து 120 மில்லியன்களாக இருந்திருக்கலாம் என்று கணக்கிடப்பட்டுள்ளது.[21] இது அதே காலகட்டத்தின் ஐரோப்பிய மக்கள் தொகையைவிட அதிகம். ஐரோப்பிய இயந்திரத்தின் தேவைக்காக ஐரோப்பியரல்லாத பகுதியொன்றிலிருந்து புதிய மாடம் ஒன்று பெயர்த்துத்தரப்பட்டது. ஐரோப்பிய தேவைக்காக ஐரோப்பியர் அல்லாதவர் தேவைக்காக அல்ல, தொழில்துறை முன்னேற்றம் முதலில் தன் சொந்தமக்களின் வலியினையும் வேறு வார்த்தைகளில் சொல்லுவதானால் ஐரோப்பாவின் பின்னால் பிற சமூகங்களைச் சார்ந்த மக்களின் வலியினையும் அடிப்படையாகக்கொண்டு இருந்தது. மேற்கின் சூழல் முன்னேற்றமடைந்ததே, ஏழை ஐரோப்பியர்கள் தங்களது துன்பங்களை அப்படியே ஐரோப்பியர் அல்லாதவர்களை நோக்கி காலனியாதிக்கத்தினாலும் வளர்ச்சி வழியாகவும் இடமாற்றம் செய்ததின் மூலமே ஆகும். மேற்கு நாடுகளின் தொழில்துறை முயற்சிகள் 18 மற்றும் 19ஆம் நூற்றாண்டுகளில் அவர்களின் பிரச்சனைகளைச் சாமர்த்தியமாகத் தீர்த்துவிடுகிற திறமையைக் கொண்டு நடந்து முடிந்தவை. தீர்வுகாணும் திறமை இருக்கவே செய்தது. (இப்போது பிரச்சனைகளை மனித சமூகம் எதிர்கொள்ளும் எல்லா இடங்களிலும் இது இருக்கவே செய்கிறது) ஆனால் மேற்கின் திறமை காலனியாதிக்கத்தின்போது வந்த வெளிப்படையான கறுப்பு சட்டங்களை உள்ளடக்கிய தீமையான மனித குணத்தினாலும், அதற்கு சமமான இன்றைய வளர்ச்சி

சார்ந்த கறுப்பு ஒப்பந்தங்களாலும் ஆனது.

விடுதலைக்குப்பிறகு தெற்கின் புதிய நாடுகள் மேற்கு நாடுகள் சொன்ன புத்திமதிகளின் அடிப்படையில் தொழில்மயமாக முயற்சி செய்தபோது இரண்டுவகையாக தடங்கல்களை சந்தித்தன. முதலாவது வடக்கு தொடங்கிய தொழில்மயமாதல் இன்னமும் முடிவுக்கு வந்திருக்கவில்லை. அதற்காக காலனியாதிக்கத்தின்போது புதிய மாடங்களாக மூக்கை நுழைத்திருந்த பகுதிகளை அதன் சொந்த மக்களிடம் பழையபடி ஒப்படைக்க அவைகளால் முடியவில்லை. மாறாக மேற்கு தொழில் முன்னேற்றத்திற்காகத் தனது நிலங்கள், இயற்கைச் செல்வங்கள் பாழ்படுவதைத் தொடர்ந்து அனுமதிக்கவும் ஏற்றுமதிக்கொள்கை, அந்நிய செலாவணி எனும் பெயர்களில் மேலும் அதிகரிக்கவும் வேண்டியிருந்தது.

இரண்டாவது, ஐரோப்பியர்களுக்கு வாய்த்ததுபோல அமெரிக்கா மாதிரியான, கடவுள் பார்த்து ஆசிர்வதித்து அனுப்பிய புதிய குடிபுகும் பகுதிகள் தெற்கிற்கு கிடைக்கவில்லை. அவர்கள் தாங்கள் நூற்றாண்டு காலங்களாக எந்த நிலத்தை வைத்துத் தங்களது நாகரிகங்களை வளர்த்திருந்தார்களோ அதையே நம்பி இதற்கும் விடப்பட்டிருந்தார்கள்.

சரியான தொழில்மயமாதல் என்பது தகுதி வாய்ந்த பரந்த இடம், புவியியல் ரீதியிலான பகுதி மற்றும் காலனிகளைத் தேவையாகக் கொண்டது. தெற்கின் தொழில்மயமாதல், தங்கள் சொந்த நாட்டின் வெளியே தெரியாத நிலப்பகுதியை காலனித் துவப்படுத்தி தேவைகளைப் பூர்த்தி செய்யும் மிகவும் குறுகிய வட்டத்தைக் கொண்டது.

மிகக்குறைவான அளவே மேற்கத்திய பாணியில் வளர்ச்சியைக் காட்டவேண்டுமென்றால்கூட அது முழுத்திட்டத்திற்கும் வெளியே இருக்கவே விரும்பும் கோடிக்கணக்கனாவர்களின் உயிர்வாழும் தகுதியின் அடிப்படையில் செய்யப்படவேண்டும். அப்படிப்பட்ட 'வளர்ச்சி' அந்த மக்களின் வாழ்க்கைமுறை மற்றும் தங்கள் வாழிடங்களைத் தக்கவைக்கும் அவர்களின் உரிமைக்கு எதிராகவே செயல்பட முடியும். எனவே வளர்ச்சி என்பது அரசே முன்நின்று நடத்தும் ஒருவிதப் பேரழிவாக ஆகிப்போனது. ஆதாரம் இல்லையென்று மறுக்க முடியாது. கடந்த நான்கு பத்தாண்டுகளில், கிழக்கின் எல்லா நாடுகளிலும் பெரும்பான்மை மக்களின் வாழ்க்கைத்தரம், 'வளர்ச்சிக்குப்

பிறகு, கணக்கிட முடிந்தபடியோ, முடியாதபடியோ மிகவும் மோசமடைந்துவிட்டது.

ஒருகாலத்தில் உரிமை கொண்டாடும் நாடுகளுக்கும் ஏழை நாடுகள் என்று அழைக்கப்பட்ட நாடுகளுக்கும் இடையே நடந்துவந்த பேரழிவு குறித்தப் போர்கள் இப்போது தொழில் துறைத் திட்டங்களுக்குப் பின்னே இருப்பவர்களுக்கும் அதனால் பாதிக்கப்பட்டவர்களுக்கும் இடையிலானதாக தெற்கே தொடர் கின்றன. இம்மாதிரியான வளர்ச்சியை ஆதரிப்பவர்களில் தெற்கின் பல அரசியல்வாதிகளையும் சேர்த்து பலர், சிலரை ஓட்டாண்டி ஆக்குவதும் இடம்பெயர வைப்பதும் ஏன் சம்பந்தப்பட்ட இடங்களை ஆதாரமாகக்கொண்டு வாழ்கிற பூர்வீகக்குடிகளைத் தீர்த்துக்கட்டுவதும் உட்பட எதையும் தவறு என்று கருதாதது மட்டுமல்ல, தவிர்க்க இயலாததாகவும் பார்க்கும் தீர்மானமானக் கருத்துகளைக் கொண்டுள்ளனர்.

தெற்கு நாடுகளின் அரசுகள் தொழில்மயமாகுவதைச் சட்ட பூர்வமாக்கி அதன் செலவுகளை ஏற்று அதற்கு முக்கியத்துவம் கொடுக்கின்றன. தொழில்மயமாதல் என்பது நவீன பொருளா தாரச் சூழலில் வேலைவாய்ப்புகளை ஏற்படுத்தும் ஒன்று மட்டுமே அல்ல. உள்ளூரில் கிடைக்கும் அடிப்படை வளங் களைக் கொண்டு வாழும் ஆதாரக்குடிகளிடமிருந்து வளங்கள் அனைத்தையும் கச்சாப்பொருள் என்று தேவையாக முன் வைக்கிறது. இது உள்ளூர் பொருளாதாரத்தை ஊடுருவி நாசப் படுத்திவிடும் இயல்புடையது. அந்த ஆதார வளங்களைத் தனக்குத் தாரைவார்க்குமாறு அது நிர்ப்பந்திக்கும்போது அதை மறுக்க முடியாத அளவிற்கு நம்பகமானதாக அது இருக்கிறது. ஏனென்றால், நவீன தொழில்மயம் நவீன அறிவியலைச் சார்ந்தது. பற்றாக்குறை உலகில், இருக்கிற வளங்களையெல்லாம் மிகச் சரியாகவும் சாமர்த்தியமாகவும், 'தேவை'க்கானதாக மாற்றும் ஒரே பொய்யற்ற முகம் அறிவியலுடையது என்று எல்லாரும் நம்புகிறார்கள்.

தெற்கத்திய அரசின் அதிகாரவர்க்கத்தைச் சேர்ந்தவரோ அல்லது திட்ட வல்லுநரோ இயற்கை வளத்தையும், வேலையாட் களையும் சரியாகப்பயன்படுத்தும் உரிமை நவீன அறிவியல் குறித்த "எல்லாம் தெரிந்த" தனக்குத்தான் உண்டு என்று வாதாடுகிறார்கள். இதற்கு மேலும் தான் தேசத்து நலனுக்காகவே அப்படி ஈவு இரக்கமின்றி செயல்படுவதாகவும் கூறுகிறார்கள்.

அறிவியல் திறமையானதாக இருப்பதாலும் பற்றாக்குறை அதிகமாக இருப்பதாலும் நவீன தொழில்துறைக்கு மட்டுமே பொருட்களை உற்பத்தி செய்யும் உரிமை தரப்பட வேண்டும். இயற்கைமுறையோ பழையவகைத் தொழில்நுட்பமோ அதிகத் திறன் இல்லாதது. பிற்போக்குத்தனமானது மட்டுமல்ல வேக மற்றதும்கூட என்பது அவர்களது வாதம்.

திறன் குறித்த இந்த விளக்கம் அறிவுப்பூர்வமானது அல்ல. மாற்று வழிகளில் பொருட்களை உற்பத்தி செய்வோருக்கு எதிராகத் தொழில்துறையின் உரிமைகளைச் சட்டமாக்கியது பாரபட்சமற்ற அதிகார அமைப்பு அல்ல. மாறாக பலம் வாய்ந்த ஊறுவிளைவிக்கும் எண்ணம் கொண்டவர்களின் ஆதரவோடு ஒருதலைப்பட்சமான அரசு அதைச் செய்திருக்கிறது. தொழில் துறை மட்டுமே உற்பத்தியில் உயர்வானதென்று எப்படி வெறுமனே அனுமானிக்கப்பட்டதென்று வேறொரு இடத்தில் விரிவாகப் பார்க்க இருக்கிறோம். அப்படிப்பட்ட வெற்று அனுமானங்கள் பயங்கரமான மூட நம்பிக்கைகளாக மாறி வலிமிகுந்த தொடர் விளைவுகளை ஏற்படுத்தவல்லவை.

அரசியல் ரீதியில் நமது ஆளும் கும்பலுக்குத் தனது இருபதாம் நூற்றாண்டுப் பாசாங்குகளோடு ஒரு வெளிப்படையான கொள்ளை மற்றும் அழிவை ஏற்படுத்துவது கடினமாக இருக்கிறது. ஆனால் ஐரோப்பியர்கள் அப்படி அல்ல. அமெரிக்காவின் பூர்வீகக்குடிகளையும் ஆஸ்திரேலியாவின் மண்ணின் மைந்தர்களையும் ஈவு இரக்கமின்றி வெகு எளிதில் அவர்களால் வேட்டையாட முடிந்தது. எதிர்க்க முடியாத அளவிற்கு நம்பகமான கொள்கைகள் கோட்பாடுகளை அவர்களால் உருவாக்க முடிந்தது. இந்த வகை பூர்வீகக்குடிகளைத் தற்போதைய மனிதனுடன் ஒப்பிட முடியாதென்றும் குரங்கு, மனிதனாக மாறிய படிநிலை வளர்ச்சியின் ஏதோ ஒரு முற்காலத்தைச் சேர்ந்தவர்கள் அவர்கள் என்ற நம்பிக்கையில் பிறந்த கோட்பாடுகள் அவை.[22]

இடப்பெயர்ச்சியும் வளர்ச்சியும் ஒன்றையொன்று சார்ந்தவை என்பதையே இது காட்டுகிறது. மிகப்பெரிய மக்கள் தொகையை குறுகிய இடப்பரப்பில், அதிக பாதிப்படையாத சுற்றுச்சூழலில், ஆபத்தில்லாத தொழில்நுட்பங்களை உள்ளடக்கி வைக்கவும், பெரும்பான்மையான சமூகத்தை வேலைவாய்ப்புகளோடு வைத்திருக்கவும் நவீன அறிவியலால் முன் வைக்கப்படும் தொழில்மயமாக்கலால் முடியாது. பின்னர் ஒரு அத்தியாயத்தில்

நாம் பார்க்க இருப்பதைப்போல நவீன அறிவியல் மூலப் பொருட்களைப் பயன்படுத்தும்விதம் அதிகார முறையிலும் கழிவுகளை ஏற்படுத்துவதாகவும் இருக்கிறது.

இந்தக்காரணத்தால் கடந்த மூன்று பத்தாண்டுகளில் வளர்ச்சி ஒரு யுத்தமாக மாறிவிட்டது. தங்களது சொந்த மண்ணின் மைந்தர்களது உயிரைக்குடிக்க தெற்கத்திய அரசுகள் பன்னாட்டு நிறுவனங்களுடன் கூட்டணி அமைந்துள்ளன.[23] வெளியிலிருந்து வரும் எல்லை தாண்டிய ஆபத்துகளிலிருந்து நாட்டைக்காக்கவென்று வாங்கப்பட்ட ஆயுதங்களை வளர்ச்சி யுத்தங்களில் தனது சொந்த மக்களுக்கே எதிராக அவை பயன்படுத்துகின்றன. வளர்ச்சித் திட்டங்களை செயல்படுத்தி அவை தம் செயலாக்கத்தின் மூலம் நாட்டின் கொழுத்த வனப்பகுதிகளையும் இயற்கைச் செல்வங்களையும் நவீன தொழில் நுட்பம் சார்ந்து வளர்ச்சியைக் கொண்டு வருபவர்களை நம்பி ராஜீயமுறையில் தாரை வார்க்கின்றன.

தொழில்மயமாக்குதலுக்கும் இயற்கையை நம்பி வாழும் அடிப்படை வாழ்க்கைக்கும் இடையிலான மோதல் இன்று உச்சத்தை அடைந்து வளர்ச்சி எனும் சிந்தனையையே கேள்விக் குறி ஆக்கியுள்ளது.

இரண்டு வகையான 'அழிவு'களை நாம் பரிசீலிக்கலாம். முதலாவது பின்விளைவான அழிவு, இந்த வகையில் அழிவு, வளர்ச்சி என்பதன் தவிர்க்கவியலாத பின்விளைவாகவோ தொடர்வினை வாகவோ இருப்பதைக் காணலாம். மற்றொன்று "நேர்முக அழிவு". நேரடியாக இயற்கைச் செல்வங்களில் பேரழிவை ஏற்படுத்தும் திட்டங்கள் மீது பொருளாதார ரீதியில் பலம்வாய்ந்த அதிகார வர்க்கத்திற்கும், மற்றவர்களுக்கும் இடையில் நடக்கும் போரில் ஏற்படும் நேரடி அழிவு. உய்விற்கான இயற்கையின் மீதான, அடிப்படையில் மக்களின் உரிமைகளைப் பலியிட, அமைப்பு சார்ந்த கலாச்சார ரீதியிலான வாழ்க்கை முறைகளின் மீதான வன்முறையாக 'வளர்ச்சி' உருமாறுகிறது.

பொதுவான விளக்கங்களை எளிதாக்கும் முகமாக நான் தொழில்மயமாதலின் வடிவமைப்பை இரண்டு படிநிலைகளாக வைத்து ஆராய்ந்துள்ளேன். முதலாம் படிநிலையில் மேற்கத்திய நடைமுறையைப் பின்பற்றி நகரமயமாதல் என்பதையே தொழில்மயமாதல் முன் வைத்தது. இரண்டாம் படிநிலையில் தொழில்மயமாதல் சிரமங்களை மறுஉருவாக்கம் செய்து ஏழை

நாடுகளின் பின் தங்கிய "பகுதிகளை முன்னுக்குக் கொண்டு வருவதாக" செயல்பட்டது.

இருவகை படிநிலைகளையும் ஆழமாக ஆராயும்போது தொழில் மயமாதலுக்கும், அழிவுக்கும் இடையிலான நேரடி மற்றும் மறைமுகத் தொடர்புகளைப் புரிந்துகொள்ள நம்மால் முடியும்.

பின்விளைவாய் அழிவு: தொழில்மயமாதல் முதல்படிநிலை

பொருளாதாரத்தை மறுகட்டுமானம் செய்வது அதிவேக மற்றும் பொருளாதார வளர்ச்சி ஆகிய இரட்டை வற்புறுத்தல்கள் காரணமாக, விடுதலைபெற்ற பிறகு இந்திய அரசு மேற்கத்தியவழிமுறைசார்ந்த வளர்ச்சியைப் பின்பற்ற வேண்டிய கட்டாயத்திற்கு தள்ளப்பட்டது. மூலதனம் கட்டாயமாக்கப்பட்ட தொழிற்பகுதிகளை உருவாக்கி மறைமுகமாக அது முதலீடு செய்ய முன் வந்தது அல்லது பிறரைச் செய்யவைக்கும் யுக்திகளை அறிமுகம் செய்தது. தொழில்மயமாதலை மட்டுமல்ல நகரமயமாதலையும் இது ஊக்குவித்தது. இதனால் ஒரு காலகட்டத்தில் தனித்துவமான பின்விளைவாக நகரகுடியிருப்புகள் மற்றும் பெருநகரங்கள் சார்ந்த ஒருதலைப்பட்சமானதாக அதன்போக்கு மாறிப்போனது.[24]

கிராமங்கள், நகரமக்களுக்குத் தேவையான பால், காய்கறிகள், பருப்பு, மற்றும் உணவுதானியங்கள் தயாரிக்கும் தொழிற்பகுதிகளை தொடங்குவதற்கு ஊக்குவிக்கப்பட்டவை. அவை இவற்றைக் கொடுத்து நகரங்களிடமிருந்து எண்ணெய் வித்துக்கள் மற்றும் கச்சா எண்ணெய், சமையல் எண்ணெய் போன்றவைகளைத் திரும்பப்பெறலாம் (கிராமப்புற மேம்பாட்டு குழுமத்தின் அறிக்கை, 1979 வார்த்தா)[25].

புரதான தொழில்கள் தவிர மற்ற எல்லா வேலைகளையும் நகரத்திற்கு இடமாற்றம் செய்வதே இந்தயோசனையின் நோக்கம். 1910இல் கிராமப்புறத் தொழிலமைப்புகள் 40 சத—விகித வேலைவாய்ப்பைக் கொண்டிருந்தன. 1946இல் அது 10 சதவிகிதமானது. இப்போது வெறும் இரண்டு சதவிகிதமாகச் சிதிலமடைந்துவிட்டது.

இந்த முதல்படியில் வெளியில் தெரியாத அழிவு தொடங்கியது. தொழில்மயமாக்கல் பெருநகரங்களை மட்டுமே மையமாகக் கொண்டிருப்பதான கட்டாயத்தோடு இருந்தது. எந்தப் பொருளின் உற்பத்தியாக இருந்தாலும் கச்சாப்பொருட்கள் கிராமிய

மக்களின் உயர்விற்கான இயற்கையை அங்கிருந்து அபகரித்து நகரத்தொழிற்பகுதிகளுக்கு இயந்திரவாழி உற்பத்திக்காக இடம் பெயர வைத்து, உற்பத்திமையங்கள் நகரங்களில் இருக்குமாறு ஆக்கியது அது. சூழலுக்கு ஏற்ற உற்பத்திமுறை இதுவல்ல என்கிற உண்மையைப்பற்றித் திட்டவல்லுநர்கள் யாருமே கவலைப்படவில்லை. இயந்திரங்களைப் பயன்படுத்தும் தொழிற்மயமாக்கலை அப்படியே பிரதியாக்கம் செய்வது, அப்பாவி மக்களின் உய்விற்கான இயற்கையை அபகரித்து வெளிநாடுகளுக்கு ஏற்றுமதி செய்து அதன்மூலம் கிடைக்கும் அன்னியச் செலாவனி ஈட்டுவதற்கு அதிகார வர்க்கத்திற்குக் கிடைத்த வாய்ப்பு என்பதே உண்மை.

நவீனத் தொழில்நுட்பத்தைப் பயன்படுத்தித் தொழில்துறையை மேலும் விரிவுபடுத்துதல் என்பதன் மூலம் வறுமைதான் அதிகரிக்கிறது என்பதற்கு நம் இந்திய ஜவுளித்துறையில் நடந்த ஒரு சம்பவம் மிகப்பெரிய உதாரணமாகக் கொள்ளத்தக்கது. அந்த உதாரணம் நவீனமயமாக்கலுக்கு உட்படாத மற்ற நெசவு முறைகள் விடுதலைக்குப்பிறகு எப்படியெல்லாம் ஓட்டாண்டி ஆக்கப்பட்டுவிட்டன என்பதையும் காட்டுகிறது. உண்மையில் இந்தப் புத்தகத்தை நான் எழுதிக்கொண்டிருக்கும் இந்த நொடியில் புராதன நெசவுப்பிரிவுகள், இந்திய நவீன அரசாங்கத்தின் ஆசீர்வாதத்தோடு, இறுதியான அழிவுக்கு தங்களை உட்படுத்திக் கொண்டிருக்கின்றன.

தற்போது நெசவுத்துறையில் நம்நாட்டில் நடந்துவரும் 'வளர்ச்சி'யை அறிந்தால் தாதாபாய் நௌரோஜி தனது கல்லறையிலிருந்து எழுந்தே வந்துவிடுவார். ஆர்.சி.தத் எழுதிய பொருளாதார வரலாறு புத்தகத்தை வாசித்து வளர்ந்தவர்களுக்கு உள்ளூரில் கிடைப்பதைக் கொண்டு சுயதொழிலாக நெசவுத் தொழிலைச் செய்தவர்களைக் காலனித்துவ அரசாங்கம் நடத்திய விதத்தைக்கண்டு அவர் எந்த அளவிற்குக் கொதித்தெழுந்தார் என்பது தெரியும். உள்நாட்டின் துணி உற்பத்தியைச் சீரழிக்கப் பிரித்தானிய அரசு விலைகுறைவான மில்துணியை கொண்டுவந்து இறக்கியதை அவர் வன்மையாகக் கண்டித்தார்.[26] அந்தச் சமயத்தில் தாதாபாய் உட்பட யாருமே இந்தியாவில், விடுதலைக்கு பிறகு பதவிக்கு வரும் மக்கள் ஆதரவு பெற்ற அரசாங்கம் அதே காலாவதியான காலனித்துவ நிலைப்பாடுகளையே கடைபிடிப்பது மட்டுமல்ல, அவற்றிற்கு அதிகமான ஆதரவையும் தருமென்று கருதியிருக்க மாட்டார்கள்.

உண்மையில், இன்றளவும் உள்ள நிலைமைகளை ஆராயும் போது, சோசலிசம் பேசும் இந்த அரசு மூன்று வகைப்பட்ட நெசவாளர்களை மிகவும் பாதிக்கிறது. கம்பளித்துறை, கைநெசவுத்துறை மற்றும் கை அச்சு துணித்துறை ஆகியவைகளின் குரல்வளையை வளர்ச்சித்திட்டங்கள் நெரித்துக் கொண்டுள்ளன. எல்லா வகையிலும், தொழில்நுட்பங்கள், வேலைவாரியாக முதலீடு, வேலைவாய்ப்பு, உற்பத்தி, உள்ளூர் வளங்களைப் பயன்படுத்திக் கொள்ளுதல், ஏற்றுமதி என்று எதை எடுத்தாலும் நவினமயமாகாத புராதன நெசவாளர்களின் திறமையும் வெளிப்பாடும் மிகவும் திருப்தி அளிப்பவை. இந்த முறை அவர்களுக்கு எதிராக அரசைக்குழப்பும் பலமான பிரசாரத்தைச் செய்தது லாந்த்ஷேரிலோ அல்லது மான்செஸ்டரிலோ அமைந்த விசைத்தறியாளர்கள் அல்ல. மாறாக அதைத்திறம்பட செய்தது புதுதில்லியிலிருக்கும் இந்திய ஜவுளி உற்பத்தியாளர்கள் அமைப்பு. அதுவும் இந்த இயந்திரமற்ற ஜவுளித்துறையை முற்றிலும் சிதைவடைய வைப்பதற்கு அவர்கள் கூறிய காரணம்; நலிவடைந்த மக்களை முன்னுக்குக் கொண்டு வருவதற்காக என்பதே.

1983 சனவரியில் நடந்த திருப்பதி அறிவியல் மாநாட்டில், மிகுந்த ஆரவாரங்களுக்கு இடையில் வெளியிடப்பட்ட அரசின் தொழில்நுட்பக்கொள்கை முன்னுக்குப்பின் முரணான கருத்துக் களின் குழப்ப சங்கமமாக இருந்தது.

"மரபுச்சார்ந்த துறையைப் பொறுத்தவரை அரசு இயன்றவரை இலாபநோக்கில் திருப்தி தரும் வகையில் பெண்களுக்கு வேலை வாய்ப்பை ஏற்படுத்தி, பின்தங்கிய வகுப்பினரை, மரபுசார்ந்த திறமைகளைப் பயன்படுத்தி முன்னுக்கு வர உதவும். சந்தை அடிப்படையில் அவர்களுக்குக் கூடுதல் முக்கியத்துவம் அளித்து ஏராளமான உற்பத்தி செய்து தள்ளும் இயந்திர உற்பத்தியையும் ஏராளமானோர் உற்பத்தி முறையில் ஈடுபடும் மரபுசார்ந்த துறையையும் சரியான விகிதத்தில் ஆதரித்து மரபுசார்ந்த உற்பத்தி பாதிப்படைந்து விடாமல் அரசு பாதுகாக்கும்" என்று கொள்கைப் பிரகடனத்தின் தொடக்கப்பகுதி முன் மொழிந்தது.

ஆனால், தொழில்நுட்பக் கொள்கையின் அடுத்த மூன்று பத்திகள் மேற்சொன்னவற்றிற்கு முற்றிலும் எதிரானவை: திட்டவல்லுனர்கள் தற்போது கடைப்பிடிக்கப்படும் தொழில் நுட்பமும் இயந்திரங்களும் எவ்வளவு உள்ளன என்பதைச் சோதிக்குமாறு உத்திரவிடப்படுவார்கள்; அடுத்தபடியாக

ஏற்றுமதிச்சவால்களை சந்திக்கும் அளவிற்குச் சர்வதேசப் போட்டிக்கு உகந்தவகையில் தொழில்நுட்பத்தை நவீனமாக்க அவர்கள் முயற்சி செய்வார்கள்; மற்றும் அவர்கள் கிடைக்கும் உற்பத்திப்பொருட்கள் மற்றும் திறன்களை முழுமையாகப் பயன்படுத்தி உற்பத்தியை வேகப்படுத்தி அதேசமயம் தரமும், சர்வதேச நம்பிக்கையும் பெற உதவுவார்கள்.[27]

இந்த எதிர்எதிரான விதிகளைப் பல்வேறு வகைப்பட்ட பொருட்களின் உற்பத்திக்குப் பல்வேறு வகைப்பட்ட தொழில் நுட்பத்திற்குக் கடைபிடிக்கும் போது பிரச்சனை இல்லை. ஆனால் ஒரே ஒரு பொருளின் உற்பத்தி தொடர்பாக இரண்டு விதிகள் என்றால் இந்த இரண்டுவகை உற்பத்தித் தொழில்நுட்பம் சார்ந்த உற்பத்தியாளர்களுக்கும் இடையே போர்காலச் சூழ்நிலை ஏற்படுவதைத் தவிர்க்க முடியாது.

இதுபோன்ற சூழ்நிலையில் காலனியாதிக்கத்தின் போதே கட்சி நிதிக்குத் தாராளமாகக் கொடுப்பவர்கள், உரிமம் தரும் அதிகாரிகளைக் கனமாக கவனிப்பவர்கள், பொருளாதார வளர்ச்சி எண் குறியீடுகளை உயர்த்த எதையும் செய்பவர்கள் மட்டுமே வெற்றியடைந்தவர்கள். இதுதான் ஜவுளித் தொழில் துறையில் நடந்துள்ளது. பின்தங்கிய மக்களின் வாழ்க்கைத் தரத்தை மேம்படுத்த ஜவுளி உற்பத்தியை அதிகப்படுத்தப் போவதாகக் கூறிக்கொண்டு பின்தங்கிய மக்களின் வேலைவாய்ப்புகளை முற்றிலுமாக இந்தநாட்டில் அழித்திருக்கிறார்கள்.

இது தொடர்பாக, நமக்கு இரண்டு முக்கிய கள ஆய்வுகளின் முடிவுகள் கிடைத்துள்ளன. முதலாவது தொழில்துறை வளர்ச்சி சேவை அமைப்பு (Industrial Development Service) டில்லியிலிருந்து "இந்திய வளர்ச்சிக்குக் கைத்தறி மற்றும் கைவினையாளர்களின் பங்கு" எனும் தலைப்பில் வெளிவந்த ஆய்வறிக்கை.[28] இரண் டாவது "கம்பளி குடிசைத்தொழிலை அழிப்பதற்காகவே கொண்டு வரப்பட்ட ஜவுளிக் கொள்கை" என்கிற நேரடியானத் தலைப்பில் எல்.சி.ஜெயின் அவர்கள் நடத்திய கள ஆய்வின் அறிக்கை. அரசின் நேர்மையற்ற ஒருதலைபட்சமான போக்கை இந்த இரண்டு ஆய்வுகளுமே மிகச்சரியாகத் தோலுரிக்கின்றன.[29]

கம்பளியை ஆதாரமாகக்கொண்ட குடிசைத்தொழில்கள் மூன்று வெவ்வேறு காலநிலைப்பகுதிகளில் நடைபெறுகின்றன. மலைப்பிரதேசங்கள், பாலைவனப்பகுதிகள் மற்றும் விளை

நிலங்கள். இவற்றில் மலைப்பிரதேச மற்றும் பாலைவனம் சார்ந்த கம்பளி தொழிலுக்கு, வேலைவாய்ப்பு குறைவாகவே இருத்தல், தொலை தொடர்பு பிரச்சனைகள் மற்றும் நெய்தலக உற்பத்தியில் நிலையில்லாமை போன்றவற்றைக் காரணம்காட்டி, மூடுவிழா நடத்தப்பட்டுவிட்டது. விவசாய வேலைகூட இப்போது அந்த மக்களுக்கு கிடைப்பதில்லை. இருந்தும்கூட, எல்.சி ஜெயின் காட்டுவதுபோல அகில இந்திய அளவில் கம்பளியில் மரபுசார்ந்த தயாரிப்புத் துறையில் மட்டும் 2,50,000 வேலைவாய்ப்புகள் உள்ளன. இவை வீடுகளை அச்சாகக் கொண்டவை. தாழ்த்தப்பட்ட மற்றும் பழங்குடி ஏழைக் குடும்பங்களைச் சார்ந்த பெண்கள் நூல் திரிக்கவும் ஆண்கள் நெய்யவும் செய்கின்றனர்.

இறுதி உற்பத்தி தங்களது சொந்தத் தேவைகளுக்கும் உள்ளூர் விற்பனைக்கும் போகிறது. குடிசைத்தொழில் உள்ளூர்த் தேவைகளைப் பூர்த்தி செய்து உள்ளூரிலேயே கிடைக்கும் பொருட்களைக் கொண்டு அதிகாரவர்க்கத்தின் சுரண்டல் இல்லாமல் தாங்களாகவே முன்வந்து பங்கேற்கும் வேலை வாய்ப்பையும், பருவநிலை சார்ந்த உற்பத்தியாளரின் தேவைகள் அதிகரிக்கும்போது விலைமலிவான சாதாரண கருவிகளைக் கொண்டு ஏராளமானோர்க்கு வேலைவாய்ப்பை ஏற்படுத்தி மேற்கொள்ளப்படும் ஒன்றாகும். இதை நன்றாக உணர்ந்த எல்.சி ஜெயின் முன்னால் கொள்கைக்கர்த்தாக்கள் இவற்றைப் பெரிய இயந்திரமயமான கம்பளி மில்களிடமிருந்து பாதுகாத்து ஊக்குவிக்கச் சில முயற்சிகளை மேற்கொண்டதாகச் சுட்டிக் காட்டுகிறார். "இதே மாதிரி எண்ணத்தோடுதான் காலஞ்சென்ற கோவிந் வல்லபபந்த், உத்திரபிரதேச முதலமைச்சர் எனும் உரிமையோடு உ.பி மலைப்பிரதேசங்களில் கம்பளி ஆலைகள் நிறுவப்படுவதைத் தடுத்து நிறுத்தினார்." இருந்தபோதிலும் மார்ச், 1981இல் பெரிய கம்பளி ஆலைகளிடமிருந்து குடிசைத் தொழில்களுக்கு வழங்கப்பட்டுவந்த பாதுகாப்பு நீக்கப்பட்டது. கம்பளித்துறையை நவீனமயமாக்கி உற்பத்தியை அதிகரித்துக் கச்சாப்பொருட்களின் வரத்தைகூட்டி ஆலைத்தொழிலாளர் களின் நலனை மேம்படுத்தவுமென்று புதிய அரசு உத்தரவு ஒன்று பிறப்பிக்கப்பட்டது.

உற்பத்தி செய்யத் தேவைப்படும் பொருட்கள் மீதான புதிய விதிகள் குடிசைத் தொழிலைச் சந்தை உற்பத்திக்கேந்திர சுறாமீன் களுக்கு இறையாக்கின. மடத்தனமான, நியாயமற்ற அதே அரசின் வேறொரு துறை இறைச்சிக்காகச் செம்மறி ஆடுகளை ஏற்றுமதி

செய்யவும் அனுமதி அளித்ததால் கம்பளி உற்பத்தியே மெல்லப் பலவீனமடையத் தொடங்கியது. இப்படிப்பட்ட சூழலில் புதிய அரசாங்க ஆதரவு பலத்தோடு செயல்படும் இயந்திர ஆலைகள் கச்சாப்பொருளான கம்பளியை வாங்குவதில் குடிசைத் தொழிலாளர்களைவிட கூடுதல் விலைபேசி அவர்களைக் கச்சாப் பொருளே பெற முடியாத இழிநிலைக்குத் தள்ளிவிடும்.

கம்பளியின் விலையேற்றத்தால், குடிசைத்தொழிலின் மரபு சார்ந்த ஆடைகளை உள்ளூர்ச் சந்தையில் விலையேற்ற வேண்டிய கட்டாயம் பழங்குடி மக்களுக்கு ஏற்பட்டது. இது அவர்களைச் சந்தையைவிட்டே விரட்டியது. இப்படி ஏராளமாய் உற்பத்தி செய்து தள்ளும் இயந்திரமயமாதலுக்கு இன்னொரு புராதனத் தொழிலையும் அரசு பலியிட்டது. இதனால் மிகுந்த பாதிப்புக்கு உட்பட்டது பெண்கள்தான். எதிர்பாராவகையில் மலைப்பிரதேசங்களையும் பாலைவனங்களையும் சார்ந்த கம்பளித் தயாரிப்பாளர்களும் நெசவாளிகளும் ஒன்றுகூட முடியாத அளவிற்கும் பேசிப் பொருட்களை விற்கமுடியாத அளவிற்கும் பின்தங்கியவர்களாக இருக்கின்றனர்.

ஐ.டி.எஸ். தனது ஆய்வறிக்கையிலும் இதே மாதிரியான முக்கிய அம்சங்களைச் சுட்டிக்காட்டியுள்ளது. வேலைவாய்ப்பு வழங்குவதிலும் சரி, ஏற்றுமதி மற்றும் சந்தையிலும் சரி கை அச்சுத் தொழில் இயந்திரமயமில்களுக்கு இணையாக அருமையாகச் செயல்படுகிறது. இயந்திரமயமான மில்களைவிட ஒவ்வொரு வேலையகத்திலும் 15 மடங்கு அதிகமான வேலை வாய்ப்பு கொண்டது கை அச்சு ஜவுளித்துறை. ஆனால் மில் அடிப்படை இயந்திர அச்சுத்துறை கை அச்சோடு ஒப்பிடும்போது இருபது மடங்கு அதிகமான முதலீட்டை அடிப்படையாகக் கொண்டது.

திட்டவல்லுநர்கள் இதையெல்லாம் கணக்கில் எடுக்காமலில்லை. இந்தச் சிறிய அச்சுத்துணி கேந்திரங்களுக்கு எப்போதும் எதிராகவே இருந்த அரச துரோகங்களின் வரலாற்றைப்பாருங்கள், 1954இல் கை அச்சு தொழிலாளர்களின் துயரைப்போக்க அரசு மில் அச்சுத்துணி உற்பத்திக்கு உயர்ந்தபட்ச அளவை நிர்ணயித்தது. ஆனால் இப்படிப் பெரிய உதவிபோலத் தெரியும் இந்த முடிவு உண்மையில் மில் துணி உற்பத்திக்கு ஆதரவானது. அரசு முடிவுசெய்த உயர்ந்தபட்ச உற்பத்தி அளவு சாதாரணமாக மில்கள் உற்பத்தி செய்யும் துணிகளின் அளவைவிட 50 சதவிகிதம் அதிகம்! உள்ளது போதாதென்று 1962இல் இந்த உயர்ந்தபட்ச அளவை

750 மில்லியன் அடிகளிலிருந்து 900 மில்லியன் மீட்டர்களாக உயர்த்தி அரசு உத்தரவிட்டது. தங்கள் உற்பத்தியைப் பெருக்க மட்டுமல்ல புதிய மில்களைத் திறந்துவிட இது மில் முதலாளிகளுக்கு விடுக்கப்பட்ட மறைமுக ஊக்குவிப்பு ஆகும்.

1966இல் உயர்ந்தபட்ச உற்பத்தி அளவு என்பதே முற்றிலும் நீக்கப்பட்டுவிட்டது. இது உயர்ந்தபட்ச உற்பத்தி அளவு என்பதை ஒப்பிட முடியாத அளவிற்கு உற்பத்தி பெருகியுள்ளதாகக் காட்டிய அரசு சார்ந்த ஆய்வுக்கமிட்டியின் யோசனைகளை ஏற்று அரசு இட்ட உத்தரவு ஆகும். ஆனால் அதே கமிட்டி சில முக்கிய துணி ரகங்களில் மில் உற்பத்திக்குச் சில தடைக்கற்களைப் போட்டது. அவை கை அச்சுத்தொழிலாளர்கள் உருவாக்கும் துணிரகங்கள். ஆனால் ஜவுளித்துறை ஆணையாளர் அரசில் செயல்பட்ட சில சக்திகளின் ஆதரவோடும் ஆசீர்வாதத்தோடும் உயர் மிருதுத்துணியை அச்சிட்டு புடவைகளாகச் சந்தையில் இறக்க மில்களுக்கு அனுமதி வழங்கினார். இதுதான் கை அச்சுத் தொழிலையே முடங்க வைத்துப் பல்லாயிரம் குடும்பங்களை வறுமைக்குத் தள்ளியது.

இப்படி ஆலைகளின் இயந்திரமயமாக்கலோடு கூடிய துணி அச்சிடும் துறை முற்றிலும் விடுதலைக்குப்பிறகு இந்த நாட்டில் அறிமுகமானது என்பதைக் கவனிக்கவேண்டும். இன்று மில்கள் 2,400 மில்லியன் மீட்டர் அச்சிட்டத் துணிகளை உற்பத்தி செய்து சாதனை அளவை எட்டிவிட்டன. விளைவு: விடுதலை அடைந்த நாளிலிருந்து இன்றுவரை சுமார் இரண்டு லட்சத்து ஐம்பதாயிரம் பேர் வேலையிழந்தார்கள். ஐ.டி.எஸ்.யின் ஆய்வு, உண்மையில் ஏற்றுமதி ஜவுளியின் பிரதான உற்பத்தியாளர்களாகக் கை அச்சுத் தொழிலாளிகளே இருந்ததைச் சுட்டிக்காட்டுகிறது. 1975— 76இல் 93 கோடி ரூபாயாக இருந்த அவர்கள் ஈட்டிய அன்னிய செலாவணி 1979—80இல் 302 கோடி ரூபாயாக உயர்ந்தது.

மில்களோ உயர்ந்தபட்ச உற்பத்தி அளவு நீக்கப்பட்ட பின்னர்த் தங்களது தயாரிப்புகளை ஏற்றுமதி ரகம் என்று வாய்கிழிய அழைத்தாலும் 93 சதவிகிதச் சரக்கை உள்ளூர் மார்க்கெட்டில் மட்டுமே விற்று வருகின்றனர். ஏற்றுமதி மார்க்கெட்டுகள் முன்பின் விலைவீழ்ச்சி அடையும்போது கை அச்சுத் தொழிலாளர்களின் நிலை மிகவும் பாதிப்பு அடைகிறது. உள்ளூர்ச் சந்தைகள் அவர் களது அதிகாரத்திற்கு உட்பட்டவை அல்ல.

கை அச்சுத் தொழிலாளர்களுக்கு உற்பத்தியிலோ அல்லது விற்பனையின் போதோ அரசு சார்பில் எந்த உதவியும் கிடைப்பது இல்லை. அதேசமயம் இந்த "மக்கள் சார்பு" அரசாங்கத்தின் ஏஜெண்டுகள் மில் உற்பத்திக்கு எப்படியெல்லாம் புதிது புதிதாக சலுகைகளைக்காட்டி வருகிறார்கள் என்பதை நாம் பார்க்கவே செய்கிறோம். அவர்களது விற்பனை யுக்திகளை மேம்படுத்தாமல் போனதால் கை அச்சு தொழில்சார்ந்தோர் இன்று பிச்சைக்காரர்களாகவே ஆகிவிட்டார்கள். அடிமட்ட மக்கள் வாழ்க்கைத்தரத்தை உயர்த்தவே தனது கொள்கைகளை நடைமுறைப்படுத்தும் அரசின் நகைப்பிற்குரிய போக்குகளில் இதுவும் ஒன்று.

ஆறாவது ஐந்தாண்டுத் திட்டத்தின் தேவைகளுக்காக மேலும் 1600 மில்லியன் மீட்டர்கள் உற்பத்தி அளவை உயர்த்த வேண்டிவருமென்று முன் அனுமானிக்கப்படுகிறது. இதை உற்பத்தி செய்ய மில்களுக்கு 27,000 வேலையாட்கள்தான் தேவை. ஆனால் கை அச்சுத்தொழில் மூலம் அதையே உற்பத்தி செய்ய 4,00,000 பேர் தேவை. அதீத வேலையாட்கள் குறைவான எண்ணிக்கையிலான வேலைவாய்ப்பு என்ற நிலை உள்ள ஒரு பொருளாதாரச் சூழலில், வேலையாட்கள் எனும் முக்கிய உற்பத்திச் சாதனத்தைத் துச்சமென மதித்துத் தூக்கியெறிவது மிகப்பெரிய குற்றம் ஆகும். அதுவும் இருக்கும் உற்பத்திச் சாதனங்களை "முழுமையாகப் பயன்படுத்துதல்" பற்றி இப்போது பேசப்படுகிறது.

ஆனால் முடிவுகள் எடுக்கப்பட்டுவிட்டன. எல்.சி.ஜெயின் மிகுந்த மனக்கசப்போடு சொல்கிறார். “மொஹஞ்சதாரோ, ஹரப்பா காலத்தில் தொடங்கி, மொகலாயர் காலத்தில் பெரிய அளவில் வளர்ந்து, பிரித்தானிய ஆதிக்கத்தின் அனைத்துக் கிடுக்கிப்பிடிகளையும் தாங்கி வளர்ந்த ஒரு தொழில்துறை, இந்திய மக்களாட்சியின் 'திட்டமிட்ட வளர்ச்சி' காரணமாக முற்றிலும் வீழ்த்தப்பட்டு விட்டது என்பது மிகப்பெரிய துன்பியல் நிகழ்ச்சி ஆகும்.”

சுதந்திரம் கிடைத்த பிறகான வருடங்களில் 'வளர்ச்சி'யின் பயனாக உள்ளூர் தொழில்துறை வீழ்ச்சி எப்படி நடைபெறுகிறது என்பதற்கு ஜவுளி தொழில்துறை உதாரணமாகிவிட்டது. 1985இல் அரசு தனது அடுத்த ஜவுளிக்கொள்கையை வெளியிட்டு ஏற் கனவே அழிவை ஏற்படுத்தி வந்த வளர்ச்சியின் உச்சகட்ட காட்சியை நிகழ்த்தி, மில் உற்பத்திக்கான முதலீடை அதிகமாக்கி

மேலும் பல லட்சம் பேரை வேலையில்லாதோர் ஆக்கியது.[30]

கவர்ச்சிகரமான வெற்று வார்த்தைகளால் புதிய ஜவுளிக் கொள்கை தொழிலாளர்களின் சேவையைப் பாராட்டியது. கீழ்காணுமாறு அது குறிப்பிட்டது; "நமது நாட்டின் பொருளா தாரத்தில் ஜவுளித்தொழில்துறை முக்கிய இடம் வகிக்கிறது. வேலைவாய்ப்பும் ஏற்றுமதி தொடர்பான வருமானமும் மிகவும் முக்கியம். இந்தத்துறை வாழ்வின் அடிப்படைத் தேவையொன்றை பூர்த்தி செய்யும் துறை ஆகும். இது வழங்கும் வேலைவாய்ப்பு என்பது கிராமப்புறங்களிலும் தொலைதூரப் பிரதேசங்களிலும் வாழும் லட்சக்கணக்கான மக்களின் வாழ்க்கைத்தேவை. நம் நாட்டின் மொத்த அந்நியசெலாவணி வருமானத்தில் ஒரு கணிசமான பங்கு இந்தத் துறையின் ஏற்றுமதியால் கிடைக்கிறது. எனவே இந்தத் துறையில் ஏற்படும் வேகமான வளர்ச்சியும் ஆரோக்கியமான முன்னேற்றமும், மிகவும் முக்கியத்துவம் வாய்ந்தது ஆகும்."

இதற்குப்பிறகான உருவகங்கள் வழக்கம் போலானவை. தனது வடிவத்தில் அது கொண்டுள்ள "பலவீனங்கள்" குறித்த குற்றச்சாட்டுகள் ஜவுளித்துறையைச் சந்தையின் ஆரோக்கியமான போட்டிக்கு அது திறந்துவிட்டதாக அறிவித்தது. மில்கள் மீதான அரசின் புதிய உரிமம் வழங்கும் கொள்கைப்படி இனி உரிமங்கள் வழங்குவதில் அதீதவிதிகள் தளர்த்தப்படும். வேலைவாய்ப்பைவிட செலவீனங்களைக் குறைப்பதைப்பற்றி அது நிறைய பேசுகிறது. நமது நாட்டின் சராசரி மனிதனின் ஆண்டு ஜவுளிப்பயன்பாடு குறைவாகவே உள்ளதாலும் மக்கள்தொகை இவ்வளவு பெருகியும் துணிமணிகளின் பயன்பாட்டுச் சதவிகிதம் அதிகமாகாததும்தான் உற்பத்தி செலவினங்களைக் குறைக்க வேண்டிய கட்டாயத்தை ஏற்படுத்துகிறது. அதுமட்டுமல்ல உள்ளூர் மார்க்கெட்டில் சிந்தடிக் மற்றும் வேதிக்கலவைமுறை சிறப்புவகைத் துணிகளுக்கு ஏகத்திற்கும் கிராக்கி உள்ளது. நமது உற்பத்தி மிகக்குறைவு என்பதும் இவ்வாறான புதிய முயற்சிகளுக்குக் காரணமாகக் கூறப்பட்டது.

1985இல் இத்தகைய ஜவுளிக்கொள்கையை எதிர்த்து டாஸ்ட்கார் என்கிற கைவினைஞர்கள் கூட்டமைப்பு மிகுந்த கோபத்தோடு ஒரு அறிக்கையை வெளியிட்டது. "கைவினைஞர்களுக்குப் பெரிய மில் நிறுவனங்களிடமிருந்து அளிக்கப்பட்டுவந்த பாதுகாப்பு முற்றிலுமாக கைவிடப்பட்டு விட்டது."[31] அத்தகைய நெசவாளர்களை சமாதானப்படுத்த கட்டுப்படுத்தப்பட்ட துணிவகையின் உற்பத்தி இனி எதிர்காலம் முழுமைக்கும் அவர்களையே சாரும் என்று அரசு

அறிவிப்பு வெளியிட்டது. மிகவும் மலிவான அந்தவகைத்துணியை உற்பத்தி செய்வதை அதுவரை மில்கள் ஒரு சமூகக்கடமையாக மட்டுமே செய்துவந்தன. தரத்திலும் மலிவான அவைகளால் பெரிய அளவில் அவற்றிற்கு நஷ்டமே ஏற்பட்டுவந்தன. இப்போது அவற்றை உற்பத்தி செய்யும் "கவுரவமான வேலை" கைத்தறி நெசவாளர்களைச் சாரும். இனி ஒருபோதும் திரும்பமுடியாத அளவிற்கு கைத்தறியாளர்களின் திறமைகள் மறைக்கப்படும் அபாயம் உள்ளதாக டாஸ்ட்கார் அமைப்பு அறிவித்தது. ஆனால் மில்கள் மட்டும் அவ்வப்போது உலக அளவில் கிடைக்கும் எல்லாப் புதியவகை இயந்திரங்களையும் இறக்குமதி செய்யும் உரிமையைப் பெற்றிருந்தன. இது எல்லாம் வளர்ச்சி முன்னேற்றம் என்ற பெயரில் நடந்த மிகப்பெரிய மோசடி ஆகும்.

ஜவுளித்துறையில் என்ன நடந்ததோ அவையே அதிக வேலை வாய்ப்பு நிறைந்த தற்சார்பு தொழில்கள் யாவற்றுக்குமே அடுத்தடுத்து 'வளர்ச்சி' எனும் பெயரில் நடந்தேறின. காலணி உற்பத்தி, தீப்பெட்டித் தொழில், சோப்புத் தயாரித்தல், எண்ணெய் மற்றும் உபகரண உற்பத்தி போன்ற தொழில்களும் கிராமங்களிடமிருந்தும் கைவினைஞர்கள் இடமிருந்தும் ஆலை மயமாக்குதலுக்குப் பிடுங்கப்பட்டன. இவை அனைத்திலுமே பெரிய எண்ணிக்கையிலான உற்பத்தி எனும் மாயப்பிசாசு கிராமப்புற — கைவினை — குடிசைத்தொழில்களை அழித்து அவற்றை சார்ந்தவர்களை ஓட்டாண்டி ஆக்கி, நகரத்தை நோக்கிய அவர்களின் இடமாற்றத்தை அதிகமாக்கி, நாடு இனி ஒருபோதும் தீர்க்க முடியாத அளவு வேலையில்லாதோர் எண்ணிக்கைகளை கோடிக்கணக்காக்கிவிட்டன.

தங்கள் தேவைகளைத் தாங்களே நூற்றாண்டுக் கணக்கில் அமைதியாகத் தீர்த்துக்கொண்ட தனிநபர்கள் மற்றும் சமூகங்கள் உடைக்கப்பட்டு, ஆதாரத் தொழில்களிடமிருந்து பிடுங்கப்பட்டு தங்களைத் தாங்களே எப்படியோ பார்த்துக்கொள்ள, விடப்பட்டார்கள். புதிய யுக்திகளைக் கொண்டுவரும் 'வளர்ச்சி' வாதிகளின் தாக்குதலுக்கு அவர்கள் உட்படுத்தப்பட்டு உய்விற்கான உள்ளூர் ஆதாரங்களைத் தங்கள் விருப்பப்படி வளர்ச்சிவாதிகள் என்றழைத்துக் கொள்ளும் தெற்கின் அதிகாரவர்க்கத்திற்குத் தாரைவார்த்துவிட்டு நிதியுதவியும் இழப்பீடும் இல்லாமல் 'தாங்களாகவே' இடம்பெயர்ந்து செல்ல கட்டாயப்படுத்தப்பட்டார்கள்.

டாரில் டி'மாண்டே கீழ்காணுமாறு எழுதுகிறார்:

இந்தியா, சீனா போன்ற மூன்றாம் உலக நாடுகளில் தொழில்துறை வளர்ச்சி, வேலையின்மை பிரச்சனையைத் தீர்க்கும் என்பதை உண்மையான புள்ளிவிவரங்களை வைத்துப் பார்க்கிறபோது நம்பமுடியவில்லை. வளர்ச்சியடைந்து வரும் நாடுகள் வேகமாக முன்னேறுகின்றன — ஐம்பதுகளிலும், அறுபது களிலும் ஆண்டுக்கு ஐந்து சதவிகித வளர்ச்சி; அட்லாண்டிக் நாடுகளோடு ஒப்பிடும்போது 3 சதவிகிதம் இது அதிகம்.

"ஆனால், அப்போதும் 1978இல் இந்தியாவில் மட்டுமே 21 மில்லியன் மக்கள் வேலையற்றவர்களாக இருந்தார்கள். அதில் 16 மில்லியன்பேர் கிராமப்புறங்களைச் சேர்ந்தவர்கள். அதிலும், கால்பங்குபேர் நகரங்களில் இருந்தார்கள். ஆண்டிற்கு ஆறு மில்லியன் பணியாளர்கள் கல்வி மற்றும் இதர பயிற்சிகள் முடிந்து உழைக்கும் வர்க்கத்தில் இணைய தயாராகும் நிலையில் இந்தியாவின் ஒட்டுமொத்த தொழில்துறை ஆண்டிற்கு அரை மில்லியன் பேருக்கு மட்டுமே வேலைவாய்ப்பை ஏற்படுத்தியது. இதில் பொது மற்றும் அரசுடைமை ஆகாத தனியார் துறைகளும் அடக்கம். நாட்டின் மொத்த தகுதிவாய்ந்த பணியாளர்களின் எண்ணிக்கை 1975இல் 225 மில்லியனாகவும் நூற்றாண்டின் இறுதியில் 400 மில்லியனாகவும் உயரும். ஆனால் தொழில்துறை வேலைவாய்ப்போ வருடத்திற்கு 5 சதவிகித உயர்வு என்று வைத்துக்கொண்டால் கூட 2000மாம் ஆண்டில் 25 முதல் 30 மில்லியன் பணியாட்களை மட்டுமே ஏற்படுத்தக்கூடியது. இது நாட்டின் பெரும்பான்மை மக்களை வேலைவாய்ப்பு இல்லாதவர்களாக ஆக்கப்போகிறது. எனவே நாடுகளில் மக்களின் வாழ்க்கைத் தரமேம்பாட்டிற்குத் தொழில்துறை எத்தகைய பங்களிப்பையும் அளிக்க முடியாது என்றே தோன்றுகிறது. தற்போது இந்தியாவின் தனியார் மற்றும் அரசு சார்ந்த தொழில்துறையின் பணியிடங்கள் 23 மில்லியன்களே ஆகும்"[82]

தற்போது இந்தத்தொழில்துறைக்கு வெளியே அதன் எந்தப் பகுதியோடும் தொடர்பில்லாதோர் நாட்டின் பாதி மக்கள் தொகைக்கும் அதிகம் ஆகும். சந்தை விதிகளை மையமாகக் கொண்ட பொருள் விநியோகத்தின் அடிப்படையில் புரிந்து கொள்ளப்பட்டும் பொருளாதாரம் இவர்களை இல்லாதவர் களாகவே வரையறுக்கிறது. தனக்கும் அவர்களுக்கும் சம்பந்தமே இல்லை என்பது போலவே, தொடர்ந்து அது இயங்கிவருகிறது. ஒரு சூழ்நிலை உருவானதற்கும் தனக்கும் சம்பந்தமே இல்லை என்பதும் இந்த வகை பொருளாதாரத்தின் சப்தமில்லாதவாதம்.

இதை 'வளர்ச்சி' ஏற்படுத்திய தவிர்க்கஇயலாத பேரழிவு என்று எடுத்துக்கொள்ளலாம்.

வார்தா மாவட்டத்தின் (மகாத்மா காந்தியடிகள் சில ஆண்டுகள் வசித்த மாவட்டம்) உள்ளூர்த்தொழிலின் வீழ்ச்சி நம்மை அதிர்ச்சியடைய வைக்கிறது. கடந்த முப்பது ஆண்டு களில் இரண்டே எண்ணெய்ச் செக்குக்கிடங்குகள் தவிர மற்ற எல்லா கிடங்குகளும் மூடப்பட்டுவிட்டன. அரசு சார்ந்த காதிகிராமோத் பவனத்தின் கிராமியத் திட்டங்களின் மாதிரிகூட நகர்மயமான எண்ணெய் தொழிற்சாலைகளோடு போட்டிபோட முடியவில்லை. தற்போது செயல்பட்டு வரும் இரண்டு எண்ணெய் கேந்திரங்களும் தங்கள் எண்ணெய்ச் செக்குகளுக்கான எண்ணெய் வித்துக்களைத் தொலைதூர அரசு சந்தையிலிருந்து மற்ற ஆலை தயாரிப்பாளர்கள் போலவே வாங்கவேண்டியுள்ளது. வார்தாவின் விவசாயிகள் கூட தங்களது விளைந்த எண்ணெய் வித்துக்களை அங்கேதான் விற்கிறார்கள். தச்சுத் தொழில்புரிவோர், பானை செய்வோர் மற்றும் செருப்புகள் செய்வோர் போன்றவர்களின் நிலைமையும் இதேபோலத்தான்."[33] "கிராம மக்கள்" - அன்னா சாஹிபு சஹாஸ்ரபுதே சொன்னார், "இரண்டாம்தர குடிமக்களாக்கப்பட்டு விட்டார்கள். விலைமலிவான கச்சாப்பொருள்போல மானியங்களாலும், சலுகைகளாலுமே பார்த்துக் கொள்ளமுடியும் என்பது போல."[34]

பின்விளைவாய் அழிவு:
தொழில்மயமாதல் - இரண்டாம் படிநிலை

நேர்மையான, தீர்மானங்களற்று அஜாக்கிரதையான முறையில் கிராமப்புற வளங்களை நகரச்சார்புடைய தொழில்துறைக்குத் திட்டமிட்டு தாரைவார்ப்பது கொஞ்சம் நாட்களாகவே நடந்து வருகிறது. கிராமப்புறம் தனது இயற்கைச் சேமிப்பை வழங்கி அதற்கு மாற்றாக நகர அறிவையும் புதிய அறிவியல் வழிமுறை களையும் கற்பது என்பது இயற்கையாகவே அடைந்த ஒன்றாகக் கருதப்படுகிறது. இது ஒன்றும் புதிய சிந்தனை அல்ல. மெய்ஜி காலத்தின்போது ஜப்பானியர்கள் இந்தக்கொள்கையைக் கொடுங்கோண்மையான முறையில் தொழில்மயமாக்கல் முயற்சியின் போது திணித்தார்கள்.

ஆனால் நாம் இவ்விஷயத்தில் ஒருபடி மேலேபோய் கிராமப் புறங்களின் எஞ்சியவை மட்டுமல்ல, அங்கிருந்து நிலம் மற்றும்

காடுகளின் அனைத்துவகை இயற்கைச் செல்வங்களையும் (பி.வி. கிருஷ்ணமூர்த்தி இதைக் கிராமங்களின் சூழலியல் கொடை என்று வருணித்துள்ளார்) தொழில்நுட்பமெனும் இயந்திரத்திடம் நிரந்தரமாய் அடகுவைத்து விட்டோம். தொழில்மயமாதலின் முதல்படிநிலை இதனால் இரண்டாம் படிநிலை நோக்கிச்சென்றது. அதாவது கிராமங்களைத் தொழில் மயமாக்குதல் (முதல்படி நிலையில் பெரும்பாலான தொழிற்சாலைகள் பெருநகரங்களிலேயே நிறுவப்பட்டன). இதன் மூலம் கிராமப்புற இயற்கைச் செல்வங்கள் தொழில்மயமாதலின் கட்டாயத் தேவையாகிப்போயின. இது எவற்றை அடிப்படையாகக்கொண்டது என்பதை ஆய்வுசெய்வது நல்லது.

சுருக்கமாகச் சொல்வதானால் தொழில்மயமாதலின் இரண் டாம்நிலை என்பது கிராமப்புற இயற்கை வளங்களைத் தன தாக்கி தொழில்நுட்பத்தை அங்கு இடமாற்றம் செய்து அவற்றை காலங்காலமாகப் பாதுகாத்து, தனது உய்விற்கான ஆதாரமாய் பயன்படுத்தியும் வந்த மக்களிடமிருந்து அரசின் துணையோடு அபகரித்து உரிமை கொண்டாடும் ஒரு போக்கு ஆகும்.

"பின்தங்கிய பகுதிகளை முன்னேற்றுதல்" எனும் புதிய முழக்கத்துடன் திட்டவல்லுநர்கள் தாங்கள் திட்டமிட்ட பெரிய வகைத் தொழிற்சாலைகளை அதற்கான கச்சாப் பொருட்களைச் சுரண்டமுடிந்த வாகான இடங்களுக்கு அருகிலேயே அமைத் தார்கள். இந்த கச்சாப்பொருட்கள் கிராமத்து மக்களின் உய்விற்கான வளங்களாக இருக்கின்றன என்கிற உண்மையைப் புறக்கணித்துவிட்டு இது நடத்தப்பட்டது. எப்போதெல்லாம் ராட்சச வடிவிலான தொழிற்சாலைகள் கிராமப்புறங்களில் அமைக்கப்பட்டனவோ அப்போதெல்லாம் எதிர்பார்த்தபடியே பின்விளைவுகள் இருந்தன. கிராமத்து நாட்டுப்புற மக்களது வாழ்வை, ஈவு இரக்கமின்றி அவை சிதைத்தன. அவர்களது நீரமைகளைச் சப்தமில்லாமல் அபகரித்தன.

"கிராமப்புறங்களைத் தொழில் மயமாக்குதல்" என்பதன் பின்புலத்தில் நடக்கும் உண்மையான 'வேலை' இதுதான்: ஏகாதி பத்தியத்தின் வடிவங்களான பசுமைப்புரட்சி, வெண்மைப் புரட்சி, பணப்பயிர் விதைப்பு, நீர்மின்நிலைய திட்டங்கள், சுரங்கங்கள், பெரிய அளவிலான தொழிற்பேட்டைகள் மற்றும் சொகுசு சுற்றுலா ஆகியவைகளின் அசுரப்பசிக்கு கிராமங்களின் இயற்கை வளங்களைச் சுளையாகப் பலியிடுதல்.

இந்தப் புதிய நிகழ்வுகளால் கிராமப்புறங்கள் அரசியல் ரீதியில் பலவீனமான துணைவனாக ஆகிவிட்டன. விவசாய விளைபொருட்களுக்குக் கூடுதல் விலைகேட்டு ஆயுதமேந்திப் போராடும் விவசாய இயக்கங்கள் நகரங்களின் உபரித்தொகைகளை கிராமங்களை நோக்கி இழுத்துவரும் என்றாலும் அவை உண்மையான பிரச்சனைகளை மையமாகக் கொண்டவை அல்ல. உயிர் வாழ்வதற்கான ஆதாரங்களான வயல்வெளிகளும் காடுகளும் உங்களிடமிருந்து பிடுங்கப்பட்டால் என்ன செய்வீர்கள்? உங்களது வாழ்க்கையின் ஆதாரசுருதி அதாவது பி.வி. கிருஷ்ணமூர்த்தியின் சொற்களில் 'சுற்றுப்புறக்கொடை' இனி ஒருபோதும் சீரமைக்க முடியாத அளவிற்கு அழித்தொழிக்கப்பட்டால்?

சேஷசாயி காகிதத்தொழிற்சாலை (சே.கா.தொ.) - தமிழகத்தில் ஈரோட்டில் உள்ள இந்தத் தொழிற்சாலை அங்கிருந்த மூங்கில் வளத்திற்கும் கைவினைஞர்களின் வாழ்க்கையிலும் ஏற்படுத்திய அழிவைக்கொண்டு நாம் சிலவற்றைப் புரிந்துகொள்ளமுடியும். மும்பையைச் சேர்ந்த இயற்கை வரலாற்றுக் குழுமம் (Natural History) சார்பில் எஸ். ரமேஷ் பட் "தமிழ்நாட்டில் மூங்கில் வளங்களை நிர்வகிப்பதில் இருக்கும் பிரச்சனைகள்" எனும் தலைப்பில் மேற்கொண்ட ஆய்வைக்கொண்டு நமது புரிதலை விரிவுபடுத்த முயலுவோம்.[35]

காகிதத்தொழிற்சாலை மூங்கில் வளத்தைத் தனது உற்பத்திக்கு எந்தக் கட்டுப்பாடும் இன்றி எப்படி சாதாரண நிலையிலிருந்து எத்தகைய முன் அறிவிப்பும் இன்றி மிகமிக அதீத அளவில் கபளீகரம் செய்யத் தொடங்கியது என்பதிலிருந்து திரு.பட் தொடங்குகிறார். சேலம், வேலூர் மற்றும் திருப்பத்தூர் மட்டு மல்ல அவை மலர்விட்டு இனப்பெருக்கம் அடையும் ஈரோட்டின் சத்தியமங்கலம், ஒசூர் போன்ற பகுதிகளில் மூங்கில் காடுகள் எவ்வளவு குறைந்து நசிந்துபோயின என்பதை அவரது களஆய்வு நிறுவுகிறது. ஆனால் இது கவனத்தில் கொள்ளப்படவில்லை. இதனால் அந்த வனப்பகுதிகளின் இயற்கை இயல்புநிலை தவறிப்போய் தற்போது சுற்றுப்புற பிரச்சனைகளால் இனி பழைய நிலையை அடைய முடியாத அளவிற்கு அது வீணாகிப் போய்விட்டது.

இதைவிட முக்கியமாக பாரம்பரிய மூங்கில் கைவினைஞர் களான கூடை பின்னுவோர் போன்றவர்கள் சில இடங்களில் மூங்கிலே கிடைக்காததாலும் எஞ்சிய இடங்களில் போட்டி,

கமிஷன் மற்றும் விலையேற்றத்தாலும் தங்களது தொழிலைக் கைவிடவேண்டிய நிலைக்குத் தள்ளப்பட்டுவிட்டார்கள்.

கிராமப்புறத்தின் மூங்கில்வினைஞர்கள் — குறிப்பாக — விலையேற்றத்தால் மிகுந்த பாதிப்பிற்கு உட்பட்டு வேறு மாற்றுகளைத் தேடிப்போகிறார்கள். இந்த வனப்பகுதி காகித உற்பத்திக்கு தங்குதடையற்று மூங்கில் கிடைக்கும் எனும் களஆய்விற்குப் பிறகேதான் தொடங்கப்பட்டது என்றாலும் சேஷசாயி காகிதத் தொழிற்சாலையே தற்போது தனது உற்பத்திக்குத் தேவையான மூங்கில் கிடைக்காமல் திண்டாடுகிறது என்பதே உண்மையாகும். உடனடியாகத் தமிழக அரசு ஏதாவது உருப்படியான நடவடிக்கை எடுக்காவிட்டால் மிக விரைவில் இந்த வனப்பகுதியின் மூங்கில்கள் முழுமையாகவே அழிக்கப்பட்டு விடுமென்று திரு.பட் முடிவாக எழுதுகிறார்.

சேஷசாயி காகிதத்தொழிற்சாலை 1962இல் தனது உற்பத்தியை தொடங்கியது. இன்றுவரை தொடர்ச்சியான, கபட எண்ணங்களோடான பல சம்பவ அடுக்குகள், புராதன கூடை பின்னுவோர் சந்தை விலையான ஒரு டன் மூங்கிலுக்கு ரூபாய் 1500 கட்டு மாறு நிர்பந்திக்கப்படும் அதே வேளையில் தொழிற்சாலை வாங்கும் மூங்கிலுக்கு ஏகத்திற்கும் மானியம் வழங்கப்படுகிறது. பயன்படுத்துகிறவர்களில் பெரும்பாலானவர்களால் வீணாக குப்பை என்று கசக்கி எறியப்படும் ஒரு நவநாகரீகப் பொருளான காகிதத்தை உற்பத்தி செய்ய இந்தத் தொழிற்சாலை அரசுக்கு ஒரு டன் மூங்கிலுக்கு வெறும் ரூபாய் 22 மட்டுமே கட்டுகிறது என்பது குறிப்பிடத்தக்கது.

மூங்கில் வளத்தைக்காப்பாற்ற எந்தவிதத்திலும், தமிழக வனத்துறைக்கு, திறமையோ திராணியோ இல்லை என்பது எல்லா விதத்திலும் நிரூபணம் ஆகிவிட்டது. உதாரணமாக இந்த மூங்கில் தாவரம் முற்றிலும் சிதைக்கப்பட்டாலும் கூட்டம் கூட்டமாக ஒரு குறிப்பிட்ட காலத்திற்குப் பிறகு மீண்டும் பூவிடவல்லவை, ஆனால் இம்மாதிரி பூவிட்டு மூங்கில் கன்றுகளின் பெருக்கத்திற்கு சாதகமான சூழல் நிலவும் பகுதிகளிலும் திடீரென்று மூங்கில்களை வெட்டி சாய்க்க வனத்துறை அனுமதி அளித்த செயல் முன்யோசனையற்ற குற்றச்செயல். அப்படியாக பூத்த மூங்கில்கள் வெட்டிச் சாய்க்கப்பட்டபோதும் அவற்றின் விதைகள் கூட பாதுகாத்து எடுத்து வைக்கப்படாததும் இன்னொரு பெரிய குற்றம். இன்றும் கூட மூங்கில் 'அறுவடை'இந்திய காடுகள் பாதுகாப்பு சட்டங்கள்

அனைத்தையும் குழிதோண்டி புதைத்துவிட்டு தொடர்கிறது. அப்படி சட்டங்கள் இருப்பதை மூங்கில் காண்டிராக்டர்கள் அறிவது கூட கிடையாது. திருப்பத்தூர் வனப்பகுதியில் 1964—74 செயல்திட்டமே ஒப்புக்கொள்கிறது. "மூங்கில் சேகரிப்பு என்பது அடுத்தடுத்து மூங்கில் தோப்புகளை வெட்டிச் சாய்ப்பதே ஆகும். இந்த அழிவே ஈரோட்டில் உள்ள காகிதத் தொழிற்சாலைக்கு மூங்கில் அனுப்பத்தொடங்கியதிலிருந்து மிகுந்த ஆபத்தோடு தொடர்கிறது."[36]

இவ்வகை சூழல்களில் கிராமப்புற மக்கள் எவ்விதத்திலும் பலனடையாதது மட்டுமல்ல, இதனால் கொடியமுறையில் வஞ்சிக்கப்படுவதும் அவர்களே ஆவர். பரம்பரை பரம்பரையாக வீடுகள் அமைக்க, விவசாய பணிகள் மற்றும் கைவினைப் பொருட்கள் தயாரிப்பாளர்களுக்கு மூங்கில் மீதான உரிமை பறிக்கப்பட்டு தொழிற்துறைக்குத் தாரைவார்க்கப்பட்டுள்ளது. ஆனால் பரம்பரைத்தொழில் ஆயிரக்கணக்கானவர்களுக்கு வேலை வாய்ப்பை வழங்கியது. அவர்களுக்கு வேறுவேலைகள் தெரியாது என்பதையும் கணக்கில் கொள்ளவேண்டும்.

கூடைபின்னுவோர்களின் அவல வாழ்வைக் குறித்தும் அதிகரித்துவரும் அவர்களது துயரங்கள் குறித்தும் பட் மனதை நெகிழவைக்கும் கதைகளைக் குறிப்பிட்டுச் சொல்கிறார். "வளர்ச்சி குறித்த தீர்மானங்கள் இயற்றப்படும் போதெல்லாம் நிகழ்வதைப் போலவே", அவர் சொல்கிறார். "இந்த முறையும் ஒரு குறிப்பிட்ட வகை மக்களின் லாப நட்டங்களை மட்டுமே கணக்கிலெடுத்துக் கொண்டு காலப்போக்கில் ஏற்படப்போகும் பின்விளைவுகளைக் குறித்து எதுவுமே சிந்திக்காமல் முடிவு எடுக்கப்பட்டுள்ளது". சேஷசாயி காகித ஆலையை நிறுவும் வேளையில் உண்மையிலேயே அதன் எதிர்காலப்பின்விளைவுகள், அது சராசரி மனிதன் மீது எத்தகைய பாதிப்புகளை ஏற்படுத்தும் போன்ற எதையுமே அரசு கருத்தில் கொள்ளவில்லை.

இம்மாதிரி சூழ்நிலைகளின் போதுதான் முக்கியத்துவம் குறித்த கேள்வி எழுகிறது. சராசரி மனிதனின் தேவைகளைப் பூர்த்தி செய்வதா அல்லது காகித ஆலையின் தேவையைப் பூர்த்தி செய்வதா? துரதிர்ஷ்டவசமாக இன்று தமிழ்நாடு அரசு காகித ஆலையின் தேவைகளை மட்டுமே கருத்தில் எடுத்துக்கொள்கிறது... கடந்த மூன்றாண்டுகளாகச் சத்தியமங்கலம் வனப்பகுதியின் அனைத்து மூங்கில் தோப்புகளும் ஒன்றுவிடாமல் ஆலைக்கே

ஒதுக்கப்பட்டு வருகின்றன என்பதே சாட்சி.[37]

கால்நடை மேய்ச்சல் மற்றும் தீப்பிடித்தல் போன்றவை களும்கூட மூங்கிலின் அழிவுக்குக் காரணமாக திரு.பட்டினால் சுட்டிக்காட்டப்பட்டிருந்தாலும் காகித ஆலைக்கு வருடம் ஒன்றிற்கு 50,000 டன் மூங்கில் தேவை என்பதை ஒப்பிடும் போது பிற காரணிகள் கணக்கிற்கே வரத்தேவையற்ற அற்ப விஷயங்களாகப்படுகின்றன. இந்த ஒப்பந்தத்தால் பிற இழப்புகளும் ஏற்பட்டுள்ளன. உதாரணமாக மூங்கிலை மிகவும் விரும்பி விருந்தாக உட்கொண்டு வந்த யானைகள் காடுகளிலிருந்து வெளியேறி விளைநிலங்களுக்குள் புகுந்து துவம்சம் செய்து ஏராளமான இழப்பை ஏற்படுத்தத் தொடங்கின. பட் மண் அரிப்பும் மூங்கில் அழிவின் ஒரு விளைவு என்று எச்சரிக்கிறார். மூங்கில்கள் மண் பராமரிப்பில் மிகப்பெரிய பங்கு வகித்தவை.

மூங்கில் தொழிலாளர்கள் காலங்காலமாகக் கொண்டிருந்த மூங்கில் மீதான சார்பு உரிமை பறிக்கப்பட்டு இப்போது ஆலையின் உரிமை நிறுவப்பட்டுள்ள சூழலில் மூங்கிலை அவர்கள் தொடுவதுகூட சட்டவிரோதமாக்கப்பட்டுவிட்டது. ஆலையில் வேலைபார்க்கும் சிலநூறு தொழிலாளர்களின் நலனுக்காக ஆயிரக்கணக்கான பாரம்பரிய மூங்கில் கைவினைஞர்களின் வாழ்வைச் சிதைப்பதில் என்ன நியாயம் இருக்கமுடியும். நகரத்தேவையான காகித உற்பத்திக்காக முன்னேற்றம் என்கிற பெயரில் நடந்திருக்கிற மோசடி இல்லாமல் இது வேறென்ன? உருவாக்கப்பட்ட ஆலையின் ஒருசில வேலைகளுக்காக இத்தனை ஆயிரம் வேலைகள் பறிக்கப்பட்டதற்கான பொருளாதாரப் பின்விளைவுகளையும் நாம் கணக்கிலெடுக்க வழியில்லை.

நேரடி அழிவு - தொழில்மயமாதலின் இரண்டாம் நிலை

திட்டமிட்டு நடத்தப்படும் உள்ளூர் மக்களின் வாழிடங்களுக்கு எதிரான சிறு மற்றும் பெரிய தொழிற்கேந்திரங்களின் நேரடி சீரழிவைத்தான் நாம் நேரடி அழிவு என்கிறோம். இந்தியாவிலேயே நடந்துவரும் நான்கு எடுத்துக்காட்டுகள் மூலம் இது விளக்கப் பட இருக்கிறது. இவை இந்தியாவில் நடந்திருந்தாலும் இது ஒரு சர்வதேச நிலைமைதான். ஜப்பான், அமெரிக்கா அல்லது மலேசியா என்று எங்கும் இந்த நேரடி அழிவு சர்வ சாதாரணமாக இப்போது நடந்துவருகிறது. குறிப்பிட்டுச் சொல்ல வேண்டுமென்றால் ஜப்பானின் மினமாட்டா நோய் ஏற்படுத்திய உலகளாவிய அனுபவத்திற்குப்பிறகு

இந்த நேரடி அழிவிற்கு 'மினமாட்டாசின்ட்ரோம்' என்றே மறுபெயர் தரப்படுகிறது.

கர்நாடகத்தின் கபினி காகித ஆலை:

கர்நாடகத்தின் நஞ்சன்குடா வட்டத்தில் உள்ள கபினி காகித ஆலை முதல் பார்வைக்கு எந்த ஆபத்துமே இல்லாத அமைதி யான தொழிற்சாலையாக இருக்கிறது. சிறு ஆலையான அது பயன்படுத்தித் தூக்கியெறியப்பட்ட அட்டைப்பெட்டிகள் உட் பட பலவிதமான கச்சாப்பொருட்களைப் பயன்படுத்தி நாள் ஒன்றுக்கு ஏழு டன் காகிதத்தை உற்பத்தி செய்கிறது.

ஒரு குழுவாகக் குறிப்பிட்டதொரு ஞாயிறன்று மதியம் நாங்கள் அந்தத் தொழிற்சாலைக்குச் சென்றபோது அங்கே ஆலை அதிகாரிகள் யாருமே இல்லை. ஆனால் 'படையெடுப்பை' (நாங்கள் சில சுற்றுச்சூழலியலாளர்கள் உட்பட இருபது பேர் இருந்தோம்) கண்டுவிட்டு ஒரு பணியாளர் எங்களை நிறுத்தி எங்களுக்கு என்ன வேண்டுமென்று கேட்டார். எங்களது வரவிற்கான காரணத்தை நாங்கள் அவருக்குக் கூறினோம். கிராமப்புறங்களில் ஏற்படுத்தப்பட்ட தொழிற்சாலைகளால் அந்தச் சுற்றுப்புறத்திற்கு ஏற்படும் விளைவுகள் குறித்து அறிய நாங்கள் வந்துள்ளதாக விளக்கினோம்.

ஆனால் எங்களுக்கு மிகப்பெரிய ஆச்சரியம் காத்திருந்தது. ஆலையின் பெரிய வாயிற்கதவிற்கு வெளியே அந்தப் பணியாளர் விளக்கிய வரையில் "கபினி காகித ஆலை ஒரு "முன்மாதிரி ஆலை", இந்த முன்மாதிரி காகித உற்பத்தி ஆலையினால் மாசு என்பதே சுத்தமாக இல்லை. குறிப்பாக ஆலையிலிருந்து எத்தகைய கழிவும் வெளியேறவில்லை. உண்டாகும் குறைந்த அளவிலான கழிவும் (ஏனென்றால் ஆலைக்குப்பைகள் மற்றும் ஏற்கனவே உபயோகிக்கப்பட்ட காகிதத்தையுமே பயன்படுத்தி காகிதம் தயாரிக்கப்படுகிறது) அங்கேயே அவற்றிற்குரிய தொட்டிகளில் மட்டுமே நிரப்பப்படுகின்றன."

இந்த தகவல்கள் அவரால் சாமர்த்தியமாய் உருவாக்கப்பட்ட வைகளாக இருக்கவேண்டும். இது ஒன்று அவர் புளுக வேண்டும் அல்லது ஆலை வேலை செய்வதையே நிறுத்தியிருக்கவேண்டும் என்பதை உறுதி செய்தது. ஆனால் அன்றைய மதியம் தொழிற் சாலை இயங்கிக்கொண்டிருந்தது. இயந்திரங்களின் கிர்...

சப்தத்தை கேட்கமுடிந்தது. கேட்டிற்கு வெளியேயும் இயந்திர ஒலியை நாங்கள் கேட்கமுடிந்தது. கழிவையோ, கழிவுநீரையோ சுத்தமாக வெளியேற்றாத அந்தத் தொழிற்சாலையைச் சுற்றிப் பார்த்தே தீருவதென்று நாங்கள் முடிவுசெய்தோம். இது ஏதோ பெரிய அதிசயமாகத்தான் இருக்கவேண்டும். உலகிற்கு அதை அறிவிப்பதற்குமுன் ஆலையை சுற்றிப்பார்த்துவிடவேண்டும். இந்த சமயத்தில் அந்த மனிதர் தொழிற்சாலையைச் சுற்றிப்பார்க்க முதலில் அனுமதி பெறவேண்டும் என்றார். ஆனால் துரதிருஷ்டவசமாக ஆலை செயல் மேலாளர் அன்றைக்கு என்று விடுப்பில் போய்விட்டார். ஆனால் அவரைத்தொலைபேசியில் தொடர்புகொள்ள அவர் முயற்சிசெய்தார்.

இப்படியான எங்களது உரையாடல் முடிந்தபோதுதான் கிராமத்து மக்கள் எங்களை அணுகி நாங்கள் வந்ததன் நோக்கத்தை கேட்டார்கள். நடந்ததைக்கூறியபோது அவர்கள் மிகவும் மன முடைந்து போனார்கள். ஊருக்குள் வந்து காகித ஆலை ஊரை எப்படி அழித்துவிட்டது என்பதை நேரில் காணுமாறு வேண்டினார்கள். மீண்டும் ஆச்சரியத்துடன் வயல்வெளிகளைக் கடந்து ஊருக்குள் சென்றோம். அங்கே பார்த்ததையும் கேட்டதையும் கொண்டு ஆத்திரமடைந்த எங்கள் குழுவின் சில உறுப்பினர்கள் ஆலைக்குத் திரும்பச்சென்றபோது அதிகாரிகள் சந்திக்கமுடியாது என்று ஆத்திரத்தோடு மறுத்தார்கள். அங்கே தங்கள் வீடுகளில் ஒரு மதியத்தை நிம்மதியாகக்கழித்து வந்த அதிகாரிகள் சில சுற்றுச் சூழலியலாளர்கள் வந்திருப்பதை அறிந்து ஓடி ஒளிந்திருப்பார்கள்.

திடீர் சோதனைகளைச் சமாளிக்க ஆலை நிர்வாகம் ஓடைகளோடு இணைந்த மூன்று குட்டைகளைக்கட்டி அதில் கழிவுகளைச் சுத்தம் செய்வதான பெரிய நாடகத்தை நடத்துகிறது. ஆனால் மிகவும் அடிக்கடி, கிட்டத்தட்ட தினமும் எவ்விதத்திலும் சுத்தப்படுத்தப்படாத கழிவுநீர் கிராமத்தின் குடிநீரோடு கலந்து விடப்படுகிறது! வீட்டுக் குடிநீர் குழாய்களின் வழியே கழிவு வெளியேறுகிறது. நள்ளிரவில் பன்னிரண்டு மணியிலிருந்து அதிகாலை நான்கு மணிவரைக்குள்ளான நேரம் இதற்காகத் தேர்ந்தெடுக்கப்படுவதாக கிராம மக்கள் எங்களிடம் தெரிவித்தார்கள். அப்படிப்பட்ட அக்காலத்தில் எந்த அரசாங்க அதிகாரியும் வரப்போவதில்லை. ஊராட்சித் தலைவருக்கு இதை அனுமதிக்க மாதம் 800 ரூபாய் போகிறது என்று மக்கள் கூறினார்கள். தேர்தலில் 'விட்ட காசை' எடுப்பதற்காகத்தான் அவர் உள்ளிட்ட ஊர்மக்கள் அனைவரின்

உடல்நலத்தையும் ஆலை சீரழிக்க அவர் விட்டுவிட்டார்.

ஆலை சுவர்களுக்கும் நீர்த்தேக்கத்திற்கும் இடையே கழிவுநீர் பொதுவாக நீர்த்தேக்கத்தை நிரம்பி வழிய வைத்துவிடுகிறது. இதனால் மிகப்பெரிய நிலப்பகுதி முற்றிலும் நாசமாக்கப்பட்டு விட்டது. பகலில் நீர்மட்டம் குறையும். ஆனால் காய்ந்த கழிவும் மட்டமான வாடை வீசும் வெளியும் எந்த அளவிற்கு தண்ணீர் நிறைந்திருக்க வேண்டுமென்பதைக் காட்டின.

காலஹேலி, கதடிபுரா மற்றும் சமலப்புரா ஆகிய மூன்று கிராமங்களுக்கு இதைவிட்டால் குடிநீருக்கு வேறு ஆதாரம் கிடையாது. அவர்கள் தொடர்ந்து இந்த நஞ்சாகிப்போன நீரை குடிக்கத் தொடங்கினர். குழந்தைகளும், பெண்களும் சிவந்து கருத்த கண்கள், மற்றும் உப்பிய வயிறும் பெற்றுவிட்டனர். பெரும்பாலும் யாவருமே வயிற்றுவலி மற்றும் தோல்நோய், கண்களில் எரிச்சல் அல்லது இவற்றில் ஏதாவது ஒன்றைப்பெற்றுள்ளனர். இரண்டாண்டுகளுக்குமுன் தொழிற்சாலை தனது உற்பத்தியைத் தொடங்கியதிலிருந்து ஏராளமான உயிரினங்கள் இறந்துபோய் விட்டன. காலஹேலியில் மட்டும் 150 ஆடுகளுக்கு மேல் இறந்து விட்டன. சமலப்புராவில் 150லிருந்து 200 ஆடுகள் வரை இறந்து போயின.

ஓடைக்கும் மறுபக்கம் வயல்வெளிகள் கொஞ்சம் கொஞ் சமாக வறண்டு சீரழிந்து வருவதைப் பார்க்க முடிந்தது. ஒரு இடத்தில் நச்சுக்காற்றும் நீரும் இணைந்து பெரியதொரு நுரை ததும்பும் கொழகொழப்பான வேதிப்பரப்பை உருவாக்கியிருந்தன. ஒரு ஏக்கருக்கு நெல் கொள்முதல் 20 குவிண்டாலிலிருந்து 15 குவிண்டாலாக குறைந்துவிட்டது. கபினி காகித ஆலை நிர்வாகம் ஆலையிலிருந்து கிராமத்து சேரிக்குத் தனியாக 'நல்ல தண்ணீர்' குடிநீர்க்குழாய் அமைத்துக்கொடுத்திருந்தது. கால்நடைகள், மனிதர்கள் வயல்வெளிகள் என்று யாவற்றிற்குமான மூன்று கிராமங்களுக்கும் சேர்த்து ஏதோ அந்த ஒரு குழாய் தண்ணீர் பிரச்சனையை நிரந்தரமாக தீர்த்துவிடும் என்பது போல... இழப்பிற்கான ஈடு என்கிற அடிப்படையில் கபினி ஆலையின் யோசனை அது.

பொது சுகாதாரத்தைச் சீரழிப்பதில் ஈடுபட்டது நாங்கள் பார்த்த கபினி ஆலை மட்டுமல்ல ரசோலி காகித ஆலை அதன் கழிவுநீரை கபினி ஆற்றில் நேரடியாகக் கலக்கிறது. கரீம் விரயப்பட்டு

ஆலையும் அதேபோல கபினி ஆற்றை வீணடித்து வருகிறது. நஞ் சன்கூடு மக்கள் குடிநீர் எடுக்கும் ஆற்றின் பகுதியிலிருந்து வெறும் 300 அடி தொலைவிலிருக்கும் சுஜாதா ஜவுளி நிறுவனம் தனது கழிவுகளை நேரடியாக ஆற்றில் கலந்து விடுகிறது.

ஆந்திரப் பிரதேசத்தின் பதஞ்சேறு மற்றும் பெல்லாராம் தொழிற்பேட்டைகள்:

ஹைதராபாத்திலிருந்து பதஞ்சேறுவிற்கு போகும்பாதை சிதைவுற்றுக்கிடக்கிறது. நல்ல அறிகுறி. நரகத்திற்கு போகும் வழி இப்படித்தான் இருக்கும். அரசின் புரிதலில் மக்கள் முன்னேற்றம்.

அரசின் புரிதல்படி வளர்ச்சி என்பது ஆறுவழி சாலைகள் மற்றும் தொழிற்பேட்டைகளோடு தொடர்புடையது. ஹைதரா பாத் — மும்பை புறவழிச் சாலையிலிருந்து 30 கி.மி. தள்ளி உள்ளது பதஞ்சேறு. ஊர்வந்துவிட்டது என்று யாருமே உங்களுக்கு சொல்ல வேண்டியது இல்லை. கடும் வேதி துர்நாற்றம் உங்களை ஆரத்தழுவுகிறது (அது வோல்ட்டாஸ் ஆலையின் உபயம் என பின்னர் அறிகிறீர்கள்) ஒரு டஜன் செத்து அழுகிய மாடுகளின் குமட்டவைக்கும் வாடை அது.

பெல்லாராம் பதஞ்சேறுவிலிருந்து இரண்டு மூன்று கிலோமீட்டர் தொலைவுதான்... சாலை என்கிற ஒன்றுபோகப் போக வெறும் குழிகளாகிபின் குப்பைமேடுகளே. பெல்லாராம் வழி சாலை என ஏதும் கிடையாது. திறந்த வெளியில் மக்கும் நாற்றக்குப்பை கழிவுகள். நாம் மலைபோல குவியும் குப்பை மேட்டு முதலாளித்துவ நாட்டில் வசிக்கிறோம்.

ஒவ்வொரு காலை வேளையிலும் இந்த முதலாளித்துவம் தத்தெடுத்த ஒரு கூட்டம், என்.ஆர்.ஐ.மேலாளர்கள், ஆண், பெண் ஊழியர்கள் — ஆந்திர இரட்டை நகரங்களான ஹைதராபாத் மற்றும் செகந்திராபாத்திலிருந்து புறப்பட்டு தன் ஆக்கிரமிப்பு பகுதிக்கு செல்லும் ராணுவம் போல செல்கிறார்கள். பளபளக்கும் நாகரீக சீமான்கள் அதைவிட பளபளக்கும் மாருதி கார்களில் இந்திய அரசு முதல் நீதிமன்றம் வரை எல்லா எதிர்ப்பையும் சமாளித்த அதே திறமையோடு சாலைக் குண்டு குழிகளையும் லாவகமாய் கடக்கிறார்கள்.

தங்களது ஆலையின் உயரந்த சுற்று சுவர்க்கு உள்ளே பாதுகாப்பாக

நுழைந்த பிறகு மேளாளர்களும் தொழிலாளர்களும் நூற்றுக்கணக்கான தங்களது தொழில் நிலையங்களில், தலைசுற்ற வைத்துவிடும் சாராயத்திலிருந்து மற்றும் பலவகை பூச்சிக்கொல்லிகள் வரை விதம் விதமான நவீன பயன்பாட்டுப் பொருட்களை உற்பத்தி செய்யத் தொடங்குகிறார்கள். சில நசிந்த நிலையில் உள்ளன. நல்ல நிலையில் உள்ள தொழில் நிலையங்களின் நிகர லாபம் அதீதமாகவே உள்ளது. இரண்டு தொழிற்பேட்டைகளையும் சேர்த்து ஆண்டுக்கான மொத்த லாபம் மட்டும் நாலாயிரத்தி ஐநூறு கோடி என்று தகவல்கள் கூறுகின்றன.

ஆனால் ஒரே ஒரு பிரச்சனைதான் உண்டு.

தொழிற்துறையின் வெற்றி இனி ஒருபோதும் மீளமுடியாத படியான சுற்றுப்புறச் சிரழிவை ஏற்படுத்திவிட்டது.

பதஞ்சேறுவில் எனது தொடக்கப்புள்ளி ஒரு மருத்துவர், கிருஷ்ணராவ் மற்றும் அவரது துணைவியார் இருவரும் சேர்ந்து ஒரு சிறு மருத்துவமனையை நடத்தி வருகிறார்கள் — உஷா நர்சிங்ஹோம். டாக்டர் ராவ் பதஞ்சேறுவின் மக்கள் சுற்றுப் புறச் சூழல் நச்சு எதிர்ப்புக்குழுவின் தலைவராக உள்ளார். என்னிடம் அவர் பேசிக்கொண்டிருக்கும்போதே வோல்ட்டாஸ் நிறுவனத்திலிருந்து வெளிவரும் நச்சுப்புகையும் நெடியும் அழைக்கப்படாத விருந்தாளிகளைப் போல இன்னும் சொல்லப் போனால் யாருக்குமே அடங்காத கடவுள் போல உள்ளே நுழைந்து எல்லா இடங்களையும் ஆக்கிரமித்து மேசையில் எங்களுக்காக வைக்கப்பட்டிருந்த பிஸ்கெட், ரொட்டிகள் மற்றும் காப்பிக்குவளைகளிலும் தயக்கமின்றி படிகிறது. எப்போது இங்கே இருந்து கிளம்பப் போகிறோம் என்கிற அவசரம் எனக்குள்ளே எழுகிறது. சுயநலம்.

நரகம் என்பது உங்களால் விட்டுவிட்டு ஓடமுடியாத இடம்.

ஒரு கிலோ மீட்டர் தொலைவில் அறுபது ஏக்கர் விளைச்சல் நிலம் வைத்திருக்கும் பெருமைக்குரிய விவசாயி திரு. அகர்வால் தனக்கென்று ஒரு கதை வைத்திருக்கிறார். 1970இல் அவரது பண்ணை 700 மூட்டை நெல் விதையை உற்பத்தி செய்து ஆந்திர அரசுக்கே பட்டுவாடா செய்திருக்கிறது. அந்த வருடத்தில் 400 லிட்டர் பாலை அவரது மாட்டுப்பண்ணை உற்பத்தி செய்தது மட்டுமல்ல அவர் தனது பண்ணைகளில் 150 பேரை வேலைக்கு வைத்திருந்தார். லட்சக்கணக்கான ரூபாய் முதலீடு செய்து

அவரால் போடப்பட்ட பண்ணைக் கிணறுகள் பயன்படுத்த முடியாத அளவிற்கு 1982இல் முற்றிலும் நச்சாகிப் போயின. 1985இல் அனைத்துக் கால்நடைகளும் இறந்து போயின. இப்போது வாழ்க்கையில் எந்த லட்சியமும் இல்லாமல் சீக்காளியாக தனது சொந்த நிலத்தைச் சுற்றிச் சுற்றி வருகிறார்.

உபயம்: ஸ்டாண்டார்டு ஆர்கானிக்ஸ், டெக்ஸோ லேபராட்டரீஸ், எம்.சி.ஏ. கெமிக்கல்ஸ் மற்றும் சாய்பாபா செல்லுலோஸ்.

இன்னொரு கிராமமான கணபதி குண்டத்தில் ஒரு காலத்தில் தெளிந்த நன்னீர் ஆதாரமாக விளங்கிய ஊரின் குடிநீர் ஆதாரக் குளத்தைக் காட்டினார்கள். பச்சையாகி பளபளக்கிறது. படிகளுடன் கூடிய ஆழமான குளமாக இருந்திருக்க வேண்டும். இன்று கொசுக்களைக்கூட உற்பத்தி செய்யாத அளவிற்கு வீணாகிப் போன அந்தக்குட்டையில் தண்ணீர் குடங்கள் நீர் சேந்தி ஆண்டு ஐந்தாகிறது. குளத்திற்குச் சற்றே அருகில் 140 அடி ஆழ போர்வெல். அரசு இந்த மக்களுக்காக அமைத்துத் தந்திருக்கிறது. விளையாடிக்கொண்டிருந்த சிறுவர்கள் குழாயைத் திறந்துவிட என்னை அதிர்ச்சியடைய வைத்தபடி வெளியே திடீரென்று கொட்டியது கறுத்த தண்ணீர்.

வழியில் எங்களை நிறுத்தி லச்சம்மா என்கிற மூதாட்டி அழத்தொடங்கினார். முதலில் அவரது கண்களிலிருந்து தானாகவே ஒரு வருடம் தண்ணீர் வந்துகொண்டிருந்தது. பிறகு ஒருநாள் அவர் முழுமையாகவே பார்வையை இழந்தார். அவருக்குச் சொந்தமான மூன்று ஏக்கர் நெல்வயலில் சுத்தமாக விளைச்சல் நிறுத்தப்பட்டுவிட்டது. அவரது மகன்களும் மகள்களும் இப்போது தினக்கூலிகள். வீட்டுக்குள்ளிருந்து பலர் பாத்திரங்களைக் கொண்டுவந்து காட்டுகிறார்கள். அவை அனைத்துமே கிட்டதட்ட கறுத்துப்போயுள்ளன. எனக்கு கோவாவின் குளோரின் வாயு பயங்கரம் நினைவிற்கு வந்தது. பல்லாப்பூர் தொழிற்பேட்டையிலிருந்து இந்துஸ்தான் சிபா கோலுக்குப் போய்க்கொண்டிருந்த குளோரின் டாங்கர் லாரி திடீரென்று சாலையில் தடம் புரண்டு குப்புற அடித்து விழுந்தது; அதிலிருந்து வெளியேறிய குளோரின் வாயு மக்கள் வாழும் வீடுகளில் நுழைந்து சிலமணி நேரத்தில் அனைத்துச் சமையல் பாத்திரங்களையும் ஒருபோதும் பயன்படுத்த முடியாத அளவிற்கு கறுக்க வைத்துவிட்டது.

"நஞ்சான நீரில் நாங்கள் விளைவிக்கும் அரிசி", சுற்றுச்சூழல்

மாசு — எதிர்ப்புக் கமிட்டியின் உறுப்பினரான ராம்ஹனுமன் விளக்குகிறார், "பல்வேறு வேதிமாற்றங்களுக்கு உட்பட்டுவிட்டது. பொதுவாக எங்கள் ஊரில் பானையில்தான் சமையல் செய்வோம். சோறு மறுநாள் தேவைக்காக எடுத்து வைக்கப்படும். இப்போது அப்படி முடிவது இல்லை. மூன்று மணி நேரத்திற்கு மேலானால் உடனே கெட்டுப்போய்விடுகிறது."

நக்கவாகு ஆற்றின் கரையில் நாம் நடக்கத் தொடங்கும்போது அங்கே வயல்வெளிகளில் மேல்மட்டச் செம்மண்ணை பல்வேறு லாரிகள் ஏற்றிக்கொள்வதைக் காண்கிறோம். நெல்வயல்களில் மேல்மண் மிகவும் முக்கியம். விளைச்சலை இழந்த விவசாயிகள் தங்களது பிழைப்பிற்காக அதை மொத்தமாய்ச் செங்கல்சூளை வியாபாரிகளுக்கு வந்த விலைக்கு விற்கிறார்கள்.

போபால் விஷவாயுக்கசிவு எனும் பயங்கரத்தை அறிந்து உலகே அதிர்ந்தது. நான் இப்போது எதிர்கொண்ட பதஞ்சேறுவின் சுற்றுச்சூழல் நாசம் போபாலுக்குச் சற்றும் குறைந்தது அல்ல. போபாலைப்போல சிலமணி நேரங்களில் நடந்து முடிந்தது அல்ல. ஆண்டின் முன்னூற்றி அறுபத்தைந்து நாட்களும் தொடரும் பயங்கரம் இது. திருப்பதியில் நக்கவாகு ஆற்றை நேருக்கு நேர் எதிர்கொண்டோம். அதுவேதிக்கலவையின் நெடியோடு ஊதாநிறத்தைப் பெற்றுவிட்டது. பதிமூன்று கிராமங்களின் மகத்தான விளைச்சலுக்காக வயல்வெளிகளை ஒரு காலத்தில் நிறைத்தது இது. இப்போது சாயமேற்றப்பயன்படலாம். அதன் இணை ஆறான சின்னவாகு சிவப்பு நிறத்தில் உள்ளது.

சின்னவாகு கிட்டத்தில் நக்கவாகுவில் வந்து கலக்கிறது. சிவப்பும் ஊதாவும் கலந்து அந்த வேதிக்கலவை அப்படியே போய் ஹைதராபாத் மற்றும் செகந்திராபாத் ஆகிய இரட்டை நகருக்கும் குடிநீர் விநியோகிக்கும் மஞ்சிறா நீர் தேக்கத்திற்குச் சென்று கலக்கின்றன.

கவித்துவ நீதி: தொடங்கிய இடத்திற்கே வந்து நச்சடைதலின் சுழற்சி முழுமை பெறுகிறது.

இயற்கை சீர்கேடு அடைந்ததால் பொது சுகாதாரம் முற்றிலும் சிதைந்துபோனது. ஐரோப்பிய பிளாக்கைப்போல பெருமளவிலான சுகாதார சீர்கேடு சர்வசாதாரணமாய் நடந்து கொண்டிருக்கிறது. வாழ்க்கையின் மீதும் சொத்துக்களின் மீதும் இந்தச் சுகாதார சீர்கேடு தனது கோரவிளைவுகளை ஏற்படுத்தியுள்ளது. நல்ல

காற்று என்பது வேறு இடங்களுக்கு இடம் பெயர்ந்துவிட்டது. வேதிச்சீரழிவிலிருந்து தப்பிய நீர்நிலையே இல்லை.

நக்கவாகு நதியின் இருகரைகளிலும் 1500 மீட்டர் ஆழத்தில்கூட நஞ்சாகிப்போன பழுப்புநிற நீரே ஆற்றங்கரையிலிருந்து இரண்டு கிலோமீட்டர்கள் தள்ளியும் கிடைக்கிறது. "கால்நடைகள் எதுவும் மேய்வது இல்லை... பறவை எதுவும் பறப்பதும் இல்லை". இந்த நச்சாக்கம் முழுமையாக இப்போது நிறுத்தப்பட்டால்கூட நீர் பழையபடி மாற இன்னும் பத்தாண்டுகளுக்கு மேல் ஆகும் என்று சுற்றுச்சூழல் மாசுக்கு எதிரான கமிட்டியின் உறுப்பினர்களில் ஒருவர் கூறுகிறார்.

1986 செப்டம்பர் 4ஆம் நாள் நக்கவாகு நதி அதிகாரப்பூர்வமாக இறந்துபோனது. அன்றுதான் சங்கரெட்டி பகுதியின் மாகாண வருவாய் அலுவலர் நக்கவாகு ஆற்றின் நீரை யாருமே எதற்குமே பயன்படுத்தக்கூடாது என்று அரசாணை வெளியிட்டார். அரசாணைகளை வாசிக்கமுடியாத அப்பாவிக் கூலியாட்கள் சிலர் இன்னமும் தொழிற்பேட்டையில் இருக்கவே செய்கிறார்கள். அவர்கள் கால்கள் புண்ணாகி தோல் காயங்களில் வதங்கி இறந்துபோகிறார்கள்.

பேராசிரியர் ஆஞ்சனேயலு, டாக்டர் பாஸ்கர் ரெட்டி மற்றும் டாக்டர் நாகைய்யா ஆகியோர்களை உள்ளடக்கிய பதஞ்சேறு கிராமிய சுகாதார மையத்தின் அதிகாரிகள் குழு குடும்ப சுகாதார புள்ளிவிவரச் சேகரிப்பு ஒன்றை நடத்தியதில் கீழ்க்காணும் முடிவுகள் கிடைத்தன.

புள்ளி விவரம் சேகரிக்கப்பட்ட கிராமங்கள் 4

மொத்த மக்கள் தொகை 2082.

பதிவு செய்யப்பட்டோர் 1682

மருத்துவச் சோதனைக்கு உட்பட்டோர் 942

சராசரியாக நோய்வாய்ப்பட்டோர் 88 சதவீதம்

இதில் அதிக பாதிப்பு விவரம்:

சுவாச நோய்கள் 1%

செரியாமை 115

தோல் நோய்கள் 111

இரண்டு தொழிற்பேட்டைகளையும் உள்ளடக்கிய சுத்துப்பட்டு கிராமங்களில் பலவகையான தொழிற்சாலைகளால் ஏற்படுத்தப் பட்ட நோய்கள் இருப்பதை ஆய்வுகள் உறுதி செய்தன. நுரையீரல் தொடர்பான நோய்கள், கண் எரிச்சல், குடல் எரிச்சல், சதைப்பிளவு, சொரி, படை, அரிப்பு, மற்றும் பல்வேறு விதமான தோல் நோய்களென்று, தனிப்பட்ட முறையில் வரும் நோய்களைக் கணக்கில் எடுத்துக்கொள்ளாமல் இவைகளைத் தவிர்த்துப் பொதுவில் ஏற்படும் நோய்களைக் குறித்து மேற்கொள்ளப்பட்ட ஆய்வு இது என்பது குறிப்பிடத்தக்கது.

"பொதுவாக தொழிற்சாலையால் ஏற்பட்ட நோயை பெற்று என்னிடம் வரும் நோயாளியை நான் பதஞ்சேறுவைவிட்டு சிறிது காலம் வேறு எங்காவது தங்கிவிட்டு வருமாறு கூறிவிடுகிறேன்". டாக்டர் ராவ் நான் கேட்காமலேயே சொல்கிறார்.

கிட்டத்தட்ட ஆயிரம் ஏக்கர் நிலம் சாகுபடி செய்ய முடியாமல் கைவிடப்பட்டுவிட்டது. நிலத்தின் உற்பத்தித்திறன் முற்றிலும் அழிந்துவிட்டது. கண்டுபிடிக்க முடியாத காரணங்களால் பயிர்கள் அழிந்து விடுகின்றன. வங்கிகளிடமிருந்து ஏராளமாய் கடன் — குழாய் கிணறுகள் அமைக்க — வாங்கியிருந்த விவசாயிகளால் அதை திருப்பிக் கட்டமுடியவில்லை. குழாய் கிணறுகள் அனைத்துமே கைவிடப்பட்டுவிட்டன. 150 பம்பு செட்களுக்குமேல் வேதிவினைக்கு உட்பட்டுவிட்ட தண்ணீரினால் துருஏறி சிதைந்துவிட்டன. விவசாயம் செய்யப் பயன்படும் நீரைப் பாய்ச்சிட பயன்பட்ட குழாய்களும் அரித்துப் போகப்பட்டு விட்டன. நக்கவாகுவில் ஆழம்வரை மூழ்கடிக்கப்பட்ட பி.வி.சி. குழாய்கள் உருகிப்போயின. வேதிவினை காரணமாய் அமிலத்தன்மை ஏற புகைவிடும் நுரைத்த பகுதிகளைப் பகலிலேயே பலமுறை காணமுடிகிறது.

ஆற்றில் இப்போது ஒரு மீன்கூட கிடையாது. ஆனால் இந்த நச்சுப்பொருட்கள் கிட்டத்து நன்னீர்க்குளங்களையும் நாச மாக்கி விட்டன. பதஞ்சேறுவின் மீனவர் கூட்டுறவுச் சங்கம் ஒரு காலத்தில் 59 குடும்பங்களைக்கொண்டது. கிஸ்டாரெட்டிப் பேட்டை குளத்தில் சிறப்பாக மீன்பிடித்து வந்த அவர்கள் தற்போது சுத்தமாகப் போண்டியாகி விட்டார்கள்.

நீரும் காற்றும் முற்றிலுமாக மாசடைந்து போய்விட்ட இந்தப் பிரச்சனை போதாதென்று அவ்வப்போது நடைபெறும் விஷவாயுக்

கசிவுகளை வேறு கிராம மக்கள் சகித்துக்கொள்ள வேண்டியவர்களாய் உள்ளனர். 1986இல் வோல்டாஸ் நிறுவனத்திலிருந்து குளோரின் வாயு வெளியேறியது. முதல்வர் என்.டி.ராமாராவ் அவசியம் உடனடியாக அந்த விபத்து குறித்த ஒரு விசாரணைக்கு உத்தரவிடுவதாக உறுதி அளித்தார். எதுவுமே "கண்டுபிடிக்கப்படவில்லை". 1989 பிப்ரவரியில் மறுபடியும் வாயுக்கள் வோல்டாஸ் தொழிற்சாலையிலிருந்து வெளியேறின. பல்லாயிரக்கணக்கானபேர் பாதிக்கப்பட்டு மருத்துவமனைகளிலும் அனுமதிக்கப்பட்டார்கள். எப்போதும் வெளியேறும் வரையறுக்கப்பட்ட உலக அளவைவிட பல மடங்கு கூடுதலான அன்றாட வாயு வெளியேற்றத்தைத்தவிர ஏற்பட்ட கூடுதல் வாயுக்கசிவு சம்பவங்கள் இவை.

பெல்லாராம் தொழிற்பேட்டையின் சுற்றுச்சூழல் நசிவின் கொடுமையை நேரில் சென்று நுகர்ந்து அங்குதங்கி அனு பவித்தால்தான் முழுமையான பாதிப்பு விளங்கும். எங்கே பார்த்தாலும் திறந்துகிடக்கும் கால்வாய்கள், எக்கச்சக்கமான வேதிக்கழிவுகளை சுமந்து ஓடுகின்றன. இவை பள்ளமான பகுதிகளை நோக்கிப் பாய்கின்றன. துரதிருஷ்டவசமாக தாழ் வானபகுதி சுல்தான்பூரின் வயல்வெளிகளான விளைச்சல் நிலங்களும் கிராமத்தின் திறந்தவெளியும் ஆகும். இப்பகுதியின் மிகவும் ஆபத்தான அராஜகமான சுற்றுச்சூழல் நசிவிற்கு பெரிதான காரணம் ஏ.பி.மெட் இன்ஜினியரிங் நிறுவனம் ஆகும். இந்த நிறுவனத்தில் ஆந்திர அரசாங்கமே பங்குகளைக் கொண்டுள்ளது. பெரிய அளவிலான நச்சுக்குப்பைகளை போட்டு மக்கிப்போய் நாற்றமெடுக்கும் குளங்கள் தங்களது அழுகிய நாற்றத்தால் கடப்பவர்களை தந்திரமாக சுவாசத்தின்போது வலியேற்படுத்தி கொடிய அதிர்ச்சியைப் பெறவைக்கிறது.

இந்த தொழிற்படுகையின் மறுபக்கம்தான் அசனிகுந்தா குடிநீர் குளம் உள்ளது. அதனிலும் ஆலைக்கழிவுகளே நிரம்பி வழிகிறது. ஆலையின் திரவக்கழிவுகள் அதிகமாக அதிகமாக ஏ.பி.மெட் ஆலையின் தொழிலாளிகள் கால்வாய் வரப்புகளை அதிக மண் கொண்டு கரைகளை உறுதியாக்கி மேலும் அசனிகுந்தா குடிநீர்குளம் சிதைந்து சீர்கேடு அடைய வழிசெய்கிறார்கள். சில சமயங்களில் வயல்வெளிகளில் பாயவிடப்படுகின்றன. சுல்தான்பூரில் நடப்பதைப்போல் உலகில்வேறு எங்குமே இத்தனை உக்கிரத்தோடு தொழிற்துறை விவசாயத்தை அழித்தது இல்லை.

"துரதிருஷ்டவசமான இந்த ஊரில் இப்போதெல்லாம்

குழந்தை எதுவுமே பிறப்பதில்லை. தாய்மார்கள் அனைவருமே மலடி ஆகிவிட்டார்கள்" என்று கிருஷ்ணராவ் ஆத்திரத்தோடு கூறுகிறார். 1989ஜூனில் ஜித்தையா நுரையீரல் புற்றுநோயால் இறந்து போனார். அதே சுல்தான்பூரை சேர்ந்த நர்சிமராவ் எனும் பெண்மணி 1990 பிப்ரவரியில் நுரையீரல் புற்றுநோய்க்கு பலியானார். 1989 ஜூலையில் வயிற்றுப் புற்றுநோய் ஏற்பட்டு காந்தைய்யா என்பவர் காலமானார். இதெல்லாம் மருத்துவம் பார்த்துக்கொண்டதால் பதிவான மரணங்கள்.

மக்கள் வேதனையோடு சொல்கிறார்கள் "ஆலைகளில் நுழைந்து நீங்கள் தயாரிக்கும் பொருள் எது? — வெளியேறும் கழிவில் என்ன உள்ளது" என்று யாராவது தப்பித்தவறிக் கேட்டு விட்டால் அவர்கள் ஆலையைவிட்டே குண்டுகட்டாகத் தூக்கி எறியப்படுகிறார்கள்.

பொருளாதார இழப்புகள் குறித்து இன்னும் முழுமையாக ஆய்வு எதுவும் மேற்கொள்ளப்படவில்லை. மேலோட்டமாய் கணக்கிடப்பட்டவரையில் ரூபாய் 15கோடி இழப்பு ஏற்பட்டிருக் கலாம் என்று சுற்றுச்சூழல் நஞ்சாக்கத்திற்கு எதிரானக் கமிட்டி சொல்கிறது. இதுவரை பதஞ்சேறுவின் தொழிற்சாலைகள் 390 லட்ச ரூபாயும் பெல்லாராமில் 98,000 ரூபாயும் நஷ்ட ஈடாக சிலருக்கு கொடுத்திருக்கிறார்கள்.

இந்த சுற்றுச்சூழல் சீர்கேடு தொழிற்சாலைகளையே பாதிப்புக்கு உள்ளாக்கியுள்ளது என்பதும் உண்மை. ஆனால் அதில் அதிசயம் ஒன்றும் இல்லை. ஜி.பி. ஐஸ் எனும் ஐஸ்கட்டி தொழிற்சாலை ஜியோதின்ரா காந்தி என்பவரால் பெல்லாராமில் நடத்தப்படுகிறது. இது தனது ஐஸ் தயாரிப்பிற்கு நிலத்தடி நீரை பயன்படுத்தி வந்தது. கொஞ்ச நாட்களில் வானிலின் மற்றும் பைன் கெமிக்கல்ஸ் எனும் நிறுவனம் தனது ஆலைக்கழிவுகளை தனது பின்புற திறந்தவெளி இடத்தையே குட்டையாக்கி தேக்கி வைக்கத் தொடங்கியது. இதனால் விரைவில் ஜி.பி.ஐஸ்.இன் ஐஸ்கட்டிகள் சிவப்பாகவோ அல்லது பழுப்பு நிறமாகவோ ஆகத்தொடங்கின. எனவே திரு. காந்தி அவர்கள் தனது தொழிற்சாலையில் கிடைத்த நிலத்தடி நீரை ஆராய்ச்சிசாலைக்கு அனுப்பினார். அவர்கள் சாதாரணமாக அனுமதிக்கத் தகுந்த நிலைக்கு மிக மிகக்கூடுதலாக தண்ணீர் கெட்டுப் போய்விட்டதாக அறிக்கை கொடுத்தார்கள். ஐஸ் தொழில்ஆலை இரண்டு ஆண்டுகளுக்கு மூடப்பட்டது. இப் போது இந்த ஆலை நிலத்தடி நீர் மற்றும் மஞ்சிரா குடிநீர்

திட்டநீர் ஆகியவற்றை கலந்து பயன்படுத்துகிறது. இப்போதும் அங்கிருந்து கிடைக்கும் ஐஸ்சின் நிறம் மாறவில்லை.

அரசுத் துறைகள், அனைத்துவகை அரசு, எந்திரங்கள் சுற்றுச் சூழல் பாதுகாப்பு அலுவலர்கள் மாசுக்கட்டுப்பாட்டு வாரியங்கள் என எல்லா அரசுசார்ந்த நிறுவனங்களும் எவ்வளவு முயற்சித்தாலும் இனி ஒருபோதும் சீர்செய்ய முடியாத அளவிற்கு இயற்கை இங்கே சீரழிக்கப்பட்டுவிட்டது.

அவர்கள் அதற்கு முயற்சி செய்யவில்லை என்று சொல்லிவிட முடியாது. நீதிமன்றத்திலோ அல்லது சுரணையுள்ள அதிகாரி களாலோ, நாட்டில் எல்லா வகையான சுற்றுச்சூழல் பாதுகாப்பு சட்டங்களும், இங்கே பதஞ்சேறு மற்றும் பெல்லாராமின் அழிவை தடுக்க — முயற்சித்து பார்க்கப்பட்டு விட்டன. எதுவும் செய்யமுடியவில்லை. உதாரணமாக, ஏ.பி. மெட் இஞ்சினியரிங் நிறுவனம் வெளிப்படையாக ஈவு இரக்கமின்றி சுற்றுச்சூழலை சீரழிக்கும் கிரிமினல் குற்றத்தை நாளொரு மேனியும் பொழு தொரு வண்ணமும் தொடர்ந்து சர்வ சாதாரணமாகச் செயல் படுத்தியே வருகிறது. தண்ணீர் மாசுக்கட்டுப்பாடு, தூயகாற்று சீர்கெடுதலுக்கு எதிரான சட்டப்பிரிவு மற்றும் சுற்றுச்சூழல் பாதுகாப்பு சட்டங்கள் அனைத்துக்கும் பெப்பே.

கண்மூடித்தனமாக இந்த அளவிற்கு நாம் அரசை இது தொடர்பாக ஆதரிப்பது காலத்தின் கட்டாயமா? இப்பேர்பட்ட அழிவை — தந்திரமாக 'வளர்ச்சி' என்று நம்பவைத்து இந்த சீரழிவு, வளர்ச்சிப்பாதையில் தவிர்க்க இயலாததென்றும் இது 'அறிவியல் ரீதியில் சிறந்த நிரூபணமான முறையின்படி இயங்குவதாக பாசாங்கு காட்டுவதும் மேற்கத்திய அயோக்கியத் தனம் இல்லாமல் வேறு என்ன? இந்தப்பொருளாதாரம் ஏற்கனவே அழிந்து கொண்டிருக்கும் சுற்றுப்புறச்சூழலை முற்றிலும் சிதைக்கும். இந்தப்பொருளாதார முறைப்படி கிராமப்புறத்தில் பெரும்பான்மையாக வசித்து வருகிறவர்களுக்கு நவநாகரிக நகரத்தின் பயன்படுத்தி தூக்கியெறியப்பட்ட குப்பைக்கூளங்களே உண்ணக்கிடைக்கும். இரண்டு நூற்றாண்டுகளாக இந்த மேற்கத்திய சிந்தனை அடிப்படையிலானப் பொருளாதாரம் சாதித்தது இதைத்தான். நான் ஒரு பாட்டில் விஷத்தை எடுத்துக் கொண்டுபோய் கிராமத்து குடிநீர் தொட்டியில் போட்டால் குற்றவாளியாக சிறையில் அடைக்கப்படுவேன். அதையே நான் ஒரு ஆலையை ஏற்படுத்தி வளர்ச்சி என்கிற பெயரில் செய்தால்

சமூக அந்தஸ்தைப் பெறுவதோடு பதக்கமும் பாராட்டும் பெற்று பணக்காரன் ஆவேன்!

வடஆற்காடு மாவட்டத்தில் உள்ள தோல்பதனிடும் தொழிற்சாலைகள்:

சுற்றுப்புறச்சூழலை ஈவு இரக்கமின்றி மாசடைய வைத்துக் கொண்டிருக்கும் மூன்றாவது வகைப்பாடு தமிழ்நாட்டின் வட ஆற்காடு மாவட்டத்தில் செயல்படும் தோல்பதனிடும் தொழிற்சாலைகளைப் பற்றியது. எவ்விதத்திலும் வேதிதூய்மை செய்யாத நஞ்சு நீர்மங்களை இவை சர்வசாதாரணமாக ஆற்றில் திருப்பிவிடுகின்றன. அந்த நீர்மத்தில் குரோமியம் என்கிற மிக உச்சகட்ட நஞ்சு இருப்பதால் பாதிப்பு கணக்கிட முடியாத அளவிற்கு மிக மிக மோசமாக உள்ளது. இது நிலத்தடி நீரை நச்சாக ஆக்கியதோடு விவசாய நிலங்களை சீரழித்து மக்களின் பொது சுகாதாரத்தை பெருமளவு பாதித்துவிட்டது. பதஞ்சேறு, பெல்லாராம் மற்றும் ஓ.பி.எம். (கீழே குறிப்பிடப்பட்டுள்ள) ஆலை தொழிற்பேட்டையில் நடந்துள்ளதைப்போலவே இங்கும் சுற்றுச்சூழலை நாசப்படுத்தும் இந்தக்கொடுஞ்செயல், உள்ளூர் மக்களின் கடுமையான போராட்டாங்கள், எதிர்ப்புகள், குற்ற மனுக்கள் எல்லாவற்றையும் புறந்தள்ளிவிட்டு ஆண்டுக்கணக் காகத் தொடர்ந்து கொண்டிருக்கிறது.

க்ரோம் எனும் குரோமியம் வட ஆற்காடு மாவட்ட தாய் மார்களின் தாய்ப்பாலில் சுரப்பது தற்போது கண்டுபிடிக்கப் பட்டுள்ளது. இந்த மாவட்டத்தின் பெரும்பான்மை மக்கள் இனி தோல் நோய்களுடனோ அல்லது காசம் போன்றவைகளுடனோ தான் வாழவேண்டியிருக்கும் என்பதற்கு பழகியவர்களைப்போல மாறிவிட்டார்கள்.

இந்திய தோல்பதனிடும் தொழிற்துறை ஒரு மாதத்திற்கு 500—600 மில்லியன் லிட்டர் சுத்தப்படுத்தப்படாத குரோமியம் கலந்த கொடிய விசநீர்மத்தை வெட்டவெளிகளில் திறந்துவிடுகிறது. குடிநீர் ஆதாரங்களை அழித்த இந்தக்கழிவு பல இடங்களில் விவசாயமே செய்யமுடியாதபடி நிலத்தை சீர்கேடு அடையச் செய்ததோடு மேலும் பல ஊர்களில் கொள்முதலை பெருமளவு குறைத்துவிட்டது.

இந்த ஆபத்தான கழிவைச் சுத்தப்படுத்த தானியங்கி அமைப்புகளை

கட்டுகிற வேலையைவிட தோல்பதனிடும் தொழிற்சாலையின் முதலாளிகளுக்கு விவசாய நிலங்களை கெடுப்பதும் விசமாக்குவதும் பொது சுகாதாரத்தைக் கெடுப்பதும் செலவு குறைவான விஷயம். அதிகாரிகளுக்கு கொடுக்கும் லஞ்சப்பணம் சுத்திகரிக்கும் அமைப்புகள் உருவாக்குவதைவிட மலிவு!

ஓரியண்ட் காகித ஆலை (ஓ.பி.எம்.) ஆம்லை

உள்ளூர் சமூகத்தின் சுற்றுச்சூழலை வஞ்சகமான முறையில் சீரழிக்கும் முந்தைய உதாரணம் இது. ஓரியண்ட் காகித ஆலை (ஓ.பி.எம்) மத்தியபிரதேச மாநிலத்தில் ஆம்லை ஊரில் உள்ளது. ஆம்லை, சோன் நதியின் கரையில் அமைந்த அழகிய பேரூராட்சி ஆகும். ஓ.பி.எம்.மின் சுத்திகரிக்கப்படாத கழிவுநீர் சோன் நதியின் நீரை கரும்பழுப்பு நிறமாக்கி, அதன் மீன்களை அழித்து அங்கே மேயும் ஆயிரக்கணக்கான கால்நடைகளைக் கொன்று மக்களுக்கு மிக ஆபத்தான சுகாதாரக்கேட்டை ஏற்படுத்தியுள்ளது. ஆனால் இப்போதும் நச்சாக்கம் தொடர்கிறது. மக்கள் இந்த கொடுமையிலிருந்து மீள முடியும் என்கிற நம்பிக்கையே முற்றிலும் அற்றுப்போய்விட்டார்கள்.

ஓ.பி.எம் நாளொன்றிற்கு பதினாறு மில்லியன் காலன்கள் நச்சுநீரை சோன் நதியில் கலந்துவிடுகின்றது. இது 40கி.மீ தொலைவுக்கு ஆற்றையும் அதன் கரைகளையும் மாசுபடுத்தி விட்டது. சாதாரணமாக குளிக்கவும் துவைக்கவும் கூட அந்தத் தண்ணீரை பயன்படுத்த முடியவில்லை.

இந்தமாசு தீவிரமாக ஆய்வுக்கு உட்படுத்தப்பட்டு முடிவும் வெளியிடப்பட்டது. ஆனால் எதையும் மாற்றமுடியவில்லை. 1973 கான்பூர் ஐஐ.டியிலிருந்து ஒரு குழு இந்த ஆலையால் ஏற்பட்டுள்ள பிரச்சனைகளை ஆராய்ந்து கால்நடைகளின் பால் உற்பத்தி குறைந்ததையும் இறப்பு விகிதம் திடீரென்று அதிகரித்தையும் அவைகளின் கருவறை நாட்கள் குறைந்து குறைபிரசவம் ஆவதோடு பல ஆடுமாடுகள் நொண்டியாகவே பிறப்பதையும் தனது அறிக்கையில் சுட்டிக்காட்டியது.[38] ஒரு அறிக்கை மாசு அடைந்ததை கீழ்க்கண்டவாறு விளக்கியுள்ளது:

ஆற்றில் நேரடியாக நடந்ததாலோ அல்லது அந்நீரை உட்கொண்டதாலோ குளித்ததாலோ பல மனிதர்களுக்கு கால் எலும்பு முறுக்கல் நோய் ஏற்பட்டுள்ளது. பலர் தோல் அரிப்பு

சொறி படைபோன்ற தோல் நோய்களுடனும் சிலர் கைகால் நகங்களின் அபரீத மேல் நீள் வளர்ச்சியோடும் இருப்பதைக் காணமுடிந்தது. கையில்பட்ட திரவம் நக வளர்ச்சியை நிறுத்தி வைத்து அதனை வளைத்து நிறமிழக்கச் செய்து அதை அப் படியே அழித்து விடுகின்றது.

இந்த நீரைப்பருகியதால் கால்நடைகள் பசியின்மை, எதை உண்டாலும் வாந்தி எடுத்தல், எப்போதையும் விட அதிக மஞ் சள் நிறத்தில் மூத்திரம் வெளியாதல், இப்படி ஏற்பட்டு அவற்றை மரணம் மெதுவாக அண்டுகிறது. கால்நடைகள் மந்தமாக வேகம் குறைந்து குறுகிப்போய் விட்டன. சில சமயங்களில் அவை சிறுநீரோடு ரத்தமும் கலந்து உள்ளே உடலின் ஆழமான உள் பாகங்கள் சிதைந்து போய்விட்டதை உணர்த்துகின்றன.

விவசாயத்தின் மீதான பாதிப்பும் குறிப்பிடத்தக்கது. காலி ஃபிளவரும் தர்பூசணியும் ஏராளமாக விளைந்த ஆற்றின் கரைகளின் இப்போது அவை முற்றிலும் அழிந்து போய்விட்டன. இது விவசாயிகளுக்கு பெருத்த இழப்பை ஏற்படுத்தியுள்ளது. ஆலைக்கு அருகே போகப்போக விளைவு பயங்கரமானதாக உள்ளது. பருப்புவகை உற்பத்தி ஆலையிலிருந்து வெளிப்படும் புகை காரணமாக தரமிழந்துபோனது. ஆலையின் ஒரு தொழிலாளி கூறுவதை வைத்துப்பார்த்தால் அங்கே புகையின் வெப்பம் மற்றும் மாசுத்தன்மையை ஆராயும் தெர்மோஸ்டட் கருவி, மின்சார செலவை மிச்சப்படுத்தவென்று அடிக்கடி செயலிழக்க வைக்கப்படுகிறது.

சாஹ்தால் மாவட்ட ஆட்சித்தலைவருக்கு வழங்கப்பட்ட ஒரு கோரிக்கை மனுவில் பக்காஹோவின் ஊராட்சித் தலைவர் நூற்றுக்கணக்கான ஏக்கர் பாசன நிலங்கள் — ஒ.பி.எம்.மின் ஆராய்ச்சி நிலையத்திலிருந்து வெளியேறிய கறுத்த நச்சுக்கலவை யால் எங்ஙனம் வீண் செய்யப்பட்டு விட்டதென்பதை விளக்கி யுள்ளார்.

திரவமாசு தூயகாற்றை மோசமாக பாதித்துவருகிறது. திரவக்கழிவில் அதீத அளவில் ஹைட்ரோ குளோரிக் அமிலம் இருப்பதால் அடிக்கடி குளோரின் வாயு வெளிப்பட்டு ஆற்றங் கரை கிராமங்கள் அப்புறப்படுத்தப்படுகின்றன. குளோரின் வாயு வெளியான 48 மணிநேரத்தில் மரங்கள் இலை உதிர்ந்து மொட்டையாகி விடுகின்றன. முதலில் ஒரு பெரிய குட்டையில்

திரவக்கழிவை நிரம்ப வைத்து பிறகு ஆற்றில் மொத்தமாக கலந்து விடுகிறார்கள்.

காற்றில் கலந்து எங்கும் திரியும் அமிலப்பகுதி ஊரில் மிகப்பெரிய சுகாதாரக்கேட்டை ஏற்படுத்தி வருகிறது. திறந்து வைக்கப்பட்ட வைக்கப்படாத எல்லா உணவுப்பண்டங்களையும் நிமிடங்களில் மாசடைய வைத்துவிடுகிறது.

ஆலையானது தனது திரவக்கழிவுகளை சோன் ஆற்றில் கலந்துவிடும் போக்கில் ஆறு கோடையில் தனது நீர்வரத்தை நிறுத்தும்போது வேறுமாதிரியாக மாற்றப்படுகிறது. ஆற்றின் குறுக்கே மண்சுவர் எழுப்பி அணைபோல ஆக்கி ஆற்றையே ஆலையை நோக்கி திருப்பி விடுகிறார்கள். பிறகு ஜுலை மாதம் மழை வெள்ளத்தின் போது மண் அணை தானாகவே உடைக்கப்படுகிறது.

இப்படி ஓ.பி.எம். ஆலையிலிருந்து வெளிப்படும் இந்த மாசடைந்த சுத்திகரிக்கப்படாத கழிவின் முழுமையான பாதிப் பால் 126 கிராமங்களில் குடிநீர் தட்டுப்பாடு கடுமையாக ஏற்பட்டுள்ளது. ஷாடாலின் குடிநீர் திட்டம் முதலில் ஆலையி லிருந்து சோன் நதியின் 22கி.மீ வரையான நீரை பயன்படுத்தும் திட்டமாக இருந்தது. இப்போது அதுவேறு இடத்திற்கு அதிக செலவு பிடிக்கும் திட்டமாக மாற்றப்பட்டுவிட்டது.[39]

நேரடி அழிவும் பழங்குடியினரும்

'வளர்ச்சி' இந்தியாவின் ஐம்பத்தி இரண்டு மில்லியன் பழங்குடி மக்களைத்தான் உள்ளதிலேயே மிகமிக உக்கிரமாக பாதித்துள்ளது. மகாராஷ்டிர மாநில கார்ஜாட்டின் டலுக்கா எனும் பழங்குடி இனத்தவர்களின் சராசரி வாழ்நாள் 1950களில் ஐம்பத்து ஐந்தாக இருந்தது. தற்போது முப்பத்து ஐந்தாக குறைந்துவிட்டதாக அண்மையில் அறிவிக்கப்பட்டுள்ளது. இது உண்மையானால் மில்லியன் கணக்கான பழங்குடி வாழ்க்கை ஆண்டுகள் சர்வசாதாரணமாக அழிக்கப்பட்டுவிட்டன என்று பொருள்.

ஐரோப்பாவிலிருந்து சென்று அமெரிக்காவில் குடிபுகுந்த கூட்டம் அங்கிருந்த செவ்விந்திய வம்சாவழி மக்களை பல்வேறு விதமாக காரணங்களின்றியே திட்டமிட்டு கொன்று குவித்தது. இதேபோன்று விதி ஆஸ்திரேலிய பழங்குடி இந்தியர்களுக்கு பிரேசிலின் அமேஸான் பகுதி பூர்வீகக்குடிகளுக்கும்கூட ஏற்பட்டது.

அப்படி நேரடியாக ஒரு பிரிவு மக்களை கொன்று குவிப்பது இப்போது தேவையில்லாமல் போய்விட்டது. வளர்ச்சியை பயன்படுத்தினாலே போதும்![40]

பழங்குடிகளை வெற்றிக்கண்டு அழித்தலை அரசின் பழங்குடிகள் நற்பணி இயக்கம் அறிமுகம் செய்துள்ள பல்வேறு நலத்திட்டங்களே செய்கின்றன. வாழ்க்கைக்கு எதிரான பலவகை நிர்பந்தங்களை பழங்குடிகள் வெளியே சொல்ல முடியாமல் அனுபவிக்கிறார்கள். பழங்குடிகளின் வாழ்க்கைச் சூழலை அவர்களது வாழிடங்களை இதரகுடிகளின் முன்னேற்றத்திற்காக அழிப்பதன் மூலம் பெருமளவு சிதைக்கிறார்கள். தங்களது காடுகளின் வாழிடங்களிலிருந்து அவர்கள் 1. விஞ்ஞானமுறை வன உருவாக்கம். 2. பாசனத் திட்டங்கள் மற்றும் 3. பெரிய அளவிலான தொழிற்துறை தலையீடுகள் ஆகியவற்றின் மூலம் இடம் பெயர்ந்து ஓட ஓட விரட்டப்படுகிறார்கள்.

பழங்குடிகளின் வாழிடங்களை ஒருமரக்காடுகளை உருவாக்குவதன் மூலம் மாற்றுதல்:

காடுகளில் வாழ்ந்துவந்த மனிதனை என் இடம். உன் இடமல்ல என்று முதலில் விரட்டியது காலனித்துவ ஆட்சி ஆகும். காட்டுவளங்களை பொருளாதார சமநிலையை ஏற்படுத்த வென்று பயன்படுத்தவே இது செய்யப்படுவதாக கூறப்பட்டது. 1850கள் வரை பழங்குடி இனமக்கள் இயற்கை வளங்களையும் சுற்றுச்சூழலிய சமநிலையையும் ஏற்படுத்துவதில் சிறந்தபணி ஆற்றினார்கள்.[41] *ஆனால் 'வளர்ச்சி' எல்லாவற்றையும் எல்லோரையும் எதிர்த்து செயல்படவைக்கும் ஒட்டுமொத்த ஒற்றை சிந்தனையாகும்.*

காலனித்துவ நிர்வாகம் காடுகளிலிருந்து கிடைத்த வருமானத்தை முழுமையாக பயன்படுத்துவதற்கான பல வழிமுறைகளைக் கண்டு அடைந்தது. அடுத்தடுத்த சட்டங்கள் மூலம் பழங்குடியினரின் உரிமைகள் பறிக்கப்பட்டு பெரிய அளவில் காடுகள் வணிக நோக்கங்களுக்காக மிக வேகமாக அழிக்கப்பட்டன.

ஆனாலும் தங்களது காட்டு வாழிடங்களை தங்களது உரிமையாகவும், உயிர்சொத்தாகவும் கருதும் அவர்கள்தான் காடுகளை வணிக நோக்கத்திற்காக அழிக்க பெரும் தடைக் கல்லாக இருந்தார்கள். எனவே அறிவியல் காடுகள் என்ற ஒரே

விதமரக்கன்றுகள் வளர்க்கும் திட்டம் என்கிற ஒன்றை அரசு உருவாக்கியது. இந்த 'அறிவியல் காடுகளில்' பழங்குடியினர்கள் வாழ அனுமதிக்கப்படமாட்டார்கள். இவ்வகை காடுவளர்ப்பு தேசிய விவசாய கமிஷனின் *(NCA)* வழிக்காட்டுதல்களின் அடிப் படையில் உருவாக்கப்பட்டுள்ளன. *(NCA)* சொல்கிறது. "இயற்கை காடுகள் மிகவும் மெதுவாக வளர்கின்றன. அவற்றில் பல உபயோகமற்ற மர இனங்கள் வளர்ந்து விடுகின்றன. வளர்ச்சி என்பது வணிக முறையில் உபயோகிக்க முடிந்த வேகமாய் வளரும் ஓரினக் காடுகளை தேசிய நலனுக்காக வளர்ப்பதே ஆகும். இதனால் தங்களது ஏதேன் தோட்டத்திலிருந்து ஆதிவாசிகள் ஓடிவிட வேண்டிவந்தால் அதனால் பரவாயில்லை."

காடுகளின் சுற்றுச்சூழலை அழித்தல்:

புதியவகை பாசனநீர் திட்டங்கள் — அணைக்கட்டுமானம் மற்றும் மின்திட்டங்கள் மூலம் ஆறுகள் மற்றும் அவற்றின் போக்குகள் சிதைக்கப்பட்டன. வசதியான விவசாய பண்ணை யார்களுக்காகவோ அல்லது பெரிய தொழிற்கேந்திரங்களுக் காகவோ மில்லியன் கணக்கான வனவாசிகளின் வாழ்க்கை சிதைக்கப்பட்டுவிட்டது. தெற்கு நாடுகளுக்கு இந்த வளர்ச்சி ஒரு சாபக்கேடாகவே அமைந்துவிட்டது.[42]

ஒவ்வொரு பிரச்சனையிலும் தங்களது வாழிடங்களில் தொடர்ந்து வாழும் வனவாசிகளின் உரிமைகளை சுயநலனுக்காகப் பறித்து நசுக்கியிருக்கிறார்கள். இந்த உரிமைகள் பற்றி யாரும் கவலைகூடப் படவில்லை. தங்களது சொத்துக்கள் மிகுந்த வஞ்சகமான முறையில் சூறையாடப்பட்ட அவர்களது புனர்வாழ்வு மற்றும் தரவேண்டிய நட்ட ஈடு குறித்தோ யோசிக்கக்கூட ஆள் இல்லை. அவர்கள் நகரங்களுக்கு கூலிவேலை தேடிசெல்ல நிர்பந்திக்கப்படுகிறார்கள். எந்த எண்ணத்தைக்கொண்டு காடுகளை அவர்களிடமிருந்து வஞ் சகமாகப்பறித்தார்களோ அதே எண்ணத்தோடு தங்களது பூர்வீக வாழிடங்களிலிருந்தும் அவர்கள் விரட்டப்படுகிறார்கள்.

உதாரணமாக நர்மதா ஆற்றுப்படுகை திட்டம் ஒரு மில்லியன் மக்களை (அவர்கள் பாதிப்பேர் வனவாசிகள்) இடமாற்றம் செய்யப்போகிறது. இந்த அணைகளால் ஒரு குறிப்பிட்ட உயர் இன விவசாய பண்ணையாளர்களும் தொழிற்துறையும் மட்டுமே அதிக இலாபம் ஈட்டப்போகின்றன.[43] ஏற்கனவே நல்ல, நிலையை அடைந்தவர்களுக்கே மேலும் பலன்கள் போய்ச்

சேரவேண்டும் என்பதற்காக வனவாசிகளும் பழங்குடிகளும் பலியிடப்படுகிறார்கள்.[44]

தொழிற்துறை திட்டங்களால் மாற்றமடையும் பழங்குடிகள்:

தொழிற்துறை திட்டங்கள் எனும் பேரில் பழங்குடிகள் தங்களது பூர்வீக வாழிடங்களிடமிருந்து விரட்டப்படுவதும் உலக அளவில் இன்று நடந்து வருகிறது. பெரிய — கனரக தொழிற் கேந்திரங்களை செழிப்பான இதுவரை யாரும் அந்நியர்கள் நுழையாத வனப்பகுதிகளில் போய் அமைப்பது அங்கு வாழும் பூர்வீக வனவாசிகளின் உரிமைகளைப் பறித்து ஓட்டாண்டி ஆக்கி விரட்டுவது எளிது என்பதால்தான். தொழிற்பேட்டைக்கான ஒரு இடத்தை தேர்ந்தெடுக்கும்போது போக்குவரத்து, இடவசதி என்று சில குறுகிய விஷயங்கள் மட்டுமே கணக்கிலெடுக்கப் படுகின்றன. இதுபோன்றவற்றில் ஆதி பாத்தியதை உள்ள வன வாசிகள் குறைந்தபட்சம் கணக்கில்கூட எடுத்துக்கொள்ளப் படுவது இல்லை.[45]

நீதிமன்றம் செல்லும் உரிமைகூட வழங்கப்படாமல் இது மாதிரி திட்டங்கள் அமல்படுத்தப்படும் போதெல்லாம் பழங்குடியினர் சமூகம் அப்படியே வேறோடு அகற்றப்பட்டு விரட்டப்படுகின்றனர். வளர்ச்சி இங்கே இடம் பெயர்தலோடு தொழில்துறையோடு மட்டுமே தொடர்புடைய அரச ஆதரத் தோடு நடக்கும் அழிவு ஆகும். இதெல்லாம் தேசநலனுக்காக எனும் அரசின் கூற்று பகட்டான வெற்றுவார்த்தைகள்தான் என்பதை இவை நிரூபிக்கின்றன. தேசநலன் மக்கள் நலனுக்கு எதிராக செயல்படுகிறது.

கொள்ளை மற்றும் சுரண்டலாக வளர்ச்சி:

வளர்ச்சி என்பது கொள்ளை ஆகும்.

கொள்ளை அல்லது சுரண்டல் என்பது சில வரலாற்று அறிஞர்களால் சட்டப்படி நடக்கும் மூலதன — சுவீகரிப்பாக காலனித்துவத்திற்கு முந்தைய காலத்தில் பார்க்கப்பட்டது. இன் றைய கட்டத்தில் மூலதன — சுவீகரிப்பு வளர்ச்சி எனும் வேறு பெயரில் நடக்கிறது.

எனவே பொருளாதார வல்லுநர்கள் கிராமப்புறப் பகுதிகளை

சுரண்டலுக்கான பொருத்தமான இடங்களாக சுரண்டல் களங்களாக கண்டடைந்தும் அங்குள்ள மக்கள் முன்னேற்றத்தின் தடைக்கல்லாக இருப்பவர்களாக பார்க்கப்படுவதும் ஒன்றும் ஆச்சரியமானதல்ல. பொருளாதாரம் என்பதே சுரண்டல் களங்களைக் குறித்த மனநிலையோடு முதலீட்டாளர்களை இதுவரை யார் கையும் படாத புதிய செழித்த வளங்களை நோக்கி முதலீடு செய்து மாசுபடாத சுற்றுச்சூழல் கொண்ட இடங்களிலிருந்து இலாபம் அனுபவிப்பதை மையமாகக் கொண்டதே ஆகும். இந்த உயிர் ஆதார வாழிடங்கள் மீதான கிராமப்புற உள்ளூர் இனமக்களின் உரிமை, சர்வதேச சுற்றுச் சூழலிய மாடங்களாக காடுகளைப் பார்ப்பது, இவை வளர்ச்சிக்கு எதிரான எண்ணங்களாக பார்க்கப் படுகின்றன. இவ்வகை பார்வையை அவர்களால் சகிக்கவும் முடியவில்லை.

தொழிற்துறை திட்டங்கள் புதியபுதிய உற்பத்திப் பொருட் களுக்காக காடுகளை விலையாக்க வேண்டி இருக்கிறது. காடுகளைப்போன்ற கச்சாப் பொருட்களை வாரி வழங்கும் இடங்கள் ஒன்று யாருக்கும் சொந்தமில்லாதிருக்கும் அல்லது மில்லியன்கணக்கான பேரின் வாழிடமாக இருக்கும். எனவே கச்சாப் பொருளுக்காக ஒரு தொழிலதிபர் கையிலிருந்து காசு போட வேண்டியதில்லை. மரபுவழித்தாவரங்களைக்கூட மரபணுமாற்றம் செய்து புதிய மூலதனமாக்கி சந்தையில் விற்க அதன் காப்புரிமங்கள் — அவற்றின் விதைகளைக்கொண்டு நிர்ணயிக் கப்பட்டு அவற்றின் மூல உரிமையாளர்களான வனவாசிகள், விவசாயிகளிடமிருந்து சுரண்டிச் செல்லப்படுகின்றன.[46]

தெற்கு நாடுகளின் சுற்றுலாத்துறை வளர்ச்சி ஒரு சுரண்டல், கொள்ளை ஆகும். மிகப்பெரிய அளவு வாழிடம், நிலம், மற்றும் குடிநீர் ஆதாரங்கள் உள்ளூர் மக்களிடமிருந்து வாழ்க்கை அலைக்கழிப்புகளால் அலுத்துப்போன ஒரு நகரத்தானின் திருப்திக்காக அவனது கேளிக்கைக்காக அநியாயத்திற்கு சேமித்து வைக்கப்படுகிறது. இதுவும் ஒரு வகை சுரண்டல் ஆகும்.[47]

வடக்கே அதிகமாக தின்று கொழுத்தவர்களுக்காக தெற்கே யிருந்து தவளைக்கால்களை அனுப்புவதும் இங்கே சுற்றுச்சுழலை பெருமளவு பாதிக்கும் ஒரு பிரச்சனையாகும்.[48] இதே போலவே இந்தியாவின் கால்நடைச் செல்வங்கள் சவுதியின் மாட்டிறைச்சி சந்தைகளுக்கு தீனிபோடுகின்றன.

வேதிப்பொருட்களைப் பயன்படுத்தும் விவசாய உற்பத்திமுறை ஒரு வகை கொள்ளை. பல நூற்றாண்டுகள்கூட மண்ணின் உற்பத்தியை காப்பாற்றி தக்கவைத்த பழைய முறைகளை கைவிட்டு உரங்கள் போடும் புதிய விவசாயமுறைகள் விவசாய நிலங்களின் ஆதார வளங்களை நாசமாக்கி இனி சரிசெய்ய முடியாதன வாக்கி விடுகின்றன.[49] இவ்வகை விவசாயமுறை சுரங்கங்களை சுரண்டுவதுபோல் மண்ணின் வளங்களை மொத்தமாக சுரண்டி வீணாக்கி விடுகின்றது.

ஏற்கனவே நிறைய புரதச்சத்துக்களை உட்கொண்டு வள மேறிப்போயிருக்கும் வடக்கத்திய நாடுகளுக்குத்தேவை என்பதற்காக உள்ளூர் மீன்பிடிப்பு மக்களிடமிருந்து மிச்சமின்றி மீன்வளத்தையும் சுரண்டி தெற்கே கொள்ளையடிப்பதே புதிய மீன்பிடி முறைகள் ஆகும்.[50] இந்தியாவில் வெண்மை புரட்சி (பால் விற்பனை பற்றியது பிறகொரு அத்தியாயத்தில் விவரிக்கக் காண்போம்) இதே போன்ற சுரண்டலை கடலற்றப் பகுதிகளில் செய்தது.[51]

வளர்ச்சி காடுகள் மீதும் காடு சார்ந்த நிலங்கள் மீதும் ஏற்படுத்திய தாக்குதல்கள் இருபதாம் நூற்றாண்டிற்கே உரித்தான காட்டுத்தனம் மிக்கவை. காகிதம், சிந்தடிக்துணி, பல்ப் மற்றும் மரப்பொருட்களில் உற்பத்தி அனைத்துமே இனி சீர்படுத்தி செப்பனிடமுடியாத அளவிற்கு கனிம வனப்பகுதிகளை முற்றிலும் கொள்ளையடித்து அதனால் உற்பத்தி செய்யப்பட்டவையே ஆகும். இதனை உள்ளூர் அரசுகளின் ஆசீர்வாதத்தோடும் உலகளாவிய வங்கிகளின் பண உதவியோடும் செய்திருப்பதுதான் கொடுமை.

வளர்ச்சி என்பதன் உண்மையான இயல்பு இதன்மூலமே தெளிவாகப் புரிகிறது. ஆண்டாண்டு காலமாக இயற்கை மிகுந்த பத்திரமாக உருவாக்கி வைத்திருக்கும் வனச்செல்வங்களை தரைமட்டமாக்கி அவற்றை முன்னின்று நடத்தும் நிறுவனங்களுக்கு தொழிற்முறை இலாபமாக ஆக்கிவிடுவதுதான் வளர்ச்சி என்பதன் உண்மையான இயல்பு.

இந்த கொடிய வளர்ச்சி தெற்கத்திய நாட்டு மக்களின்மீதும் எதிர்மறை பாதிப்புகளையே ஏற்படுத்துகிறது. சர்வதேச பொருளாதார வளர்ச்சி என்பது தெற்கத்திய நாடுகளின் பொருளாதாரத்தை நிலைகுலைய வைத்துவிடும். ஏனென்றால் தெற்கின் பொருளாதார,

இயற்கை, வள, புராதனச்செல்வங்களை வளர்ச்சி நிர்மூலமாக்கி அழித்தே வருகிறது. காப்பிக்காக, சாக்கோ உற்பத்திக்காக தெற்கத்திய காடுகளை அழிப்பது இதற்கு ஒரு நல்ல உதாரணம்.

வளர்ச்சிக்கான முறைகள் பொருளாதாரத்தை மக்களின் அடிப்படைத்தேவைகள், இயற்கை ஆதாரங்களின் மேல் அவர்களது உரிமைகள் போன்றவைகளிடமிருந்து தொலைவுக்கு எடுத்துப்போய்விடுகின்றன. இந்த வளர்ச்சிமுறை திருப்பித் தாக்க வல்லது. தொழில்துறைக்கு உற்பத்திப்பொருட்களை தொடர்ந்து கொடுப்பது என்பதும் உலக மூலதனப் பெருக்கமும் வேலையில்லா திண்டாட்டத்தை தீர்க்க அரசுக்கு வரும் நெருக்குதல்கள் என்று யாவையுமே மேலும் தொழிற்துறையை நிலைகுலையச்செய்து வளர்ச்சியின் உண்மையான முகத்தை காட்டிக்கொடுக்கும்.[52]

காலனித்துவம் ஆசியா, ஆப்பிரிக்கா மற்றும் இலத்தீன் அமெரிக்காவில் அறிமுகம் செய்த பொருளாதாரத்தின் அடிப் படை பலவீனங்களும் அந்த நாடுகள் மீதான காலனித்துவத்தின் சுரண்டலும் அரசியல் விடுதலையோடு நின்றுவிடவில்லை. அந்தச் சுரண்டலை முற்றிலுமாக நிறுத்த நாம் முதலில் வளர்ச்சித் திட்டங்களைத் தூக்கியெறிய வேண்டும்.

2

வளர்ச்சியும் வன்முறையும்

அழிவு மற்றும் சுரண்டல், கொள்ளை எனும் பெயர்களின் கீழே முதல் அத்தியாயத்தில் வர்ணிக்கப்பட்ட எல்லாவகை துன்ப துயரங்களும் குறிப்பிட்டக் காலனியாதிக்கத்திற்கு முற்பட்ட வகை தொழிற்மயமாதல் மாதிரியை அரசாங்கம் மேற்கத்திய மயமாகும் ஈர்ப்புடன் செயல்படுத்தியதால் ஏற்பட்டவையே.

உண்மையில் மேற்கத்திய சீர்திருத்தக் குழுக்கள் தொழிற்மயமாதலை மட்டுமன்றி, மற்ற முக்கியத்துவம்மிக்க உற்பத்தி முறைகளான விவசாயம், ஆற்றல் மற்றும் சுற்றுச்சூழலிலும் தங்களது பிரதான முனைப்புகளையும் கொள்கைகளையும் புகுத்தியுள்ளனர். இவ்வகை திட்டங்களை முன்மொழிந்தவர்கள் அவற்றை 'புரட்சி' என்று அழைக்கும் அளவிற்கு அவற்றால் பிரம்மாண்டமான 'முன்னேற்றம்' ஏற்பட்டதாக பொதுவில் நம்பப்படுகிறது. சமுதாய, அரசியல் எதிர் சிந்தனைவாதிகளின் வாயை அடைக்கவும் அவர்கள் இறுதித்தயாரிப்பிற்கும்

அதிகார கைமாற்றத்திற்கும் பயன்படுத்தும் ஒரு பதத்தை (புரட்சி) இவர்கள் பயன்படுத்தினார்கள். இவ்வகை செயல்பாடுகளில் மிகுந்த பரபரப்போடு பேசப்பட்டு செயல்படுத்தப்பட்டதுதான் பரவலாக ஆராதிக்கப்பட்ட பசுமைப்புரட்சி.

பசுமைப்புரட்சி

நம்நாட்டின் முன்னணி இதழ்களில் ஒன்றான தி இல்லஸ்ட் ரேட்டட் வீக்லி 'பசி' எனும் தலைப்பில் ஒரு அட்டைப்பட சிறப்புக்கட்டுரையை இந்தியாவின் மிகப்பெரிய சாதனையாகவே ஜோடிக்கப்பட்டப் பசுமைப்புரட்சி நடந்த இருபதாவது ஆண்டில் 1986 ஜனவரி 26 இதழில் வெளியிட்டு, எப்படி இந்தியாவின் 100மில்லியன் மக்கள் பஞ்சம், வறட்சி, பட்டினியின் பிடியில் சிக்கி இருக்கிறார்கள் என்பதை வெளிச்சத்திற்கு கொண்டுவந்தது. ஒரு கவித்துவ சோகம் என்னவென்றால் அதே ஆண்டில் இந்தியாவில் 29 மில்லியன் டன் உணவு தானியங்கள் (பெரும்பாலும் கோதுமை) கையிருப்பு உள்ளதாக அரசு அறிவித்தது.

ஒன்றுக்கு ஒன்று முரணான இம்மாதிரி வெளிப்பாடுகளும் ஒரு குறிப்பிட்ட தானியம் தேவைக்கு அதீதமாக காட்டுத்தனமாக உற்பத்தியாவதும் மறுபுறம் வறுமை, பட்டினிச்சாவுகள் என்று— புரட்சிகர விவசாய தொழில்நுட்பம் வந்த பிறகும் — இருப்பது தான் மேற்கத்திய விவசாய மூலதனத்தை பார்த்து, நாம் உணர்ச்சிவயப்பட்டு புகுத்தியபல இடங்களில் கட்டாயமான முறையில் புகுத்தப்பட்ட மேற்கத்திய பூச்சிகொல்லி விவசாய முறையின் விளைவு. காலம் காலமாக விவசாயம் செய்வதில் தனக்கென்று ஒரு வழியை பயன்படுத்தி ஒரு விவசாய சந்ததியை உருவாக்கி வைத்திருந்த மில்லியன் கணக்கான மக்களின் செழிப்பான சூழலை நிர்மூலமாக்கியதே மிச்சம். வெளிநாட்டில் அவர்களது உற்பத்தி முறை சார்ந்து உருவாக்கப்பட்ட மேற்கத்திய கலாச்சாரத்தோடு கூடிய ஒரு விவசாய உற்பத்தி முறையை அப்படியே — தெற்கு நாடுகளின் சமூக — புவியியல் முறைகளை எந்தக்கணக்கிலும் எடுத்துக்கொள்ளாமல் — தனித்தன்மைகள் வாய்ந்த சூழல்களுக்குள் திணித்து இயற்கை மற்றும் சமூகத்தை தவறாகக் கையாண்டு ஒரு சித்தாந்தம் பல்வேறு சீரழிவுகளை ஏற்படுத்திவிட்டது.

தொழிற்புரட்சி ஏற்பட்ட பிறகு உலகளாவிய அளவில் உருவான உற்பத்திமுறை கிராமப்புறத்தை நகரசார்புடையவைகளாக

சுருக்கி அவற்றை உற்பத்திப்பொருட்களை சுரண்டி எடுக்கக் கிடைத்த நகரத்தை சார்ந்த இடங்களாகவே மாற்றியதை நாம் உணரவேண்டும். கிராமங்கள் இயற்கை ரீதியில், தன்னிச்சையான தங்களது திட்டங்கள் சுயமதிப்பீடுகள் என அனைத்தையும் இழந்து விடவேண்டி நிர்பந்திக்கப்பட்டுள்ளன. மேற்கத்திய பொருளாதார மாதிரிகளைக்கொண்டு உருவாக்கப்பட்ட இது கிராமங்களைப் 'பயன்படுத்தி தூக்கியெறிய வேண்டிய' இடங்களாக மாற்றிவிட்டது. கிராமப்புறம் நகர்சார்ந்த இந்த உற்பத்திமுறைக்கு கச்சாப்பொருள் வங்கியாக பார்க்கப்படுகிறதே அன்றி அவை தன்னிச்சையான சுற்றுச்சூழல் கேந்திரங்களாகவும் இயற்கை எழில் கொஞ்சும் பண்பாட்டு தொட்டில்களாகவும் பார்க்கப்படுவது இல்லை.

நவீன விவசாயமுறையை வளர்த்தெடுத்த மேற்கத்தியவாதிகள் கிராமம் எனும் அடிப்படையையே பரிசீலிக்கவில்லை. கிராமத்துப் பழக்கவழக்கங்கள், சமூகங்கள், வாழிடங்கள் போன்றவற்றை ஒழித்துவிட்டு ஆத்மார்த்த தொடர்பில்லாமல் தொழிற்துறை சார்ந்த விவசாய உற்பத்திமுறை அறிமுகம் செய்யப்பட்டது. இது இன்றுமட்டுமல்ல என்றுமே நமது சமூகக் கலாச்சார சூழலுக்குப் பொருந்தாது. நமது பகுதிக்கு இந்த உற்பத்திமுறையை பொருத்தி விரிவுபடுத்தியது புதிய வன்முறையில் தான் போய் முடிந்துள்ளது.

இந்த உற்பத்திமுறை அறிமுகமாகிவிட்ட இன்றோடான இருபது வருடங்கள் இந்த முறையைக் குறித்து விரிவாக ஆராயபோதுமானது. உற்பத்தியில் பலவித உயர் சாதனைகளை (முந்தைய ஆண்டு களை விட) அடைந்துவிட்டதாக பசுமைப்புரட்சிவாதிகள் சில புள்ளிவிவரங்களைக் காட்டுகிறார்கள். புள்ளி விவரங்கள் உண்மையிலேயே அதிரவைக்கின்றன.

சமூக அறிவியல் ஆய்வுக்கான இந்திய கவுன்சிலின் முன்னாள் கவுரவ உறுப்பினர் டாக்டர் ஜே.கே பஜாஜ் என்பவரால் பசுமைப்புரட்சி குறித்த விரிவான பகுப்பாய்வு திருப்திகரமாக செய்யப்பட்டுள்ளது.[2] அவரைப் பொறுத்தவரையில் 1968 — 1978 ஆண்டுகளின் (இவைதான் பசமைப்புரட்சி ஆண்டுகள்) விவசாய கூடுதல் உற்பத்தி (1950 — 1965 காலத்தில் மொத்த விவசாய உற்பத்தி வருடத்திற்கு 3.20 சதவிகிதம் அதிகரித்த அதே வேளையில் பசுமை புரட்சி நடந்த ஆண்டுகளில் அது 2.50 சதவிகிதமாக) குறைந்து விட்டிருந்தது!

இந்த குறைவுக்கு டாக்டர் பஜாஜ் புதிய விவசாய நிலங்களை கண்டடைய முடியாததை காரணமாக ஒப்புக்கொள்ளும் அதே சமயம் கொள்முதலே (ஒரு சதுர பரப்பில் உற்பத்தி) குறைந்து விட்டிருந்ததையும் சுட்டிக்காட்டத் தவறவில்லை.

ஆக 1949 — 1965 காலத்தின் நிகர உற்பத்தி ஆண்டுக்கு 1.60 சதவிகிதம் கூடுதலான அதே சமயம் 1967—1978 காலத்தில் 1.40 சதவிகிதமே கூடிற்று. பஜாஜ் கூறுகிறார்: "இந்த உற்பத்தியை உணவு தானியங்கள் மற்றும் பருப்புவகை தானியங்கள் என்று பிரித்துப்பார்க்கும்போது உணவு தானிய உற்பத்தி இலேசாகக் குறையும். அதே சமயம் மற்றவகை தானியங்களின் உற்பத்தியில் குறிப்பிட்ட அளவு வளர்ச்சி இருப்பதுபோல தெரிகிறது. அதீத கொள்முதல் ரக உணவு தானிய வித்துக்கள் உணவு தானிய உற்பத்தியில் 'புரட்சியை' உண்டுபண்ணித்தான் விட்டன!"

கொள்முதலின் வளர்ச்சியில் ஏற்பட்ட சரிவு ஒட்டுமொத்த உற்பத்திக் குறைவினால் இருக்க வாய்ப்பு உண்டா, இவ்விஷயத்தில் சிலரது வாதம் என்னவென்றால் பசுமை புரட்சிக்கு முந்தைய கால

அட்டவணை – 2.1
ஒட்டுமொத்த சாகுபடி வளர்ச்சி வீதம்

	உற்பத்தி		பரப்பு		கொள்முதல் (% வருடத்திற்கு)	
பயிர்	1949–50 முதல் 1964–65 வரை	1967–68 முதல் 1977–78 வரை	1949–50 முதல் 1964–65 வரை	1967–68 முதல் 1977–78 வரை	1949–50 முதல் 1964–65 வரை	1967–68 முதல் 1977–78 வரை
உணவு தானியம்	2.98	2.40	1.34	0.38	1.61	1.5.
ஏனைய வகை	3.65	2.70	2.52	1.01	1.06	1.15
அனைத்து பயிர்களும்	3.20	2.50	1.60	0.55	1.60	1.40
அரிசி	3.37	2.21	1.26	0.74	2.09	1.46
கோதுமை	3.07	5.73	2.70	3.10	1.24	2.53
பருப்பு வகை	1.62	0.20	1.87	0.75	-0.24	-0.42

1. என்.சி.ஆர்.ன் 1976 வெளியீட்டிலிருந்து (தொ–1 அத் – பக்க 30–41).
2. புள்ளியியல் இயங்குனரக வெளியீடான பரப்புவாரி விவசாய உற்பத்தி – பிரதான பயிர்கள்.
3. பி.பி.ஏஸ்.டியின் செய்தி இதழ் – நவ 1982 தொ.ச. எண் 2 பக் 97.

கட்டத்தில் உற்பத்தி ஒரு தளநிலையிலேயே தொடர்ந்ததாகவும் புதிய உற்பத்தி முறை அறிமுகம் செய்யப்படாமல் போயிருந்தால் உற்பத்தி அதலபாதாளத்திற்கு குறைந்திருக்கும் என்பதாகும். ஆனால் டாக்டர் பஜாஜ் இந்த வாதத்தை மறுக்கிறார். அவ்விதம் கொள்முதல் குறைந்து கொண்டே வந்ததற்கான ஆதாரமே இல்லை.

பசுமைப்புரட்சிக்கு முந்தைய ஆண்டுகளில் இந்த வாதத்திற்கு நேர்மாறாக உண்மைநிலை இருப்பதைப் பார்க்கவும்.

மூன்றாம் ஐந்தாண்டுத்திட்ட காலகட்டத்தை (1961—2 முதல் 1964—5 வரை) எடுத்துக்கொள்வோம். ஏனென்றால் இந்த காலகட்டத்தை முன் வைத்துத்தான் அதீத வீரியவகை (*High Response Varieties*) பயிர்கள் அறிமுகமாயின. மூன்றாம் ஐந்தாண்டுத் திட்ட காலக்கட்டத்தில்தான் உள்ளதிலேயே கொள்முதல் உயர்ந்த பட்சநிலை அடைந்ததென பார்க்கிறோம். முதல் இரண்டு ஐந்தாண்டு திட்டகாலங்களின் போது முறையே 14 சதவிகிதம் மற்றும் 18 சதவிகிதமாகவே வளர்ச்சி விகிதம் இருந்துள்ளது. ஆனால் மூன்றாம் ஐந்தாண்டுத் திட்ட காலத்தின்போது அது 27சதவிகிதம் எனும் உயர்ந்தபட்ச அளவை எட்டியது.

எனவே, வளர்ச்சி காட்டும் வரைபட கொள்முதல் கோடு மேல் நோக்கி ஏற்கனவே பசுமை புரட்சிக்கு முந்தைய காலத்திலேயே நகரத் தொடங்கியுள்ளது என்பதை இதை வைத்து டாக்டர் பஜாஜ் சுட்டிக்காட்டுகிறார். நான்காவது திட்டகாலத்தின் போது (1960—70 முதல் 1973—74வரை) அதாவது பசுமைப்புரட்சி நடந்ததாகக்கூறப்படும் அதிவீரிய வகை விதைகளின் அறிமுகத்திற்கு பிறகான உடனடி காலகட்டத்தில் — வளர்சி விகிதம் உண்மையில் மிகமிகக்கீழான அளவிலான 1 சதவிகிதத்திற்கு சறுக்கியது.

திட்டகால அடிப்படையில் உற்பத்தி மூன்று தனித்தனி கணக்கீடு களின் சராசரியாக கணக்கிடப்படுகிறது. முதலாம் ஆண்டு, இறுதி ஆண்டு, மற்றும் மைய ஆண்டுகளின் சராசரி ஆகியவையே அந்த மூன்று கணக்கீடுகள். இறுதி ஆண்டு மிக மிக மோசமானதாக இருந்ததால் அது கைவிடப்படுகிறது. அந்த அடிப்படையில் 1964—65ம் 1973—74ம் எடுத்துக்கொள்ளப்பட்டுள்ளன.

1965—66 குறிப்பிடத்தகுந்த அளவு மோசமான கொள்முதல் ஆண்டாக இருந்ததால் அது விடப்பட்டுள்ளது.

எனவே பசுமைப்புரட்சி சாதித்தது என்ன என்பதை சற்று நெருக்கமாக ஆராயவேண்டியுள்ளது. புதிய உற்பத்தி முறை பற்றி இதுவரை வெளியில் எடுத்துச்சொல்லப்படாத விளம்பரம் செய்யப்படாத உண்மைகளை பார்க்கிறபோது நமக்கு பல ஆச்சரியங்கள் காத்திருக்கின்றன.

முதலில் பசுமைப்புரட்சி அடிப்படையில் கோதுமை என்கிற ஒரே

அட்டவணை 2.2
அய்ந்தாண்டு திட்டகால அடிப்படையில் விவசாய உற்பத்தி பரப்பளவு மற்றும் கொள்முதல் வளர்ச்சி வீதம்

திட்டகாலம்	விவசாய உற்பத்தி	விளைச்சல் இருந்த பரப்பு	கொள்முதல்
முதல் ஐந்தாண்டு திட்டம் (1951-52 முதல் 1955-56வரை)	4.1	2.6	1.4
இரண்டாம் ஐந்தாண்டு திட்டம் 1956-57முதல் 1960-61வரை	3.1	1.3	1.8
மூன்றாம் ஐந்தாண்டு திட்டம் 1961-62 முதல் 1964-1965வரை)	3.3	0.6	2.7
நான்காம் ஐந்தாண்டு திட்டம் (1969-70 முதல் 1973-74வரை)	2.2	0.8	1.0

என்.சி.ஏ.ஆர்.ன் தொ 1 அட்டவணை 3.16.1976

வகை தானிய உற்பத்தியின் புரட்சியாகவே இருக்கிறது. கோதுமை உற்பத்தி மட்டுமே 1949—50இல் 6.8மில்லியன் டன்களாகவும் 1967—68 காலகட்டத்தில 16.5 மில்லியன் டன்களாகவும் 1971—72இல் 26மில்லியன் டன்களாகவும் 1978—79இல் 35மில்லியன் டன்களாகவும் 1983—84இல் 38 மில்லியன் டன்களாகவும் 1988—89காலத்தில் 54மில்லியன் டன்களாகவும் அபரீதமாக உயர்ந்து சாதனை படைத்துள்ளது. வேறுவார்த்தைகளில் சொல்வதானால் பசுமைப்புரட்சி என்பது கோதுமைப் புரட்சியே ஆகும்.

அதேசமயம் கோதுமையின் சாதனை உற்பத்தி வேறு அத்தியாவசிய தானியங்களின் உற்பத்தியை கெடுத்தே நடந்திருப்பதை டாக்டர் பஜாஜ் சுட்டிக்காட்டுகிறார். இது பசுமைப்புரட்சிக்கு முந்தைய விவசாய உற்பத்தி முறையின் விரும்பத்தகுந்த பல அம்சங்களின் மேல் ஒழுங்கீனத்தை ஏற்படுத்திவிட்டது. 1950—51இல் மொத்த உணவு தானிய உற்பத்தியான 52.58மில்லியன் டன்னில், 8.33 மில்லியன் டன் பருப்புவகைகளும் அடங்கும். அதே 1963—64ல் அதாவது பசுமைப்புரட்சிக்கு உடனடி முன்னதாக இருந்த மொத்த தானிய உற்பத்தியான 83.38 மில்லியன் டன்னில்கூட இந்த உற்பத்தி சமச்சீர் பின்பற்றப்பட்டுள்ளது. அதாவது 36.17 மில்லியன் டன் அரிசி 10.96 மில்லியன் டன் கோதுமை 23.44 மில்லியன் டன் பருப்பு வகைகள்.

ஆனால் பசுமைப்புரட்சிக்கு பிறகு 1970—71இல் 10.96 மில்லியன் டன்னிலிருந்து கோதுமை உற்பத்தி 23.44 மில்லியன் டன்களாக ஒரேயடியாக உயர்ந்ததையும் அதே சமயம் 36.17 மில்லியன் டன்களாக இருந்த அரிசி உற்பத்தி வெறும் 41.91 மில்லியன் டன்களாக மட்டுமே உயர்ந்தது மட்டுமின்றி பிற பருப்புவகைகள் எண்ணெய் வித்துக்களின் உற்பத்தியோ எவ்வித வளர்ச்சியுமின்றி அப்படியே இருந்ததையும் கவனத்திற்கு எடுத்துக்கொள்ள வேண்டியுள்ளது. உணவுத்தானியங்கள் மொத்த உற்பத்தியில் 1963—64இல் 13 சதவிகிதமாக இருந்த கோதுமை உற்பத்தி அரிசி மற்றும் பருப்பு வகைகளில் கொள்முதல் பாதித்த வண்ணம் 22 சதவிகிதமாக உயர்ந்தது. மொத்த கோதுமை கொள்முதல் உயர்வு 62 சதவிகிதமாக ஆகிய அதேவேளை அரிசி மற்றும் பருப்பு வகைகளின் கொள்முதலுக்கு வளர்ச்சியே இல்லை.

1971இல் அசோக்தாப்பார், டைம்ஸ் ஆப் இந்தியாவின் ஜுன் 22 இதழில் கீழ்க்கண்டவாறு கருத்துரைக்கிறார்.

உணவு தானிய கொள்முதலில் ஏற்பட்டுள்ள அபரீத வளர்ச்சி எதிர்மறையான விளைவுகளாக சத்துக்குறைபாட்டு நோய்களை தோற்றுவித்துவிட்டது. பருப்புவகை உற்பத்தி 16 சதவிகிதம் குறைந்துவிட்டது. அது சைவ உணவுப்பழக்கங்கள் உள்ளவர்களிடமிருந்து புரதத்தை பிடுங்கிவிட்டது. மேலும் பருப்புவகை கொள்முதலாளர்கள் உணவுத்தானிய கொள்முதலுக்கு அவசரமாய் மாறிக்கொண்டிருப்பது நிலைமையை இன்னும் சிக்கலாக்குகிறது.

இந்த இடத்தில் நாம் இந்தியா மற்றும் ஆசிய நாடுகளின் பிரதான உணவுத்தானியம் அரிசிதானே தவிர கோதுமை அல்ல என்பதை கவனத்தில் எடுத்துக்கொள்ளவேண்டும். அரசு சார்ந்த ஆய்வுக்குழுவில் இடம் பெற்ற விவசாய அமைச்சகத்தின் கூடுதல் செயலாளர் கே.சி.எஸ். ஆச்சார்யாபே சொல்வதுபோலவே அரிசி உற்பத்தியின் வளர்ச்சியானது பசுமைப்புரட்சிக்கு முந்தைய ஆண்டுகளில் இருந்ததைவிட பசுமைப்புரட்சிக்கு பிந்தைய ஆண்டுகளில் மிகக்குறைவு. ஆசியா கண்டத்தின் அதிமுக்கிய உணவுப்பயிரோடு "பசுமைப்புரட்சி" இந்தஅளவுக்கு தன்னை "இணைத்துக்கொண்டது".

கோதுமை மற்றும் அரிசி கொள்முதலுக்கு இடையில் இந்த அளவுக்கு ஏற்ற இறக்கம் ஏற்பட்டதற்கு டாக்டர் பஜாஜ்

சொல்லும் காரணமும் கருதத்தக்கது. கோதுமை அதிக அளவு உற்பத்தியான இந்த உற்பத்தி முறையை பின்பற்றி வந்த மேற்கத்திய நாடுகளில் அரிசி கொள்முதலாளர்களே கிடையாது. அரிசி கொள்முதலில் ஏற்பட்ட சரிவு கவலையோடு சுட்டிக் காட்டப்பட்ட போதெல்லாம்... அரசியல்வாதிகள் மக்கள் இனி கோதுமை சாப்பிடப்பழக வேண்டுமென்று மெத்தனமாக பதிலுரைத்தனர். உலகக்கல்வி கூட்டமைப்பின் ஒரு பிரிவான லிட்டரஸி ஹவுஸ் 1978இல் இந்தியாவில் வெளியிட்ட முதியோர் கல்வி கையேட்டிலிருந்த தலைப்பு வாசகம்.

அரிசி மட்டுமே சாப்பிட்டால் ஆரோக்கிய கேடு...
புரதச்சத்தும் சேர முட்டை, கோதுமை சாப்பிடு[3]

முழுவதும் அரிசி உணவாலேயே பரம்பரை பரம்பரையாக வளர்ந்து வந்த ஒரு கலாச்சாரம் மேற்கத்திய அறிவியல் சார்ந்த மேற்கத்திய நாடுகளால் "வடிவமைக்கப்பட்ட" விவசாய கொள் முதலான கோதுமையை நோக்கி வலுக்கட்டாயமாக திருப்பப் பட்டது. இது சட்டைக்கு ஏற்றாற்போல உடம்பை வெட்டுவது போலாகும்.

பசுமைப்புரட்சியின் குறிப்பிடத்தகுந்த இன்னொரு கொடிய அம்சம் ஏழை நாடுகளென்று கருதப்பட்ட நாடுகளால் சமாளிக்க முடியாத அளவிற்கு செலவு பிடிக்கும் விவசாய முறையாக அது இருப்பது. அது தொடங்குவதற்கு முன் இறக்குமதி செய்யப்பட்ட வேதிஉரங்கள் மிகக்குறைவு. விவசாயத்திற்கு தேவைப்பட்ட இடுபொருட்கள் விவசாயத்திலிருந்தே கிடைத்தன. பசுமைப்புரட்சி இதை திடீரென்று அடியோடு மாற்றியது. இந்தியாவில் வேதி உரங்களை பயன்படுத்துவது 1965 —66இல் 7,85,000 டன்களிலிருந்து 1978 — 76இல் 44,97,000 டன்களாகவும் 1985 —86இல் 84,74,000 டன்களாகவும் 1988—89இல் 110,36,000 டன்களாகவும் திடீரென்று அசுர வேகத்தில் கூடியது. எண்ணெய் மற்றும் உரங்களின் இறக்குமதி மொத்த இறக்குமதியில் 75 சதவிகிதமாக ஆகி அது சாமர்த்தியமாக மேற்கிற்கு நல்ல அந்நியச்செலாவணியை ஈட்டித்தந்தது. இது இந்திய பொருளாதாரத்தினை மோசமாக பாதிப்புறவைத்து, மக்களின் அன்றாட உபயோகப் பொருட்களின் விலையை கடுமையாக உயர வைத்தது.

உணவு உற்பத்தியில் தன்னிறைவு அடைதல் எனும் இலக்கு நல்ல பிரச்சார சாதனமாகப் பயன்படுகிறது. நவீன தொழில் நுட்பத்தை

பயன்படுத்தி தன்னிறைவடைந்த விவசாய நாடாக இந்தியா காட்டப்படுகிறது. ஆனால் நெருங்கி ஆராயும்போது உண்மை வேறு என்பது புரிகிறது. 1967 —76 காலத்தில் நைட்ரஜனேற்றமடைந்த வேதிஉரத்தின் விலை சாதாரணமாக கணக்கிட்டுப்பார்த்தால் கோதுமை விலையை விட மூன்று மடங்கு அதிகமாகியிருந்தது. பசுமைப்புரட்சி ஆண்டுகளான 1967—76முதல் சராசரியாக ஆண்டுக்கு 0.72 மில்லியன் டன் வேதி நைட்ரஜனேற்ற உரங்கள் இறக்குமதி செய்யப்பட்டுள்ளன. ஒரு குறிப்பிட்ட பார்வையில் இது 2 மில்லியன் டன் கோதுமையை இறக்குமதி செய்ததற்கு சமமானது. இதை வைத்துப்பார்த்தால் உண்மையில் பசுமைப்புரட்சிக்கு பிந்தைய ஆண்டுகளில் கோதுமையின் இறக்குமதியே ஐம்பது சதவிகிதம் கூடியிருக்கிறதென்று அர்த்தம்!

அதன் மேற்கத்திய வடிவத்தைப்போலவே இன்றைய நம் பசுமைப்புரட்சியை அரசு மானியங்கள், அதீத கடன்கள் இல்லாமல் நடத்த முடியாது. உரமானியம் மட்டும் இப்போது ரூபாய் 2000 கோடியை எட்டியதோடு அடுத்த ஆண்டு அது ரூபாய் 5000 கோடி அளவை மிஞ்சிவிடும் என்று கணக்கிடப்பட்டுள்ளது. உபயோகிப்பு சாத்தியக்கூறுகளின் அடிப்படையில் சாதாரண மக்கள், தங்களது அன்றாட தேவைகளான அரிசி மற்றும் கோதுமையை வாங்க முடிந்த அளவிற்கே அவைகளின் விலைகளை வைத்திருக்க, மேலும் ரூபாய் 800 கோடி பிற மானியங்கள் வழங்கப்பட்டாக வேண்டும். இது கூட நகர்புற மக்களின் வாங்கும் திறனுக்கு ஏற்ப மட்டுமே கணக்கிடப்பட்டுள்ளது. இன்று பொது வினியோகமுறை — அதாவது நியாய விலைக் கடைகள் போன்றவை —நகர்ப்புறங்களில்தான் செவ்வனே செயல்படுகின்றன. ஏற்கனவே நல்ல வாங்கும் திறன்கொண்ட ஓரளவு வசதிபடைத்த வெளி மார்க்கெட்டில் வாங்க முடிந்தவர்களாகிய நகர்சார்ந்த நுகர்வோர்களுக்கு அது அதிகம் பயன்படுகிறது. படிப்பறிவு இல்லாத உண்மையிலேயே ஏழை பாழைகளாக இருக்கும் மக்கள் இடப்பெயர்ச்சி லஞ்ச ஊழல் மற்றும் தீண்டாமைக் கொடுமைகள் காரணமாக தங்களது குடும்ப அட்டைகளைப் பயன்படுத்தவே முடியாத நிலை இன்றும் தொடர்கிறது.

எனவே, உணவில் புரட்சியை ஏற்படுத்தப்போவதாக நமக்கு முன்அறிவிக்கப்பட்ட பசுமைப்புரட்சியின் பின்விளைவு உடலுக்கு சேர வேண்டிய ஆதார சத்துக்களின் மீது எதிர்ப் புரட்சியை ஏற் படுத்தி விட்டது ஒன்றும் பெரிய ஆச்சரியமல்ல.

இந்தப் புதிய விவசாயமுறை விலைகுறைந்த பருப்பு வகைகளை யும் பிற வித்துக்களையும் அன்றாட வாழ்க்கையிலிருந்து பெரு மளவு எட்ட தள்ளிவிட்டது. 1962இல் அன்றாட தனிமனித

அட்டவணை – 2.3
நஞ்சாக்கப்பட்ட இந்திய விவசாய நிலங்கள்

ஆண்டு	அதிவீரிய ரகம் (மில்லியன் ஹெக்டேர்)	டிராக்டர் இயந்திரம்	வேதி உராய்களின் பயன்பாடு 1000 எம்.டி / தூய சத்து		
			நைட்ரஜன்	பாஸ்பேட் (205)	பொட்டாஷ் (205)
1965-66	0	31,000	575	133	77
1966-67	1.9	55,000	738	249	114
1967-68	6.0	75,000	1,035	335	170
1968-69	19.0	90,000	1,208	382	170
1969-70	11.4	100.000	1,356	418	209
1970-71	15.3	120,000	1,479	541	236
1971-72	18.2	143,000	1,798	558	300
1972-73	22.1	173,000	1,840	581	348
1973-74	24.4	200,000	1,829	650	360
1974-75	27.0	227,600	1,766	471	336
1975-76	30.0	251,000	1,909	373	227
1976-77	34.5	271,800	2,352	643	337
1977-78	33.0	292,700	2,813	773	483
1978-79	42.0	310,000	2,986	951	560
1979-80		410,000	3,500	1,150	610
1980-81	43.0	473,000	3,680	1,210	620
1981-82		520,000	4,070	1,320	670
1982-83	49.9	597,000	4,220	1,440	730
1983-84	53.7	663,000	5,200	1,730	780
1984-85	58.7	740,000	5,480	1,890	840
1985-86	55.4	822,000	5,661	2,005	808
1986-87	56.1	899,000	5,773	2,105	860
1987-87	54.0	979,000	5,668	2,163	865
1988-89	60.1	1,070,000	7,246	2,722	1,068
1989-90	66.8	1,177,000	7,900	3,400	1,200

இந்தியாவின் மொத்த விவசாயப் பரப்பளவு 140 மில்லியன் ஹெக்டேர் உரம்.

தேவைக்கு 64 கிராம் என்கிற விகிதத்தில் கிடைத்த அவை 1964இல் 58 கிராமமாக குறைந்து 1971இல் 48 கிராமாகவும் 1976இல் 45 இராமாகவும் 40 கிராமாகவும் குறைந்து அபாயகுறை அளவை

எட்டி விட்டது.

இதுபோன்ற விளைவுதான் இதே உணவு உற்பத்திமுறையை அறிமுகம் செய்த பிற தெற்கத்திய நாடுகளுக்கும் கூட ஏற்பட்டுள்ளது. தாய்லாந்தின் உதாரணம் ஒன்றுபோதும். அங்கு 1970 முதல் 1980 வரையிலான காலகட்டத்தில் அரிசி உற்பத்தி 31 சதவிகிதம் அதிகரித்தது. ஆனால் ஏற்றுமதி 230 சதம் ஒரேயடியாக உயர்ந்தது. தாய்லாந்து மக்களுக்கு உள்ளூரில் கிடைத்த உணவுத்தானிய அளவில் இது 185 சதவிகித வீழ்ச்சியை ஏற்படுத்தியது. தாய்லாந்துவாசியின் சராசரி அரிசி சார்ந்த அன்றாட சத்து சேர்க்கை 1961 முதல் 1965 வரையிலான காலத்தில் 1,547 கலோரிகளாக இருந்தது. இது 1968இல் 1,620 கலோரியாக உயர்ந்தது (பசுமைப்புரட்சிக்கு முந்தைய கட்டம்) ஆனால் 1977இல் இது 1,384 கலோரியாக வீழ்ச்சி அடைந்து 1978இல் "ஆசியாவின் நெற்களஞ்சியம்" என்றழைக்கப்பட் தாய்லாந்தில் இரயில்களிலும், லாரிகளிலும் வழிபறி செய்யும் ஏழைக் கொள்ளையர்களாய் விவசாயிகள் பலர் மாறிப்போயிருந்தனர்.

பிலிப்பைன்சிலும் இதேநிலைதான். சர்வதேச அரிசி ஆராய்ச்சி பயிலகத்தின் (IRRI) தலைமையகத்தை கொண்ட அந்த நாட்டில் அதிவீரிய விதைகளை எதிர்த்தும் IRRIயையே எதிர்த்தும் உள்ளூர் விவசாயிகள் கடுமையானப் போராட்டங்களை நடத்துமளவு விளைவுகள் உள்ளன.

பிலிப்பைன்ஸ் நாட்டு விவசாயிகளின் வரவு செலவு கணக்குகளின் மேல் ACES நிறுவனம் நிகழ்த்திய ஆய்வுகளின்படி அங்கே விவசாயிகள் 1981இல் 72 சதவிகிதம் கூடுதலாக உற்பத்தி செய்தும், 38 சதவிகிதம் குறைவான வருவாயை ஈட்டுவது தெரிய வந்துள்ளது. இதற்குக்காரணம் அதிவீரிய வகை விதைகளின் பராமரிப்பிற்கு ஆகும் செலவும் நெல்விலையில் ஏற்பட்ட சரிவும் ஆகும். 1970இன் மாறா விலைநிலைப்படி ஒரு விவசாயியின் மொத்தவருமானம் 1,212 பெசோ ஆனால் இது 1981இல் வெறும் 747 பெசோவாக குறைந்துவிட்டது.[4]

பெரும்பான்மை மக்களின் அன்றாட உணவுரீதியான சத்து உட்கொள்ளலை அதிகப்படுத்துவதே பசுமைப்புரட்சியின் அடிப்படை நோக்கம் ஆகும்.

இறுதியான விளைவுகளின்படி பசுமைப்புரட்சியை பூச்சிக் கொல்லிகளிடமிருந்து பிரித்து செயல்படுத்த முடியாது. வேதி

உயிர்க்கொல்லி தொடர்ந்து பயன்படுத்தாமல் போனால் அதிவீரிய உற்பத்தி திட்டம் தோற்கிறது. கட்டுப்பாடற்ற முறையில் இப்படி பயன்படுத்தப்படும் வேதி உயிர்க்கொல்லிகள் பல தொழிற்துறை நாடுகளில் தடைசெய்யப்பட்டவை.

ஆனால் இங்கே அவை விபரீத விளையாட்டாக பயன்பாட்டிற்கு திணிக்கப்பட்டு அவற்றின் தெளிப்பு முறையிலேயே ஆயிரக்கணக்கான மக்களின் மரணத்திற்கு காரணமாகிவிட்டன. இதை விரிவாக நான் முதல் அத்தியாயத்தில் விளக்கியுள்ளேன். போபாலில் யூனியன் கார்பைடு நிறுவனம் தயாரித்து வந்த செவின் உயிர்க்கொல்லி பசுமைப்புரட்சியின் ஒரு அங்கம்தான் என்பதையும் உங்களது கவனத்திற்கு ஏற்கனவே கொண்டு வந்திருக்கிறேன். அதிவீரிய வித்துக்களின் கண்டுபிடிப்பாளர்கள் அல்லது ஆதரவாளர்கள் இவற்றை ஒப்புக்கொள்ள மறுக்கிறார்கள். "சாலையில் வாகன விபத்துக்களில் உயிரிழந்தவர்களின் எண்ணிக்கையைவிட விவசாய வேலைகளின் போது உயிரிழந்தவர்களின் எண்ணிக்கை ஒன்றும் பெரிதல்ல. எனவே உயிர்கொல்லி மருந்துகள் தெளிப்பதைப்பற்றி பெரிதாக கவலைப்பட ஒன்றுமில்லை" என்று சமீபத்தில் கூட நார்மன் போர்லாக் நக்கலாக கூறியிருக்கிறார்.

வயல் சார்ந்த பூச்சிகள் மற்றும் ஜீன் மாற்று பயன்பாடு மேற்கத்திய அறிவியலது உண்மையான இயல்பின் மீது கவனம் செலுத்த வைக்கிறது. மற்ற நாடுகளின் சுற்றுச்சூழலுக்கு பொருந்துவதில் அதற்குள்ள சிக்கல்களும்கூட மேற்கத்திய அறிவியலின் இயலாமையை தோலுரித்துவிட்டன. பழைய மரபுசார்ந்த தொழில் நுட்பத்திடமிருந்து தனது தொழில் நுட்பத்தை வேறுபடுத்திக்காட்ட முதலில் அது மூக்கில் விரல் வைக்கத்தகுந்த வெற்றிகளை அடைந்து காட்டவேண்டும். அவற்றை பிரச்சாரப்படுத்தி பழைய உற்பத்திமுறையை கேலி செய்து முந்தையை விவசாயமுறையை அழிய வைத்து (புதிய முறைதான் ஆராய்ந்து படிப்படியாகவும் கவனமாகவும் விஞ்ஞான முறையில் கண்டுபிடிக்கப்பட்டது. விவசாய ஆராய்ச்சி பண்ணைகளிலிருந்து வந்தது என்றெல்லாம் நம்பவைத்து) புராதன விவசாயியின் அடிப்படை விவசாய அறிவை வேரோடு வீழ்த்தவேண்டும். பிறகு பழைய உற்பத்தி விதைகளை அப்புறப்படுத்திவிட்டு சப்தமில்லாமல் மேற்கின் விளைபொருளை இறக்கவேண்டும். அந்த விளைப்பொருட்கள் அதிவேக — அதி வீரிய இரக விதைகள். இதுதான் அந்த மேற்கத்தி அறிவியலின் நோக்கம்.

அதேசமயம் அதிவீரிய ரகம் எந்த சுற்றுச்சூழலில் பயன்படுத்தப் பட்டாலும் வயல்சார் பூச்சிகளை கவர்ந்திழுப்பதாக இருப்பதால் இவ்வகை விவசாய முறைக்கு அதிக அடித்தள ஆதரவு தேவை. இவ்வகை விதைகளின் அறிமுகத்தின் போதும் விளம்பரத்தின் போதும் மோசமான வசைமொழிகளுக்கு உட்படுத்தப்பட்ட அதே புராதன விதைப்பு முறைகளிடமிருந்தே அந்த அதரவு தேவைப்பட்டதுதான் வேடிக்கை. அதிவீரிய வகை தானியங்களில் பூச்சிகளை தாக்கும் வீரிய மரபணுக்களை பழையவகை விதைகளிலிருந்தே எடுத்து மரபணு மாற்றம் செய்யப்பட்டது. அதன் பிறகு அதிவீரிய விதை முந்தைய உற்பத்தி விதையாகத்தான் மாறியுள்ளதாக அர்த்தம். உயரம் அதிகம்கொண்ட நெல் விதைகளை புறந்தள்ள சொல்லப்பட்ட காரணங்களில் பல சப்தமின்றி பிறகு மீண்டும் புதியவகைக்கே பொறுக்கப்பட்டன. (உயர்வகை நெற்கதிர்களின் மீது வயல் பூச்சிகள் தாக்குதல்கள் குறைவு. இப்படி மரபணுக்களை மரபியல் மாற்றுக்கு உள்ளாக்குவதுகூட தற்காலிக தீர்வைத்தான் தருகிறது. விஞ்ஞானிகள் புதிய வகை தாவரங்களை உருவாக்குவதைவிட வேகமாக இயற்கை தனது படைப்புகளுக்கு புதியவகை சூழலுக்கேற்ப மாறிக்கொள்ளும் இயல்பை வழங்கிவிடுகிறது. இதைத்தவிர, இது ஒரு குறிப்பிட்ட பிரச்சனையை மட்டுமே மையப்படுத்திவிடும் ஆபத்தையும் கொண்டது. 1970களின் இறுதியில் தென் கொரியாவின் நவீன வகை விதைகளை வெடிப்பு நோய் கடுமையாகத் தாக்கியது. ஆனால் 1981இல் தான் வெடிப்பு நோய்க்கு உரிய எதிர்ப்பு சக்தி கொண்ட விதை நெல், மணிலாவிலிருந்து சியோலுக்கு 105 டன்கள், விமானத்தில் அனுப்ப முடிந்தது.

இப்படிப்பட்ட நிலையில் பசுமைப்புரட்சி எத்தகைய ஆபத் தானதும் வாழ்க்கையை அச்சுறுத்துவதாகவும் இருக்கிறது என் பதை நாம் பார்க்கிறோம். நல்ல எதிர்காலத்திற்கான வழிதானா இது? இது போன்ற ஆபத்தான அவசரகால சூழலில் IRRIயோ CIMMYTயோ விமானத்தில் விதைகளை கொண்டுவருமென்று எப்போதும் நம்பி இருந்து விடமுடியுமா? இப்படிப்பட்ட "அவசர நிலை விவசாயமுறை" தேவைதானா? பத்து மில்லியன்கள் ஏக்கர் பரப்பில் ஐ.ஆர். 36. பயிரிட்டு பூச்சித்தாக்குதல் அதை முற்றிலுமாக சேதப்படுத்தி விடுகிறதென்று வைத்துக்கொள்வோம். அவ்வளவு பெரியதொரு விவசாய நிலப்பரப்பிற்கு யாராவது புதிய விதை உடனடியாக உற்பத்தி செய்ய முடியுமா?

தவிர இந்த உற்பத்தி முறையியலின் அரசியலை யாரும் ஆழம்

பார்க்கவில்லை. தெற்கிலிருந்து திரட்டப்பட்ட மரபணு மாற்ற நெல்லின் மாதிரிகள் அனைத்தும் இப்போது அமெரிக்க ஐக்கிய நாட்டில் உள்ள போர்ட் கொலின்ஸில் பாதுகாக்கப்பட்டிருக்கிறது. காரணம் IRRI-யின் போர்டு மற்றும் ராக்பெல்லர் தொடர்புகள். அமெரிக்க அரசின் முழு கட்டுப்பாட்டில் உள்ள மரபணு மாற்ற பாதுகாப்பு அரண்களில் ஒன்றுதான் போர்ட் கொல்லின்ஸ் (கொல்லின்ஸ் கோட்டை). அமெரிக்கா மிகக்குறைந்தளவே நெல்கொள்முதல் செய்யும் நாடு. மிக விரைவில் நெல் உற்பத்தி நாடுகள் மரபணு மாற்றத்திற்காக அமெரிக்காவிடம் கையேந்த வேண்டிவரப்போகிறது. அது அந்தந்த நாடுகளின் வெளி விவகாரத்துறை சம்பந்தப்பட்டதாக மட்டுமல்ல அமெரிக்காவின் வெளிவிவகாரத்துறை சம்பந்தப்பட்டதாகவும் ஆகப்போகிறது.[5]

வேறு வழிமுறைகளே இல்லையா? இப்படி நாம் மாற்று வழிகளை ஆராயும்போது நவீன — மேற்கத்திய அறிவியலின் இன்னொரு எரிச்சலான முகத்தை சந்திக்கிறோம். தான் செய்ததே சரி என்று முரட்டுத்தனமாக வாதாடும் அதன்முகம். IRRI உலகின் பிரதான அரிசி ஆராய்ச்சி நிறுவனமாக ஆவதற்காக நம் நாட்டில் பிற எல்லா நெல் சார்ந்த ஆய்வுத்திட்டங்களும் முடக்கப்பட்டன என்பதை நிரூபிக்க ஆதாரங்கள் உள்ளன. IRRI தன் இரகங்களான TN 1 மற்றும் ஐ.ஆர்.8 ரகங்கள் அறிமுகமானபோதே அவற்றின் மரபணு சோதனைகளை மேற்கொண்ட இந்திய விவசாயத்துறை விஞ்ஞானிகள் அவை இந்திய துணைக்கண்டம் முழுவதும் ஏற்படுத்தபோகிற நோய்களை முன் அறிவித்து அந்த இரண்டு இரக நெல்லையும் விதைக்க கடும் எதிர்ப்புத் தெரிவித்தார்கள்.

தொற்று நோய் தடுப்பு வாரிய சர்வதேச சான்றிதழ் இல்லாமல் IRRI இயக்குநர் புதிய வகை நெல்விதை இரகங்களை கொண்டு வந்ததற்காக ஆட்சேபனை எழுப்பிய கட்டக்கின் மத்திய அரிசி ஆராய்ச்சிக் கல்வியக இயக்குநராக பணியிலிருந்த அரிசி நிபுணர் ஒருவர் வேலையிலிருந்தே விரட்டப்பட்டார்.[6] IRRI தன் அரைவேக்காட்டு ஆய்வுகளின் மூலம் அவசரத்தன்மையோடு உருவாக்கப்பட்ட இரகங்களைவிட சிறந்த மாற்று வழிகள் அரிசி ஆய்வில் உள்ளூரிலேயே உருவாக்கப்பட்டுவந்த சூழலிலும் வலுக்கட்டாயமாக மார்க்கெட்டில் திணிக்கப்பட்டன. தவறை உணர்ந்து இப்போது இந்திய விஞ்ஞானிகள் விவசாயிகளின் மரபுமுறைப்படியான அதிக கொள்முதல் ரகங்களை CIMMYTயோ, IRRIயோ தரமுடியாத அளவு தரத்தோடு, கண்டுபிடிக்கத் தொடங்கி உள்ளனர்.

சரி! பசுமைப்புரட்சி உண்மையில் யாருக்கு அதீத அறுவடையை தந்துள்ளது என்பதைப் பார்ப்போம். இந்தத் திட்டத்தின் வரையறைகளை உருவாக்கிய அமெரிக்காவின் போர்ட் மற்றும் ராக்பெல்லர் நிறுவனங்கள்; பெரிய விவசாய பண்ணையாளர்களுக்கு வட்டிக்கு கடன் தந்த வங்கிகள்; மற்றும் பூச்சிக்கொல்லி உற்பத்தி செய்யும் சர்வதேச எஜமானர்கள். இவர்கள் யாவருக்கும் அது ஏற்கனவே இருந்த தன்னிச்சையான முறையினை வேரொடு பிடுங்கி எரிந்துவிட்டு எப்போதும் தேய்மானமும், கடனும், தங்களது பொருளை வாங்கும் மார்க்கெட்டையும், நிரந்தரமாக உடனிருந்து கண்காணிக்கும்படியான புதியதொரு விவசாய உற்பத்தி முறையைத் திணிக்க சட்டப்படி அதிகாரமும், நிறைய லாபமும் தந்து — எதிர்பார்த்ததைவிட கூடுதலான புரட்சியாக அமைந்துவிட்டது. இந்த இடத்தில் பசுமைப்புரட்சி (Green Revolution) எனும் முழக்க வாசகத்தை USAIDயின் நிர்வாகி வில்லியம் காட்தான் 1968இல் முதலில் பயன்படுத்தினார் என்பதை நினைவு கொள்வது பொறுத்தமானதாக இருக்கும்.

ஆனால் இது கொண்டுவந்த சிலவகை விவசாய மாதிரிகளும் கொள்கைகளும் தெற்கத்திய அரசாங்கங்கள் வேண்டுகோள் விடுக்காமலேயே இருந்திருந்தாலும் திணிக்கப்பட்டு நிறைவேற்றப் பட்டிருக்கும்! இந்த அடிப்படையில் இப்போது நாம் சற்று சிந்திக்கவேண்டியுள்ளது.

1960களின் மையத்திற்கு முந்தைய வருடங்களில் விவசாயம் இந்தியாவில் ஒருவித சுயத்தன்மையோடு சுதந்திரமாக இந்திய விவசாயத்துறை எனும் அரசு சார்ந்த தொழிற்துறையைவிட்டு தொலைவில் தன்னிச்சையாக நடந்து கொண்டிருந்தது. நீர் ஆதாரங்கள் அதிகப்படுத்தப்பட்டதாலும் சில நில சீர்திருத்தங் களாலும் விவசாய உற்பத்தி ஆண்டுக்காண்டு வளர்ச்சி விகிதத்தில்தான் இருந்து வந்தது. இந்த வகையில் உற்பத்தியான கொள்முதல் சந்தைக்கு வரவில்லை. டாக்டர் ஜே.கே. பஜாஜ் சொல்கிறார், "ஏனென்றால் காலனித்துவ ஆட்சியின் சுரண்டலால் சத்துக்குறைபாடுகளுக்கு ஆளாக்கப்பட்டிருந்த விவசாயிகள் அவர்களாகவே நிறைய சாப்பிட்டார்கள்."

இது இந்திய அரசியல் மற்றும் திட்ட எஜமானர்களுக்கு பெரிய அளவில் "கவலை"யை ஏற்படுத்தியது. தேசிய விவசாய கமிசன் (NCA) கீழ்க்கண்டவாறு குறிப்பிட்டது: "இரண்டாவது திட்டகாலத்தின் உணவு இருப்பு நிலைமை இதுவரை இல்லாத அளவிற்கு விநோத

நிலையில் உள்ளது. மக்களின் உணவு தானியத்தேவைகள் அதிகமாகியும் சந்தைக்கு தானியங்களின் வரவு — கொள்முதல் அதிகமாக இருந்தும்கூட — குறைந்தும் காணப்பட்டது" (அடிக்கோடு நம்முடையது).[7] எனவே விவசாயத்தில் தொழிற்துறையின் தலையிடு தேவை என்பது கிட்டத்தட்ட உறுதியாகவிட்டது. பஜாஜ் (NCA) கூற்றை அப்படியே தருகிறார்.

முழு தொழிற்துறையும் விவசாயத்துறை வழங்கும் உணவைத் தான் நம்பியுள்ளது. ஒரு தொழிலாளியின் பெரும்பான்மை கூலி உணவுப்பொருள் வாங்கவே போகும் நிலை உள்ளபடியால் விவசாயத்துறையிலிருந்து வழங்கப்படும் உணவுப் பண்டங்களின் சீரான வரவு தொழிற்துறையின் நிலைத்தன்மைக்கு மிகவும் அத்தியாவசியமான தேவை ஆகும்.[8]

ஏற்கனவே அதீதமாக கிடைத்து வந்தவைகளை மேலும் கொள் முதல் செய்து தள்ளும் வகையில் அரசின் நடவடிக்கைகள் அமைந்தன. அதிவீரிய விதை இரகங்கள் அறிமுகமாகி நிலைமை மோசமடையும் வரையில் அரசு மேற்கொண்ட விவசாய உற்பத்தி வளர்ச்சி நடவடிக்கைகளின் பலன்கள் விவசாயத்தை, உரம், பூச்சிக்கொல்லி, நிபுணத்துவ அறிவுரை, கடன்கள் என்று தொழிற்துறை சார்ந்ததாக மாற்றி—விவசாயியை சந்தைக்குப் போய் தனது கையிருப்பை காலி செய்தே ஆகவேண்டிய நிர்ப் பந்தத்திற்கு உத்திரவாதம் அளிப்பதாக மாற்றியது.

இப்படி விவசாயத்தை தொழில்துறைத் தேவைகளுக்கு அடிபணியும் சேவகனாக மாற்றியமுறை, சங்கிலித் தொடராக பின் தொடரும் நீண்டகால பின்விளைவுகளைக்கொண்டது. பஜாஜ் சுட்டிக்காட்டுவதுபோல இந்தப் புதிய விவசாய கொள் முதல்முறை நாட்டின் முதலீட்டை ஏற்கனவே வளமடைந்திருந்த பகுதியின் உற்பத்தி வளர்ச்சிக்கே (பஞ்சாப் மற்றும் அரியானா) திட்டமுறையில் திருப்பிவிட்டது. இதனால் நாட்டின் மீதமுள்ள பகுதிகளின் உணவு உற்பத்திக்கான அரசு மூலதனம் அடியோடு நிறுத்தப்பட்டு அவைகளை திணறவைத்தது. எனவே, மற்றப் பகுதிகளின் கொள்முதல் குறையத் தொடங்கியது.

நேர்மையற்ற ஒப்பீடுகளின் மூலம் பகுதிக்கு பகுதி ஒப்பீடுகள் மிகத்தவறாக பயிருக்கு பயிர் என்ற முறையில் செய்யப்பட்டன. இதன் மூலம் பசுமைப்புரட்சி அறிமுகமான இடங்களில் 'உற்பத்தி' அதிகம் என்று நேர்மையற்ற முறையில் நிரூபிக்கப்பட்டது.

அது மட்டுமல்ல கோதுமை மற்றும் அரிசி கொள்முதலுக்குக் காட்டப்பட்ட அக்கறை பருப்பு வகைகள் எண்ணெய் வித்துக்களின் கொள்முதலுக்கு காட்டப்படவில்லை என்பதை நாம் ஏற்கனவே பார்த்தோம். எனவே அவற்றின் கொள்முதல் வளர்ச்சியற்ற சீரான நிலையை அடைந்து பிறகு நாட்டின் பெரும்பான்மை மக்களை தாங்கள் விரும்பும் அரிசி உணவிலிருந்து கோதுமை சாப்பிட்டு வாழ வற்புறுத்தியது. பருப்புகள், எண்ணெய் வித்துக்கள் போன்ற புரதங்களை கைவிட்டு தவிடு ரவை போன்றவைகளை உட்கொள்ள 'வளர்ச்சி' அவர்களை வற்புறுத்துகிறது. லாத்திரிஸ்ம் எனும் மூட்டு முறுக்கி நோய் உட்பட பல நோய்கள் பரவலான 'வளர்ச்சி'யின் பரிசுதான்.

பசுமைப்புரட்சிக்குப் பிந்தைய விவசாய முறையின் மனதை உலுக்கும் பின்விளைவுகளில் ஒன்று சமூக — ஏற்றத்தாழ்வுகளை அது எப்போதும் இல்லாத அளவிற்கு அதிகப்படுத்தி விட்டதுதான்.

அது "நிலத்தைக் கைவிடுதல்" என்பதை நோக்கி அதாவது நிலசீர்திருத்தங்களின் எதிர்விளைவாகப் போய் முடிந்துவிட்டது. பரத்டோக்ரா சொல்வதைப்போல குத்தகைக்காரர்கள், சிறு மற்றும் குறு விவசாயிகள் முற்றிலுமாக வசதிபடைத்த விவசாய பண்ணையார்களால் இடமாற்றம் செய்யப்பட்டார்கள். ஏனென்றால் சிறு மற்றும் குறுவிவசாயிகளை பசுமைப்புரட்சி பெரிய கடனாளிகளாக மாற்றியது. வாங்கிய கடனுக்கு அவர்கள் தங்களிடம் மிச்சமிருந்த நிலத்தை வசதிபடைத்த விவசாய பண்ணையாளர்களிடம் இழந்தார்கள். டோக்ராவின் கணக்குப் படி 1964—65 முதல் 1974—75 வரையிலான காலகட்டத்தில் கிராமப்புறத்தில் குடியமர்வு 16.6 சதவிகிதம் அதிகரித்தது. ஆனால் அதே காலகட்டத்தில் விவசாயம் சார்ந்த கூலிகளை மட்டுமே கொண்ட குடும்பங்களின் எண்ணிக்கை 35சதவிகிதம் அதிகரித்தது.[9]

கிராமப்புற மாறுதல்களின் அடிப்படைகள் எனும் தனது நூலில் சி.டி.குரியன் தமிழ்நாட்டில் விவசாய கிராமங்கள் எவ்விதம் மாறுதல் அடைந்தன என்பதை விரிவாக ஆராய்ந்து உள்ளார். அதில் "மக்கள் தொகை கணக்கெடுப்பின் விளக்கங்கள் வேறுமாதிரி இருந்தாலும், தமிழ்நாட்டில் விவசாயத்தில் ஈடுபட்டுள்ளவர்களின் எண்ணிக்கையில் பெரிய வீழ்ச்சி ஏற்பட்டுள்ள அதேசமயம் விவசாய கூலிகளின் எண்ணிக்கை கூடிக்கொண்டேபோகிறது" என்று குறிப்பிடுகிறார். "புதிய விவசாய முறையைத் தாக்குபிடிக்க

முடியாமல் நிலத்தையும், விவசாயத்தையும் விட்டுவிட்டு கிராமப்புற கூலிகளாக மாறிப்போகும் சிறுவிவசாயி"களைப் பற்றியும் அவர் விரிவாக எடுத்துரைக்கிறார்.[10]

டாக்டர் பஜாஜ் நவீன விவசாய முறையின் முக்கியத் தன்மைகளாக கீழ்க்கண்டவற்றை குறிப்பிடுகிறார். ஒட்டுமொத்த உற்பத்தியில் வீழ்ச்சி; மிகுந்த செலவு பிடிக்கும் இறக்குமதியோடும் தொடர்புடைய குறுகிய தேர்ந்தெடுக்கப்பட்ட பகுதிகளில் உயர் விளைச்சல்; சாதகமற்ற கவனம் பெறாத பகுதிகளில் முடக்கப் படும் விளைச்சல்; சிறு கூட்டத்தினால் சட்டப்படி கட்டுப் படுத்தப்படும் உற்பத்தி.[11]

இவையெல்லாம் உடனடியாக வெளிப்படையாய் வெளியே தெரியாமல் போனதற்கு பிரச்சாரமும், விளம்பரமும் நவீன 'வளர்ச்சி'யால் தீவிரமாய் பயன்படுத்தப்படுவதே காரணம். அது நம்பத் தகுந்த புள்ளிவிவரங்களின் சுமையில் விளம்பரங்களை பிரச்சாரத்திற்கு இறக்கும் இயல்புகொண்டது. உலகை அப்படித் தான் ஏமாற்றி வாசகங்களை 'நவீன' தொழில்நுட்பமான 'பசுமைப்புரட்சி' விடாமல் பயன்படுத்தியது. ஏனென்றால் அரசின் கஜானா இல்லாமலோ பெரிய அளவிலான ஆதரவு இல்லாமலோ உரத்தொழிற்சாலைகள், வேதி பூச்சிக்கொல்லிகள் மற்றும் உபகரணங்கள் தயாரிக்கும் ஆலைகள் கட்ட முதலீட்டாளர்கள் தாக்குப்பிடிக்க முடியாது.

இதை நாம் விரிவாக புள்ளி விவரங்களுடன் ஆராயத் தேவையில்லை. சாதாரணமாக போர்ட் அல்லது ராக்பெல்லர் நிறுவனம் 1950களின் இறுதியில் வெளியிட்ட ஆண்டறிக்கைகள் அல்லது அரசாங்கத்தின் திட்ட அறிக்கைகள் அல்லது மேலும் ஒருபடி மேலேபோய் ஐ.நா. சபையின் சர்வதேச உணவுக்கழகம் (FAO) சார்ந்த அறிக்கையில் ஏதாவது ஒன்றை சாதாரணமாக படித்துப்பார்த்தாலே, சமூக நோக்கங்கள் அரசின் அடிப்படை கொள்கைகள் எப்படி முழக்கங்கள் ஆக்கப்பட்டு 'வளர்ச்சி' வாதிகளால் நம்பகத்தன்மைக்காக பயன்படுத்தப்பட்டது என் பதை அறியலாம்.

தொழில்நுட்பம் முதலீடுகளை அடிப்படையாகக் கொண்டுள்ள தால் அது விவசாயிகளிடம், அவர்களது வாழ்க்கைத் தரத்தை பன்மடங்கு உயர்த்துவதான உத்திரவாதத்துடன் விற்கப்படுகிறது. இலாபம் என்ற தொழிற்சார்ந்த சொல்லாக்கங்கள் அறிமுகப்

படுத்தப்படுகின்றன. வங்கிகள் இந்தத்துறையில் இதை வைத்து தான் குதித்தன.

அரசு சலுகைச்சட்டத்தின் ஆதரவு, சமூக அங்கீகாரம் அமைத்துக்கொண்ட இந்த நவீனமுறைப்படி எல்லாம் செய்யப் பட்டு உணவு கொள்முதல் ஆகிவிட்டால், அதன் பிறகு அவர்கள் தலையில் கட்டமுடியாது. உற்பத்தி முடிந்தாயிற்று. இதற்குமேல் நாங்கள் பொறுப்பல்ல என்று நமக்கு சொல்லப்படுகிறது. உற்பத்தியானதை அவர்களும் உண்ண முடியாது விற்கவும் முடியாது. இதுதான் பசுமைப்புரட்சி.

சமூக முதலீட்டின் அடிப்படையில் உற்பத்தியான உணவு தானியத்தின் பட்டுவாடா இப்போது சந்தையின் கையில் தரப்படுகிறது. இந்தச் சந்தைக்கும் பசி தீர்ப்பதற்கும் சம்பந்தம் இல்லை. ஏனென்றால் ஏழைகளிடம் பணம் கிடையாது.

வெண்மைப்புரட்சி:

இந்தியாவின் திட்ட வல்லுநர்கள் மேற்கொண்ட குறைபாடு களை ஒப்புக்கொண்டார்கள் என்றாலும் அவைகளை களைய புதிய நிலச்சீர்திருத்தத்தையோ அல்லது மாற்றுத் தொழில் நுட்பத்தையோ அணுகாமல் மீண்டும் மூலதன அடிப்படை கொண்ட — பசுமைப்புரட்சியின் இணைப்பான — பால் பண்ணைகளை விவசாயக்கூலிகளை குறிவைத்து கொண்டு வந்து இறக்கினார்கள். உதாரணமாக விவசாயத்திற்கான தேசிய ஆணையம்(NCA) பால் பண்ணைகளை — பசுமைப்புரட்சி ஏற்படுத்திய ஏற்றத்தாழ்வுகளுக்கு — ஒற்றைத் தீர்வாகவே கண்டது.

என்.சி.ஏ. கீழ்கண்டவாறு கணித்தது:

பசுமைப்புரட்சியின் நலன்கள் ஓரளவு வளர்ச்சியுற்ற விவசாயி களை — அதிலும் குறிப்பாக — பெரிய பண்ணைகளையும் நல்ல நீர் பாய்ச்சு வசதிகளையும் கொண்ட வசதிபடைத்த விவசாயிகளை — போய் சேர்ந்துவிட்டது. இந்த அளவிற்கு வசதிகள் இல்லாத ஆனால் ஏழையாக இருக்கும் விவசாயிகள் விட்டுப்போனார்கள். இது கிராமப்புறங்களில் ஒருவித ஏற்றத்தாழ்வை ஏற்படுத்திவிட்டது. இலாபத்தின் பெரும்பங்கு பெரும்பாலான கிராமப்புற மக்களுக்கு சென்றடையாமல் ஏதோ குறிப்பிட்ட சில பெரும் நிலச்சுவான்தார்களுக்கு போய் சேர்ந்ததால் அங்கே

சமூக கொந்தளிப்புகளும் ஏற்பட்டுள்ளன. இதற்கு வசதியில்லாத விவசாயிகளின் மத்தியில் அதிருப்தி ஏற்பட்டதே காரணம். சமூக நீதி இதுபோன்ற ஏற்றத்தாழ்வுகளை அகற்றவேண்டியதன் அவசரத்தை கோறுகிறது. சமூக நீதியற்ற வளர்ச்சி விரும்பத்தக்கது அல்ல. கிராமப்புறங்களில் எங்கும் வியாபித்திருக்கும் வறுமை, வேலையின்மை, கூலி போதாமை போன்றவற்றை குறைத்திட வேண்டியதன் தேவையை மேற்கண்ட விஷயங்கள் நமக்கு உணர்த்துகின்றன. இந்த நமது இலக்கை எட்டுவதற்கு கிராமப்புறங்களில் கால்நடை வளர்ப்பு மற்றும் பால் உற்பத்தித் திட்டங்கள் ஒரு மாற்று வழியாக பெரும்பங்கு வகிக்க முடியம்.[12]

நாம் எதிர்பார்ப்பதுபோலவே மேற்கத்திய பால் உற்பத்தி தொழில்நுட்பத்தையும் பால் உற்பத்தி விற்பன்னர்களையும் சார்ந்து விடுவதே அதை அடையும் ஒரேவழி என்று என்.சி.ஏ. நம்பியது! உண்மையில் அப்போது அறிமுகமான இந்திய கால்நடை வளர்ப்பு அறிவியல் முறையில் வெளிநாட்டு அறிவியல் புகுத்திய திணிப்புதான் முட்டாள்தனமான சற்றும் பொருத்தமற்ற திணிப்புகளில் முதன்மையானது ஆகும். பசுமைப்புரட்சியின் தீயவிளைவுகளை மேலும் தீவிரப்படுத்தியதோடு கிராமப்புற சுற்றுச்சூழலில் நிலவிய கொஞ்சநஞ்ச நிலைத்தன்மையையும் ஒரு போதும் சரிசெய்ய முடியாத அளவிற்கு அது தகர்த்தெறிந்தது.

மேற்கத்திய கால்நடை வளர்ப்பு என்பது பால் உற்பத்தி மற்றும் மாட்டிறைச்சி ஆகிய இரண்டை மட்டுமே உள்ளடக்கிய தன்னிச்சையான அமைப்பு ஆகும். அது தனது கால்நடைகளுக்கு உணவளிக்கவே தனியாக பயிர் செய்யவேண்டிய விவசாயத்தை ஒரு கட்டாயமாக — அடிப்படையாகக் கொண்டது. ஐரோப்பிய பசுக்களின் அபரீத பால் உற்பத்திற்கு விவசாய நிலங்களில் அவற்றிற்கென்றே பயிர்கள் வளர்த்தெடுக்கப் பட்டாலன்றி தெற்கில் சாத்தியமல்ல. அதிகப்பால் உற்பத்தி என்பது சுற்றுப் புறத்தில் கிடைக்கும் சத்துக்களோடும் உணவோடும் சம்பந்தப் பட்டதாக உள்ளது. இந்த அடிப்படைகளை முதலிலேயே மனதில் இருத்திக்கொள்வது முக்கியமாகும்.

அதேசமயம் இந்தியா மாதிரியான ஒரு நாட்டில் பால் என்பது பிரதான உற்பத்திப் பொருள் அல்ல. அது விவசாயத்தின் ஒரு உபரி உற்பத்திப்பொருள். இங்கே கால்நடைகள் வளர்ப்பது என்பது வறட்சியை சமாளிக்கவே. பால் உற்பத்தி என்பது இரண்டாவது பட்சம். இதைவிட முக்கியமானது அவை — மனிதர்களால்

உணவுக்கோ அல்லது வேறு எந்தத்தேவைக்கும் பயன்படுத்த லாயக்கு இல்லாத விவசாயப் பயிர்களை, எச்சங்களை உணவாக உண்டு வாழ்பவை.

நாம் கவனத்தில் எடுத்துக் கொள்ளவேண்டிய மற்றொரு முக்கிய விஷயம், நம் நாட்டில் பல நூற்றாண்டுகளாக விவசாயிகளும் கிராமம் சார்ந்த மக்களும் — வறட்சி உதவி மற்றும் பால் உற்பத்தி ஆகிய இரண்டு தேவைகளையும் கச்சிதமாகப் பூர்த்தி செய்யும் உள்நாட்டு பசு ரகங்களை உருவாக்கி வந்துள்ளனர். உதாரணமாக நாம் மைசூர் பசுவகையான அமிர்தமஹால் இன பசுவை எடுத்துக்கொள்வோம். பௌதே சொல்வது போல அது பால்வங்கி. அதேசமயம் இந்த இன காளைமாடுகள் வயற்புறங்களில் கடுமையாக உழைக்கக்கூடியவை. வறட்சிக் காலங்களில் வரப்புகளின் புற்கள் போதும் இவற்றிற்கு. எனவே இந்தியக் கால்நடை வளர்ப்பு என்பது மனிதர்களோடான சமநிலைத்தன்மை மற்றும் பரஸ்பர உதவி — அதாவது மனிதர் களும் கால்நடைகளும் விவசாய உற்பத்திப் பயிர்களின் ஏதாவது ஒரு பகுதியை பகிர்ந்து கொள்தல் — எனும் தன்மையோடு ஒரே விவசாயமுறையின் அங்கங்களாக இருந்து வந்துள்ளனர். ஒரே உணவை மனிதனும் கால்நடையும் உண்ணாமல் பயிரின் பகுதிகளைப் பிரித்து வேறுபட்ட பகுதிகளை வீண்செய்யாமல், ஒருத்தரின் உணவை மற்றொருத்தர் உண்டு மற்றவரின் மேல் பட்டினியை திணித்துவிடாமல் வாழ்ந்து வந்துள்ளனர்.

நவீன இந்தியாவின் கால்நடை வளர்ப்பும், பால் உற்பத்தியும் சார்ந்த அறிவியல் அமைப்பு ஆங்கிலேயர்களால் அறிமுகப்படுத்தப் பட்டது. மற்ற விஷயங்களில் நடந்ததைப்போலவே முழுக்க முழுக்க மேற்கத்திய அமைப்பு இறக்குமதி செய்யப்பட்டது. மேற்கத்திய விஞ்ஞானிகள் பால் உற்பத்திப் பசுக்களை விஞ் ஞான ரீதியில் மரபணு மாற்றம் செய்து உருவாக்கினர். அவை பால் உற்பத்தியை மட்டுமே செய்யத்தெரிந்தவை. விவசாயத்திற்கு உதவுபவை அல்ல. தவிர விவசாயக் கொள்முதலை அப்படியே உட்கொண்டு பால் சுரப்பவை. அது போதாதென்று மாட்டுத் தீவனங்களையும் சந்தையிலிருந்து வாங்கி வரவைப்பவை. எனவே கால்நடைகளுக்கும் மனிதர்களுக்கும் இடையிலான உறவு பரஸ்பர உதவி, சமநிலைத்தன்மை என்று இருந்தது, உணவுக்கான போட்டி, வாழ்க்கை சூழலியப் போராட்டம் போன்றவையாக மாற்றமடைந்தது.

இந்த முரட்டுத்தனமான சூழ்நிலையின் அடிப்படைக் காரணம் ஐரோப்பிய பசுக்களின் பால் உற்பத்தித் திறனையும் இந்தியப் பசுக்களின் பால் உற்பத்தித் திறனையும் பொய்யாக ஒப்பிட்டதே ஆகும். இந்தியப் பசுக்கள் பால் மற்றும் வறட்சியின் போது வருமானத்தில் பங்கு கொள்தல் ஆகிய இரண்டு அம்சங்களையும் உள்ளடக்கியவை என்பதால், பால் எவ்வளவு தருகின்றன என்கிற ஒரே விஷயத்தில் மட்டுமே மேற்கத்திய பசு ரகங்களோடு ஒப்பிடப்பட்டால் அவை குறைவான உற்பத்தி ரகங்கள் என்கிற பெயரை பெறுவது தவிர்க்க இயலாதது. இந்த இரண்டு வகை பசுக்களின் வறட்சியை தாங்கும் இயல்பை யாருமே ஒப்பிடவில்லை. அந்த ஒப்பீடு செய்யப்பட்டிருந்தால் இந்தியப் பசுக்கள் எவ்விதம் சிறந்தவை என்பது வெளிச்சத்திற்கு வந்திருக்கும். இந்தியப் பசுக்கள் பால் குறைவாக சுரப்பன என்பதே வெளிநாட்டு மரபணு மாற்றத்தை பெரிய அளவில் நம் அரசாங்க செலவில் எங்கோ செய்வதற்கான சாக்காக சொல்லப்பட்டுவிட்டது.[13]

"இந்தியக் கால்நடைகளை அயல்நாட்டு பசுக்களோடு கலவை சிசு உற்பத்தி முறையில் உருவாக்குவது" குறித்த வல்லுனர்க் குழுவின் இறுதி அறிக்கை உட்பட இது குறித்த ஒவ்வொரு ஆய்வும், அவ்விதமான 'சீமை'க்காளைகள் வறட்சியை தாங்கவோ வயல் வேலைகளில் உதவவோ முற்றிலும் அருகதை அற்றவையாகிப் போனதை ஆவணப்பூர்வமாக நிறுவின.[14] ஒரு கட்டத்தில், இந்திய விவசாயமுறை அமெரிக்காவைப்போலவே முற்றிலும் டிராக்டர்களையே பயன்படுத்த இருப்பதால் அது ஒரு பிரச்சனையே அல்ல என்று இந்தியாவில் திட்ட வல்லுநர்கள் முட்டாள்தனமாக அறிவித்தார்கள்! இந்த அவர்களது தீர்மானம் எவ்வளவு தவறு என்று பிறகு நிரூபணம் ஆனது.

இன்று அவ்விதம் பிறந்துள்ள "சீமை"க்காளைக் கன்றுகளும் மாட்டிறைச்சி சாலைகளில் வெட்டப்பட்டோ அல்லது அப் படியே உணவின்றி பட்டினி போடப்பட்டோ சாகடிக்கப் படுகின்றன. விவசாயிகள் தங்களது மூலதனத்தை அவற்றின் மீது போட்டு வீணடிக்கத் தயாராக இல்லை. இவ்வகைக் காளை மாடுகளால் நமது வெப்பத்தை தாங்கிக்கொண்டு எந்த வேலை யும் செய்ய முடியவில்லை என்கிற பிரச்சனை பூதாகரமாக எழுந்தபோது மேற்கத்திய வாதிகளிடம் பயிற்சி பெற்ற இந்திய விவசாய விஞ்ஞானிகள்; "இனி விவசாயிகள் இரவு நேரத்தில் தங்கள் வயல்வெளிகளை உழுது கொள்ள வேண்டும்" என்று குருட்டுத்தனமாக யோசனை கூறினர்![15]

மற்றொன்று, இந்த அயல்நாட்டு விலங்குகளுக்கு நமது சூழலிய நோய்களை தாங்கும் சக்தியோ, இந்திய வகை கால்நடைகள் போல வறட்சியை பழகிக்கொள்ளும் இயல்போ சுத்தமாக கிடையாது. மேற்கண்ட பிரச்சனைகளால் அயல்நாட்டு கால்நடைகள் தங்களது மரபணுமாற்ற படைப்பு கொடுத்த முழுப்பயன்பாட்டையும் வெளிப்படுத்த முடியவில்லை. நாளாக ஆக நமது இந்திய வகை மாடுகள் எதிர்கொண்ட பிரச்சனைகளையும், சவால்களையும் எதிர்கொள்ளவேண்டிய அவசியம் அவைகளுக்கும் ஏற்பட்டது. ஆனால் இந்திய வகை கால்நடைகள்போல சமாளிக்கும் இயல்பு இல்லாததால் அவை தாக்குபிடிக்க முடியாமல் போனது. தவிர எப்போதும் பற்றாக்குறையாகும் வைக்கோல் ஒருபுறம். வைக்கோலை உட்கொள்ளாத அயல்தன்மை மறுபுறம், அவைகளிடம் மரபணு உயர்தன்மை இருக்கிறதோ இல்லையோ பாலை அதீத அளவில் சுரப்பது என்பது நடக்கவில்லை.

ஐரோப்பிய மாடுகள் குறித்த நமது பார்வை ஒரு ஐரோப்பிய மனிதரைப் பற்றிய பார்வையிலிருந்து எவ்விதத்திலும் மாறுபட்டது அல்ல. நம்மால் கனவிலும் நினைத்துப் பார்க்க முடியாத உற்பத்தி, மற்றும் இலாபம் ஆகியவைகளை கொண்டுள்ளதால் அவை கவர்ச்சியாக தோற்றமளிக்கின்றன. மனவியல் ரீதியில் ஒரு நாளைக்கு சராசரியாக 75 முதல் 100 லிட்டர் பாலை சுரக்கும் என்றும் ஒருவித பால் உற்பத்தி இயந்திரம் என்றும் காசு கொட்டோ கொட்டென்று கொட்டும் என்றும் கல்லா கலகலக்கும் சப்தத்தோடு அப்பாவித்தனமாக நாம் தயார்படுத்தப் பட்டோம்.

நவீன பொருளாதாரக் கல்வியானது சமூகத்தில் தலைசிறந்த சித்தாந்தங்களை வந்த வழியே திருப்பக்கூடிய தலைகீழ் விகிதங்களைக் கொண்டது. ஒருவேளை விலையுயர்ந்த "கலப்பினச்சேர்க்கை" சீமைப்பசுக்கள் அவைகளிடம் எதிர்பார்க்கப்பட்ட அதீத உற்பத்தியை மேற்கொள்ளவில்லை என்றால் "பணம் போட்ட" விவசாயி என்ன செய்வார். அதன் மீதான கவனத்தையும் விருப்பத்தையும் இழந்ததை, அதனை அடி உதைகளுக்கு பலியிட்டோ அல்லது பட்டினிபோட்டோ சாகவைத்து அதன் மீதான காப்பீடுத்தொகையை அவசரமாகப் பெற முனைவார். ஆயுள் காப்பீட்டுக்கழகங்களில் கடந்த பத்தாண்டுகளில் அவ்விதமான இழப்பீட்டு கோரிக்கை மனுக்கள் நம்பத்தகுந்த அளவைவிட மிக அதிகம். இதனால் இவ்விஷயத்தில் காப்பீட்டுக்கழகங்கள் மிகவும் விழிப்பாக உள்ளன.

அவ்விதம் அந்தப்பசுவைக் கொல்வது இந்துக்களை மனோ வியல் ரீதியில் நியாயமென்றே எண்ண வைத்துள்ளது. சீமைப் பசுக்கள் 'இந்து' பசுக்கள் அல்ல. அவற்றைக் கொல்வது பாவம் அல்ல. ஆனால் எல்லா ஐரோப்பிய வகைப் பசுக்களுமே இந்திய விவசாயிகளால் இப்படி இழிவாக நடத்தப்படுவதாகவும் சொல்வதற்கு இல்லை. நிறைய கரக்கும் நல்ல சீமைப்பசுக்களை அவர்கள் அதிக அக்கறையோடு கவனித்தே வந்துள்ளார்கள். தங்களுக்கும் தங்கள் குடும்பத்திற்கு தராத — தரமுடியாத வசதிகளைக்கூட அவைகளுக்கு ஏற்படுத்தித் தந்தவர்கள் உண்டு. உதாரணமாக தனது சீமைப்பசு கொட்டில்களில் குளிர்சாதன வசதி. அல்லது மின்விசிறி வசதி செய்து கொடுத்துள்ள சில விவசாயிகளும் உண்டு.

இம்மாதிரி விஷயங்களை முட்டாள்தனமானதென்று வாசகர்கள் நினைக்கலாம். குளிர் தேசங்களைச் சேர்ந்த விலங்குகள் வெப்பப்பகுதிகளில் அவற்றிற்குரிய வெப்பநிலையில் வைக்கப்படும் போது சிறப்பாக செயல்படுகின்றன என்பது என்னவோ உண்மை. அப்படியும் கூட இந்த சீமைப்பசுக்களின் பால் உற்பத்தி பெருக்கம் மிகச்சிறிய அளவிற்கே இருந்தது (ஏனென்றால் அவற்றை பாதுகாப்பது தீவனங்கள் மற்றும் இதர செலவினங்களோடு ஒப்பிடுகையில் லாபம் இல்லை). எப்படி அவற்றின் மீதான பெரிய மூலதனங்கள், செலவு பிடிக்கும் ஆராய்ச்சி போன்றவை நியாயமானவையோ — அதே மூலதனமும் ஆராய்ச்சியும் இந்திய கிராமத்திய பசுக்களின் மேல் நிகழ்த்தப்பட்டிருந்தால் முடிவுகள் சாதகமாகக்கூட அமைந்திருக்கலாமல்லவா என்று ஒருவர் சந்தேகப்படுவதில் நியாயமிருக்கிறது. இந்தச் சீமைப்பசுக்கள் அவைகளின் சொந்த நாடுகளில் இருந்த உள்ளூர்ப் பசுக்களின் மீது நிகழ்த்தப்பட்ட கலப்பின சேர்க்கையால்தான் உருவாக்கப்பட்டன என்பதை நாம் மறந்துவிடுகிறோம்.

உள்நாட்டு முறைகளை பலப்படுத்துகிற நடவடிக்கைகள் எடுக்கப்பட்டிருக்கவேண்டும். குறிப்பாக வைக்கோல் மற்றும் தீவனத் தட்டுப்பாட்டிலாவது, உள்ளூர் தரங்களை கணக்கில் கொண்டிருக்கலாம். ஆனால் நடந்தவை அதை கெடுத்து குட்டிச்சுவராக்கும்படியான சம்பவங்கள். மேலும் மேலும் சீமைப்பசுக்களை உள்ளடக்கியதாக "வெண்மைப் புரட்சியும்" 'பால்' வெள்ளமும் (Operation Flood) இருந்தது. இப்போது இந்த ஏமாற்றம் — முட்டாள்தனமும் நிறைந்த திட்டத்தை நோக்கி நம் கவனம் திரும்புகிறது.

"பால்" வெள்ளம் *(O.F.)* தொடங்கப்பட்டதென்னவோ என்.சி.ஏ. அறிவித்த கிராமப்புற நலன்களுக்காகத்தான். ஆனால் அது நகர்சார்ந்த தொழில்மயமாதலுக்கு புதிய பகுதிகளை திறந்துவிட்டது. அது உறுதி அளித்த வெண்மைப்புரட்சியானது — எந்தப் பசுமைப்புரட்சியின் பற்றாக்குறைகளை தீர்ப்பதற்காக கொண்டுவரப்பட்டதாக சொல்லப்பட்டதோ அதே அயல்நாட்டு தொழில்நுட்பத்தை அதிகம் சார்ந்ததாக இருக்கிறது.

"ஆபரேஷன் பிளட்" இந்தியாவின் மிகப்பெரிய வேளாண் தொழில் கூட்டமைப்பான குஜராத்தில் ஆனந்த் மாவட்டத் திலுள்ள அமுல் மையத்தின் எண்ணக்குழந்தை. அது இந்திய கொள்கையாளர்களுக்கு முழுக்க முழுக்க மேற்கத்திய முறைப்படி வெற்றிகரமாக வடிவமைக்கப்பட்ட தீவிர பால் உற்பத்தி தொழில் துறையை உருவாக்கிக்காட்ட உறதியளிப்பதாயிருந்தது. பதப்படுத்தப்பட்ட பால் பவுடர் *(Skim Milk Powder (SMP)* மற்றும் வெண்ணை எண்ணெய் *(B.O.)* அல்லது நெய் (இவை இந்திய நகரங்களில் பாலின் மாற்றாக விற்பனை செய்யப்பட இருந்தன) இவற்றில் கிடைக்கும் இலாபத்தை முன்வைத்து ஐரோப்பிய பொருளாதார சமூகத்திடமிருந்து பொருளுதவி ஏராளம் கிடைக்குமென்று அமுல் உறுதியாக அறிவித்தது. மீதமிருந்த முறையியல், சந்தை தொடர்பானது; ஒரு இடத்தில் பால் பதனிடும் தொழில் அமைப்பை யாராவது ஏற்படுத்திவிட்டாலே—சீமைப் பசுக்களை வாங்கி பால் உற்பத்தியில் ஈடுபட்டு விவசாயிகள் "நல்ல விலைக்கு" பாலை அந்த தொழிலமைப்பிற்கு விற்க உடனடியாக முன்வருவார்கள். அது பால் உற்பத்தியை தானாகவே அதிகரிக்க வைத்துவிடும். இப்படி திட்டத்தின் அதிகாரிகள் வாதாடினார்கள்.[16]

மற்ற எல்லா வளர்ச்சி திட்டங்களைவிட ஆபரேஷன் பிளட் *(Operation Flood)* மிகவும் தனித்தன்மை கொண்டதாக இருந்தது. ஏனென்றால் அது விளம்பரங்களுக்காகவே தனிப்பெரும் கணக்கு வைத்திருந்தது. "உலகின் மிகப்பெரிய பால் உற்பத்தி வளர்ச்சித்திட்டம்" என்று அது பெரிய அளவில் பிரச்சாரம் செய்யப்பட்டது. இந்தத் திட்டத்தை நிறைவேற்றும் பல்வேறு நிலைகளில் அது, கிராமப்புறத்திலிருந்த வறுமை, வேலையின்மை, பெண்ணடிமை, சாதிய வேற்றுமை என்று ஏதாவது ஒரு பிரச்சனையை திட்டம் தீர்த்து வைத்துவிட்டதாக முழக்கங்கள் எங்கே பார்த்தாலும் எழுதப்பட்டன. ஏன் குடும்பக் கட்டுப்பாட்டைக்கூட அது சாதித்துவிட்டதாக விளம்பரப்படுத்தப்பட்டது. நகரங்களுக்கோ

அது 'பால்வெள்ள'த்தை உறுதியளித்தது — பொருத்தம்தான். பாலாறும், தேனாறும், ஓடுவதுதானே 'வளர்ச்சி'!

நமக்குக்கிடைத்திருக்கும் அத்தாட்சிகளும், சாட்சிகளும் அதன் தலைமை, பத்திரிகை மற்றும் விளம்பரத்துறை செய்திகளை பொய்யான புள்ளி விவரங்களால் ஏமாற்றியது என்பதை உறுதிசெய்கின்றன. காரணம் என்ன? ஏனென்றால் திட்டம் இயல்பில் கொண்டிருந்த "சமூக முன்னேற்றம் சார்ந்த இலக்குகளைத் தவிர வெளியில் சொல்லமுடியாத பிற இலக்குகளையும் கொண்டிருந்தது! அந்த மறைமுக ஆனால் உண்மையான நோக்கங்களை நிறைவேற்றிக் கொள்ளத்தான் இந்த திட்டமே கொண்டு வரப்பட்டிருந்தது! அதற்கு ஏற்றாற் போலவே அது வடிவமைக்கவும் பட்டிருந்தது.

இந்தப் பெரியதிட்டத்தை (அதாவது 'ஆபரேஷன் பிளட்டை) அமல்படுத்திடும் பொறுப்பு அமுல் நிறுவன நிர்வாக அதிகாரி களையும் அரசியல்வாதிகளின் ஆதரவையும் நம்பி இருந்தது. நாடெங்குமிருந்த விவசாயிகளுக்கு அதன் பலன்கள் போய் சேருவதற்குமுன்னரே இந்த இரண்டுவகை எஜமானர்களின் கஜானாக்களும் நிரம்பிட திட்டம் உதவியது. தேசிய அளவில் தன்னை வளர்த்துக்கொள்ளவும் நாட்டின் பால் சந்தையை கைப்பற்றி தன்னகப்படுத்தவும் திட்டம் அமுல் கம்பெனிக்கு உடனடியாக உதவியதால் அந்த நிறுவனம் திடீரென்று பூதாகர மானதொரு வளர்ச்சியைப்பெற்றது.

ஐரோப்பிய பொருளாதார சமூகம் இந்த "பால்வெள்ளம்" திட்டத்தோடு தன்னை இணைத்துக்கொள்ள வெளியில் தெரியாத ஒரு சொந்தக்காரணத்தைக் கொண்டிருந்தது. அமெரிக்க மற்றும் நியூசிலாந்தின் வர்த்தகத்தோடு ஒப்பிடும்போது இந்திய சந்தை ஈ.ஈ.சியின் முழுமையான ஆளுமைக்கும் கீழே எளிதில் அடங்கிப் போகும் பெரிய சந்தையாக இருந்தது. அதுமட்டுமல்ல இதே 'புரட்சியை' தெற்கின் பிற நாடுகளுக்கும் இந்திய மாதிரியை காட்டிக் கொண்டு செல்ல "பால்வெள்ளம்" ஐரோப்பிய பொருளாதார சமூகத்திற்கு ஒரு வாயிற்படியாக பயன்படும் சாத்தியக்கூறுகளை கொண்டிருந்தது. ஈ.ஈ.சியும் அமுல் நிறுவனமும் இந்தத் திட்டத்தின் மொத்த நலன்களையும் சுரண்டிக்கொள்ள திட்டமிட்டு அதை தக்கவாறு வடிவமைத்துக் கொண்டதற்கு சான்றுகள் உள்ளன. அவற்றின் நோக்கமெல்லாம் அமுல் நிறுவன சந்தைகளை விரிவாக்குவது மற்றும் ஈ.ஈ.சி.யின் இந்திய ஆக்கிரமிப்பு.

"மக்கள் தொகையின் அன்றாட பால் உட்கொள்ளும் அளவை அதிகப்படுத்துவது" என்கிற அவர்களின் முதல் நோக்கமே சந்தேகத்திற்குரியது ஆகும். திட்டத்தின் நோக்கங்கள் குறித்து திட்டம் தொடங்கப்பட்டபோது வெளியான அறிக்கையிலேயே இது குறிப்பிடப்பட்டிருந்தது. "இந்த கால்நடைத்துறையின் வளர்ச்சி சைவ உணவுப்பழக்கம் உடைய — பாலைத்தவிர வேறு உயிர்ப்புரதமே உட்கொள்ளாத மக்கள் தொகையின் 35 முதல் 40 சதவிகிதத்தினரின் அன்றாட பால் உட்கொள்ளும் அளவை, பால் மற்றும் பால் பொருள் உற்பத்தி மூலம் அதிகரிக்கும். இதே போன்ற நோக்க முழக்கங்கள் 'பால்வெள்ளம் 2'இன் 1977 திட்டத்தின் அரசு ஒப்புதலின் போதும் முன்வைக்கப்பட்டன.

அயர்லாந்தின் பால் நிபுணரான ரெமாண்ட் க்ரோட்டி லண்டன் டைம்ஸ் இதழில் இந்தியாவைச் சுட்டிக்காட்டி, நாடு பால் உட்கொள்தலிலும், உற்பத்தியிலும் செலுத்தும் அக் கறையை அதைவிட விலை மலிந்த பருப்பு மற்றும் தானிய வகை உற்பத்தியிலும் உட்கொள்தலிலும் காட்டுவது புத்திசாலித் தனமானதென்று எழுதினார். தேசிய பால் உற்பத்தி வளர்ச்சி குழுமம் இதற்கு வேடிக்கையானதொரு பதிலைக் கொடுத்தது.

இதுபோன்ற விவாதங்களை கிளப்புவது இப்போது தொடங்கி விட்டது. ஆனால் இவை பின்பற்ற முடியாத வறட்டு அறிவுரை கள். இந்தியாவின் 50 மில்லியன் மக்களில் 35 முல் 40 சதவிகித சைவ மக்களுக்கு பால் மற்றும் பால் பொருட்களைத்தவிர வேறு விலங்குப் புரதமே கிடையாது. அசைவர்கள் கூட தங்கள் அன்றாடத் தேவைகளுக்கு பெருமளவு பாலை நம்பியே உள்ளார் கள்.[18]

இத்தனை பெரிய அளவில் பால் உற்பத்தியில் அரசே ஈடுபடுவதற்கு சட்ட ரீதியிலான உதவி தேவைப்பட்டது. அதற்கான மேற்குறிப்பிட்டது போன்ற நம்பகத்தன்மைகளை ஏற்படுத்த வேண்டிய கட்டாயம் என்.டி.டி.பி.க்கு ஏற்பட்டது. வெறும் அமுல் நிறுவன வளர்ச்சிக்காகவும், ஈ.ஈ.சி.யின் ஆக்கிரமிப்புக்காகவுமே என்றால் அரசாங்கத்தில் திட்டத்தை அங்கீகரித்திருக்க முடியாது. பாராளுமன்ற அளவில் ஆதரவு கிடைக்கவேண்டியிருந்தது.

ஈ.ஈ.சி.யின் நிதி உதவி மூலம் அமுல் தன்னை இராட்சச அளவில் வளர்ச்சியுறவும் பாலை ஒரு குறிப்பிட்ட சமூக மக்களிட மிருந்து எடுத்து கட்டாய இடமாற்றம் செய்வதுமே நோக்கம்

என்று தெரிந்தால் அரசு அனுமதி மறுத்துவிடும். எனவே இந்தியாவின் ஒட்டுமொத்த 'வளர்ச்சிக்காக' எனும் நோக்கத்தை "பால் வெள்ளம்" தன்னகத்தே திணித்துக்கொண்டது. அரசின் பங்களிப்பே குறைவாகவும் இருந்தது. பால்வெள்ளம் 1 நிதி நிலை அறிக்கையின் அங்கமாக இருக்கவில்லை. ஆனால் பால் வெள் ளம் 2 அதுபோன்ற உயரிய 'கௌரவங்களை'ப் பெற்றது. இவை எல்லாம் 'வளர்ச்சிக்கு' பெரிய அளவில் உதவிடத்தான்!

விவசாயியை பால் உற்பத்தியை அதிகமடைய செய்யத் தூண்டும் முயற்சிகள் தோற்றன. (காரணம் பல இடங்களில் ஆராயப்பட்டுள்ளது) பெயரை காப்பாற்றிக்கொள்ள அதிகார வர்க்கம் டேங்கர் லாரிகள் மீது மூலதனம் செய்ய வேண்டிய தாயிற்று. மிகவும் உட்புற குக்கிராமங்களிலிருந்தும் (எங்கெல்லாம் பால் உற்பத்தி ஆனதோ அங்கிருந்தெல்லாம்) பாலை திரட்ட இந்த முயற்சி.

நகரங்களிலோ செலவு பிடிக்கும் பால் சுத்திகரிப்பு தொழில் நுட்பம் பாலின் விலையை செல்வந்தர்களைத் தவிர வேறு யாருமே வாங்கமுடியாத அளவிற்கு உயர்த்தியது. சாதாரண எல்லா மக்களுக்கும் "பால் வெள்ளம்" என்ற உத்திரவாதத்துடன் அரசால் அங்கீகரிக்கப்பட்ட ஒரு திட்டம் கிராம மக்களிடமிருந்து பாலை (பணத்திற்கு) கையகப்படுத்தியது. நகரத்தின் ஏழைகள் நினைத்தே பார்க்கமுடியாதபடி அதன் விலை இருந்தது. அது இப்படியாக இந்தியாவின் மேல்தட்டு மனிதர்களுக்கு மட்டுமே பால் வெள்ளத்தை உற்பத்தி செய்வதாக இருந்தது. உலகின் மிகவும் 'நம்பகத்தன்மை' வாய்ந்த பால் உற்பத்தி திட்டம் தனக்கே எதிராக திரும்பியிருந்தது இப்படித்தான்.

1983 வாக்கில் என்.டி.டி.பி. 1976ல் க்ரோட்டி லண்டன் டைம்ஸ் இதழில் என்ன குறிப்பிட்டிருந்தாரோ அதையே முன்மொழிந்தது தான் வேடிக்கை. 1983லேயே "பால் வெள்ளத்தின்" இரகசிய நோக்கங்கள் நிறைவேற்றப்பட்டுவிட்டிருந்தன. ஆனந்த் எனும் நகரிலிருந்து நாடெங்கும் பாலை எடுத்துச்செல்ல அமுலிடம் டெட்ராபாக் (பைகளில் பால் அடைக்கும்) கருவிகள் ஆயிரக் கணக்கில் இருந்தது மட்டுமல்ல. பால் பொருள் உற்பத்திக்கான சமையல் எரிவாயுவிற்காக பரோடா எண்ணெய் சுத்திகரிப்பு அரசு ஆலையிலிருந்து ஆன்ந்த் நகரின் அமுல் வளாகத்திற்கு இரண்டு கோடி ரூபாய் செலவில் ஒரு பிரத்யேக ஆழ்குழாய் திட்டமும் ஏற்கனவே நிறைவேறிவிட்டிருந்தது!

உண்மையிலேயே நிர்வாகம் மனம் திறந்து இப்போது மாற்றிப்பேசினால் ஆபத்து இல்லை என்கிற நிலை. எனவே 1985இல் இந்திய பால் உற்பத்தி கழகம் (IDC) "பால் எல்லோருக்குமான உணவு அல்ல. அது வசதிபடைத்தவர்களுக்கானது. வசதி அதிக மற்றவர்கள் பருப்பு வகைகளை உட்கொள்ள பழக வேண்டும்" என்று திட்டவட்டமாக அறிவித்தது. ஏழைகள் தங்கள் பணத்தை பருப்பு வகைகள் வாங்கி உட்கொள்ள செலவு செய்யவேண்டும்.[19]

இந்த நிலையில் அரசின் கொள்கையையும்கூட என்.டி.டி.பி. வகுத்த இந்த பாதையிலேயே செயல்பட்டதையும், உணவு உட்கொள்ளும் விஷயத்தில் "பால் வெள்ளம்" வகுத்த ஏழை செல்வந்தன் என்ற வேற்றுமையை நிலைநாட்டுவதற்காக அமைந்ததையும் பார்க்கிறோம். "பால் வெள்ளம் 2"இன் செயல் பாடுகளை ஆராய்ந்து அறிக்கை சமர்ப்பிக்க அமைக்கப்பட்ட எல்.கே. ஜாஹ கமிட்டி இந்த விஷயம் தொடர்பான என்.டி.டி.பி. யின் வாதங்களை முன்வைக்கவே உதவியது.[20] ஏற்கனவே வயிறு புடைக்க உணவருந்தி வந்த இந்திய செல்வந்தர் கூட்டத்திற்காக ஏன் இந்திய அரசு பொதுப்பணத்தை இப்படியாக வீணாக்க வேண்டுமென்று யாருமே கேள்வி எழுப்பவில்லை.

'பால் வெள்ளம்' திட்டம் கடைசியில் இந்திய சராசரி சத்து உட்கொள்ளும் அளவினை சிதைத்ததோடு வேலை வாய்ப்பின் மீதும் மிகப்பெரிய வீழ்ச்சியை ஏற்படுத்தியது. இந்தத் திட்டம் தொடக்கத்திற்குமுன் நாட்டின் உயிர் நீர்மமான பாலின் பெரும்பகுதி நெய்யாக மாற்றமடைய வைக்கப்பட்டுவந்தது. வெண்ணெய் எடுக்கப்பட்டபின் மீதமிருக்கும் மோர் — லாக்டிக் அமிலம் அதிகம் இதில் உண்டு — நீர் மோர் ஆக்கப்பட்டு கிராமமெங்கும் இலவசமாக விநியோகிக்கப்பட்டது. கிராமத்து பெண்களும் மலைசாதியினரும் மிகச் சாதாரணமாக தொழில் நுட்பமுனையில் இந்த நெய்யை தயாரித்தனர். கிராமமக்களின் தினசரி வாழ்விலேயே ஒரு அங்கமாக இந்த வெண்ணை யெடுப்பதும் நெய்யாக்குவதும் கலந்துபோயிருந்தது. அதற்கென்று பிரத்யேக நேர செலவு கிடையாது. நெய்யை கெடாமல் மிக நீண்ட நாட்கள் வைத்திருக்கமுடியும் — குறிப்பாக, மழைக் காலத்தில் உட்கொள்ள, பாதுகாப்பது எளிது. இது கிராமத்து சீதோஷண நிலைக்கு பொருந்திய உணவுப்பொருள்.

கிராம குடிசைத்தொழிலான இதை எங்கெல்லாம் முடியுமோ அங்கெல்லாம் பால் வெள்ளம் திட்டம் அழித்தொழித்தது. நெய்

தயாரிப்பை அதிக மூலதனம் கொண்ட இயந்திரப்பூர்வமான சந்தை உற்பத்தி பொருளாக மாற்றியதால் கிராமத்தின் ஏழை மக்களின் ஒரு பெரிய கூட்டத்தை எந்த வேலையும் அற்றவர்களாக அது ஆக்கியது. அவர்கள் வாங்கும் திறனுக்கு 'நெய்' கிடைக்காமல் போனது. இந்தியா மாதிரியான கூலித்தொழிலாளர்களை கோடிக்கணக்கில் கொண்ட ஒரு நாட்டில் வேலையின்மையை ஏற்படுத்தும், அதிகரிக்கும் ஒரு தொழில்நுட்பத்தை கொண்டு வருவது ஆபத்தானது எனும் எண்ணமே அரசுக்கு வரவில்லை.

பால்வெள்ளம் *(Operation Flood)* திட்டம் பால் உற்பத்தியை அதிகரிக்கத் தவறியது என்பதை ஜாஹ் கமிட்டி தான் கண்டறிந்த உண்மைபோல அடிக்கோடிட்டு சுட்டிக்காட்டியதும் அதை நிவர்த்தி செய்ய மேலும் 'பைத்தியக்காரத்தனமான' முறை களை திட்ட அதிகாரிகள் கொண்டுவர முன்வந்தார்கள். அமெரிக்காவிலும், ஐரோப்பாவிலும் இருந்து மரபணுமாற்ற முறையில் உருவாக்கப்பட்டிருந்த சீமை மாடுகளை இறக்குமதி செய்வது என்பதே அந்த 'புரட்சிகரமான' திட்டம். சக சந்தையில் பால் விலையை சரி கட்ட அந்த நாட்டின் அதிகாரிகள் தங்களது விவசாயிகளை பால் உற்பத்தியை குறைத்திட உத்தரவிட்டிருந் தார்கள். பெரிய எண்ணிக்கையில் மாடுகளை 'அழித்தால்' ஒழிய அதற்கு சாத்தியமில்லை என்கிற நிலை. இந்தப் பசுக்களை கொல்வதற்கு பதிலாக இந்தியாவிற்கு இறக்குமதி செய்தாலென்ன? 1984இல் தினசரிகள் இதுபோன்ற இருபதாயிரம் முதல் ஒரு லட்சம் பசுக்கள் இந்தியாவிற்கு கொண்டுவரப்படலாம் என ஊகங்களை எழுதி வெளியிட்டன.[21]

இதற்கான யோசனை இந்தியக் கால்நடை பராமரிப்புத்துறை *(Animal Husbandary Department of the Govt of India)* யிடமிருந்து வரவில்லை. உண்மையில் கால்நடை பராமரிப்புத்துறை இது போன்ற திடீர் இறக்குமதி ஆபத்தானதென்று ஒரு சுற்றறிக்கையை வேறு அனுப்பியது. யோசனை தெரிவித்தது ஸ்பெயின் நாட்டின் "வேலையில்லா பட்டதாரி" இளவரசி. இவர் காஞ்சிபுரச் சங்கராச்சாரியாரின் சிஷ்யை. பசுவதையைப் பெரிய அளவில் உலக அளவில் 'நிறுத்த' இப்படி ஒரு யோசனை. ஆனால் ஒரு சில பால்வள மேம்பாட்டு விஞ்ஞானிகள் இந்த இறக்குமதியை ஆதரித்தார்கள். வெளிநாட்டு உயர்ரகப் பசுக்களின் கலப்பால் இந்தியப் பசுக்களின் பால் உற்பத்தி அதிகரிக்கும் என்று அவர்கள் கணித்தார்கள். பசுக்கள் அல்ல காளைகளே அவ்வித புதிய மாற்றின பசுக்களை உற்பத்தி செய்யவல்லவை எனும் அடிப்படை

அறிவுகூட இந்த விஞ்ஞானிகளுக்கு இருக்கவில்லை.

ஐரோப்பிய பால்வளத்துறையைப் போலவே அச்சில் பெயர் வைத்துக்கொண்ட இந்திய தேசியப்பால்வளத்துறை *(The National Diary Development Board)* இந்திய விவசாயிகள் மத்தியில் இந்தக் கால்நடைகளை ஒரு விலைக்கு 'தள்ளிவிடும்' பொறுப்பை ஏற்றது. சமீபகாலமாக இப்படிதான் மண்ணின் பசுக்களுக்கு குந்தகம் வரும் வகையில் ஆதரவாக ஆலோசனை வழங்கியது தவறு என்றும் அது திருத்திக்கொள்ளப்பட்டிருக்க வேண்டும் என்றும் என்.டி.டி.பி. கூறி வருகிறது. அயல்வகை பசுக்கள் குறித்த ஆராய்ச்சிகளுக்கு முன்னதாகவே அவர்களிடம் அவைகளின் திறன் குறித்த சாட்சியங்கள் இருந்திருக்க வேண்டும்.

தவிர அப்படிப்பட்ட சாட்சிகளின் நிரூபணமாக நேரடி சம்பவம் ஒன்று நிகழ்ந்தது. *Economic and Political Weekly* (பொருளாதார மற்றும் அரசியல் குறித்த வார இதழ்)யில் 1980இல் பி.எஸ். பாவிஸ்கர் அமுல் கூட்டுறவு பால் உற்பத்தியோடு இணைந்திருந்த 200 உறுப்பினர்களுக்கு — தனக்கு கனடாவிலிருந்து பரிசாக வழங்கப்பட்ட ஹோலிஸியின் — ப்ரீசியன் வகை பசுக்களை அமுல் அதீத விலைக்கு விற்றதை குறிப்பிட்டு கீழ்க்கண்டவாறு எழுதினார்.

"பொருளாதார ரீதியில் அந்தப் பசுக்களை பராமரிப்பது மிகவும் விலை உயர்ந்ததாக இருந்ததால் உறுப்பினர்கள் போர்க்கொடி உயர்த்தினார்கள். வழக்கம்போல அதிகாரிகள் கண்டுகொள்ளாமல் இருக்கவே, பால்வளத்துறையின் செயலர் திரு. குரியன் அவர்களது ஒரே மகளின் திருமண வரவேற்பின் போது தங்கள் 'சீர்' என்று மண்டப வாயிலில் கொண்டு வந்து அந்த சீமைப்பசுக்களை கட்டிவிடப் போவதாக அவர்கள் மிரட்டினார்கள். இதைக் கண்டு மிரண்டு போன அதிகாரிகள் வழிக்கு வந்து நட்டஈடு வழங்க சம்மதித்தார்கள்.[22]

இப்படி இந்தியாவிற்கு இறக்குமதி செய்யப்பட்ட விலங்குகள் ஐரோப்பாவின் மிகச்சிறந்த வகையானவையாக இருக்கவில்லை. ஏனென்றால் மேற்கத்திய நாடுகள் தங்களது சொந்த நாடுகளில் தடை செய்யப்பட்ட மிகுந்த ஆபத்தை ஏற்படுத்தக்கூடிய மருந்து வகைகள், பூச்சிக்கொல்லிகள், பால்பவுடர் வகைகள் என்று பலவற்றை நமக்கு விற்றுப் பிழைத்து வருகின்றன. எனவே இந்த அதீத பால்தரும் பசுக்களின் விஷயத்திலும் நமக்கு இரண்டாம்

தரமான கைவிடப்பட்டு பலிக்கு அனுப்பப்பட்டுவிட்ட பலமற்ற வகையை சார்ந்தவையே வந்துசேரும் என்று எதிர்பார்ப்பதில் ஆச்சரியம் ஒன்றும் இல்லை.

இந்த வகை சீமைப்பசுக்கள் சிறப்பு உணவுகளை உட்கொள்வதால் அவற்றை பராமரிப்பது அதற்கே உரிய பின் விளைவுகளைக் கொண்டிருந்தது. உதாரணமாக அமுல் நிறுவன பாலின் பெரும்பங்கை வழங்கிய கெய்ரா மாவட்டத்தில் பால் உற்பத்திக்காக நாட்டினது பருத்திக்கொட்டை தீவனத்தின் கணிசமான பங்கு அனுப்பப்பட வேண்டியிருந்தது. இப்படி மாட்டுத்தீவனத்தை ஓரிடத்திலிருந்து முற்றிலுமாக மற்றோர் இடத்திற்கு அனுப்பிவிடுவது அந்த இடத்தின் உள்ளூர்ப் பசுக்களின் இயல்பான வீரியத்தையும் பால் வழங்கு திறத்தையும் பாதித்தது.

இவ்வளவும் ஏற்கனவே தெரிந்திருந்தும் என்.டி.டி.பி. ஐரோப்பிய பால் பசுக்களை இறக்குமதி செய்வதிலிருந்து பின் வாங்கவில்லை. முடிவு செய்யப்பட்டு, மர்மமான முறையில் முதல் விமானத்தில் ஏற்றப்பட்டிருந்த எல்லாப் பசுக்களுமே, விமானம் தரையிறங்கியபோது அதில் இறந்து கிடந்தன! வெளிவராத துன்பியல் சம்பவம். அதன் பிறகும் எத்தனை விமானங்களில் எத்தனை கறவைப் பசுக்கள் வந்தன என்பது யாருக்கும் தெரியாது. என்.டி.டி.பி. அது குறித்து பேசுவதையாவது நிறுத்திக்கொண்டது.

இதுபோன்ற இறக்குமதிகளின் காரணமாக ஏற்கனவே நம்மிடம் இருந்து வந்திருக்கும் உயர் ரக பசுக்களின் மரபணுக்கள் — தூய்மை இழந்து நோய்க்கு ஆட்படுகின்றன என்பது பரிசீலிக்கப்படுவதே இல்லை. இத்தனைக்குப் பிறகும் வெளிநாட்டிலிருந்து தருவிக்கப்பட்ட சீமைப்பசுக்கள் உள்ளூர் இரகங்களைவிட சிறந்தவை என்று விளம்பரப்படுத்தப்பட்டது இன்னும் கொடுமையானது.

பிரேசில் மற்றும் நியூசிலாந்து நாடுகளில் இங்கிருந்து ஏற்றுமதி செய்யப்பட்ட இந்திய தூய இரகங்களான ஷஹிவால், கிர் மற்றும் ஓங்கோல் வகை பசுக்கள் நல்ல உற்பத்தி திறனை நிரூபித்திருக்கின்றன. நமது இரகங்கள் குறித்த நமது தாழ்வு மனப்பான்மை அவைகளை இலவசமாக ஏற்றுமதி செய்யவும் அவைகளைவிட மிகவும் தரம் தாழ்ந்த, பால் உற்பத்தியே கேள்விக்குறியாகிவிட்ட இரகங்களையெல்லாம் அதிக விலைக்கு இறக்குமதி செய்யவும் வைக்கிறது. உற்பத்தி என்பது சுற்றுச்சூழலோடு சம்பந்தப்பட்டதல்ல என்கிற ஒருவகை மூடநம்பிக்கை நிலவுகிறது. பொருட்களின்

உற்பத்திக்கு வேண்டுமானால் இது பொருந்தலாம். ஆனால் உயிரினம் சார்ந்த உற்பத்தி அப்படி அல்ல. உயிரினங்களால் தங்களது சூழலை தவிர்த்து தன்னிச்சையாக இயங்க முடியாது.

நமது நாட்டின் பால் பற்றாக்குறையை நமது உள்நாட்டுப் பசுக்களின் மரபணு முன்னேற்றமே முழுதும் போக்கிவிடும் என்று சொல்லவரவில்லை. நல்ல மாட்டுத் தீவனங்களின் உற்பத்தி இல்லாவிட்டால் பால் உற்பத்தியில் முன்னேற்றம் சாத்தியமே இல்லை. மாட்டுத்தீவனம் செழிப்பானதாக கிடைக் காதபோது கலப்பினங்கள் உதவ வாய்ப்பு உண்டு. ஆனால் அவ்விதம் உருவாக்கப்பட்டவை நமது தட்பவெப்ப நிலையைத் தாக்குபிடித்து நோய் எதிர்ப்பு சக்தியோடு வறட்சியை தாக்குப் பிடிப்பவையாகவும் இருக்க வேண்டும். இந்த விஷயத்தில் இந்திய பசுக்களே இந்திய மண்ணுக்கு உகந்தவை.

வளர்ச்சி குறித்த மாதிரிகளைத் தேடி பிற நாட்டுத் திட்டங்களை இந்திய அரசு அப்பட்டமாக காப்பி அடித்தது. திட்ட அதிகாரி களும் பால்வெள்ளம் போன்ற ஒரு பல்லாயிரம் கோடி ரூபாய் திட்டத்தின் பலன்களை விவாதிக்க மறுக்கின்றனர். உள்ளூர் மக்களை முற்றிலும் சுரண்டி மேற்கத்திய மாதிரியாக்க, அரசியல் வாதிகளுக்கும் அதிகாரிகளுக்கும் இது போன்ற திட்டங்கள் தேவைப்படுகின்றன.

'பால்வெள்ளம்' திட்டம் அவர்களுக்கு "ஆனந்த் மாதிரி" என்று மற்ற இடங்களில் புகுத்த முடிந்த அளவுக்கு "வெளிக்காட்டிக் கொள்ள" முடிந்த ஒன்றை வழங்கியது. இந்தப் புதிய முறை குறித்து அழகான ஒரு நூலை எழுதிய சாந்தி ஜார்ஜ், ஆனந்த்தைவிட மாதிரி அதிகமில்லை என கேலி செய்கிறார். தனது பல்வேறு அம்சங்களால் மற்ற நாடுகளை பார்த்து காப்பியடிக்கப்பட்ட இந்தத் திட்டம் தான் தொடங்கப்பட்டதன் நோக்கத்திற்கு முற்றிலும் எதிரானது என்பதே "கொய்ரா மாவட்டத்தின் அரை நூற்றாண்டு கால" வரலாறு, திருமதி. ஜார்ஜ் எழுதுகிறார்: "ஆனந்த் மார்கில் நிச்சயம் வளர்ச்சி என்ற பெரிய அளவிலான உறுதி மொழிகளோடு பிரதியாக்கம் செய்யப்பட்ட ஒரு பால்வள திட்டத்தின் எல்லா அத்தியாயங்களையும் மொத்தமாக பார்க்கிற போதுதான் அது ஏற்படுத்திய தீய விளைவுகளை புரிந்து கொள்ள முடிகிறது. ஆனால் அவ்விதமானதொரு திட்டத்தை ஒரு வல்லுநர் ஆதரித்து மார் தட்டுவதுதான் தவறான கோணல் பார்வையின் வேடிக்கையான அத்தியாயம். ஏதோ இந்திய

நகர்ப்புறத்தின் வருங்காலத்திய முழு பால் விநியோகமுமே அதை சார்ந்ததாக வல்லுநர் கருதுகிறார். உண்மையில் மும்பையின் ஒரு பகுதி பால் மட்டுமே ஆனந்த் மார்கால் (அதிகாரப்பூர்வ புள்ளி விவரங்களின்படி) முடிகிறது. ஏதோ வெளிநாட்டிலிருந்து தருவிக்கப்பட்ட தொழில்நுட்பத்தோடு கவர் பால் உற்பத்தியை தொடர்புபடுத்தும் அதே சமயம் மார்கிலோ உள்ளூர் முறைப்படியே பால் கறக்கப்படுகிறது. சாதி சமயங்களை களையும் திட்டம் என்று வல்லுநர் உரைவீச்சு நிகழ்த்துவார். அதுவோ முழுக்க முழுக்க சாதி ரீதியானது. உணவற்ற வறியவர்களுக்கு உணவு என்பார். ஆனந்த் மார்கில் பால் போவதோ பணமிருக்கும் இடத்திற்குத்தான். உற்பத்தியாளனுக்கு இலாபம் என்பார். ஆனால் ஆனந்த் மார்க்கே திணறுகிறது என்பதே முழு உண்மை.[23]

தனது ஆய்வின் மூலம் திருமதி. ஜார்ஜ் இந்திய பால் வளத் துறையை நவீனமயமாக்க — வளர்ச்சி — எடுத்த முயற்சி எப்படி சுற்றுச்சூழலை, சத்துணவு உட்கொள்ளும் அளவை, கிராமப் பொருளாதாரத்தை சிதைத்தது என்பதோடு உள்ளூர் ரகப் பசுக்களை எப்படி இல்லாமல் அழித்தது என்பதையும் நிறுவுகிறார். இந்த மேற்கத்திய மாதிரியானது இங்கே எந்த அடிப்படையுமின்றி எப்படி பொறுத்தமற்ற தன்மையோடு புகுத்தப்பட்டது என்பதை சுட்டிக்காட்டும் அவர் நாட்டின் நலன்களைப் பாதுகாக்க 'பால்வெள்ளம்' திட்டம் தோற்றதே நல்லது என்று முடிவாக அறிவிக்கிறார். தெற்கே இத்திட்டத்தை விரிவுபடுத்துவது என்பது மிகுந்த கேட்டை விளைவிக்கும் என்றும் திருமதி. ஜார்ஜ் எச்சரிக்கிறார்.

நீலப்புரட்சி:

சந்தேகத்திற்கு இடமின்றி எதிர்மறைவான பல உண்மைகள் வெளிவந்த பின்னாலும் வளர்ச்சியின் பெயரில் 'புரட்சிகள்' எந்தவித தயக்கமும் இன்றி மற்றத்துறைகளிலும் முன்னெடுக்கப் பட்டு தொடர்ந்தன. வெண்மையும் பச்சையும் (பசுமை) போய் நீலப்புரட்சி மீன் வளத்துறையில் புகுத்தப்பட்டு இந்திய கடற் பகுதியின் மீன் புரதமே குறைந்து போக வழி செய்தது.

உள்ளூர் மக்களின் புரதத்தட்டுப்பாட்டை — பற்றாக்குறையை போக்க — இயந்திரப்படகுகள் மற்றும் வலைகள் என்று புதிய தொழில்நுட்பம் மீன்பிடிக்க புகுத்தப்பட்டது. இவ்விதம் அந்த எண்ணிக்கையும் கொத்து கொத்தாக பிடிக்கப்பட்டதுமான

கொழுத்த மீன்கள், மீன்புரத தட்டுப்பாடுகள் கொண்ட ஐரோப்பாவிற்கும், ஜப்பானிற்கும் ஏற்றுமதி செய்யப்பட்டன. மற்ற துறைகளில் நிகழ்ந்ததைப்போலவே மீன்வளத்துறையிலும் புதிய தொழில்நுட்பத்தின் விளைவால் சுற்றுச்சூழல் சீர் கேடுகள் ஏற்பட்டன. உள்ளூர் மீனவர்களின் புராதன மீன்பிடி முறைகளை பொறுக்கமுடியாத அளவிற்கு இந்தமுறை கெடுத்தது. அவர்களது மாடங்களில் கைவைத்து மேற்கைத்திட்டம் திருப்திப்படுத்தியது. தென்கிழக்கு ஆசியாவின் பெரும்பாலானப் பகுதிகளில் இது மிகப்பெரிய கலவரங்களை ஏற்படுத்தியது.[24] தீய பின்விளைவுகளை இந்திய கடற்பகுதிகளில் ஏற்படுத்தியது என்பதை பலரும் விரிவாக விளக்கியுள்ளனர். ஜோஹன் கால்டங் என்பவர் நார்வே மீன்வளத்துறை திட்டம் (NDRAD) கேரளத்தில் முயற்சிசெய்து பார்க்கப்பட்டபோது அங்கே உள்ளூர் மீனவர்களும் அவர்களது குடும்பங்களும் ஓடஓட விரட்டப்பட்டார்கள் என்பதை விரிவாக விளக்கியுள்ளார்.[25]

இயற்கை சுற்றுப்புறத்தை ஆக்கிரமித்தல்:

1960கள் பசுமைப்புரட்சியையும் 1970கள் வெண்மைப் புரட்சியையும் கண்டன என்றால், 1980களோ மேற்கத்திய சுற்றுச்சூழலிய ஆக்கிரமிப்பை கண்டன. தெற்கின் சுற்றுப்புறச்சூழல் திடீரென்று முதலாளிய நாடுகளின் கவனத்தை கவர்ந்தது. மேற்கத்திய கல்வியாளர்களும் விஞ்ஞான பொருளாதார "அறிஞர்களும்" இந்தியாவின் (தெற்கின்) மிக மோசமாக கவலையுறவைக்கும் சுற்றுச்சூழல் பிரச்சனைக்கு "தீர்வு"கான திடீரென்று முயற்சி செய்யத் தொடங்கினார்கள்.

அயல்நாட்டு அமைப்புகளைக்கொண்ட ஒரு கூட்டுக்குழுமம் இந்திய சுற்றுச்சூழலுக்கு எது முக்கியமென்று தனக்குத்தான் தெரியும் என்கிற ரீதியில் இப்போதும் செயல்பட்டு வருவது உண்மையிலேயே நடுங்கவைக்கிறது. நான் குறிப்பிடுவது நிதி விஷயங்களை தனது கட்டுக்குள் வைத்திருக்கும் உலக வங்கி, ஐ.எம்.எஸ்., எஸ்.ஐ.டி.ஏ., போர்டு பவுண்டேஷன், உலக வளங்கள் மேம்பாட்டு கல்வியகம் போன்றவை. நிதி ஆதாரங்களை பெரிய அளவில் கொண்டுள்ள அவை, தங்களால் சுற்றுச்சூழல் பாதுகாப்பு விஷயங்களில் நிபுணத்துவக் கருத்துக்களை திரட்ட முடியுமென்றும் அதன் அடிப்படையும் எத்தகைய திட்டங்களையும் இங்கு அமுல்படுத்தி செயல்படுத்த தடையில்லை என்றும் நம்புகின்றன. இதுபோன்ற அமைப்புகளில் இந்தியர்களே இல்லை.

நான் ஏற்கனவே குறிப்பிட்டதைப் போலவே வடக்கு மற்றும் தெற்கு நாடுகளுக்கு இடையிலான சுற்றுச்சூழல் சார்பு தொழிற்புரட்சி காலத்தில் சுற்றுபுற இயலின் மொழியில் சொல்லப்போனால் மேற்கின் தொழில்மயமாதலானது அது அரசியல் ரீதியில் ஆக்கிரமித்த மற்ற சமூகங்களின் சுற்றுச்சூழலிய கொள்ளையினால்தான் வெற்றி பெற்றது. இப்போதும்கூட தெற்கின் செழிப்பான விவசாய நிலங்கள் பல சொந்த நாட்டு மக்களுக்கு எந்த பயனையும் தராமல் நேரடியாக தொழிற்துறை நாடுகளுக்கு தாரைவார்க்கப்பட்டு பேரழிவை சந்தித்து வருகின்றன.

இருந்தும் இருநூறு ஆண்டுகளாகத் தொடரும் இந்த சுரண்டல் இன்றைய சுற்றுப்புறச்சூழலிய சுரண்டலாக மாறி புதிய பரிமாணங்களை எடுத்து அரசு கொள்கையாக தேறிக்கொண்டிருக்கிறது. மிக சமீபத்தில் அவ்விதமாக அமல்படுத்தப்பட்ட ஒரு திட்டம், இதை மிகச்சரியாக தோலுரித்துக்காட்டுகிறது:

சமுதாயக் காடுகள்:

உண்மையில் மற்ற புரட்சிகளைப்போலவே வழக்கம்போல் காகிதங்களில் நாம் வாசிக்கின்றோம்—அடுத்த புரட்சியை! சுற்றுப்புறவியலாளர்கள், எரிசக்தி வல்லுநர்கள், திட்ட அதிகாரிகள் போன்றவர்களுக்கு சமுதாயக்காடுகள் திட்டம் இந்திய கிராமப்புற மக்களின் விறகுத் தட்டுப்பாட்டை தீர்க்க வந்த மாபெரும் "வளர்ச்சித் திட்டம்". இயற்கைக்காடுகளை அழிவிலிருந்து மீட்கும் திட்டம்! சமுதாயக்காடுகள் திட்டம் பாதுகாப்பான மாற்று வழியில் அமைந்த கிராமப்புற மேம்பாட்டுத் திட்டமாகவும் இப்போது விளம்பரப்படுத்தப்படுகிறது.

இந்தியாவில் இந்த சமுதாயக்காடுகள் திட்டத்தை அமுலாக்க மத்திய மாநில அரசுகள், இந்திய மற்றும் சர்வதேச நிதி நிறுவனங்கள் (உலக வங்கி மற்றும் எஸ்.ஐ.டி.ஏ. உட்பட) ஏராளமான அமைப்புகள் நிதி உதவி செய்ய விரைகின்றன. கிராமப்புறங்களில் மரங்களை வளர்க்கவென்று மத்திய அரசு மட்டுமே நூறுகோடி ரூபாயை (1980 — 85) ஐந்தாண்டு திட்டத்தில் ஒதுக்கியது. உண்மைகளை வெளிச்சத்திற்கு கொண்டுவந்து இரண்டு முக்கிய ஆய்வுகள் இந்த சமுதாயக்காடுகள் திட்டத்தை தோலுரித்து எவ்வித சந்தேகமும் இன்றி அது எவ்வளவு பெரிய ஏமாற்று என்பதை நிரூபிக்கின்றன.

முதலாவது ஆய்வு இந்திய மேலாண்மைப் பயிலகத்தின் ஜெயந்த் பத்தோபாத்யாயாவும் மற்றவர்களும் (பெங்களூர்) இணைந்து வெளியிட்ட "கோலார் சமுதாயக்காடுகளால் ஏற்பட்ட சமூக, சுற்றுப்புற மற்றும் பொருளாதாரத் தாக்கம்" எனும் ஆய்வு. மற்றது "தெற்கு மைசூரில் வேகமாக அழிந்துவரும் சுற்றுப்புற — பொருளாதார நிலை" எனும் தலைப்பில், பி.வி.கிருஷ்ணமூர்த்தி வெளியிட்ட ஆய்வறிக்கை.

இரண்டு ஆய்வுகளுமே மரங்கள் தொடர்பானவை. முதலாவது தென் இந்திய மாநிலமான கர்நாடகத்தில் உலக வங்கியின் நிதி உதவியோடு கொண்டு வரப்பட்ட சமுதாயக்காடுகள் திட்டம் குறித்தது. மற்றது நவீனப் பணப்பயிர் அறிமுகத்தின் மூலம் நிர்மூலமாக்கப்பட்ட மைசூர் மாகாண (அதே மாநிலம்) விவசாயப் பொருளாதாரத்தை இருபதாண்டு காலத்திற்கு முந்தைய — இந்திய பாரம்பரிய காடுவளர்ப்பு முறைகளை முன்வைத்து — மறுகட்டுமானம் செய்யும் முயற்சி பற்றியது. இவ்விரண்டு சூழலியலாளர்களும் எதை நிரூபிக்கிறார்களோ அதைக் குறித்து ஆராய்ந்த சென்னை வளர்ச்சி ஆய்வு மையம் அறிக்கைகள் வெளியிட்டுள்ளது. உத்திரப்பிரதேசம், அரியானா, குஜராத், இராஜஸ்தான் மற்றும் பஞ்சாபிலும் சமுதாயக்காடுகள் திட்டம் எதிர்பார்த்த பலனைத் தரவில்லை என்பதாக பல்வேறு ஆய்வறிக்கைகள் வந்த வண்ணம் உள்ளன.

பசுமைப்புரட்சியைப் போலவே சமுதாயக்காடுகள் திட்டமும் செயல்படுத்தப்பட்ட இடங்களிலெல்லாம் ஆபத்தான கொடிய விளைவுகளை சுற்றுச்சூழலின் மீதும் வேலைவாய்ப்பு, உணவு முறையின் மீதும் ஏற்படுத்தி வருகிறது. பசுமைப்புரட்சி எப்படி உபரி உணவுத்தானியங்களை குவியல் குவியலாக உற்பத்தி செய்து, உணவற்றவர்களால் வாங்கமுடியாத விலையோடு பட்டினிக்கு வழிசெய்ததோ அதேபோல, சமுதாயக்காடுகள் திட்டம் ஆயிரக்கணக்கான எக்டேர் நிலங்களில் ஆர்வத்தோடு மரங்கள் நட்டு வளர்க்கப்பட்டும் விறகு தட்டுப்பாட்டை கொண்டு வந்துள்ளது. அமுல்படுத்தப்பட்ட முறையில் அது இந்தியாவின் பாரம்பரிய பாதுகாப்பு மிக்க விவசாய முறையின் சூழலிய தொடர்ச்சியையும் நாசமாக்கிவிட்டது.

விறகுத்தட்டுப்பாடு வருவதற்கு பல காரணங்கள் உண்டு. கிராமமக்கள் காடுகளின் சுற்றுச்சூழல் மீது தங்களது கட்டுப் பாட்டை இழந்ததே பிரதான காரணமாகும். மேய்ச்சலுக்கும்

விறகுக்கும் காடுகளை சார்ந்திருந்த அந்த கிராம மக்களிட மிருந்து காடுகள் பிடுங்கப்பட்டன. பிரித்தானிய ஆட்சியின் போது இக்காடுகள் "அரசு இடம் அன்னியர் நுழையக்கூடாது" என்று அறிவிக்கப்பட்டன. இந்திய மாநில அரசுகளும் பிறகு ஆக்கிரமிப்பை தொடர்ந்தன. இப்படி கையகப்படுத்தப்படாத மரத்தோப்புகளை முழு கிராம மக்கள் தொகையும் சார்ந்திருக்க வேண்டிய நெருக்கடி இதனால் ஏற்பட்டது. கால்நடைகளுக்கான மேய்ச்சல் நிலங்களோ முற்றிலும் சுருங்கிப்போயின. காடுகளை பாதுகாக்கக்கோரி அரசின் அதிகாரிகள் அனுப்பும் பிரசங்கம் விழிப்புணர்வுப் பிரசுரங்கள் ஒருபுறமிக்க, இருக்கின்ற காடு களையும் தொழிற்துறை தேவைகளுக்கு தேக்கு மர வியாபாரிகளும் அரசுத்துறையும் கூட்டுசேர்ந்து "அறிவியில் முறையிலான காடுகள் பராமரிப்பு" என்கிற பெயரில் மொத்தமாக 'சட்டப்படி' தாரை வார்த்து விட்டதே நடந்துள்ளது.

மரங்களின் அழிவுக்கு, பி.வி. கிருஷ்ணமூர்த்தி குறிப்பிடுவது போல, மற்றொரு மிகப்பிரதான காரணம் பல்வகைப்பட்டதாக இருந்த விவசாய கொள்முதல் முறையை ஒருவகைப் பயிருக்கானதாக மாற்றி மண்ணின் வேதிப்பண்பை குலைத்து விவசாயத்திற்கும் மரம் வளர்ப்பிற்கும் இடையிலான தொடர்பை துண்டித்தது ஆகும். வயற்புறங்களிலும் காடுகளிலும் இருந்த மரங்கள் ஒரு காலத்தில் கால்நடைகளுக்கு தீவனங்களை வழங்கின. வீடுகளுக்கு விட்டங்களையும் கூரைக்கு தழைகளையும் கூட அவை வழங்கின. கால்நடைகளின் கழிவு வயற்புறங்களிலும் காடுகளிலும் உரமாக இடப்பட்டன. இன்றோ அவை எரிவாயுவிற்கு என்று எடுத்துக்கொள்ளப்படுகின்றன. மரம் உணவு வகையான புளியை (உணவுப் பராமரிப்பிற்கும் உதவும்) சமயலுக்கும் வேப்பமர எண்ணெய் மருத்துவத்திற்கும் விளக்கிற்கும் பயன்படுத்தப்பட்டு வந்தன. இப்போது சில கிராமங்களில்தான் பயன்படுத்தப்படுகின்றன.

பசுமைப்புரட்சி அறிமுகமாவதற்கு முன்னாலெல்லாம் கிராமப்புறத்தில் விவசாயிகள் மரங்களை நடு வயலில் வைத்தது இல்லை. அவைகளை வரப்புகளில் வைத்து வளர்த்தார்கள். இதேமுறைதான் சீனாவிலும் பின்பற்றப்படுகிறது. அல்லது திறந்தவெளி நீர்நிலைகளான குளங்கள், ஏரிகள் வாய்க்கால்கள் போன்றவற்றின் கரைகளில் மரங்கள் வளர்க்கப்பட்டன. இந்த மரங்கள் நிழல் கொடுத்ததோடு, வரப்புகளை பாதுகாத்து, இலை உதிர்வு உரங்கள் வழங்கி, மண் அரிப்பை தடுத்து நல்ல ஈரப்பதம் உள்ள மண் அமைப்பை வழங்கின. ஆண்டுகள் பல

ஆன மரங்கள் விவசாயப் பயன்பாட்டிற்கும், மாட்டுவண்டிகள் செய்யவும் வெட்டப்பட்டன.

மிகச்சில இடங்கள் தவிர மற்ற இடங்களில் இந்தமுறை முற்றிலும் நின்றுவிட்டது. பந்தோபாத்யாயா மேற்கண்ட தனது ஆய்வில் குறிப்பிடுவதுபோல கிராமப்புறத்தின் 20 சதவிகித மனித வேலை சக்தி விறகு தேடுவதில் வீணடிக்கப்படுகிறது. நாட்டின் சில பகுதிகளில் ஒரு வாரத்திற்கு ஒரு குடும்பத்திற்கு இரண்டு கூலிநாள் வேலையே இதில் வீணாக்கப்படுகிறது. தீவன மரங்களும் மேய்ச்சல் நிலங்களும் மறைந்து போய்விட்டதால் கால்நடைகள் (வறட்சியை தாக்குப்பிடித்தல் மற்றும் பால் அபிவிருத்தி போன்றவற்றில்) மிகவும் பலவீனமடைந்து விட்டன. இதனால் உழவு பாதிப்படைந்து பயிரிடுதலிலும் தாமதம் ஏற்பட்டுவிடுகிறது.

மண்ணின் வேதிப்பண்புகளை காப்பாற்ற பசுந்தாள் உரங்களை அளித்துவந்த மரங்கள் விவசாயிகளிடமிருந்து பிடுங்கப்பட்டதால் மண் விவசாயத்தன்மையை பெருமளவு இழந்துவிட்டது. இந்த இயற்கை உரம் மறுக்கப்பட்ட பயிர்களை நோய்களும் பூச்சிகளும் எளிதில் தாக்குகின்றன. இதனால் பூச்சிக்கொல்லிகள் தயாரிக்கும் சர்வதேச நிறுவனங்கள் உள்ளே நுழைந்துவிட்டன. மண் அரிப்பு ஒரு முக்கியமான விளைவாகவும் ஆகிவிட்டது. இதனாலும் சாகுபடி குறைந்துவிட்டது. "ஒரே காலாலேயே வேகமாக ஓடமுயற்சி செய்வதென்று" ஒருவர் கேலி செய்ததுபோல விவசாயிகள் மிக அதீத அளவிலான வேதிப்பொருட்களை கொட்டித்தீர்க்க வேண்டிய நிலைக்குத் தள்ளப்பட்டுவிட்டார்கள். நமது புராதன விவசாயமுறை எதையுமே அறிந்திடாத நம் பசுமைபுரட்சி விஞ் ஞானிகளுக்கு, இந்த மண்ணை மீட்டுத்தருகின்ற வழி எதுவுமே தெரியவில்லை.

ஏதோ இந்த எல்லா பிரச்சனைகளையும் ஒரே ஒரு வழியின் மூலம் தீர்த்துவிடப்போவதாகத்தான் "சமுதாயக்காடுகள் திட்டம்" அறிமுகப்படுத்தப்பட்டது. இதில் உள்ள 'சமுதாய' எனும் சொல் ஒரு மொழி விளையாட்டுதான். மற்றபடி கிராமச் சமுதாயம் தான் ஒரு காலத்தில் இலவசமாக எடுத்துக்கொண்ட சுள்ளி விறகுகளுக்கு விலை கொடுத்துக் கொண்டிருக்கிறது. கிராமத்து மக்களின் ஒத்துழைப்பு இல்லை என்றால் மரக் கன்றுகள் இரவோடு இரவாக காணாமல் போய் விடுவதும் ஆடு மாடுகள் 'கயிறறுந்து' வந்து மேய்ந்துவிடுவதும் நடக்கிறது. கூலிக்கு மரக்கன்று நட

குழிவெட்டும் ஆட்கள் 'சமுதாய' பங்கு ஆகிவிடாது. ஏழைகளைப் பொறுத்தவரை அவர்களுக்கு நன்றாகத் தெரியும். இறுதியில் ஒரு சுள்ளிக்குச்சிக்கூட அவர்களுக்குக் கிடைக்கப்போவதில்லை.

இந்த "சமுதாயக் காடுகள்" புரட்சிக்குப் பின்னால் இருக்கும் முக்கியமானதொரு அம்சம் உண்டு. வளர்க்கத் தேர்ந்தெடுக்கப்பட்ட யூக்கலிப்டஸ் மரமும் ஜம்புரி மரமும் விவசாயத்திற்கோ, உரத்திற்கோ, நிழலுக்கோ எதற்குமே பயன்படாது என்று காடுகள் குறித்த நிபுணர்களுக்கே நன்றாகத் தெரியும் இந்த மரங்கள் காற்றின் ஈரப்பசையின் மீதும் மண்ணின் நீர் இருப்பின் மீதும் எவ்வகை தாக்கத்தை ஏற்படுத்தும் என்று. யூக்கலிப்டஸ் தொழிற்துறையின் பிரதான விருந்தாளி என்பதே இந்த விஷயத்தின் மையக்கரு. இருக்கும் கொஞ்ச நஞ்ச நிலத்தையும் உணவிலிருந்து தொழிற் துறைக்கான மரமாக மாற்றுவதே உண்மையான நோக்கம். இது உண்மையிலேயே அறிவுஜீவித்தனமான யோசனையாகும். கர்நாடக மாநிலத்தின் மாபெரும் சமுதாயக்காடுகள் திட்டத்தின் மூலம் வளர்ந்த யூக்கலிப்டஸ் காகித மற்றும் ஜவுளி தொழிற்சாலைகளுக்கு அனுப்பப்படுகிறது. தனது நாட்டில் சுற்றுச்சூழலை முரட்டுச் சட்டங்களால் பாதுகாத்து வருவதில் பெயர் பெற்ற ஸ்வீடன் நாடு எஸ்.ஐ.டி.ஏ.வின் வழியாக தமிழ்நாட்டில் இந்த "சமுதாயக் காடுகள்" புரட்சிக்கு ஏராளமாக 'உதவிக்கரம்' நீட்டியுள்ளது. இது விம்கோ எனும் சுவீடனிய சர்வதேச நிறுவனத்திற்கு விரைவில் தொழில் ரீதியில் அடிப்படை கச்சாப் பொருட்களை வாரி வழங்கப்போகிறது.

சமுதாயக்காடுகள் 'புரட்சி'யில் நம்மை மிகுந்த அதிர்ச்சிக்கு உள்ளாக்கும் 'கேடு' என்னவென்றால், தரிசு நிலங்களிலும், சாலையோரங்களிலும், கால்வாய்க்கரைகளிலும் கிராமப் புறம் போக்கு இடங்களிலும் மட்டுமே இந்தத் திட்டத்தின் மரங்கள் நடப்படுகின்றன என்பது மிகப்பெரியப் பொய் என்பதே. தேசிய அளவில் ஏற்பட்டுக் கொண்டிருக்கும் ஒரு பேரழிவிற்கு 'புரட்சி' என்று பெயரிட்டுள்ளார்கள் என்பதற்கு சாட்சிகள் உள்ளன. சுற்றுச்சூழலின் ஆத்மார்த்த இரட்சகன் என்று திடீரென்று தன்னை பறைசாற்றிக்கொண்டிருக்கும் "உலக வங்கி" குஜராத் மாநிலத்தில் வெறும் 'ஆயிரம்' ஏக்கர் தனியார் நிலத்தில் மட்டுமே யூக்கலிப்டஸ் நடுவதென்று தீர்மானித்தது. என்ன நடந்தது? ஒரு மாவட்டத்தில் மட்டுமே கிட்டத்தட்ட பத்தாயிரம் விவசாயிகள் தங்களது விவசாய விளைநிலங்களை உணவு உற்பத்தியிலிருந்து யூக்கலிப்டஸ்க்கு மாற்றினார்கள்.

காரணம் புளியமரமோ அல்லது வேப்பமரங்களையோ விட இது பணம் தரும். இன்னும் சொல்லப்போனால் கோதுமை, அரிசி, இராகியைவிட யூக்கலிப்டஸ் விலையுயர்ந்தது என்று இவர்கள் நம்பவைக்கப்பட்டார்கள். இப்படி சர்வதேச நிறுவனங்களும் இந்திய அரசும் கூட்டு சேர்ந்து விளைநிலங்களை நாசமாக்கியதன் விளைவு ஏழைகளின் உணவான இராகி மற்றும் சோளத்தின் உற்பத்தியை 1,75,195 டன்களிலிருந்து மூன்றே ஆண்டுகளில் 13,340 டன்களாக கர்நாடகத்தில் மட்டுமே குறைந்து போக வழி செய்யப்பட்டது. 'சமுதாயக்காடுகள்' திட்டத்திற்கு ஒதுக்கப்பட்ட நிலங்கள் நல்ல மழையில் பருப்புவகைகளை உற்பத்தி செய்து வந்த செழித்த விளைநிலங்கள் ஆகும்.

விரைவில் கர்நாடகத்தில் மட்டும் உலக வங்கியின் திட்டம் காரணமாக மேலும் 12 சதவிகித விவசாய விளைநிலங்கள் யூக்கலிப்டஸிற்கு மாற்றப்பட உள்ளதாக தகவல்கள் கூறுகின்றன. 'இராகி' இந்திய விவசாய வரைபடத்திலிருந்தே விரைவில் தூக்கியெறியப்பட்டுவிடும். கிராமப்புறக் குழந்தைகள் இன்று கூட தங்களது உணவாக இராகிக்கஞ்சியை உட்கொண்டு வருவதால் விரைவில் நாம் அடுத்த "சத்துக்குறைபாட்டு" பிரச்சனையை சந்திக்க இருக்கிறோம்.

உலக வங்கியின் கர்நாடக ஆவணம் இந்த யூக்கலிப்டஸ் காடுகளின் மறைமுக பலன்களாக வேலைவாய்ப்பில் 39.43 மில்லியன் மனித கூலி நாட்கள் கிடைக்கும் என்று கணக்கிடுகிறது. ஆனால் இந்தப் பகுதியில் இராகி விவசாய கொள்முதலிலிருந்து யூக்கலிப்டஸ்ஸிற்கு முற்றிலும் மாறுகிறபோது ஏற்படப்போகும் வேலை கூலிநாள் நட்டமான 137.5 மில்லியன் கூலி நாட்களை அந்த ஆவணம் கணக்கில் எடுத்துக்கொள்ளவில்லை. யூக்கலிப்டஸ் நடவின்போது சில நாட்களும் அதன்பிறகு எட்டாண்டுகள் மரம் வளர்ச்சி அடைந்த பின்னும் மட்டுமே கூலிக்கு ஆட்கள் தேவைப்படுவார்கள் என்பதை நாம் மறந்துவிடக்கூடாது.

பசுமைப்புரட்சி "தொழில்நுட்பத்தோடு" ஒப்பிடும்போது சமுதாயக்காடுகள் திட்டம் விவசாயிகளின் பார்வையில் அவ்வளவு தலைவலி ஆனதல்ல என்று சொல்லப்படுகிறது. இந்தப்பார்வை சந்தை, வேதி உரங்கள், விதை இருப்பு மற்றும் இயந்திர மற்றும் மின் உபகரணச் செலவுகளை வைத்து ஒப்பீட்டு முறையில் கூறப்படுகிறது. ஒன்றையொன்று தொடரும் இந்த வலி மிகுந்த துயர அனுபவங்கள் போதாதென்று காடுகள் திட்டத்தின்

பிரச்சனைகளிலேயே பூதாகரமானது கூலி ஆட்களுக்குள் ஏற்படும் போட்டிச் சச்சரவுகளும் அதனால் வரும் வன்முறையும் ஆகும். ஆனாலும் எதை மையமாக வைத்து பசுமைப்புரட்சி திணிக்கப்பட்டதோ அதே முறையில் சமுதாயக்காடுகள் திட்டமும் அமுல்படுத்தப்பட்டது. அதாவது கிராமத்து ஏழை மக்களின் அன்றாட சமையலுக்கு விறகுப் பற்றாக்குறையை தீர்ப்பதற்கு விஞ்ஞானிகளும் சர்வதேச அதிகாரவர்க்கமும் கண்ட உடனடி நிரந்தர தீர்வு இது! இதற்காக சாண எரிவாயுவிலிருந்து சிலமாற்று வழிகளும் அறிமுகமாயின. பசுமைப்புரட்சியின் தொடக்கத்தில் எல்லாமே விவசாயிகளுக்கு என்றார்கள். அரசு விளைச்சல் நாட்களிலோ சர்வதேச வியாபாரிகள் "விலைப்பட்டியலோடு" நுழைந்தார்கள். அதேதான் சமுதாயக்காடுகள் விஷயத்திலும் நடந்தது. சரி யூக்கலிப்டஸ் என்ன விலை மலிவான விறகா? வடக்கத்திய ஹாஞ்ச் (மற்றும் தெற்கத்திய அரசமரம்) ஆகியவற்றின் இணையாக இது ஒரு சதம்கூட ஆகமுடியாது. அப்படியே யூக்கலிப்டஸ் அதிகம் கிடைப்பதாக இருந்தாலும், அதற்கு தொழிற்துறையில் இருக்கும் முக்கியத்துவத்தை வைத்துப் பார்க்கும்போது அதீதமாக விலைகொடுத்து அதை வாங்கிட தயாராக இருக்கப் போவது யார் என்பதை கவனிக்கவேண்டும். இதனால் விறகுத்தேவையோடு அவதிப்படும் விவசாயிக்கு ஒரு சுள்ளிகூட வாங்க முடிந்த விலைக்கு கிடைக்கப்போவது இல்லை.

ஹாஞ்ச் மரம் ஒரு எடைக்கு ரூபாய் 250ம் காசரினா ரூபாய் 200க்கும் கிடைக்கிறது. யூக்கலிப்டஸ் ரூ. 300 முதல் தொடங்கி தொழிற்துறையின் தேவைக்கு ஏற்ப விலை பெறுகிறது. விவசாயிகள் யூக்கலிப்டசை வீட்டு உபயோகத்திற்கு பயன்படுத்துவது இல்லை. மேலும் மரம் வளர்ச்சியுற எடுத்துக் கொள்ளும் எட்டாண்டுகள் அவர்கள் பணத்திற்கு என்ன செய்கிறார்கள்? தனது ஆய்வின்போது தொழிற்சாலைகள் மரம் வளர்ப்பவர்களுக்கு மாதத்தவணைகளாக முன்பணம் தருவதை பந்தோபாத்யாயா கண்டிருக்கிறார்.[30] எனவே மரம் வளர்ப்பவர்க்கு இலாபமும் இல்லை. நஷ்டமும் இல்லை என்கிற நிலை. ஆனால் ஏழை இராகி விவசாய கூலிகளுக்கோ கொலைப்பட்டினி.

யூக்கலிப்டஸ் மர வளர்ப்பின் பரவலானது இந்தியாவின் புராதன விறகிற்கான மரவளர்ப்பை முற்றிலும் சிதைத்துவிடும் ஆபத்து கொண்டது. விரைவில் வேப்ப எண்ணெய் மற்றும் விளக்கெண்ணெய்க்கு மாற்றாக மண்ணெண்ணெய் வந்துவிடும். இதை வாங்க ஏழைகளுக்கு பணமும் நாட்டிற்கு அந்நிய செலா

வணியும் தேவைப்படும்.

'சமுதாயக்' காடுகள் சமூகத்தை உள்ளடக்கிய அம்சம் இதுதான். நிலச்சுவாந்தார்களுக்கும் தொழிற்துறை ஜாம்பவான்களுக்கும் இடையே — பிணைப்பை ஏற்படுத்துதல். சொல்லப் போனால் நாடெங்கும் இவ்வகையான 'சமுதாயக்' காடுகள் பெருகிப்போனதே அதன் இறுதி உற்பத்திக்கு தொழிற்துறை சந்தையில் கிராக்கி இருப்பதால்தான். இது நமது புராதன விவசாயக்கொள்முதலின் தேவைகளை பூர்த்தி செய்துவந்த ஒரு மரம் வளர்ப்பு முறையை பேரழிவிற்கு உட்படுத்திவிட்டது.

பந்தோபாத்யாயா குறிப்பிடுவது போல, யூக்கலிப்டஸ் வளர்ப்பு பெரிய நிலச்சுவாந்தார்களுக்கு தங்களது கிராமத்து சமூகத்தை சார்ந்திருக்காமலேயே லாபத்தை கையகப்படுத்துகிற வித்தையை கொண்டுவந்துள்ளது.[31] இது புறம்போக்கு நிலங்கள் மற்றும் திறந்த வெளிப்பகுதிகளில் மட்டுமல்லாது பொதுவாகவே கிராமத்தின் ஒன்றுக்கொன்று சார்ந்த சமூகங்களின் அடையாளத்தின் மீது மிகப்பெரிய தாக்கத்தை ஏற்படுத்திவிட்டது. உண்மையிலேயே விறகுச் சுள்ளிகள் யாருக்குத் தேவைப்பட்டதோ அவர்களை தன்னிடமிருந்து தூரவிரட்டிய ஒரு திட்டமாகவே இது இருந்துள்ளது. அவர்கள் இல்லாமல் யாருடைய "விறகுப் பஞ்சத்தை" தீர்க்க இந்தத்திட்டம் கொண்டுவரப்பட்டது என்பது வெளிச்சத்திற்கு வரவேண்டிய மர்மமாக உள்ளது!

மிகவும் அதிர்ச்சிக்குரிய விஷயம் என்னவென்றால் இந்த அளவிற்கு 'சமூகத்திற்கு' எதிரான விளைவுகளை ஏற்படுத்திய துருபிடித்த ஒரு திட்டத்தை வளர்ச்சிவாதிகள் சமூகத்திற்கு மிகவும் நலம் சேர்த்த ஒரு பெரிய திட்டமாக அனைவரையும் நம்ப வைத்ததுதான். முதலீடு செய்யப்பட்டிருக்கும் தொகையை கருத்தில் கொண்டால் இத்திட்டங்களை நிறுத்தவோ மாறுதலுக்கு உட்படுத்தவோ முடியாது என்றே தோன்றுகிறது. தொழிற்துறைக்கு இலாபம் சேர்க்கும் மரங்களை விவசாய நிலங்களில் வளர்ப்பது உட்பட சிலவற்றை மாற்றி அமைத்தாலே ஓரளவு திட்டத்தை பயன்தரும் விதத்தில் மாற்றமுடியும். சமுதாயக்காடுகளை நமது வழிவந்த மரம் வளர்ப்பு முறைகளுக்கு "திரும்பிச்செல்ல" செய்து விடுவது எனும் பி.வி.கிருஷ்ணமூர்த்தி காட்டுகிற வழி அவற்றில் மற்றொன்று.

பணம் உள்ளது. அறிவார்ந்த திட்டமிடலும், பொதுவாக

வாழ்க்கை தரத்திற்கு கேடு விளைவிக்கக்கூடாது எனும் எண்ணமும், ஏழைகளை வயிற்றிலடிப்பதில் குற்ற உணர்ச்சியும் சுற்றுப்புறச்சூழலுக்கு கேட்டை விளைவிக்கக்கூடாது எனும் சிந்தனையும் இல்லாது போய்விட்டது. இதனால் நம் பழைய நலம்தரும் மரங்கள் காணாமல் போனதுபோலவே பொதுநல எண்ணங்களும் காணாமல் போய்விட்டன!

இப்படி பல வகைகளில் பட்டவர்த்தனமாக திட்டம் விளைவித்தகேடுகள் இன்று சர்வதேச நிறுவனங்களான உலக வங்கி போன்ற அமைப்புகளுக்கும் தெற்கின் சுற்றுச்சூழல் பாதுகாப்பிற்கும் இடையே நிரந்தர பிரச்சனையை ஏற்படுத்தி விட்டது. ஒரே கச்சாப்பொருளுக்கு இரண்டு விதப்பயன்கள் இருக்கிறதென்பது நமக்கு இப்போது தெரியும்.

உதாரணமாக மரத்தை எடுத்துக்கொள்வோம். தொழிற்துறைக்கான பிரதான கச்சாப்பொருளாகவும் இருக்கிறது. மக்களின் உய்விற்கான மூலப்பொருளாகவும் இருக்கிறது. பொருளாதார வளர்ச்சியில் அதன் பங்களிப்பு இருப்பதால், வங்கியால் மரத்தை தொழிற்துறை கச்சாப்பொருளாக மட்டுமே பார்க்கமுடிகிறது. அதே சமயம் தெற்கின் சுற்றுப்புறச்சூழலை இதன் மக்கள் தொகைக்கான உய்விடமாக பார்க்கவும் வேண்டிய அவசியம் வங்கிக்கு உள்ளது. எனவே அது சுற்றுச்சூழலியலையே, உய்விற்கான இயற்கை சூழலை தொழிற்துறைக்கு கச்சாப்பொருள் கேந்திரமாக விளங்கும் சூழலாக மாற்ற வங்கி பயன்படுத்துகிறது.

எனவே தெற்கின் மக்களுக்கு நேரடியாக பயன்தரும் ஒரு சுற்றுச்சூழல் கொள்கை என்பது உலக வங்கியின் திட்டங்களுக்கு எதிரான ஒன்றாகவே இருக்கமுடியும். இந்திய சுற்றுச்சூழல் இயக்கவாதிகள் ஏற்கனவே சீரழிந்து போய்விட்ட இந்திய சுற்றுச்சூழலை மறுசீரமைப்பு செய்யவும் காப்பாற்றுவதும் குறித்து பேசும்போது உலக வங்கியின் பிரச்சனையெல்லாம் வடக்கின் பொருளாதாரத்தை வளர்க்கும் வழிகளை கண்டறிவது குறித்துதான். அவர்கள் தங்களிடம் இருக்கும் நம்பத்தகுந்த "அறிவியில் முறைகளை" நடைமுறைப்படுத்துவது போலவும் காட்டிக்கொள்வதால், நமது சுற்றுச்சூழல் சீரழிவு குறித்து நாம் எந்த கவலையும் படாதிருந்தால் பிறகு மிகப்பெரிய சீரழிவில் சிக்குவது திண்ணம்.

பருவ மழையை முழுமையாக நம்பியிருக்கும் அதன் சக்தியை,

மூன்று அல்லது நான்கு மாதங்களில் முழுமையாக பயன் படுத்துவதே இந்திய மழைக்காடுகளின் செழிப்பிற்கு காரணம் என்பதை நாம் மறந்துவிடக்கூடாது. மழைக்கும் நிலங்களின் மண்ணிற்கும் இடையில் நேரடித் தொடர்பு இல்லாதிருந்தால் என்ன ஆகும் என்பதை யோசிக்க வேண்டும். இப்போது மண் பெரிதும் அரிப்பு ஏற்பட்டு இடமாற்றம் செய்யப்பட்டுவிட்டது. இந்தவகை மழையால் அடித்துச் செல்லப்படும் மண் அரிப்பை மீண்டும் சரிசெய்வது மிகவும் கடினம். இந்தக் காரணங்களுக்காகத்தான் அமைதிப் பள்ளத்தாக்கு காடுகளில் நீண்டகால திட்டங்கள் அமுல்படுத்தப்பட்டன. இதற்கு இணையான அம்சங்கள் எல்லா வகையான காடுகள் திட்டத்திலும் சேர்க்கப்பட வேண்டும்.

பாசாங்கு தொடர்கிறது:

இந்த "சமுதாயக் காடுகள்" எனும் 'வினையான' விளையாட்டு தனது பேரழிவுக் காலத்தை முடிக்கும் தருணத்தில் அடுத்த புதிய சுற்றுச்சூழல் தொடர்பான செயல்திட்டம் தேசிய தரிசு நிலமேம்பாட்டு ஆணையத்தால் கொண்டுவரப்பட்டது. அந்த ஆணையத்தால் நாட்டில் "தரிசு" என்றழைக்கப்பட்ட நிலங்கள் மற்றும் வெட்டவெளிகளை, அதை தங்களது உய்விற்காகப் பயன் படுத்தி வந்த கால்நடைகள் மற்றும் மனிதர்களை விரட்டி விட்டு தொழிற்துறை மற்றும் மாற்றுசக்தி ஜாம்பவான்களிடம் மரம் வளர்க்க தேசிய முதலீட்டின் அடிப்படையில் ஒப்படைப்பதே இத்திட்டத்தின் தெளிவான நோக்கம் ஆகும்.

எதிர்ப்பார்த்தது போலவே இந்த திட்டத்தை வடிவமைத்தது உலக வங்கிதான்! இந்த திட்டத்தின் அம்சங்கள் அவை ஏற்கப்படும் வரை— இந்தியாவில் மிக இரகசியமாக பேணப் பட்டன. இத்திட்டத்தில் ஒரு பெரிய பகுதி இருக்கும் தரிசு மற்றும் புறம்போக்கு நிலங்களை தொழிற்துறையினருக்கு (தனியாருக்கு) விற்றுவிடுவதைக் கொண்டது. மேலும் மரங்களைக்கொண்ட பட்டாக்களாக அவற்றை நிலமற்ற சிறு விவசாயிகளிடம் குத்தகையாக கொடுத்து மரம் வளர்த்து அதை தொழிற்துறைக்கு தாரை வார்ப்பது அதன் இன்னொரு அம்சம். இந்த தரிசு நிலங்களும் புறம்போக்கு இடங்களும் சுற்றுச்சூழலில் எத்தகைய முக்கிய பங்காற்றின என்பதே கணக்கில் எடுத்துக் கொள்ளப்படவில்லை.[32]

வந்தனா சிவா சொல்வதைப்போல ஒரு இடத்தை புறம் போக்கு— அதாவது பயனற்றது — என்று அடையாளப்படுத்துவதே

காலனித்துவ கருதுகோள் ஆகும். அதாவது அதனால் அரசாங் கத்திற்கு "வருமானம்" இல்லை என்று அர்த்தம்.[33] தற்போதைய சுற்றுச்சூழலின்படி இந்த வார்த்தையே மிகவும் அர்த்தமில்லாத— சூழலியலுக்கு எதிரான ஒன்று ஆகும். அதில் வாழும் உயிரினங்கள், புதர்கள், சிறுமரங்கள், விறகு மற்றும் உய்விற்கான பொருட்கள் சிலவற்றை பெறும் ஏழைமக்கள் 'வளர்ச்சி'க்காக வேண்டி சுத்தமாக காலி செய்து தரவேண்டும்.

இப்போது இந்த திட்டத்தினூடாக வரும் வளர்ச்சி எனும் மாயையையும் அது எப்படி உண்மையில் இருக்கவேண்டும் என்பதையும் ஒப்பிடுங்கள். இந்தத் தரிசுநிலங்களின் உண்மை யான சீரமைப்பு என்பது, மண் அரிப்பை தடுக்கக்கூடிய ஈரப் பசையை காற்றுக்கு வழங்கி கிராம நலனில் பங்கேற்கும் அதன் சுற்றுச்சூழலுக்கு பாதுகாப்பான தேவையான எண்ணிக்கையிலான மரங்களை நட்டு பராமரிப்பதே ஆகும்.

மாறாக நாம் பார்க்கும் மரம் வளர்ப்பு ஒருவித பணம் செய்யும் வேலை (அதாவது உலக வங்கியின் கடனை அடைக்க வேண்டும்). எனவே விரைவாக வளரும் மரங்களைத்தான் வளர்க்கவேண்டும் (ஆகவே யூக்கலிப்டஸ்). அதைத்தான் வேகமாய் பணமாக்கவும் வெட்டியெறிந்து விட்டு மீண்டும் வளர்க்கவும் முடியும். சுற்றுச்சூழல் அதன் பாதுகாப்பு என்பதற்கும் இதற்கும் சம்பந்தமே இல்லை.

பேரழிவைப் புகுத்தி நம் உய்விற்கான இடங்களை வேகமாக அழிக்க வல்லது 'வளர்ச்சி', தெற்கில் அரசாங்கங்கள் அங்கீகரித்து அமுல்படுத்தி உலக நிதி நிறுவனங்களான உலக வங்கி, ஐ.எம். எப், உலக உணவுத் திட்டம், எப்.ஏ.ஓ., எஸ்.ஐ.டி.ஏ. அல்லது டானிடா மூலம் முன்னெடுத்து செல்லப்படும் ஒரு சித்தாந்தமே 'வளர்ச்சி'. இவற்றின் நடவடிக்கைகளை சட்ட ரீதியில் அரசுடைய தாக்குவதற்கும் அவற்றின் திட்டங்கள் "நவீன அறிவியல்" முறையில் இருப்பதாக நம்பப்படுவதற்கும் இடையில் ஒரு நேரடித் தொடர்பு இருக்கிறது. தெற்கத்திய அரசுகள் இவைகளை நம்புவதற்கு அவர்களுடையது (அதாவது மேற்கத்திய உலகம்) அதிகம் "நவீன அறிவியல்" உலகம். நம்மிடம் அறிவியல் குறைவு. அவர்களிடம் இருப்பது எல்லாம் அறிவியல். இவர்கள் அதை நம்மோடு பகிர்ந்து கொள்ள வருகிறார்கள். நவீன அறிவியல் வளர்ச்சியைக் கொண்டு வருகிறது. இதுதான் உறுதிமொழி மாறாக நாம் பார்ப்பதோ மேலும் மேலும் வன்முறை.

3

அறிவியலும் வன்முறையும்

"*அ*றிவியல், காலனித்துவம் மற்றும் வன்முறை[1]" என்ற தலைப்பிலும் அறிவியல் தொழில்நுட்பமும் மனித உரிமைகளின் எதிர்காலமும்"[2] எனும் தலைப்பிலும் அமைந்த எனது முன் இரண்டு கட்டுரைகளிலும் நான் ஏற்கனவே கீழ்கண்ட பிரதான வாதங்களை முன்வைத்திருக்கிறேன். — முதலாவது இன்றைய நவீன அறிவியலும், வன்முறையும் ஒன்றுக்கொன்று பிரிக்கவே முடியாத அளவிற்கு இணைந்துள்ளன. இது அறிவியல் இது வன்முறை என்று இனங்காண முடியாத அளவிற்கு அவை ஒன்றாகிவிட்டன. இரண்டாவது நவீன அறிவியல் அறிமுகமாகி அமுலாக்கப்படும்போது மேலும் மேலும் அது வன்முறையையே பலவிதமான முறைகளில், வடிவங்களில் அறிமுகம் செய்வது ஆகிறது. மூன்றாவது "வளர்ச்சி" எனும் கருத்தாக்கம் பெருமளவு "அறிவியலை"க்கொண்டே தனது ஆதரவாளர்களை திரட்டுகிறது. நான்காவது 'அறிவியலால்' அரசுத் திட்டமாகி அறிமுகமாகும் 'வளர்ச்சி'தான் நமது காலகட்டத்தின் ஆக பயங்கரமான மனித உரிமை மீறலாக இருக்கிறது.

சுருக்கமாக பிரச்சனைகளை விளக்க இப்போது முயலுவோம்.

நவீன அறிவியலும் அதைச் சார்ந்த தொழில்நுட்பமும் புவியின் உயிரினங்களை அதீத வன்முறையோடு கையாளும் அமைப்புகள் ஆகும். அறிவியலின் வார்த்தைகளில் அதன் வடிவமைப்பில் அமுல்படுத்தலில் எங்கும் வன்முறையே. சமூக நீதிக்கு எதிரானவர்களும் பழமைவாதிகளுமே அறிவியலுக்கு எதிரானவர்கள் என்பது முற்றிலும் உண்மையல்ல. உயிரினங் களுக்கு உடல்ரீதியிலும் மனதளவிலும் செய்யப்படும் இம்சைகள் அனைத்துமே வன்முறை என்பது என்விளக்கம்.

அன்பும் நேசமும் அற்ற முரட்டுத்தனத்தை தன்னகத்தே அறிவியல் முறை கொண்டுள்ளதை குறித்தது என் முதல்வாதம். பொதுவான மனித மதிப்புகளை மீறியது அறிவியலின் அடிப்படை. உண்மையில் அறிவியலின் ஆய்வுமுறைகளும் அதன் புரிதலும் நடைமுறைப் படுத்தப்படும்போது ஒன்றுக்கு ஒன்று எதிராக வேலை செய்து ஒன்றை மற்றது மோசமாக பலியாக்கி விடுகின்றது. உயிருள்ள விலங்குகளை அறுத்துப்பார்ப்பது அறிவியல் உண்மையை தெரிந்துகொள்ளும் முறைகளில் ஒன்றாக இருப்பதை இங்கே கவனத்தில் கொள்ளவேண்டும்.

வேறுவிதமாக சொல்வது என்றால் அறிவியல்முறை என்பது முற்றிலும் தனக்கே உரிய மதிப்பீடுகளை மதிப்பீட்டு முறைகளைக் கொண்டுள்ளது. இந்தவகை மதிப்பீடுகள் வெளியில் தெரியாமலிருந்ததால் அறிவியல் எதையும் மதிக்க வேண்டியதில்லை என்று எடுத்துக்கொள்ளப்பட்டது. தனது முறையே முற்றிலும் நம்பத்தகுந்தது என்றும் அறிவியல் முறை தன்னை விளம்பரப்படுத்திக் கொள்கிறது. அது குறிப்பிடும் இந்த "உண்மை"கள் எப்படிப்பட்டவை என்பதை நாம் ஆராய்கிற போது மர்மமான இருட்டு இடுக்குகளில் ஒளிந்துள்ள மாயைகள் பல வெளிச்சத்திற்கு வருகின்றன. அறிவியல் "உண்மை" என்பது வரலாற்றின் அனைத்து கூறுகளையும் உள்ளடக்கிய தனக்குத் தானே நிறைவு பெற்ற சாதாரண சம்பவம் போல அல்ல. அது கோட்பாட்டின் அடிப்படையிலான படிப்படியான உண்மை. ஒரு குறிப்பிட்ட புரிதலுக்கு ஏற்றபடி தொகுக்கப்பட்ட புள்ளி விவரங்கள் அவை.

ஆய்வு என்பதன் (இதுவே அறிவியல் உண்மைகளுக்கான முக்கிய "ஆயுதம்") பிரதான இயல்பு அது வரலாற்றிலிருந்து முற்றிலும் தொடர்பற்று இருப்பதும் தனக்கென ஒரு சுருங்கிய காலத்தை

கொண்டிருப்பதும் ஆகும். ஒரு ஆய்வை மேற்கொள்ள கிடைத்த விவரங்களை ஒரு குறிப்பிட்ட அறிவியல் அனுமானத்தின் அடிப்படையில் சுருக்க வேண்டும். இந்த அனுமானங்கள் அறிவியல் ரீதியில் சோதிக்கப்பட்டவை அல்ல. இந்த அனுமானங்கள் ஜனநாயக முறையிலோ அல்லது பகுத்தறிவுக்கு உட்படுத்தியோ ஒருவராலும் ஆராயப்படுவதும் இல்லை. ஒரு அனுமானத்தைவிட மற்றொரு அனுமானம் சிறந்ததாக ஏன் இருக்கவேண்டும் என்பதற்கு பதிலே திருப்திகரமாக இருப்பதில்லை. ஒரு அனுமானம் ஆய்விற்காக அதன் வசதிப்படி எடுத்துக்கொள்ளப்படுகிறது. அல்லது அந்த அனுமானம் மற்றவர்களை விட பலமான புள்ளி விவரங்களை கொண்டதால் ஏற்கப்படுகிறது. வெறும் முடிவுகளைப் பெறவென்று அதற்கேற்ற அனுமானங்களையும் உருவாக்குகிறார்கள்.

அறிவியல் உண்மை என்பது வேறொரு பார்வையில் தன் இயல்புகளை முற்றிலும் துறந்த வரலாற்று நிகழ்வாகவும் இருக்கிறது. அதன் இயல்பு அர்த்தங்கள் அற்றதாக்கப்பட்டு அதன் மீது செயல்படும் புதிய கருத்து அல்லது தகவல் அதையொத்த மற்றெல்லா நிகழ்வுகளுக்கும் பொருந்தும்படியான மயக்க நிலைக்குத் தள்ளப்படுகிறது. ஆய்வுக்கு உள்ளாக்கப்பட்டுவிட்ட பிறகு ஒரு அறிவியல் அனுமானம் சந்தேகத்திற்கு இடமின்றி உண்மையாக ஏற்கப்பட்டுவிடுகிறது. இப்படியாக உருவான ஒரு தகவல் அல்லது நிரூபன தகவல் உண்மைநிலையில் ஒரே முடிவாக நிரந்தரத்தன்மையைப் பெறுவதே அதிர்ச்சியடைய வைக்கும் விஷயமாகும். உண்மையின் ஒரே பிரதிநிதி தான்தான் என்று அராஜகமாக மார்தட்டும் நிலைக்கு அறிவியலை இது தரம்தாழ்த்தி விடுகிறது. அறிவியல் உருவாக்குவது எல்லாம் செயற்கையான உண்மைகள். செயற்கையான அந்த உண்மைகள் இயற்கையான இயற்கை வாழிடங்களின் மீது அறிவியல் முறையற்ற ஒரு விதத்தில் திணிக்கப்படும்போது அது வன்முறையில் முடிகிறது.

நவீன அறிவியல் என்பது வெறும் கற்பனை அல்ல என்பது உண்மையல்ல. அது தான் முன் அனுமானம் இன்றி செயல்படு வதாகக் காட்டிக்கொள்கிறது. புராதன அறிவை எதிர்த்து முரட்டுத்தனமாக அறிவியலின் விதிகள் மோதுகின்றன. எனவேதான் அறிவியல் அடிப்படையில் மதத்திற்கு எதிரானதாக காட்டப்படுகிறது. அவ்விதம் காட்டப்பட்டாலும் அறிவியலே பிறகுதான் தன் மட்டில் ஒரு ஆச்சார மதமாக செயல்படுமளவிற்கான ஆபத்தில் சிக்குகிறது. எல்லா அறிவியல் ஹேஷ்யங்களும், அவை அனுமானங்களுடன் தொடங்குவதால் யதார்த்தத்தை

சிதைத்து அதை தனக்கு வசதியான தேர்ந்தெடுக்கும்விதமாக ஆக்கிவிடுகின்றன. அறிவியல் புரிதலின் பட்டறிவு என்பது ஒரு யதார்த்த விதிக்கு ஒரு அடைப்புக் குறிக்குள்ளும், தன் மட்டில் மேலும் உட்புகுந்த மற்றொரு அடைப்புக் குறிக்குள்ளும் மட்டுமே உண்மையாக இருக்கிறது.

எனவே நமது புராதன நம்பிக்கைகளை அறிவியல் அழித்துவிட்டதாக தவறாகக் கருதப்படுகிறது. உண்மையில் அறிவியல் ஒருவித புராதன நம்பிக்கையை மற்றொரு புராதன நம்பிக்கையாக மாற்ற மட்டுமே செய்துள்ளது. இந்த குறிப்பிட்ட அடையாளம் காட்ட முடிந்த நம்பிக்கையானது ஒரு பெரிய மக்கள் தொகையின் மீது அணுகுண்டு வீசி அழிப்பதைக்கூட ஒரு அறிவியல் ஆய்வுதான் என்று கொள்ளவைக்கிறது. அல்லது உயிருள்ள விலங்குகளின் இருதயத்தை கிழிப்பது வெறும் அறிவியல் உண்மை அறியும் நடவடிக்கை அல்லது ஒரே வகை மரங்கள் கொண்ட பெரிய சமுதாயக்காடுகளை முரட்டுத்தனமாக உருவாக்கி சுற்றுச்சூழலுக்கு நிரந்தர பேரழிவை ஏற்படுத்துவதும் கூட ஒருவித சோதனையே என்றும்கூட இது நம்பவைக்கிறது.

அறிவியலும், வன்முறையும் எப்படி ஒன்றுக்கொன்று பிரிக்க முடியாத அளவிற்கு செயல்படுகிறது என்பதில் நான் அளித்த மேற்கண்ட விளக்கம் ஏற்புடையதென்றால் எனது இரண்டாவது வாதம் (அறிவியலை எங்கெல்லாம் அறிமுகம் செய்கிறோமோ அங்கெல்லாம் தவிர்க்க இயலாதபடி மேலும் மேலும் வன் முறையை பலவிதமான வடிவங்களில் அறிமுகம் செய்ய தூண்டப் படுகிறோம்) வெறும் வார்த்தையல்ல நிரூபணமான உண்மை என்பது புலப்பட்டுவிடும். அது முந்தைய வாதத்தை மையமாக வைத்து அதன் அடிப்படையில் திணிக்கப்பட்டது. எனவே நான் இந்த வாதத்தில் இறங்குவதைவிட வளர்ச்சித்திட்டங்களுக்கு எப்படி அறிவியல் சட்டப்பூர்வ அங்கீகாரத்தை வழங்குகிறது என்கிற எனது அதிமுக்கியமான மூன்றாவது வாதத்திற்குள் நுழைகிறேன்.

1940களிலிருந்தே வளர்ச்சியும் அறிவியலும் குதிரையும் — வண்டியும் போல ஒன்றையொன்று பிணைக்கப்பட்டதாகப் புரிந்து கொள்ளப்பட்டு வந்துள்ளன. வளர்ச்சி மிகவும் தேவை, ஏனென்றால் வளர்ச்சிக்கு முன் எதுவுமே சரியா இருக்கவில்லை என்று தனது ஆய்வுகள், புள்ளிவிவரங்கள் மூலம் அறிவியல் பறைசாற்றியது. நவீன அறிவியல், வளர்ச்சியை சாத்தியமாக்கக்கூடியது

என்பதால் விரும்பப்பட்டது. இவை இரண்டும் ஒன்றிற்கொன்று நம்பகத்தன்மையை ஏற்படுத்தின. புராதன வாழ்விற்கும் இன்றைய நவீன வாழ்விற்கும் இடையில் "வளர்ச்சி" உத்திரவாதம் அளித்த வித்தியாசத்தை அறிவியல் தான் சாதித்தது. அதேசமயம் அறிவியலுக்கு வளர்ச்சி ஒரு அசைக்கமுடியாத முன்னேற்றப் பாதைக்கு உத்திரவாதம் அளித்தது.

நவீன அறிவியலுக்கும் வளர்ச்சிக்கும் இடையிலான தொடர்பு காலனித்துவ காலத்தில் நவீன அறிவியல், சுரண்டலுக்காக ஆக்கிரமிப்பாளர்களுக்கு ஆதரவாகத் திணிக்கப்பட்டபோது தொடங்கியது. சமீபத்தில் ராதிகா ராமசுபன் தனது "இந்தியாவில் பொதுச்சுகாதாரமும், மருத்துவ ஆராய்ச்சியும்" எனும் ஆய்வில் இதை வரைபடமுறையில் நிரூபித்திருக்கிறார்.[3]

இது இப்போது வாசகருக்கு ஒரு ஆச்சரியமல்ல. நவீன அறி— வியலின் சில அடிப்படைகள் அதன் தொழிற்புரட்சி அனுபவத்தின் மூலம் கிடைத்தவை. உதாரணமாக வெப்ப முடுக்க வியலின் இரண்டாம் விதி நீராவி இயந்திரத்தை மேலும் சரி செய்து தொழிற்துறையை நவீனப்படுத்த முயன்றபோது கிடைத்ததே.

இந்திய விஞ்ஞானியான சி.வி.சேஷாத்ரி வளர்ச்சியும் வெப்ப முடுக்கவியலும் எனும் தனது ஆய்வுக்கட்டுரையில் இதை விரிவாக ஆராய்ந்து நவீன அறிவியலும் தொழிற்புரட்சியும் எப்படி ஒன்றுக்கொன்று சார்ந்துள்ளன என்பதை நிறுவுகிறார். மிகவும் ஆழமாக ஆராய்ந்தபோது சேஷாத்ரி இரண்டாம் விதி "இனப்பாகுபாட்டை" மையமாகக் கொண்டது என்பதைக் கண்டார். அதன் தொழிற்துறை பிறப்பிடம் காரணமாக இரண்டாம் விதி சக்தியை ஒரு தொழிற்துறை பெறும் கச்சாப் பொருட்களின் அளவை வைத்து கணக்கிட வைத்தது (இது அந்த விதியின் அமைப்பிற்கே எதிரானது). அதாவது ஒரு நாட்டை அல்லது பகுதியை தங்கள் வசதிக்கு ஏற்ப கணக்கிடுதல்.

இதே போன்ற மற்றொரு கட்டுரையை விபாலாஜியோடு சேர்ந்து சேஷாத்ரி எழுதினார். அதில் எண்ட்ரோபி விதியை பற்றிய கீழ்கண்ட விளக்கம் கவனிக்கத்தக்கது. "தனது அதிகாரத்தின் அடிப்படையில் எண்ட்ரோபி விதி ஒரு பகுதியில் கிடைக்கும் ஆற்றலை அதன் பயன்பாட்டிற்கு ஏற்றவாறு கணக்கிட வைக்கிறது. இந்த பாகுபாடு திறக்கோட்பாடு என்பதாகும். இது எண்ட்ரோபி விதியின் அடிப்படையில் உருவான எதேச்சதிகார இணைப்பு

திறனை கணக்கிட்டுச்சொல்லும் 'நீதிபதி'யின் அந்தஸ்த்தை எடுத்துக்கொண்டதும் இந்த திறன் கணக்கீடு ஆற்றலை ஒன்றிலிருந்து மற்றொன்றாக மாற்றும் போது சுற்றுப்புற வெப்பத்தை விட மிகவும் கூடுதலான வெப்பநிலையில் நிகழ்த்தப்படும். ஆற்றல் மாற்றங்களின்போது மட்டுமே விரயமாகும் ஆற்றலின் அளவு ஆகக்குறைவாக உள்ளதென்று திறன் கணக்கீடு சீரற்றுப் போகிறது. அதீத வெப்பநிலையில் நமக்குக்கிடைக்கும் எரிபொருட்களான பெட்ரோல், கரி ஆகியவற்றின் விலை நிர்ணயத்தை அது (நவீன அறிவியல்) தன் கையில் எடுத்துக்கொண்டது. இந்தப் பார்வை யில் எண்ட்ரோபி விதி எரிபொருள், கச்சாப்பொருள் ஒரு இடத்திலிருந்து பெறுவதன் மதிப்பை தர நிர்ணயம் செய்யும் விதிமுறைகளை வகுத்துவிட்டது."[5]

விதிகள் என்பவை எப்படி சொன்னதையே திரும்பத் திரும்பச் சொல்லி தலைசுற்ற வைக்கின்றன என்பதையும் சேஷாத்ரி பிறகு காட்டுகிறார். "ஆற்றல் குறித்த விவரிப்பும் அதன் திறனறிதல் கோட்பாடும், கச்சாப்பொருள் பங்கீட்டில் முக்கிய பங்காற்று கின்றன. இதை ஒரு குறிப்பிட்ட பயன்பாட்டிற்கு அப்பொருளின் பங்கை வைத்து மட்டுமே அது தீர்மானிக்கிறது."[6]

ஒரே விதமான ஆற்றல் வழங்கு பொருட்கள் பற்றியதாக நவீன அறிவியல் மாறிப்போனது என்று பிறகு அவர் நிறுவிச்செல்கிறார்.[7] வேறு வகையில் சொல்வதானால் மற்றவகை ஆற்றல் பயன்பாடு என்பது நவீன அறிவியலுக்கு எதிரானதாகவே ஆகிவிட்டது.

நவீன அறிவியல் சார்ந்து வளருவதாக காட்டப்படும் உற்பத்திப் பொருளாதாரம் தனக்குத்தானே தர நிர்ணயத்தை வழங்கிக் கொண்டு சட்ட அங்கீகாரம் பெறுவது மட்டுமல்ல—எல்லாப் பகுதிகளின் உயிர் வாழ்விற்கான இயற்கை வளங்களையும் கொள்ளையடிப்பது ஒன்றும் தவறல்ல என்கிற முரட்டு முடிவை அறிவித்துக்கொள்ளும் 'நீதிமான்' அந்தஸ்த்தையும் பெறுகிறது. நவீன அறிவியல் சென்று தொடாத பகுதிகளின் வளங்களையும் சேர்த்தே 'பயன்படுத்த' இந்த உற்பத்திப் பொருளாதாரம் முயல முடியும். எப்படி வணிகவியல், பற்றாக்குறை எனும் சொல்லின் மூலம் உலகையே வளைத்துப் போட்டதோ அதுபோல வெப்ப முடுக்கவியலின் திறன் எனும் சொல்லைக்கொண்டு நவீன அறிவியல் தனது எல்லைகளை விரிவாக்குவதோடு, போட்டித் துறைகளையும் எழவிடாது செய்கிறது.

சேஷாத்ரி சுட்டிக்காட்டுவதுபோல இப்படி வெப்ப முடுக்க வியல் சார்ந்த முன்னேற்றத்தின் திறன் அளக்கப்பட்டால் இயற்கையும், மேற்கத்தியமயமாகாத மனிதர்களும் தோற்றுப் போவது உறுதி. இயற்கையும் மேற்கத்தியமயமாகாத மனிதர்களும் அது அளித்த அளவுகோள்படி ஒரே இரவில் "வளர்ச்சி அடையாத"வர்களாகவும் வளர்ச்சி குன்றியவர்களாகவும் முத்திரை குத்தப்பட்டார்கள். உதாரணமாக இந்த வெப்பமுடுக்கவியலின் திறன் அளவுகோள்படி இந்திய துணைக்கண்டம் முழுவதையும் தனது மில்லியன் கணக்கான டன் தண்ணீரால் கொட்டி நிரப்பும் பருவகால கனமழை, அது சராசரி வெப்ப நிலையில் நடைபெறுவதால் எந்தத் திறனும் இல்லாதது!

சராசரி புவிவெப்பநிலையில் நடக்கும் எந்த செயலுமே நவீன அறிவியலால் 'திறனற்ற'தென்றே அளவிடப்படும். மூங்கில் தொழிலாளிகள், தேனீக்கள், பட்டுப்பூச்சிகள் மற்றும் மலைவாழ் மக்களின் காடுகள் சார்ந்த இயற்கை வெப்பநிலையில், சுற்றுச் சூழலை மாசுபடுத்தாத, நீர்மக்கழிவுகள் எதையும் வெளியிடாத செயல்கள் முடக்கப்படுகின்றன. பட்டுக்கு பதில் ரேயான், மற்றும் இதர அதே காட்டுவளங்களை மிக உயர்வெப்பநிலை பாய்லர்களில் இட்டு சுற்றுச்சூழலை மாசடையவைக்கும் புகைச்சலையும் கொதிகலன்களிலிருந்து வயிற்றை குமட்ட வைத்துவிடும் தொழிற்துறையே "வளர்ச்சி"க்கு வழி என்று இந்த வெப்பமுடுக்கவியல் (Thermodynamics) தான் உலகை நம்பவைத்தது. "ஆற்றலை ஒன்றிலிருந்து மற்றொன்றாக மாற்றும் போது சுற்றுப்புற வெப்பத்தைவிட மிகவும் கூடுதலான வெப்ப நிலையில் நிகழ்த்தப்படும் ஆற்றல் மாற்றங்களின்போது மட்டுமே, விரயமாகும் ஆற்றலின் அளவு ஆகக்குறைவாக உள்ளது". இதை வைத்தே நவீன அறிவியல் நம் முன்னோர்களால் நடைமுறைப் படுத்தப்பட்டு வந்த அனைத்து புராதன தொழில்களையும் "பேய் ஓட்டுவதுபோல்" ஓட ஓட விரட்டி விட்டது.

இது நம்மை இப்போது எனது இறுதி வாதத்திற்கு இட்டு வந்து விட்டது. நவீன அறிவியல் சார்ந்த "வளர்ச்சி" நமது காலத்தின் மனித உரிமைகளுக்கு எதிரான மாபெரும் அச்சுறுத்தல் ஆகும்.

பண்டைக்கால புராதனமுறைப்படி வாழும் ஆயிரக்கணக் கானவர்களுக்கு நவீன அறிவியலின் பயன்கள் உடனே பெரிய அளவில் தெரியவில்லை. தங்களது அன்றாட வாழ்வை பிரச்சனை களின்றி அவர்கள் ஓட்டிக்கொள்ள அப்போது "வளர்ச்சி"யும்

தடங்கலாக இல்லை. சாதாரணமாக இவை குறித்த எந்த தொடர்புமின்றி நன்றாக வாழ்ந்து வந்தவர்கள் அவர்கள். அவர்கள் மீது 'வளர்ச்சியை' திணிக்க அரசின் ஆயுதபலத்திலிருந்து சட்டமும் கையிலெடுக்கப்பட்டது. தெற்கே இப்போதைய நவீன அரசாங்கங்கள் திடீரென்று தங்களது நாட்டையும் மக்களையும் நவீன காலத்திற்கு 'இழுத்து' வருதென்று முடிவு செய்துவிட்டன. உண்மையான அர்த்தப்படிப்பார்த்தால் அந்த மக்கள் "வளர்ச்சியில்" வெற்றியடைந்த மேற்கத்திய மக்களைப் போலவே அச்சாக உருமாற்றம் பெற்று விட வேண்டும்! "வளர்ச்சி"யின் நன்மைகளை புரிந்துகொள்ள முடியவில்லை என்றால் அவர்கள் "ஐரோப்பியமனிதர்கள்" ஆகிவிடுமாறு மிரட்டி பணியவைக்கப்படுவார்கள்!

இப்படி வளர்ச்சிக்கும் நவீன அறிவியலுக்கும் இடையிலான ஆத்மார்த்த தொடர்பு நவீன அரசால் அங்கீகரிக்கப்பட்டது. அரசின் "வளர்ச்சி" குறித்த கட்டுப்பாடு நவீன அறிவியல் மீதான அதன் கட்டுப்பாட்டிலிருந்து துளிர்த்தது ஆகும். அரசுக்கு நவீன அறிவியலே சிறந்த மாற்றாகப்பட்டது. ஏனென்றால் அது புதிய கோட்பாடுகள் மற்றும் விதிகளில் ஏற்கனவே இருந்த யதார்த்தத்தையே மாற வைத்தது. அது பொருட்கள் எப்படி இருக்கவேண்டும் எப்படி வேலை செய்யவேண்டும் என்பதற்கான புதிய அறிவையும், புதிய புரிதலையும் கொண்டுவந்தது. "வளர்ச்சி"யை எப்படியேனும் கொண்டுவர வேண்டுமெனும் வெறியோடு தன்னையே ஒரு தொழிற்சாலையாகப் பார்த்த அரசுக்கு தன்னை எல்லாவிதத்திலும் சர்வ அதிகாரங்களோடு நிலைநாட்டிக் கொள்ள கச்சிதமான சகாவாக நவீன அறிவியல் அமைந்து போனது. இந்த நவீன அரசு "வளர்ச்சியடைய முடியாது என்று சொல்ல ஒருவருக்கு உரிமை உண்டு என்பதை புரிந்து கொள்வதில்லை. தனக்கு மக்களை வளர்ச்சியுற வைக்க உரிமை உள்ளதென்று பறைசாற்றிக்கொண்டு நவீன அறிவியல் கொடுத்த பார்வையின்படியும், திட்டங்களின்படியும் இயற்கையையும், மக்களையும் 'வளர்ச்சி' அடையவைக்க அரசு முழு மூச்சோடு சர்வ அதிகாரங்களையும் செலுத்துகிறது. இந்த மிகப்பெரிய வீர விளையாட்டில் அங்கம் வகிப்பவர்கள் என்பதைத் தவிர மக்களுக்கு வேறு எந்த பங்களிப்பும் கிடையாது. அங்கம் வகித்ததற்கு மாற்றாக அவர்களுக்கு கிடைப்பதோ வளர்ச்சி மற்றும் அறி—வியலின் கூட்டுத் தயாரிப்புகளான நவீனத்துவத்தின் தொழில்நுட்ப சரக்குகள். அவர்கள் அவற்றின் பிரதான 'உபயோகிப்பாளர்கள்'. அரசின்பார்வையில் தங்களது உரிமைகளை சமர்ப்பித்ததற்காக

மக்களுக்கு கிடைத்துள்ள சரியான நட்ட ஈடுதான் அவை.

இந்தியாவின் தற்காலத்திய நவீன அரசாங்கம் இதுபோன்ற வற்றிற்கு ஒரு முழு உதாரணம். எல்லா மனிதத்துவ வழிகளிலும் முரட்டுத்தனமாக அது 'வளர்ச்சி'யை திணித்துள்ளது. கருப்பட்டி வெல்லத்தை ஒழிக்க சர்க்கரையை உற்பத்தி செய்வதாகட்டும், பசுந்தாள் உரங்களைச் சார்ந்த விவசாய முறையை புறந்தள்ளி விட்டு வேதிநச்சு உரங்களின் அடிப்படையிலான விவசாய முறையை திணிப்பதிலாகட்டும், மூலதனம் சார்ந்த வெண்மைப் புரட்சி, அணுமின்திட்டம் முதல் கைராட்டை கைத்தறியை ஒழிக்கும் இயந்திர ஜவுளி உற்பத்தி வரை அனைத்து அம்சங் களிலும் வலுக்கட்டாயமாக புகுத்திவிட்டது.

ஒவ்வொரு விஷயத்திலும் அரசு "திறன் குறைந்த ஆற்றல்" தொழில்களை, அதன் அறிவுத்தளத்தையும் புராதன தொழில் நுட்பத்தையும் கிராமிய குடிசைத்தொழிலிலிருந்து நகர்சார்ந்த சிறுதொழில் வரை அனைத்திலும் முடக்கி வீழ்த்திவிட்டு, இயந்திரங்களைக்கொண்ட நவீன அறிவியல் தொழில்நுட்பத்தை புகுத்திவிட்டது. முன்பிருந்த சிந்தனைகள், மக்கள், யதார்த்தம், கலாச்சாரம் மற்றும் முறைகளை ஒழித்துவிட்டு அங்கே நவீன அறிவியல் உருகொடுத்த புதியவகை மதிப்பீடுகளை திணிப்பது என்பதே வளர்ச்சி. ஏறக்குறைய அல்ல மிகக்கச்சிதமாக சொல்வ தானால் மேற்குறிப்பிட்டதுதான் வளர்ச்சி.

இனிவரும் பத்திகளில் எப்படி நவீன அறிவியல் அன்றாட வாழ்வின் பயன்பாட்டுப் பொருட்களாக இருந்த கருப்பட்டி வெல்லம், இட்லி மற்றும் சப்பாத்தியை பாதிப்படைய வைத்தது என்பதை விரிவாக விளக்க விழைகிறேன். நவீன அறிவியலும், 'வளர்ச்சியும்' அரசும் சேர்ந்த கூட்டணி எப்படி மிகவும் மோசமான நச்சுவிளைவுகளை நோக்கி நம்மை இழுத்துச்சென்றது என்பதை இதன்மூலம் நான் நிரூபிக்க முடியும்.

சர்க்கரை அறிவியல் மற்றும் வளர்ச்சி:

முதலில் அங்கிங்கெனாதபடி எங்கும் இருப்பதுபோல தன்னைக்காட்டிக்கொள்கிற, இந்த கலாச்சாரத்தின் அடை யாளமாக விளங்கும் ஒரு பிரதான பொருளைப் பற்றி பார்ப்போம். அதுதான் வெண்மைநிற சர்க்கரை! அதன்மீது எனக்கு கவனம் செல்லக்காரணம் சற்றுநேரமே நீடிக்கும் அதன் இனிப்புச் சுவை.

அது ஏற்படுத்தும் ஆபத்தான விளைவுகள், மற்ற நவீன அறிவியலின் கண்டுபிடிப்புகளைப் போலவே அது மனிதன் மீதும் இயற்கையின் மீதும் பிரயோகிக்கும் வன்முறை. சர்க்கரையின் ரூபத்தில் நவீன அறிவியல் பொது ஆரோக்கியத்தின் சுகாதாரத்தின்மீது மிகப்பெரிய வன்முறையை நிகழ்த்திவிட்டது. இனிப்பு சுவைக்க மனிதனின் ஈர்ப்பிற்கான இந்தியாவின் பழைய தீர்வு எப்படி இதைவிட பாதுகாப்பானதாகவும், அதிக ஆரோக்கியமானதாகவும் இருந்தது என்பதை மிக எளிதில் என்னால் நிரூபிக்க முடியும்.

வெள்ளை நிற சர்க்கரை மீதான மக்களின் ஈர்ப்பிற்கும் அது ஏற்படுத்தும் பின்விளைவுகளுக்கும் பயன்களுக்கும் இடையிலான நேர்மாறான எதிர்மறை கவித்துவ சோகம் ஆகும். இருந்தாலும் சர்க்கரை இன்றைய நாகரீகத்தின் முத்திரை பதித்த அடையாளங்களில் ஒன்றுமட்டுமல்ல அது சற்றே சமூக உயர் தகுதி நுகர்வுப்பொருள் ஆகும்.

முற்றிலும் நவீன அறிவியல் சார்ந்த உற்பத்தி என்பதாலேயே சர்க்கரை ஏதோ தலைசிறந்ததாக நம்பவைக்கப்பட்டது. தேசிய இனிப்பான கருப்பட்டி வெல்லம் பழங்காலத்து பட்டிக்காட்டு சமாச்சாரமாக ஒதுக்கப்பட்டது. விவசாயிகள் மற்றும் கிராமத்து மூளை சார்ந்ததாக கருப்பட்டிவெல்லம் எள்ளி நகையாடப் பட்டது. உயர் வெப்பநிலை பொருள் என்பதால் சர்க்கரையே சாலச்சிறந்ததாக வழக்கம்போல வெப்பமுடக்கவியல் சார்ந்து அறிவியல் தமது நம்பிக்கையை வெளியிட்டது.

சர்க்கரை வெளுப்பான, வெள்ளிப்பளபளப்பிற்கு பின்னே இதை வாங்கிப்பயன்படுத்துகின்ற நுகர்வோரின் உடலியலிலும் உளவியலிலும் அது ஏற்படுத்தும் கொடிய விளைவுகள் மறைந்து உள்ளன. அதனை பயன்படுத்துவதிலிருந்து சாதாரணமாக சிந்திக்க முடிந்தவர்கள் விடுபட வேண்டிய அவசியம் உள்ளது. திட்டவல்லுநர்கள் அதனை பொதுமக்கள் பயன்படுத்து வதிலிருந்து தடைவிதிக்க வேண்டிய அளவிற்கு அது ஒரு நச்சுப்பொருள் என்பதற்கு சான்றுகள் உள்ளன. ஆனால் அது நடைபெறவில்லை.

முதலில் சான்றுகள்:

இந்தத் துறையின் முழுமையான அதிகாரப்பூர்வக்குரலான ஜான்யுக்கின் சமீபத்தில் எழுதினார்: "என்னால் யாராலும்

மறுக்கமுடியாத இரண்டு கருத்துக்களை வெளியிட முடியும். முதலாவது சர்க்கரையை உட்கொள்ள வேண்டிய உடலியல் தேவை எதுவும் இல்லை; ஒரு தேக்கரண்டி கூட இதை உட்கொள்ளாமலேயே ஒருவர் முழு ஆரோக்கியத்தோடு இருக்கமுடியும். இரண்டாவதாக சர்க்கரையின் ஆபத்துகள் குறித்து சிறிதளவே அறியப்பட்டுள்ள உண்மைகளை வெளியே கொணர்ந்தால், மற்ற உணவுச்சுவையூக்கிகளோடு ஒப்பிடும்போது அது ஏற்படுத்தும் கொடிய விளைவுகளும் புரியவைக்கப்பட்டால் அதன் விற்பனையும் உற்பத்தியும் தடை செய்யப்படுவது நிச்சயம்".[8]

ஐ.நா.சபை பல்கலைக்கழகத்தால் நிகழ்த்தப்பட்ட "உணவு, சமூகவியல் மற்றும் மனோவியல் சுகாதார அடிப்படையில் சர்க்கரையை குறித்து" எனும் ஆய்வில் ஆஸ்லோ பல்கலைக் கழகத்தின் கல்வியாளரான டேக்போலெஸின் ஸ்கி, மனிதனின் உளவியல் மீது சர்க்கரைகொண்டு வரும் சீர்கேடுகள் குறித்த சான்றுகள் அனைத்தையும் தொகுத்துள்ளார். மக்களின் மூளையை பாதிக்கக்கூடிய அளவிற்கான உணவுமுறை வடக்கே பலநாடுகளை பீடித்துள்ளதாக கூறும்போது அவர் சர்க்கரையைத்தான் அதிகம் சாடுகிறார்.

பரிணாம வளர்ச்சியின் போக்கில் கடந்த சில காலமாக உணவின் அங்கமாய்த் திகழும் சர்க்கரையால் ஆன உணவுப் பண்டங்கள் பற்றி நாம் குறிப்பாக கவலை கொண்டுள்ளோம். பல வகைகளில் சர்க்கரை நமது நரம்பு மண்டலத்தை பாதிக்கின்றது என்பதற்கு சான்றுகள் உள்ளன. உடலின் வைட்டமின் பி மற்றும் குரோமியம் இல்லாமல் சர்க்கரை கரையாது. மேலும் உடலின் கால்சிய சமநிலையை பெரிய அளவில் அது சீர்கேடு அடையச்செய்கிறது. உடல் சரியாக இயங்க இரத்தத்தில் சர்க்கரையின் அளவு ஒரே மாதிரியாக இருக்கவேண்டும். வெள்ளைச்சர்க்கரை உட்கொள்வதால் இந்த சமன்நிலை சிதைக்கப்படுகிறது. இதனால் பலவகையான வெளியிலேயே தெரியாத மன உளைச்சல், உளவியல் சிதைவு போன்ற நோய்கள் ஏற்படுகின்றன.[9]

சாதாரணமாக இரத்தத்தின் சர்க்கரை (அதாவது குளுக் கோஸ்)யை உடலானது நாம் உட்கொள்ளும் காய்கறிகள், பழங்கள், கொழுப்பு மற்றும் புரதத்திலிருந்து பெறுகிறது. இம்மாதிரி உணவுப் பொருட்கள் சர்க்கரையோடு பிற முக்கிய சத்துக்களையும் உடலுக்கு கொண்டு வந்து சேர்ப்பிக்கின்றன. ஆனால் வெள்ளை சர்க்கரை உட்கொள்ளும் போது இப்படி நடப்பது இல்லை.

உண்மையில் நமது உடலில் சர்க்கரை நுழையும்போது நடப்பது என்ன? ருடெல்ப்பாலண்டைன் எழுதுகிறார்: சரிவிகித உணவியலின் அடிப்படையில் பார்த்தால் வெள்ளை சர்க்கரை நம் உடலில் நுழையும்போது நாம் உடனடியாக கடனாளி ஆக்கப்படுகிறோம். உடல் சர்க்கரையோடு சேர்த்து வைட்டமின்கள், கொழுப்பு, புரதம் நார் உணவுப் பொருட்களையும் சேர்த்து உட்கிரகித்தே வந்துள்ளது. நமக்கு கிடைக்க வேண்டிய கார்போஹைட்ரேடு (மாவுச்சத்து) மட்டுமே சர்க்கரையில் உள்ளது. இதனால் எத்தனை அளவு சர்க்கரையை உட்கொள்கிறோமோ அத்தனை அளவு மற்ற சத்துக்களை உட்கொள்ளவேண்டிய கட்டாயம் உடலுக்கு ஏற்படுகிறது. சர்க்கரையை உடலில் கரைப்பதானது மற்ற சத்துக்களையும் சேர்த்தே கரைப்பது என்பதாவதால், சர்க்கரையை ஆக்ஸிஜனேற்றம் செய்து எரித்து கரைக்க வைட்டமின் முதல் புரதம் மற்றும் கொழுப்பு மூலக்கூறுகளும் சேர்ந்தே தேவைப்படுகின்றன.[10]

இதற்கு மேலும் இரண்டு நச்சு இயல் நிபுணர்கள் உடலின் சர்க்கரை மீதான எதிர்வினை குறித்து கீழ்கண்டவாறு இன்னும் தெளிவான மொழியில் விவரிக்கின்றார்கள்:

ஆக்சிலீன் மற்றும் அமிலச் சரிவிகிதத்தை ரத்தத்தில் தொடர்ந்து இருக்க வைப்பதற்காக உடலியல் இயங்கு அமைப்பு சோடியம், பொட்டாசியம் மற்றும் மெக்னீசியத்தை உடலில் பல பகுதிகளிலிருந்தும் எடுத்துக்கொள்கிறது. தவிர வயிற்றில் சர்க்கரை சேருவதால் உடனடியாக குளுடமிக் அமிலமும் வைட்டமின் பி சத்துக்களும் அழிக்கப்பட்டு விடுகின்றன. சர்க்கரை தன்னுடன் கொண்டுவந்த கார்போஹைட்ரேட் முழுமையாக கரையாமல் லாக்டிக் அமிலம் போன்றவற்றை உபரிப்பொருட்களாக கலக்கச் செய்கிறது. இவை நஞ்சாகி மூளையிலும், நரம்பு மண்டலத்திலும் கலந்து சேர்கின்றன. இதனால் ஆக்ஸிஜன் செல்கள் அழிக்கப்படுகின்றன. உடல் எதிர்ப்பு சக்தியை இழந்து நோய்வாய்ப்படும்படி ஆகிறது.

எந்த வடிவத்தில் உட்கொண்டாலும், வெள்ளைசர்க்கரை உடலுக்குள் செல்லும்போது இரண்டு உடனடி செயல்கள் நடக்கின்றன. முதலாவது, சர்க்கரையானது தன்னை உடல்ரீதியான செயல்பாடுகளோடு இணைத்துக்கொள்ள அதற்கு வைட்டமின்கள், கொழுப்புச்சத்து, புரதம் மற்றும் கனிமச்சத்துக் குறைந்து விடுகிறது. சர்க்கரை அப்போது உடலில் உள்ள திசுக்களிடமிருந்து இந்தச் சத்துக்களை பெற வழிப்பறிக் கொள்ளையில் இறங்குகிறது.

இரண்டாவது சர்க்கரையை நாம் பிரதான உணவாக உட்கொள்ளும் ஒரே கலோரி சத்தாக — ஆக்கிடும் பட்சத்தில் (பலருடைய விஷயத்தில் இதுதான் உண்மை) "நாம் நம் உடலிலிருந்து மேற்கண்ட சத்துக்களை வழிப்பறிசெய்வது மட்டுமல்ல... இச்சத்துக்களோடு மற்ற அத்தியாவசிய தேவையான அளவு உட்கொள்ள முடியாத அமில தன்மையையும் ஏற்படுத்தி விடுகிறோம்."[12]

இரத்தத்தில் சர்க்கரையின் அளவு சீரான நிலையை இழந்து அதிகமாகவோ அல்லது ஆகக்குறைவானதாகவோ ஏற்ற இறக்க நிலையை அடைந்து விடுகிறது. இதன் விளைவு நீரிழிவு நோய் (டையாபடீஸ்). இப்போது தொழில்மயமான நாடுகளில் இந்த நோய் பீடித்தவர்களின் எண்ணிக்கை திடீரென்று 30 சத— விகிதம் கூடுதலானதற்கு வெள்ளை சர்க்கரையை கூடுதலாக உட்கொண்டதே காரணம். சர்க்கரை உட்கொள்ளும் சாதாரண மனிதர்களுக்கு, சோர்வு, நடுக்கம் மனஉளைச்சல், அளவு கடந்த ஆத்திரம், மேலும் மேலும் இனிப்பு உண்ணும் பேராவல், மது அருந்துவதை கட்டுப்படுத்த முடியாமை (இதனால் போதையில் தடுமாறுதல்), கவனச்சிதைவு, தோல் சம்பந்தமான அரிப்புகள் மற்றும் குறை இரத்த அழுத்தம் போன்ற மிகுந்த ஆபத்தை ஏற்படுத்தும் பின்விளைவுகள் சர்வ சாதாரணமாக ஏற்படுகின்றன.[13] இத்தகைய அறிகுறிகள் இருந்தால் உடலிலிருந்து, வைட்டமின் கனிமச்சத்து, குறிப்பாக வைட்டமின் பி வகை சத்துக்கள் சிதைந்து குறைந்து விட்டதையே காட்டுகின்றன.

சர்க்கரை மூலக்கூறுகளை தூளாக்க உடலுக்கு கால்சியம் தேவைப்படுகிறது. போல்ஸின்ஸ்கி தனது ஆய்வகத்தில் இளம் முயல்குட்டிகளுக்கு உடல் எடைக்கு ஒரு கிலோவிற்கு இரண்டு முதல் நான்கு கிராம் சர்க்கரையை உட்கொள்ளவைத்து (பொது வாக குழந்தைகள் தங்கள் உடலின் இருபது முதல் முப்பது கிலோ எடைக்கு நாளொன்றிக்கு நாற்பது முதல் அறுபது கிராம் சர்க்கரையை பல வடிவங்களில் உட்கொள்கின்றன) ஆய்வுகள் மேற்கொண்டு 146 நாட்கள் கண்காணித்து கீழ்கண்ட முடிவுகளை அடைந்தார்.

"உடலியல் மாறுபாடுகள் பல முயல்குட்டிகளின் எலும்பு அமைப்புகளில் முதலில் காணக்கிடைத்தது. எலும்பு மிருதுவாதல், வளைதல், எலும்புமுறிவு, எலும்புவிரிசல் இப்படி எலும்பு மிகவும் வலிமை குன்றிய ஒருவரால் சாதாரணக்கத்திகொண்டு அதை நறுக்கும் அளவிற்கு பயனற்றதானது. பாராதைராய்டு சுரப்பியும்

கூடுதல் வளர்ச்சி அடைந்து உடலில் கால்சியம் முழுவதும் குறைந்து போனதை உறுதி செய்தது.[14]

உடலுக்கு கால்சியத்தின் அவசியத்தை மேற்கண்ட அவரது முடிவுகள் அடிக்கோடிட்டுக்காட்டின. பலவகையான சுற்றுச் சூழல் நச்சுகளிலிருந்து உடலை காப்பாற்றுவதும் கால்சியம் இருப்பே ஆகும். குறிப்பாக தாமிரம், கேடியம் தொடர்பான நச்சாக்கத்திலிருந்து முழுமையான பாதுகாப்பு கால்சியத்தால் வருவதே ஆகும்.

நவீன அறிவியலின் 'கண்டுபிடிப்பான' சர்க்கரை; சமூகத்தால் எவ்விதக்கேள்வியுமின்றி ஏற்கப்பட்டு — அதன் விலை உயர்த்தப் பட்டால் நாட்டின் அரசியல் பூகம்பம் வெடிக்கும் அளவிற்கு— முக்கியத்துவமும் பெற்றுவிட்ட சர்க்கரை; மனித உடலில் புகுந்துகொண்டு அது ஏற்படுத்தும் கொடிய விளைவுகளை மனதில் கொண்டு டாக்டர் சி.வி. சேஷாத்திரி அரசு நடத்தும் "சமூகப்பொதுச் சீரழிவு" என்று அதை வர்ணிக்கிறார். இதன் உற்பத்தியை நவீன அறிவியலும் தொழில்நுட்பமும் கொண்டாடும் அதேசமயம் அது இப்படியெல்லாம் பயங்கரக்கேடுகளை உடலுக்கு ஏற்படுத்துகிறது என்று காட்டப்படும் நிரூபணங்களை "ஏமாற்று" என்று அறிவியல் தூற்றுகிறது. புகைபிடிப்பதைப் போலவே இதையும் "தவிர்க்க வேண்டிய" பட்டியலில் என்றோ நாம் சேர்த்திருக்கவேண்டும். முழுதும் சமூகத்திலிருந்து நீக்க முடியாவிட்டாலும் மக்கள் விழிப்புணர்வையாவது இதற்கு எதிராக உருவாக்கி இருக்க முடியும் ஆனால் அது நடக்கவில்லை. காரணம் நமது நாட்டில் சர்க்கரை உற்பத்தியானது — உடலுக்கு வளம் சேர்க்கக்கூடிய மற்றொரு "நல்ல" இனிப்பானாகிய ஒரு குறிப்பிட்ட பொருளின் உற்பத்தியை முடுக்குவதற்காகவே திட்டமிட்டு கொண்டுவரப்பட்டது. அதுதான் கருப்பட்டி வெல்லம்.

கருப்பட்டிவெல்லம் ஏன் சிறந்தது?

தேனைத்தவிர நாம் கலாச்சார ரீதியிலும் நூற்றாண்டுக் கணக்கிலும் பனைவெல்லம் மற்றும் கருப்பட்டிவெல்லம் ஆகிய இரண்டு இனிப்புகளை சேர்த்து வந்திருக்கிறோம். இந்த இரண்டு வகை இந்தியப்புராதன இனிப்பான்களிலும், வைட்டமின்கள், இரும்புச்சத்து, கால்சியம் மற்றும் பாஸ்பரஸ் ஆகியவை உண்டு. இவை வெள்ளை நிற சர்க்கரையில் இல்லாத சத்துப் பொருட்கள் என்பது குறிப்பிடத்தக்கது. கருப்பட்டி (பனை)யிலிருந்து வெல்லத்தை

பிரித்தெடுக்கும் முறையை நாம் பல நூற்றாண்டுகளாக கண்டுபிடித்து கடைபிடித்து வந்திருக்கிறோம். உடலுக்கு மிகவும் தேவைப்படும் தாதுப்புகளும் வைட்டமின்களும் சேர்ந்தே கிடைக்கும். ஒரு நல்ல புகுத்தெடுத்தல் முறையை நாம் அறிந்திருக்கிறோம் உண்மையில் கருப்பட்டி வெல்லம் ஒரு "உணவு". இப்படி நாம் வெள்ளை சர்க்கரையை அழைக்க முடியாது.

வெள்ளை சர்க்கரை மற்றும் கருப்பட்டி வெல்லம் இரண்டுக்குமான உணவு மதிப்பீட்டு ஒப்பீடுகளை அட்டவணை 3.1 தெளிவாகச் சுட்டுகிறது.

சி.வி சேஷாத்ரி, பிரச்சனை நாம் கற்பனை செய்வதைவிட மிகமோசமானது என்றும் குறிப்பாக இரும்புச்சத்து மற்றும் வைட்டமின்கள் உடலில் மருத்துவ ரீதியில் குணப்படுத்தப்பட முடியாத அளவிற்கு சர்க்கரை கரைப்பின்போது வெளியில் தெரியாதபடி முற்றிலுமாக சூரையாடப்படுவது இன்றைய சமுதாயப் பிரச்சனை.[15] பொது சுகாதாரத்திற்கு இதனால் ஏற்பட்டுள்ள சேதத்தை சரிசெய்ய பல சந்ததிகள் ஆகலாம். கருப்பட்டிவெல்லம் இரும்பு மற்றும் வைட்டமின்கள் அடங்கிய நல்லுணவு; ஆனால் இதன் உற்பத்தியை நாம் முற்றிலுமாக முடக்கி விட்டு வெள்ளை சர்க்கரையை ஏற்றுக்கொண்டு விட்டோம். உடலிலிருந்து சத்துக்களை சூறையாடும் ஒரு நச்சுப்பொருளை அதன் தீங்குகள் தெரியவரும் சோகம் போதாதென்று குழந்தைகள் மற்றும் பெண்களுக்கான நலத்திட்டங்களின் வழியே சத்து மாத்திரைகள் இலவசமாகத் தரும் அடுத்த "வளர்ச்சி" அங்கத்தை தொடங்கியிருப்பதாக சேஷாத்ரி சுட்டிக்காட்டுகிறார். மரியாதைக்குரிய பெரிய நவீன பொருளதார நாடுகளின் இப்போதைய நாகரீக அடையாளம் இதுதான். சர்வதேச மருந்து நிறுவனங்களின் துணையோடு வளர்ச்சி!.

1976இல் இந்திய அரசியல் சட்டத்தில் இணைக்கப்பட்ட புதிய அடிப்படை உரிமைகள் பற்றிய ஷரத்து அரசாங்கம் உட்பட அனைத்து மக்களும் அறிவியல் ரீதியிலான சிந்தனைகளை வளர்க்கவும், கடைபிடிக்கவும் கோரியது. இதன் அடிப்படையில் அரசு ரீதியில் வெள்ளை சர்க்கரையின் உற்பத்தியை ஒரு கட்டுப்பாட்டிற்குள் கொண்டுவந்துவிட்டு நமது கிழக்கிந்திய அறி—வியலின் கேடுகளற்ற கண்டுபிடிப்பான கருப்பட்டி வெல்லத்தின் உற்பத்தியை, உற்பத்திமுறையில் இருந்த குறிப்பிடத்தகுந்த சில குறைபாடுகளை நீக்கிவிட்டு— மேலும் ஊக்கப்படுத்தி இருக்க

முடியும். ஆனால் அதற்கு நேர் எதிராக, வெல்லத்தின் அளவிற்கு அரசிடமிருந்தும், தொழிற்துறையிடமிருந்தும் வேறு எந்தப் பொருளும் வெறுப்பை அனுபவித்ததில்லை. வெல்லத்தை ஒழித்துக்கட்டத் திட்டமிட்டே செயல்பட்ட அரசு எந்திரம் — தனது அராஜகத்தின் உச்சக்கட்டமாக 1982இல் வெள்ளை சர்க்கரையின் உற்பத்திப் பாதுகாப்பிற்காக தனி சட்டமே இயற்றியது! அதற்குச் சொல்லப்பட்ட காரணம்— வெள்ளை சர்க்கரையால் சந்தையில் வெல்லத்தோடு போட்டியிட முடியவில்லை என்பது! இப்போதும்கூட சர்க்கரை ஆலைகளைத்தவிர வேறு எந்தத் தொழிலுக்கும் குறிப்பாக— வெல்லம் அல்லது கருப்பட்டி தயாரிக்கத் தாங்கள் சாகுபடி செய்த கரும்பை விவசாயிகள் விற்க முடியாது. (கரும்பு சாகுபடி கமிஷனர்—கரும்பு விவசாயிகள் உற்பத்தியாகும் கரும்பு சர்க்கரையை ஆலைகளுக்கு மட்டுமே தரலாம் என்று போட்ட ஆணையை 1987இல் உச்ச நீதிமன்றம் ஆமோதித்து விட்டது) தாராளவாத பொருளாதாரத்தின் தாராள குணம் இதுதான்!

இதற்கெல்லாம் பிறகும் மக்களுக்கு வெல்லத்தின் மீதுள்ள பற்று, குறையவில்லை. ஆனால் சர்க்கரையின் உட்கொள்ள லோடு ஒப்பிடும்போது வெல்லத்தின் தனிநபர் உட்கொள்ளல் குறைந்து வருவது கவலைதருகிறது. 1977இல் 56 சதவிகிதமாக இருந்த அது இப்போது வெறும் நாற்பது சதவிகிதமாக உள்ளது. "நவீனத்தொழில்நுட்பம் காட்டும் அத்தியாவசியப்பட்டியல் நம்மைத் தவறான அனுமானங்களை நோக்கி அடிக்கடி தள்ளி விடுகின்றது" என்கிறார் சேஷாத்ரி.[16] மக்கள், தொழில் நடத்துவதை விடுத்து தொழிற்நுட்பம் மக்களைப் பிடித்தாட்டுகிறது. வெள்ளை சர்க்கரை குறித்த தயாரிப்பு தொழில்நுட்ப அடையாளம் அதற்கு மிகப்பெரிய பிழிப்பான்களையும் கொதிகலன்களையும் நாடவேண்டிய அவசியத்தை ஏற்படுத்திவிட்டது. இந்தப் பிரமாண்ட இயந்திரங்களை எப்போதும் இயங்கியபடி வைக்க மேலும் மேலும் நிலங்கள் கரும்பு சாகுபடிக்குக் கீழே கொண்டு வரப்படவேண்டிய கட்டாயத்திற்கு நம்மை உட்படுத்துகிறது. தற்போதைய விவசாய உற்பத்தி பொருட்களிலேயே மிக விரைவில் மண்ணின் மொத்தத் தன்மையையும் மோசமாக உறிஞ்சி நாசமாக்கும் கரும்பை வேறு வழியின்றி ஏற்க இதன்மூலம் நாம் கட்டாயப்படுத்தப்படுகிறோம். அதீதக் கரும்பு கொள்முதல் நிறைய உலைகளின் மூலம் அதிகச்

அட்டவணை – 3.1 **வெள்ளை சர்க்கரை மற்றும் வெல்லம்** **(சத்து குறித்த ஒப்பீடு) (100 கிராம்கள்)**		
சத்து வகை	வெல்லம்	வெள்ளை சர்க்கரை
புரதம் (கிராம்)	0.4	0
தாதுக்கள்	0.6	0
கார்போஹைட்ரேட் (கிராம்) (மாவுச் சத்து)	95	99
கால்சியம் (மி.கிராம்)	80	0
பாஸ்பரஸ் (மி.கிராம்)	40	0
இரும்பு சத்து (மி.கிராம்)	11.4	லேசாக
கரோட்டின் (யு.ஜி)	168	0
தையாமின் (மி.கிராம்)	0.02	0
ரிடோ பிளாவின் (மி.கிராம்)	0.04	0
நியாசின் (மி.கிராம்)	0.50	0
ஆதாரம்: சி.வி. சேஷாத்ரி (The Sugar- Food - Alchohol) Nexus எம்.சி.ஆர்சி		

சக்தியை விரயம் செய்வதோடு ஒப்பிட்டால் வெல்ல உற்பத்தி குறைவான சக்தியில் நிறைந்த உற்பத்தியாகும். ஆனால் சந்தைக்குப் பொருத்தமான விலை, நிர்ணயத்தன்மை ஆகியவைகளுக்கு வெள்ளை சர்க்கரைக்கு நவீனத் தொழில்நுட்பம், மிக எளிதில் ஆதரவு திரட்டி வருகிறது. ஒரு இடத்திலிருந்து இன்னொரு இடத்திற்கு எந்தப் பிரச்சனையுமின்றி ஏற்றிச்செல்லவும் கெட்டுப்போகாமல் வைக்கவும் முடியும் என்பதால் அரசாங்கத்திற்குச் சர்க்கரை மிகச் சரியாகப் பிடித்துப்போயிற்று. தீபாவளி, இரமலான் போன்ற பண்டிகை மாதங்களில் சந்தையில் சில அதிகக் கிலோ அளவிலான சர்க்கரையை விடுவித்தாலே போதும் வாக்கு வங்கிகளை அது அரசை நோக்கி இழுத்து வந்து விடுகிறது.

கோடிக்கணக்கானவர்கள் வேலைதேடி அலையும் ஒரு கூலிகள் பெருத்த நாட்டில் நூற்றுக்கணக்கில் ஆட்களை எங்கும் வேலைக்கு அமர்த்தும் சிறுதொழிலான வெல்ல உற்பத்தியை விடுத்து வேலை வாய்ப்பைக் குறுக்கி எந்திரமயமாகிப்போன ஒரு சர்க்கரை உற்பத்திமுறையை ஏன் நாம் பின்பற்றி வருகிறோம் என்பதற்கான பிரத்யேகக் காரணம் எதுவுமே இல்லை. "வளர்ச்சி" யின் பிரதான நோக்கங்களில் ஒன்று வேலை வாய்ப்பு. மக்கள் நலம் என்பது இன்று ஒருவர் உழைத்துப்பெறுகிற கூலியையும்

அவரது உழைப்புப் பயன்பாட்டையும் பொறுத்திருக்கிறது. தொழில்நுட்ப ரீதியில் வெல்லம் தயாரிப்பதில் இருக்கும் சில கோளாறுகள் சேஷாத்ரி சுட்டிக்காட்டுவதுபோல, ஒன்றையொன்று சார்ந்தவை. சூளைகள் தரமானவையாக இல்லாததால் எரிபொருள் விரயமும், பாக்டீரியா மற்றும் என்ஸைம் பாதுகாப்பு இன்மையில் வெல்லத்தின் வியாபார பயன்பாட்டுக்காலமும் குறைவு (பதுக்கி வைத்து விற்பனை செய்ய முடியாது). ஆனால் விண்வெளிக்கு இராக்கெட்டுகளை அனுப்பும், தானாகவே அணு உலைகளை கட்டுப்படுத்தும் அறிவியல் தொழில் நுட்பத்தில் மிகவும் "முன்னேறிய" நமது நாட்டின் விஞ்ஞானிகள் முயற்சி மேற்கொண்டால் தரமான சூளைகளை உருவாக்கவும் முடியும். வெல்லத்தின் பயன்பாட்டு காலத்தை உயர்த்தவும் முடியும். ஏ.எஸ். ஆர்.டி. ஏ. (ஆஸ்ட்ரா) எனும் பெங்களூர் அமைப்பு வெல்லம் தயாரிக்க உதவும் வெப்ப ரீதியில் அதிக நற்பலன் தரக்கூடிய ஒருவித "சூளையை" கண்டுபிடித்திருக்கிறது. அரசியல் ரீதியில் இந்த மாதிரி ஆய்வுகளுக்கு ஒத்துழைப்பும் ஆதரவும் முற்றிலும் இல்லாதிருப்பதற்கு சர்க்கரை ஆலைகளின் கழிவிலிருந்து உற்பத்தியாகும் சாராயமும் அதனால் அரசுக்கு கிடைக்கும் உபரி வருமானமும் காரணம். சாராய சாம்ராஜ்யத்திற்கு துணை போகும் அறிவியல் தொழில்நுட்பம்தான் வேண்டும். நமது புராதனமுறையும், மக்கள் சுகாதாரமும் யாருக்கு வேண்டும்!

பாரம்பரியமும் நவீனத்துவமும் - ரொட்டியும் பிரெட்டும்:

இயந்திரங்களால் உற்பத்தியான வெள்ளை பிரட் நமது நாட்டின் நகரவாழ்மக்களுக்கு மிகவும் அறிமுகமான ஒன்று. வெள்ளை 'மைதா' அல்லது பதப்படுத்தப்பட்ட மாவிலிருந்து பிரட் தயாரிப்பது என்பது வெள்ளை சர்க்கரை தயாரிப்பதை பலவிதத்தில் ஒத்திருக்கிறது. உற்பத்தியின்போது சர்க்கரை வைட்டமின் மற்றும் மினரல்களை இழக்கிறது. இதே மாதிரியான முக்கிய இழப்புகள் வெள்ளை 'மைதா'வின் உற்பத்தி முறையிலும் நடக்கிறது. இறுதி உற்பத்திப் பொருளான பிரட் மிகவும் ருசியானதுதான். ஆனால் அதேசமயம் அது பற்சொத்தையை ஒருபுறமும் பெருங்குடலில் பெரிய அளவில் கொடிய விளைவுகளை மறுபுறமும் ஏற்படுத்துகிறது. வெல்லத்தின் விஷயத்தில் நடந்ததுபோலவே இங்கும் நமது இந்திய பாரம்பரியத்தில் அதற்கு மாற்று இருந்தும்கூட நாம் அதனை முற்றிலும் கைவிட்டுவிட நிர்பந்திக்கப்படுகிறோம். ஏனெனில் முன்பே குறிப்பிட்டதுபோல "நவீனத் தொழில்நுட்பம் நம்மை அடிக்கடி

தவறான அனுமானங்களை நோக்கித்தள்ளிவிடுகிறது."

கார்போஹைட்ரேட்டுகளைத் தவிர முழுமையான கோதுமையில் பி—காம்ப்ளெக்ஸ் வைட்டமின்களும், தாதுக்களும் உள்ளன. கோதுமையின் உட்பகுதியின் வெளி மேற்பரப்பில் இவை படிந்துள்ளன. 'பதப்படுத்துதல்' கார்போஹைட்ரேட்டை தக்க வைக்கும் அதேசமயம் பெரும்பாலான பி—காம்ப்ளெக்ஸ் வைட்டமினை கைவிடுகிறது. கோதுமை மணியின் உட்கருவில் கேடியமும் வெளிப்பரப்பில் காரீயமும் உள்ளன. பதப்படுத்தல் கேடியத்தை தக்கவைக்கிறது. காரீயத்தை கைவிடுகிறது. நல்லன வற்றையெல்லாம் புறந்தள்ளிவிட்டு உடலுக்கு பெருந்தீங்கு இழைக்கக்கூடியவற்றை சேர்த்துக்கொள்ளும் அபத்தத்திற்கும் ஆபத்திற்கும் பெயர்தான் 'பதப்படுத்தல்'.

இறுதி மாவு நீண்டநாள் கெடாமல் இருப்பதற்கு காரணம் அதிலிருக்கும் எண்ணெய்ச் சத்துக்களும் சேர்ந்தே இழக்க வைக்கப்படுவதால்தான். ஆனால் அதில் நாற்சத்தும் இல்லை. நாற்சத்தற்ற கூழ் மாவு என்பது பற்களின் இடுக்குகளில் தங்கி அவற்றை சொத்தை ஆக்குகின்றது. இந்த வகை மாவு மலச்சிக்கலையும் ஏற்படுத்துகிறது. ஆனால் வெள்ளை சர்க்கரையைப்போல, செயற்கைக்கோள்களைப் போல, வீடியோ மற்றும் விமான நிலையங்களைப் போல வெள்ளை பிரட்டும் இந்த நவீன கலாச் சாரத்தின் மாபெரும் அடையாளம் ஆகும்.

இந்த வெள்ளை பிரட்டினை தயாரிக்கும் தொழில்நுட்பம் எப்படி அதன் சத்துக்களை சூறையாடுகிறது என்பதை அறிந்த பிறகு மேற்கத்திய உற்பத்தியாளர்கள் இப்போது, வெள்ளை பிரட்டோடு செயற்கை வைட்டமின்களையும், தாதுக்களையும் சேர்க்கிறார்கள். எனவே இப்போது நாம் "வைட்டமின் சேர்க்கப்பட்ட பிரட்டை" பெறுகிறோம்! முதலில் வைட்டமின்களையும் தாதுக்களையும் முற்றிலும் கோதுமையிலிருந்து சூறையாடிய தொழில்நுட்பம் பின்பு அதனை செயற்கையாக உற்பத்தி செய்து சேர்த்துவிட்டு விளம்பரம் செய்துகொள்கிறது! ஐ.நா பல்கலைக்கழகத்தில் நிகழ்த்தப்பட்ட பொல்சின்ஸ்கியின் ஆய்வு 'கோதுமையை மாவாக்குவதில் 90—சதவிகித மாவுச்சத்தை கோதுமையில் பேண வைத்து பிரட் தயாரிப்பது.' இதைத்தான் இந்தியாவில் பல ஆயிரம் வருடங்களாக செய்து வந்திருக்கிறார்கள். குறைவாகவே பதப்படுத்தலுக்கு உள்ளான கோதுமை மாவு நீண்ட நாட்களுக்கு கெடாமல் வைக்கப்பட சாத்தியம் இல்லை. ஆனால் இந்த

வாதத்தை பெரிய மில்களிடமிருந்து இந்த கோதுமை பதப்படுத்தலை மீட்டு மேலும் கிராமியம் சார்ந்ததாக அதை மாற்ற, அவற்றை அவ்விதம் தன்னிறைவு அடைய வைக்க கிடைத்த வாய்ப்பாக பயன்படுத்தியிருக்க முடியும்.[17]

இதுபற்றி மேலும் ருடொல்ப்பாலன்டைன் எழுதுகிறார். "ஆயிரக்கணக்கான ஆண்டுகளாக தாங்கள் தயாரித்து வந்த கைக்குற்றல் கோதுமை மாவைத் தயாரிக்க 5 சதவிகிதம் மட்டுமே மேல் உமி களையப்படும். ஒரு ரொட்டியை இந்தியர்கள் தொடர்ந்து தயாரிக்கவே செய்கிறார்கள். நல்லதிட உணவு மட்டுமல்ல எளிதில் ஜீரணமாகும் உணவும்கூட. இதுபோன்ற ஒரு உணவுப்பொருளை பெரிய மில்களின் கழற்று ஊதுவான்கள் ஏன் தயாரிக்கக்கூடாது?"[18]

மிகவும் அடிக்கடி மாவு மில்லுக்கு நம் ரொட்டி (சப்பாத்தி) உணவாளர்கள் போவதற்குக்காரணம் அந்த மாவில் எண்ணெய் சத்தும் இருப்பதால் அதை பலகாலம் வைத்து பாதுகாக்க முடியாது. அதனால் என்ன? அதற்குத்தான் பிரட் தயாரிப்பும் பதப்படுத்தப்பட்ட மைதாவும். எப்போதும் கெடாது. ஆனால் எந்த சத்தும் இல்லை! நவீன அறிவியலை ஏற்கவேண்டும். இல்லையேல் நம்மைப் பார்த்து பத்தாம் பசலிகள் 18ஆம் நூற்றாண்டிலேயே வாழ்கிறார்கள். 21ஆம் நூற்றாண்டுக்கு எப்போது வருவார்களோ என்று கேலி செய்து விடுவார்களே! தவிர நம்மிடம் இப்போது ஏராளமான புதிய பல் மருத்துவக்கல்லூரிகள் உள்ளன. அவற்றிலிருந்து வெளிவரும் பல் டாக்டர்களுக்கு வேலையில்லாத் திண்டாட்டம் வந்துவிடக் கூடாது. நவீன தொழில்நுட்பம் மக்களிடையே ஏற்படுத்தும் தாக்கம் பல்மருத்துவர்களின் நல்ல வருமானத்திற்கு வழிவகுத்து நாட்டின் வளர்ச்சிக்கு உதவவேண்டும்.

சரியான கால இடைவெளிப்படி மில்களில் கொடுத்து அரைக்கப் படும் இந்திய கோதுமை மாவின் அரைக்கும் முறை நவீன அறிவியலால் எவ்விதத்திலும் "முன்னேற்றமடைய" வைக்க முடியாத புராதன தொழில்நுட்பத்திற்கு ஒரு சிறந்த உதாரணம். அது தன் மட்டில் ஒரு நிரந்தர — முழுமை அடைந்த அறிவியலாக இருக்கிறது. நவீன அறிவியலின் போக்கிற்கு முற்றிலும் எதிர்ப்பதமானது. நவீன அறிவியல் 'முழுமை'களில் திருப்தி அடையாமல் தன்னைத்தானே பலமாற்றங்களுக்கு உட்படுத்திக்கொண்டே போகிறது. ஒரு போதும் நாம் முழுமையாக இனிமாற்றம் செய்யமுடியாத அறிவியல் உற்பத்திப் பொருளை

அடைந்ததே இல்லை. மாற்றங்கள் செய்வதே "இலாபமான" ஒன்றாக மாறிவிடுகிற நிலையில் அது இயற்கையாகவே மனிதன் எனும் புவியின் உயிரினுடைய இயல்பு போலவே பேசப்பட்டு விடுகிறது.

அதிர்ஷ்டவசமாக பலரும் இன்னமும் தாங்களாகவே இடித்து அரைத்த கோதுமை மாவில் ரொட்டிகள் தயாரித்து வருகிறார்கள். ஐ.நா சபை பல்கலைக்கழகம் மாதிரியானதொரு பெரிய பல்கலைக்கழகத்தில் சமீபத்தில் தங்களது முறைதான் சரி என்று ஏற்கப்பட்டது அவர்களுக்குத் தெரியாது. ஆனால் அதுபற்றியெல்லாம் அவர்களுக்கு கவலை இல்லை. திட்டவாதியின் ஒருதலைபட்சமான பார்வை இந்தியாவின் தேவைகளை பூர்த்தி செய்ய சர்க்கரை ஆலைகளைப்போலவே கோதுமை பதப்படுத்தும் ஆலைகள் இந்தியாவிற்கு நிறையத் தேவை என்று எண்ண வைத்திருக்கிறது. மேலும் மேலும் அறிவார்ந்த சிந்தனைகள் வளரும்போது இதுபோன்ற வெற்றுவாதங்கள் எடுபடுவதில்லை. ஆனாலும் நவீனத்துவ வளர்ச்சி மீதான அடிமைச்சங்கிலி வினோதமான தன்மை கொண்டது. மிகவும் அடிக்கடி 'யாரோ உயரதிகாரி இந்த பன்னாட்டு நிறுவனத்தோடு ஒப்பந்தம் செய்துகொண்டு கமிஷனும் வாங்கிவிட்டார்' என்பதற்காகவே நாட்டிற்கு முற்றிலும் தேவையே இல்லாத தொழில் நுட்பம் இராட்சசவடிவில் வந்து இறங்கிவிடுகிறது!

தொழில்ரீதியில் வளர்ச்சி அடைந்திருக்கிறார்கள் என்பதாலேயே உணவு அறிவியலிலும் அவர்களே சிறந்தவர்கள் என்று வடக்குநாடுகள் குறித்து நமக்கு போலியான ஒரு பார்வை உண்டு. உண்மையில் தொழில் ரீதியில் ஒரு நாடு முன்னேற முன்னேற அது இயற்கை உணவை விடுத்து பதப்படுத்தலுக்கு ஆளான செயற்கையான வேதிப்பொருட்களை கொண்ட உணவை அதிகம் பயன்படுத்துகிறது. வளர்ச்சி எனும் பெயரில் அதன் மக்கள் 'டின்'களில் அடைக்கப்பட்ட 'பழையதை' உண்ணுமாறு கட்டாயப்படுத்தப்பட்டுள்ளார்கள். தங்களது உணவை தாங்களே தயாரித்து சமையலை உண்ணுதல் போன்றவற்றில் அங்கே விளக்கமுடியாத வகை "வறுமை"தான் தாண்டவமாடுகிறது.

ருடொல்ப்பாலன்டைன் அமெரிக்க உணவு முறையைக் குறித்து குறிப்பிடும்போது அது மாட்டிறைச்சி, உப்பு, சர்க்கரை மற்றும் செயற்கை வாசனைப்பொருட்களை சார்ந்ததாகவும் எனவே வைட்டமின்கள், தாதுக்கள் மற்றும் பிரதான அமிலத்தன்மைகள்

தேவையான புரதங்கள் அற்றதாகவும் இருப்பதாக சாடுகிறார். ஆனால் எப்போதும் மொத்த கலோரி அளவு அல்லது கலோரிகள் அற்றது என்றோதான் உணவு டப்பாக்களில் கணக்கிடப்படுகிறது. மொத்த கொழுப்புச்சத்து, படிந்துள்ள கொழுப்புச்சத்து, பதப்படுத்தப் பட்ட வெள்ளை சர்க்கரை, உப்பு இதைத்தவிர வேறு எந்த சத்தும் சேராத உணவுமுறை கொண்ட ஒரு "நவீன" நாட்டை எப்படி "வளர்ச்சி அடைந்துவிட்ட" நாடு என்று அழைக்க முடியும்?[19]

இப்படியான "வளர்ச்சி" அடைந்துவிட்ட சமூகத்தின் பிரிக்க முடியாத அங்கமாகவும், அடையாளமாகவும் திகழும் நுகர்வுப்பொருள் எது தெரியுமா? வாயுயேற்றப்பட்ட சர்க்கரை கரைத்த நிறமேறிய கரைசல் என்றால் தான் தெரியும்; பெப்சி மற்றும் கொக்கோகோலா. நமது குழந்தைகளும் இளைஞர்களும் உதாரணமாக — இப்போது எந்தப்பயனுமற்ற இந்த வண்ணக்கரைசலை லிட்டருக்கு ரூ. 15 கொடுத்து குடித்துத் தள்ளுகிறார்கள். பசும்பாலை லிட்டருக்கு ரூ. 6 கொடுத்து வாங்க அழுகிறார்கள். அப்படி சொல்வதுகூட சரியில்லை என்றே தோன்றுகிறது அதற்குப்பெயர்தானே வளர்ச்சி! முன்னேற்றம் ! ஆனால் இந்த மாதிரியான அதீத முட்டாள்தனத்தை அற்புத உணவு முறை அறிவியலாக எப்படி ஏற்பது?

உணவு தயாரிப்பதற்கு அதீத ஞானம் தேவை. இந்தியாவும் சீனாவும் அப்படிப்பார்த்தால் — உணவு சமைப்பதில் மிகவும் முன்னேறிய பகுத்தறிவு கொண்டவை. எவ்வகையான கால நிலையிலும் சரியாக செரிமானம் ஆகக்கூடிய உணவை தயாரிக்கும் கலைக்கு அவர்கள் பெயர் போனவர்கள். பண்டைய கலாச்சாரங்களிலிருந்து முளைத்த ஆகச்சரியான உணவுத் தயாரிப்பு தொழில்நுட்பம் அவர்களது. அப்படிப்பார்த்தால் நாம் ஏற்கனவே முழுமையாக வளர்ச்சி அடைந்துவிட்ட நாடுகளே! நம்மிடம் செயற்கைக்கோள்கள் இல்லாமல் இருக்கலாம் ஆனால் அன்றாட வாழ்வில், உணவு தயாரிப்பதில், உணவு உண்ணும் முறையில் பாராட்டத்தகுந்த தொழில்நுட்பங்களை நாம் அடைந்துள்ளோம்.

சோளம் போட்ட வெள்ளை பிரட்டை அடிப்படையாகக் கொண்டு தற்போது திட்டமிட்டு நடக்கும் மேற்கத்திய ஊடுறுவல் வரவேற்கத்தக்கது அல்ல. நமது பண்டைய சுதேசிய தொழில் முறையை அழித்த மேற்கு இப்போது நமது ருசி உணவுத் தயாரிப்பு என்பனவற்றை 'வளர்ச்சி' எனும் பெயரில் 'ஒழித்துக் கட்ட' வருகிறது. உடனடியாக "மாற்றப்பட வேண்டிய" முக்கிய முதல்குறி? வேறொன்றுமல்ல. வெள்ளை வெளேரென்று வேகவைத்த

அரிசி கேக். பூப்போல இருக்குமே... இன்னுமா புரியவில்லை... இட்லிதான் அது!

உயிரியல் தொழில்நுட்பமும் - இட்லியும்:

சி.வி. சேஷாத்ரி இட்லியை பற்றி கீழ்க்கண்டவாறு குறிப்பிடு கிறார்:— உலகிலேயே மிகுந்த திறமையோடும் வேதிநுட்பத்தோடும் உணவு தயாரிக்கும் மாபெரும் கேந்திரம் தெற்காசியாதான் என்பதை இந்திய அரசு உணரவில்லை என்றே தோன்றுகிறது. கிட்டத்தட்ட எல்லாவற்றிலும் சிறப்புண்டு. நீங்கள் இட்லியை குறித்துப்பேசினாலும் சரி தோசையைக் குறித்து பேசினாலும் சரி. உலகின் எந்த மூலையிலும் அதுமாதிரி நொதித்தல் முறையில் தயாரிக்கப்படும் உணவே கிடையாது.

அமெரிக்கப் பேராசிரியர் ஸ்டெயின் க்ராஸ்தான் மட்டுமே இட்லியின் வித்தகர்போல பேசிவருகிறார். அங்கே உங்களுக்கு ஒரு நகைச்சுவையும் காத்திருக்கிறது. அவருக்கு 'காசின்' அருமை தெரியும். பணம்பண்ண அவர் தேர்ந்தெடுத்த வழி என்ன தெரியுமா? அவர் விஞ்ஞானப்பூர்வமுறையில்தான் எதையும் செய்கிறார். "கேள்வியே அவசியமில்லை". அவர் சொல்கிறார். "நான் சோயாவையும் பார்லியையும் சரிவிகிதத்தில் கலவையாக்கி உள்ளேன். உளுந்துக்கு பதில் சோயா அரிசிக்கு பதில் பார்லி.... நாம் இட்லியை அமெரிக்கர்களுக்கு மிகவும் பொருத்தமான உணவாக்கமுடியும்." அவர்கள் இட்லியை பதப்படுத்தப்பட்ட உணவாக்கி டின்களில் வைத்து அமெரிக்காவிலிருந்து விற்கப்போகிறார்கள். இட்லி குறித்த ஞானம் இங்கிருந்து எடுக்கப்பட்டது என்று சொல்ல வருகிறேன்.[20]

நுண்ணுயிர் இயல் அறிஞர் டாக்டர் சேஷாத்ரி சொல்வதுபோல அதிர்ஷ்டவசமாக இட்லி தயாரிப்பது நியூட்டனுக்கும் முற்பட்ட வரலாறு கொண்டது. —மக்களின் மீட்புச்செய்தி இதுதான் தென்இந்திய பதப்படுத்தல் முறை நுண்ணுயிர் இயலின் அதீத ஞானத்தை தன்னகத்தே கொண்டது— உணவு தயாரிப்பில் உலகிலேயே உயர்ந்த தொழில்நுட்பத்தை அது பயன்படுத்துகிறது. வீட்டில் அன்றாட வாழ்க்கையியலின் எளிய நடைமுறையில் உண்மையில் தென்னிந்தியாவின் கலாச்சாரத்தோடு ஆழமாக பிணைக்கப்பட்டுள்ளதால் இட்லியை யாரும் அசைக்க முடியாது. நமது பிற கலாச்சார மற்றும் குறிப்பிட்ட அடையாளங்களுக்கும் இதே பலமிருப்பது நன்றாக இருக்கும் என்று தோன்றுகிறது.

இந்த புவிக்கோளின் எஜமானர்கள் தங்கள் இந்திய நண்பர்களின் உதவியோடு இந்த தரமான உணவை அழித்தொழித்துவிட்டு நாட்டை மெக்சிக்கோ கோதுமையில் மூழ்கடிக்க முயன்றார்கள். அரசின் சத்துணவுப்புரட்சியின் அங்கமாக வெள்ளை பிரட் சேர்க்கப்பட்டது, பெரிய அளவில் பிரட் உற்பத்தியை பல இடங்களில் ஆலைகள் மேற்கொள்வதன் அர்த்தம் இதுதான். இதற்குக் காரணம் உண்டு. 'நவீன வளர்ச்சியை முன்னிலைப்படுத்தும் 'அறிவியலால்' இதற்கு மேலும் இட்லியின் தரத்தை உயர்த்த முடியாது. அது 'விற்பனை' இரகசியங்கள் இல்லாதது. தெற்கே ஏறக்குறைய எல்லாருக்குமே இட்லியின் உற்பத்தி முறை தெரியும். எல்லா வகைப் பொருளாதார பிரிவுகளும் அதை அனுபவித்துவருகின்றன. அது ஏழையின் உணவு மட்டுமே அல்ல.

ஒரு கணக்கெடுப்பின்படி சென்னை நகரின் ஒரு குறிப்பிட்ட வீதியில் ஒரு லீனியர் கிலோமீட்டருக்கு, நாளொன்றிக்கு 10,000 இட்லிகள் விற்பனையாகின்றன.[21] மாநகர் முழுவதற்குமான விற்பனையை மேலும் பெருக்கி கணக்கிட்டுக்கொண்டே போகலாம். தமிழ்நாடு முழுவதும் ஏன் தென் இந்தியா முழுதும் நாளொன்றுக்கு விற்பனை ஆகும் இட்லியின் எண்ணிக்கையை நினைத்துப்பாருங்கள். (இது இட்லி வியாபாரமாவதை மட்டுமே கணக்கில் எடுத்துக்கொண்டது. வீட்டில் சமைத்து உண்ணப்படும் இட்லிகளின் எண்ணிக்கை உள்ளடக்கியது அல்ல)

டாக்டர் சேஷாத்ரி வெள்ளை பிரட்டையும் இட்லியையும் ஒப்பிட்டு வெளியிட்ட அட்டவணை இட்லியே சத்து மதிப்பு அதிகம் கொண்டது என்பதில் சந்தேகமே இல்லை:—

அட்டவணை 3.2 இட்லியின் சிறப்புகளை முழுமையாக விளக்கிவிடவில்லை. உதாரணமாக பிரட்டில் நார்சத்துக்களே சுத்தமாகக் கிடையாது. ஆனால் இட்லியில் உண்டு. சத்துள்ளதாக ஆக்குவதற்காக வேதி மினரல்கள் மற்றும் வைட்டமின்கள் பிரட்டில் சேர்க்கப்படுகின்றன. இட்லி இயற்கையிலேயே அச்சத்துக்களை நற்பயன் பாக்டீரியாக்களிடமிருந்து பெறுகிறது, இட்லி ஒரு பதப்படுத்தப்பட்ட இயற்கை உணவு. உளுந்தையும், அரிசியையும் ஊறவைக்கிறபோது நற்பயன் பாக்டீரியாக்களான லியுகனோஸ்டாக், லாக்டோபாசிலஸ் மற்றும் இலேப்ஸீல்லா போன்றவை அவற்றோடு இணைந்து வினை ஊக்கிகளாக செயல்படுவதால் நொதித்தல் சத்துக்கள் கெடாமல் பாதுகாக்கிறது. ட்ரில்லியன் கணக்கான இந்த நற்பயன் பாக்டீரியாக்கள்

சென்னையில் ஒவ்வொரு வீட்டிலும் மனித ஆற்றலை உணவு வழி பலப்படுத்துகின்றன. இந்த பாக்டீரியாக்களின் தேவ சபையாகவே வீடு இருக்கும்போது அங்கிருக்கும் மனிதன் ஒரு சிறுபான்மையாகிப் போய்விடுகிறான்.

நவீன அறிவியல் நுண்ணுயிரியியலை உயிரியல் தொழில் நுட்பத்தில் பொருத்தி இலாபம் ஈட்டும் புதிய வழிகளைத் தேடுகிறது. சில நுண்ணுயிரிகள் பொருளாதார அடிப்படையில் விலையுயர்ந்தவையாகவும் இருக்கும் என்று எதிர்ப்பார்க்கலாம். விஞ்ஞானிகள் அவைகளை “கண்டுபிடிப்புகளாக்கிய” தன் மூலம் சந்தையில் அவைக்கு நாகரீகமாக புதிய பெயர் வைக்கப்பட்டு விட்டது. ஒற்றைப்புரத பாக்டீரிய அழிவுக்கு உட்படுத்தாத நொதித்தல் முறை! உண்மையில் நமக்கு மன ஆறுதல் தரும் விஷயம் என்னவென்றால் தயிர் — உற்பத்தி பாக்டீரியா, இட்லியை புளிப்பேற்றும் பாக்டீரியா ஆகியவைகளை அந்தந்த சூழலில் இயற்கை யாரும் முயற்சி செய்யாமலேயே உற்பத்தி செய்துவிடும் என்பதுதான்.

அட்டவணை – 3.2
வெள்ளை பிரட் மற்றும் இட்லி ஒப்பீடு

	புரதம் gm/ka	தாதுக்கள்	பி.கரோட்டின்	இரும்பு சத்து	இதயாமின்
இட்லி (1 கிலோ மாவு) = 42 இட்லிகள்	83.3	3.05	5.5	13.3	0.07
பிரட் (1 கிலோ மாவு) = 45 சிலைஸ்	67.6	0.35	14.7	15.29	0.07

ஆதாரம்: சி.வி. சேஷாத்ரி – The Microbiology of Food, 1985.

மேற்கத்திய — பயிற்சிபெற்ற, மேற்கத்திய சார்புடைய இந்தியாவின் விஞ்ஞானிகளுக்கே தென்இந்தியாவில் மிகச் சிறப்பாக இல்லந்தோறும் குடிகொண்டுள்ள உலகிலேயே தலைசிறந்த உணவு தயாரிப்பு முறையும் அதன் அருமையும் தெரியவில்லை. உயிரியல் தொழில்நுட்பம். ஆகா.... என்று அவர்களுக்கு ஏற்படும் புளகாங் கீதம் எல்லாம் மேற்கத்திய நாடுகளின் ஆய்வுக்கூடங்களில் நடப்பவைகளைக் கண்டுதான். இந்த வகை தொழில்நுட்பத்தில் சாதாரண வீட்டளவில் நாம் ஏற்கனவே மிகவும் திறன்படைத்தவர் களாகவும் விஞ்ஞான ரீதியில் ஆகச் சிறப்பான தொழில்நுட்பம் கொண்டவர்களாக இருப்பது மட்டுமல்ல..,.. வெளிநாட்டு மையங்களிடமிருந்து இவ்விஷயங்களில் நாம் கற்கவேண்டியதும் எதுவும் இல்லை. முயற்சியும் மூலதனமும், பேராசை கொண்ட

கொள்ளையில் ஈடுபடும் இந்த வகை நடைமுறைக்கு நேர் எதிராக பயன்படும் விதத்தில் நுண்ணுயிர் இயலின் நமது புராதனத் திறமைகளை சரியாகப் பயன்படுத்தி புதிய வகை மாதிரிகளை நாம் உருவாக்க முடியும்.

இந்திய அறிவியலே தென்னிந்திய இட்லி தயாராகும் நொதித்தல் முறையை அடிப்படையாகக்கொண்டு சுற்றிவர வேண்டும் என்று சொல்லவில்லை. எனது கணிப்பு நமக்கிருக்கும் அனுபவத்தை அடிப்படையாகக்கொண்டு, இந்த நொதித்தல் தொழில்நுட்பத்தின் எல்லா எல்லைகளையும் நாம் விரிவுபடுத்த முடியும் என்பதே. இப்போதிருக்கும் வடிவத்தில் இந்திய அறிவியல் என்பது இட்லி தயாரிப்பிற்கு எவ்விதத்திலும் உதவ முடியாதது மட்டுமல்ல அதற்கு சம்பந்தமே இல்லாததுமாக இருக்கிறது. அதை முயற்சி செய்யும்போதோ அந்த தயாரிப்பு முறையையே அழித்துவிடும் அபாயமும் கொண்டது.

உண்மையில் விஞ்ஞானிகளின் தலையீட்டால் மிக எளிய தொழில்நுட்பங்களில்கூட தீர்வுகளைவிட பிரச்சனைகள் அதிக மானதே அதிகம் நடந்துள்ளது. ஏ.எஸ்.டி.ஆர்.ஏ மண் அடுப்புகள், சூளைகளை கர்நாடகத்தில் ஏற்படுத்தியதே இதற்கு சான்றாகும். இந்திய அறிவியல் ஆய்வகம் தயாரித்த சூளை அற்புதமானது. பழங்கால ஆலைகளை ஒத்திருந்தது. அது அவைகளைவிட மிக விரைவாக சமைத்ததோடு பாதி அளவு எரிபொருளையே பயன்படுத்துகிறது. ஆனால் அதைக் கட்டுவதே பெரிய பிரச்சனை. சூளைகள் செய்வது பழங்காலத்தில் பெண்களின் வேலையாக இருந்தது. ஆனால், ஆஸ்ட்ரா (ஏ.எஸ்.டி.ஆர்.ஏ) சூளையோ முழுக்க முழுக்க ஆண்கள் பிரச்சனை ஆகிவிட்டது. கிராமப்புற பெண்களின் வாழ்க்கை தரத்தை உயர்த்திவிட என்றே முன்னிறுத்தப்பட்ட ஒரு திட்டம் அவர்களுக்குத் தெரிந்த கலையையும் அவர்களிடமிருந்து பிடுங்கி ஆண்களுக்கு வழங்கிவிட்டது.[22]

'சூளா' எனப்படும் மண் — தவிட்டு அடுப்புகள் அவைகளின் ஆற்றல் அளவீடுகளின் அடிப்படையில் ஆரம்பத்திலிருந்தே தர மற்றவை என்றே வர்ணிக்கப்பட்டன. நிலத்தடி எரிபொருள் தீரத்தீர விஞ்ஞானிகளின் கண்களுக்கு திடீரென 'சூளா' வகை அடுப்புகள் அற்புதங்களாக தெரிகின்றன. இட்லி தயாரிப்பதும் அவ்வகையில் கிடைத்த இன்னொரு விஷயம். இட்லியில் நவீன அறிவியல் தாக்கத்திற்கு உட்பட எதுவும் பாக்கி இல்லை. அதுவே அதனைக் காப்பாற்றிவிடும்.

அதேபோன்றே வெல்லமும் எதிர்ப்புகளை மீறி காப்பாற்றப் பட்டது. ரொட்டி மற்றும் இட்லிகளும் வென்றன. கருப்பட்டி வெல்லத்திற்கும், வெள்ளை சர்க்கரைக்கும் இடையிலான யுத்தம் இவை இருவேறு கலாச்சாரங்களுக்கு; இருவேறு சிந்தனைகளுக்கு இருவேறு பழக்கமுறைகளுக்கு இடையிலான யுத்தம் என்பதை காட்டிடவே மேலே எடுத்து கையாளப்பட்டன.

இன்னொரு வகையான பிரச்சனை உண்டு. இயற்கை முறைக்கும் 'விஞ்ஞான' முறைக்கும் இடையிலான யுத்தம் என்றே அதை நான் அழைப்பேன். ஆனால் வழிவழியாக இருந்துவரும் புராதன நடைமுறை மற்றும் இயற்கை முறை இன்று நவீன விஞ் ஞான முறையை அதன் அழிவு சக்தியாகவே பார்க்கிறது. நான் இதுவரையில் புராதன பாரம்பரிய வழிமுறைகளின் பார்வையில் அறிவியலை ஆய்வு செய்தேன். இப்போது இயற்கை வழியின் பார்வையில்அறிவியலை ஆய்வு செய்வோம்.

இயற்கைமுறைகளுக்கு எதிரான அறிவியல் முறை: தாய்ப்பாலுக்கும் - பாட்டில் ஊட்டச்சத்து பானத்திற்கும் இடையிலான யுத்தம்:

கடந்த ஒரு நூற்றாண்டாகவே 'வளர்ச்சி'யோடு கைகோர்த்துக் கொண்ட அறிவியல் கதாநாயக அந்தஸ்த்து பெறும் அதே வேளையில் இயற்கை வழிமுறைகள் மிக மோசமாக வசைபாடப் படுகின்றன. இயற்கைவழி என்பதிலிருந்து 'வளர்ச்சி ஒருபடி திட்டமிட்டு மேலே போய் 'அறிவியல் முறையில்' எனும் பதத்தை எதிலும் திணித்துள்ளது. இயற்கையில் உற்பத்தியாகும் தாய்ப்பாலை புறந்தள்ளிவிட்டு பாட்டில்களில் பவுடர்கள் கரைத்துத்தருவதை அது முதன்மைப்படுத்தியதே இதற்கு ஒரு பெரிய சான்றாகும்.

மனித வள மேம்பாட்டின் எல்லாக் கூறுகளின் மீதும் அறிவியல் தலையிட முடியும் — எதிலும் கைவைத்துதான் தனது மேலாண்மையை நிலைநாட்ட முடியும் என்பதற்கு சான்றாகவே நாம் தாய்ப்பால் கொடுக்கும் வழிவழி வந்த நம் புராதன பழக்கத்தில் அது கைவைத்ததை குறிப்பிடமுடியும். குழந்தை வளர்ப்பு என்பது ஏதோ மேற்கத்திய அறிவியல் முறையில் அளந்து ஆராய்ந்து அதற்கான பார்முலாக்களுடன் சத்துமாவுக் களை விதவிதமாக உற்பத்தி செய்து அந்த வேதிப்பண்டங்களை சந்தைகளில் இறங்கியது எவ்விதத்திலும் தங்களை காத்துக் கொள்ள முடியாத அப்பாவிக்கிரிமினல் வேலையாகும். குழந்தை

'பானங்கள்' கண்டுபிடிப்புகளாக சந்தையில் பல்வேறு ரூபங்களில் விற்கப்படுவதற்கு மாற்றாக — ஏராளமாக ஊற்றுபோல் கிடைத்துக் கொண்டே உற்பத்தியாகும், குழந்தைகளுக்கென்றே தனித்தன்மை கொண்ட அந்த ஒற்றைபொருள்.: தாய்ப்பால்.

தாய்ப்பாலைவிட சத்தானது என்று அறிவியல் அளிக்கும் உத்திரவாதம் — நவீன அறிவியல் எனும் பெயரில் இயற்கைக் கொடையின் ஒவ்வொரு பகுதியையும் — காலனியாதிக்கம் என்று தெரியாத ஒருவகையில் — பொருளதாரச் சுரண்டல்களைத் தொடர மேற்கத்தியவாதிகள் பயன்படுத்தும் மாற்றுவழி. இலாபங்களை கோடிக்கணக்கில் கொட்டும் ஒரு புதையலாகவே அவர்களுக்கு இன்று குழந்தை சத்துபானங்கள் இருக்கின்றன. அவர்களது விருப்பத்திற்கு எப்படி வேண்டுமானாலும் எதை வேண்டுமானாலும் குழைத்து மாவாக்கி அது மூளை வளர்ச்சிக்கு இது கொழுகொழுவென வளர்வதற்கு என்று தம்பட்டம் அடித்துக்கொள்ள நவீன அறிவியல் அவர்களுக்கு ஒரு முகமூடியாகப் பயன்படுகிறது.

குழந்தை வளர்ப்பு பார்முலாக்கள் கண்டுபிடிப்பானது, உண்மையான இயற்கைப் பொருள் சரியில்லை என்ற வாதத்தினால் நடந்ததல்ல. இருந்தும் ஐம்பதுகளிலும் அறுபதுகளிலும் படித்த நடுத்தரவர்க்கத்தினர்கள் பாட்டில் பானங்கள் குடித்து வளரும் குழந்தைகளே போட்டி நிறைந்த உலகில் பரிமளிக்க முடியுமென்று நம்பவைக்கப்பட்டார்கள். வெள்ளை சர்க்கரை மற்றும் வெள்ளை பிரட் விஷயத்திலும் நடந்ததைப் போலவே இதிலும் ஒருவித மேனியா ஏற்படுத்தப்பட்டது. மேற்கத்திய மருத்துவமுறையும் — உற்பத்திமுறை மற்றும் சந்தை சார்ந்த சமூக மாற்றங்களும் தாய்ப்பாலிருந்து பாட்டில் ஊட்டச்சத்து பானத்திற்கு கிட்டத்தட்ட மத்தியவர்க்கத்தை தள்ளின. இந்தியாவில் குழந்தை வளர்ப்பில் காட்டப்பட்ட, பின்பற்றப்பட்ட அக்கறை உலகத் தரத்தைவிடவே கூடுதலானது. விஞ்ஞானிகள் குழந்தை உணவு குறித்த ஆராய்ச்சிகளில் ஈடுபட்டு பெரிய அளவில் கண்டுபிடிப்புகளை நிகழ்த்த வேண்டிய அவசியம் இல்லாதிருந்தது. இருந்தும் இன்று சத்துணவு சரி— விகித உணவு — அது இது என்று பல விஞ்ஞானிகள் களத்தில் உள்ளனர். ஏதோ இந்தியாவில் பெண்கள் தாய்ப்பாலே கொடுப்பதில்லை என்பதுபோலவும் பிறக்கும் குழந்தைகள் எல்லாமே வைட்டமின் மற்றும் புரதச்சத்து இல்லாமல் நோஞ் சானாகிப் போய்விடுவதாகவுமான மாயை திட்டமிட்டு உருவாக்கப்பட்டுள்ளது. மைசூரில் உள்ள C.F.T.R.I மத்திய உணவு தொழில்நுட்ப ஆய்வுக்கழகம் இந்தியாவின் முதல் குழந்தை

உணவு பார்முலாவை கண்டுபிடித்த "பெருமைபெற்றது", தனது 'கண்டுபிடிப்பை' பிறகு அது அமுல்நிறுவனத்திற்கு கொடுத்தது. அதற்குமுன் இறக்குமதி செய்யப்பட்டு வந்த ஒரு முக்கியமான சந்தைப்பொருளை உள்நாட்டிலே முதலில் தயாரித்த பெருமை C.F.I.R.I-க்கு இதனால் கிடைத்தது. ஐரோப்பாவிலேயே தாய்ப்பாலே சிறந்தது என்று (அங்கே வசதியான வீட்டுப்பிள்ளைகளுக்கு பாலூட்ட மட்டுமே கறுப்பு இன பெண்கள் பலர் 'வேலைக்கு.' அமர்த்தப்பட்டதை உலகமே அறியும்) ஆன சமயத்தில் அக் காலத்திய சந்தையை மனதில் வைத்தே அந்த ஆய்வையும் கண்டு பிடிப்பையும் C.F.T.R.I நிகழ்த்தியது என்பதற்கு ஆதாரங்கள் ஏராளம். இன்று அப்படி ஒரு நிலை இல்லை. தாய்ப்பாலுக்கு மாற்றே கிடையாது என்று குழந்தை வளர்ப்பு மற்றும் சிறப்பு மருத்துவர்கள் அனைவருமே அடித்துச் சொல்கிறார்கள். இருந்தும் C.F.T.R.I-யின் 'தாய்ப்பாலுக்கு மாற்று' கண்டுபிடிப்பு ஆராய்ச்சி அரசு செலவில் தொடர்கிறது.

'இந்துஸ்தான் டைம்ஸ்' இதழ் 1984 ஏப்ரல் 11ஆம்தேதியிட்ட இதழில் யு.என்.ஐ நிறுவனத்தை மேற்கோள்காட்டி C.F.I.R.I தாய்ப்பாலுக்கு ஆகச் சரியானதொரு மாற்று உணவை கண்டுபிடித்து விட்டதாக செய்தி வெளியிட்டது. கோரக்பூர் மருத்துவக்கல்லூரியின் பேராசிரியர் டாக்டர் G.P. மாத்தூர் உடனடியாக C.F.T.R.I.க்கு விளக்கம் கேட்டு கடிதம் எழுதினார். அதற்கு பதிலெழுதிய C.F.T.R.Iயின் விஞ்ஞானி சரோஜினி தாஸ்டர் செய்தி உண்மையல்ல என்றும் நாளிதழ் அறிவியல் உண்மைகளை மறந்து வெறும் ஆச்சரிய அலையை ஏற்படுத்தவே செய்தி திரிப்பு செய்துவிட்டதாகவும் குறிப்பிட்டார். சில மாதங்களுக்குப்பிறகு தேசிய பாலுணவு ஆய்வகம் (NDRI) எகனாமிக் டைம்ஸ் இதழில் (அதே 1984ஆம் ஆண்டு செப்டம்பர் 19) ஒரு அறிக்கையை வெளியிட்டது. தாய்ப்பாலுக்கு இணையான ஒரு பார்முலாவை கண்டுபிடித்துவிட்டதாக அது பறை சாற்றியது. நடந்ததைப் போலவே முன்பு இவ்விஷயத்தில் செய்தியாளர் தனது அறிக்கையை திரித்து வெளியிட்டுவிட்டதாக அது பின்னர் பதிலளித்தது.

இதுபோன்ற 'அறிவியல் ஆராய்ச்சிகள்' நம் சமூகத்தில் எத்தகைய சலசலப்பையும் ஏற்படுத்துவது இல்லை. ஆனால் கனடாவின் எஸ்கிமோக்கள் இடையே திடீரென்று குழந்தை பிறப்பு விகிதம் 40இலிருந்து 64ஆக உயர்ந்தது. இது புட்டிப்பால் கொடுக்கத் தொடங்கிய சமூகத்தில் நிகழ்ந்த உடனடி மாற்றம். அதிலும் டின் பாலின் சந்தை மையங்களில்தான் பிறப்பு விகிதம்

ஆகக்கூடுதலாக இருந்தது.[24]

மக்கள் தொகைபெருக்கப் "பிரச்சனை" அடுத்த அறிவியல் ஆராய்ச்சிக்கு மிகப்பெரிய புதிய இலக்குகளை ஏற்படுத்தி மேலும் "வளர்ச்சி"க்கு உதவியது! கருத்தடை சாதனங்களின் உற்பத்தி பிறப்பு விகிதத்தை குறைக்கும் நவீன முறைகளை ஆராயும் புதிய அறிவியல் துறை! அறிவியலின் ஒருதுறை ஏற்படுத்தும் கொடிய பிரச்சனைகள் மற்றொருதுறையின் ஆராய்ச்சிக்களன்களாக பயன்படுகின்றன. கருத்தரிப்பதற்கு எதிராக பெரும்பாலும் "ஆண்களால்" அறிவியல் முறையில் கண்டுபிடிக்கப்பட்ட அனைத்துமே பெண்களுக்கு எதிரானவை.[25] ஊசிமூலம் செலுத்தத்தக்க கருத்தடையின் புதிய சாதனமான டிபோ—ப்ரோவரா பெண்கள் மீதான அனுமதிக்க இயலாத கொடிய வன்முறை ஆகும். இம்மாதிரியான நச்சான பின்விளைவுகளை ஏற்படுத்தும் மக்கள்தொகை— பிறப்பு கட்டுப்பாட்டு திட்டங்களில் ஏராளமான பணத்தை வீணடிப்பதை விடுத்து அரசாங்கம் வேலையில் இருக்கும் பெண்களுக்கு குழந்தை பிரசவத்திற்கு அதிக விடுப்பு அளித்தாலே போதும். ஆனால் நெஸ்லே, கிளாக்ஸோ போன்ற சர்வதேச நிறுவனங்களோடு சேர்ந்து கொண்டு தாய்ப்பால் தரும் தாய்மார்களை ஊட்டச் சத்துபானத்தை நோக்கி — தங்களது விளம்பரங்கள் மூலம் அவை இழுத்தன. குழந்தைகளின் ஆரோக்கியத்தோடு மிகவும் ஆபத்தான முறையில் விளையாடிய முறை கிரிமினல் குற்றமாக கருதப்பட்டிருக்க வேண்டும்.

இந்த ஆராய்ச்சிகளைத் தொடர்ந்து செய்து வர நமது அரசு சார்ந்த அறிவியல் ஆராய்ச்சி மையங்கள் கூறிய சாக்கு இதுதான். சில குழந்தைகள் தாய்ப்பாலே சுரக்காத தாய்மார்களைக் கொண்டுள்ளன. யுனிசெப் (UNICEF)பின் கணக்குப்படி உலகிலேயே அப்படியாக உள்ள தாய்மார்கள் இரண்டு சதவிகிதம்தான். கோடிக்கணக்கானவர்களை 'வளர்ச்சி'க்கு பலியாக்கி உயிர் ஆதார ஆரோக்கிய இயற்கைபானத்தை ஒழித்துகட்ட ஒரு ஆயுதமாக இந்த சிறிய காரணம் பயன்படுத்தப்பட்டதை பார்க்கவேண்டும்.

கொடிய விஷயம் இதோடு போய்விடவில்லை; தாய்ப்பால் கொடுப்பது குறைந்துவிடவே அது மக்கள்தொகைப் பெருக்கத்தின் மீது பெரிய தாக்கத்தை ஏற்படுத்தியது. நேரடியாக இது இப்போது ஒப்புக்கொள்ளப்படுகிறது. டாக்டர். எப்.டபிள்யூ ரோஸா எழுதுகிறார். 'ஒரு நகர சூழலில் அடுத்த குழந்தைப்பேற்றை தாய்ப்பால் சுரப்பு நான்கு மாதமும் கிராமச்சூழலில் ஆறுமாதமும்

சராசரியாக தள்ளிப்போட்டு வந்தது வளர்ந்த நாடுகளில் பால்சுரப்பு (லாக்டேஷன் அமினோரியா), குடும்பக்கட்டுப்பாடு மற்றும் நவீன கருத்தரிப்பு தடைக்கான விடுப்பை ஆறுமாதங்கள் ஆக்கி தாய்ப்பால் கொடுப்பதை கட்டாயமாக்கினாலே போதுமானது. ஆனால் அப்போது "விஞ்ஞானிகளுக்கு வேலை இல்லாமல் போய்விடும்!'

மசானபு ஃபுகோகாவின் ஒரு வட்டத்தை சுற்றி வரும் நவீன அறிவியல் அறிவு "வளர்ச்சி" பற்றிய அற்புதமான வாசகங்கள் நினைவுக்கு வருகின்றன. "மனிதர்கள் ஆர்வக்கோளாறு காரணமாக ஏதாவது ஒரு பழுதை ஏற்படுத்திவிடுகிறார்கள். அதன் விளைவுகள் மிகப்பயங்கரமாக உருவெடுக்கும்போது அதை சரி செய்ய ஏராளமான பொருட்செலவில் இறங்கி அதை சரி செய்வார்கள். இந்த சரி செய்யும் வேலை வெற்றிகரமானதாக அவர்களுக்குப் படும்போது அதுவே சாதனையாக போற்றப்படுகிறது. ஒரு விஞ்ஞானி இரவு பகல் புத்தகங்களில் மூழ்கி கண்களை கெடுத்துக் கொள்வார். அவருக்குக் 'கிட்டப்பார்வை' வந்துவிடும். இத்தனை ஆண்டுகள் அவர் அப்படி எதைத்தான் ஆராய்ந்தார் என்று பார்த்தால்... இந்தக் கிட்டப் பார்வைக்கு கண்ணாடி கண்டுபிடித்து சாதனை புரிந்திருப்பார்."[26]

குழந்தை உணவுக்கதையின் முடிவு ரொம்பவே காமெடியானது. இப்போது தாய்ப்பால் கொடுப்பதே சிறந்தது என்று "அறிவியல்" பூர்வமாக மேற்கத்திய எஜமானர்களால் விளம்பரப்படுத்தப்படுகிறது! எந்த 'அறிவியல்' தாய்ப்பாலை கொடுப்பதற்கு எதிராக எல்லாவகையான கொடிய வேலைகளையும் செய்ததோ அதே அறிவியல் பழுதை சரி செய்ய இப்போது களம் இறங்கியுள்ளது. தாய்ப்பாலை கண்டுபிடிக்கவோ அல்லது தொடர்ந்து பாலூட்டுதலே சிறந்தது என்பதை புதிதாக எடுத்துச்சொல்லவோ அறிவியலில் ஒன்றுமில்லை. ஆனாலும் இயற்கையான நமது உலகில் சட்ட ரீதியிலும் சமூகரீதியிலும் நடந்துள்ள கேலிக்கூத்து என்னவென்றால் எதையும் இது அறிவியல் முறையில் சரியே என்று வளர்ச்சிவாதிகளிடம் சான்று பெற்றே ஆக வேண்டிய கட்டாயம் உள்ளது.

அங்கிங்கெனாதபடி எங்கும் நீக்கமற நிறைந்திருப்பதாக காட்டப்படும் நவீன அறிவியல் — நமது வாழ்வின் மிகவும் ஆத்மார்த்தமான பகுதிகளான தாய்ப்பால் ஊட்டுவதில் கூட நுழைந்து கணக்கிலடங்காத சரி செய்யமுடியாத சமூக சீரழிவை ஏற்படுத்துகிறது. இதுவரை கட்டுப்பாட்டில் இல்லாத மனித

வாழ்வின் பகுதிகளையும் காலனிப்படுத்துவதே இந்த அறிவியலின் நோக்கமாக இருக்கிறது. இவ்விஷயத்தில் தான் நம்புவதே சரியென்று கோரத்தாண்டவமாடுவது போலவே 'அறிவியல்' நடந்து கொள்கிறது.

எனவே, தனது கோட்பாட்டு அறிவுக்கு ஏற்றவிதத்தில் மட்டுமே, பழைய அனைத்து உற்பத்தி மற்றும் வளர்ப்பு முறைகளையும் முரட்டுத்தனமாக மாற்றும் ஆயுதமாகவே அறிவியலை நாம் காண்கிறோம். வேறு எதையும் அதனிடமிருந்து ஒப்பிடும் போது நமது புராதன விவசாயமுறை, தாய்ப்பாலூட்டுதலிலிருந்து நோய் எதிர்ப்பு, பாட்டிவைத்தியங்கள் வரை அனைத்துமே கேலி செய்யப் படும். அவை காட்டுமிராண்டித்தனமானவையாக பிரகடனமும் ஆகும். இதற்கு இயற்கைக்காடுகளுக்கு எதிராக 'நவீன அறிவியல்' நடத்திய யுத்தம் இன்னொரு சான்று.

நவீன அறிவியலும் காடுகளும்:
தரம்குறை மாற்றுக்களின் உருவாக்கம்.

'அறிவியல்' ரீதியில் காடுகளை நிர்வகித்தல் பலவிதங்களில் குழந்தை உணவுகளை 'அறிவியல்' ரீதியில் நிர்வகித்ததையே ஒத்திருக்கிறது. இயற்கையில் உருவான ஒரு 'முறை' பயனற்றது என்று பழி சுமத்தி பரிசீலிக்கப்பட்டு கிட்டத்தட்ட முற்றிலுமாக அழிவுக்குட்படுத்தப்பட்டு பிறகு அறிவியலின் 'பேரறிவு' கண்டுபிடித்த முறை புகுத்தப்பட்டது. பெரிய அளவில் இன்னும் சொல்லப்போனால் கணக்கிட முடியாத அளவில் நடந்த அழிவு 'விஞ்ஞானமுறையில்' தாங்கள் மேற்கொண்ட முயற்சி தவறு என்பதையும் உடனே அதை சரிசெய்யும் முறையினை கண்டறிய புதிய ஆய்வுகளை மேற்கொள்வதாகவும் (வழக்கம்போல) 'அறிவியல்' அறிவிக்க வேண்டிய நிலையை ஏற்படுத்தியது. இறுதியாக அனைத்து திட்டங்களையும் கைவிட்டு இயற்கையின் மீது தலையிடுவதை தவிர்த்து கிட்டத்தட்ட இயற்கையை தன்போக்கில் விட்டுவிடுவது முழுமையாக நடந்தது. இதே பாணியிலான ஒரு வட்ட சுழற்சி சம்பவங்களை தாய்ப்பால் கொடுக்கும் மரபிற்கு எதிராக அறிவியல் நிகழ்த்தியதை ஏற்கனவே விரிவாகப் பேசியுள்ளோம். நெஞ்சை உறைய வைத்துவிடும் இதே நிலை இயற்கை அன்னையின் அடர்ந்த காடுகள் நவீன அறிவியலின் கையில் 'குரங்கின் கையில் கிடைத்த பூமாலையாகி" பட்ட சித்திரவதைகளை இங்கே காண்போம்.

தங்களது காடுகள் இல்லையென்றால் தூந்திரப்பகுதி ஒரு

சுற்றுப்புற அமைப்பாக நிலைகொள்ளாது பலவீனப்பட்டு விடும் என்பது பள்ளிக்கூட குழந்தைக்குகூட தெரியும். இப்போதும்கூட இந்தியத் துணைகண்டமே மிகப்பிரமாண்டமான இயற்கை சக்தியின் சேமிப்பு இடங்களாக கருதப்படமுடியும். ஒரு தூந்திர காடுகளை துளியளவுகூட சுற்றுக்சூழல் மாசு இன்றி அளவிடமுடியாத கணக்கில் சூரிய சக்தியை உயிரணுக்களாக தங்களது ஒளிச் சேர்க்கைமுறையில் இக்காடுகள் மாற்றமடையவைத்து ஒரு பிரம்மாண்டத்தை நிகழ்த்துகின்றன. மேலே இருக்கும் பசுமையை அழித்துவிட்டால் அடியில் உயிரோட்டம் வெளிச்சத்திற்கு வந்து முற்றிலும் அழிந்துபோய்விடும்.

இக்காடுகள்தான் உயிர் வாழ்க்கையின் பாதுகாப்பு அரண் என்பதை புராதன காலத்திலிருந்தே இந்திய சமூகங்கள் அங்கீகரித்து வந்துள்ளன. உண்மையில் இந்தியக் கலாச்சாரமே மரங்களை கடவுள்களாக பாவித்து தொழும் ஆரண்ய கலாச்சாரத்தின் மீது கட்டப்பட்டதுதான்.[27]

அதற்காக மரங்களை வெட்டி வீட்டுத்தேவைகளுக்கு பயன் படுத்தக்கூடாது என்று அர்த்தமாகிவிடவில்லை. இது காடு களின் சுயத்தன்மையை எவ்விதத்திலும் அழித்துவிடாமல் செய்யப்பட்டுவந்தது. பழைய விவசாயமுறையில் வயற்காட்டை அறுவடைக்குப்பின் எரித்து மண்ணைப் பேணுதலிலிருந்து தழை செத்தைகளை உரமாக்குவது வரை எல்லாவற்றிலுமே காடுகளுக்கும் உணவு உற்பத்திக்கும் இடையே மிக நெருங்கிய தொடர்பு இருந்தது. சமவெளிகளிலோ மலைவாழ்மக்கள் அல்லாத இடங்களிலோ ஊர்மக்களுக்கும் அருகிலிருந்த காடுகளுக்கும் இடையே ஆத்மார்த்தமான உறவுகள் இருந்து வந்தன.

நவீன அறிவியலும் காலனித்துவ கட்டாயங்களும் ஒரே இரவில் நிலைமையை தலைகீழ் ஆக்கின. தூந்திர காடுகளின் நலமும் இருப்பும் உற்பத்தி தொழிற்துறை தேவைகள் எனும் பார்வைக்குக்கீழ் கொண்டுவரப்பட்டு பெரிய தொழில்துறையும் நவீன அறிவியலும் இணைந்தோ அல்லது பிரிட்டிஷ் ஏகாதிபத்தியமும், காலனித்துவ அறிவியலும் இணைந்தோ கொள்ளையில் ஈடுபடும் இடங்களாக மாற்றியது. பெரிய காடுகள் கிராமத்து அதிகாரங்களிடமிருந்து பிடுங்கப்பட்டு வருமானம் மற்றும் தொழிற்துறை வசதிக்காக பதிவு செய்யப்பட்டன.[28] தங்கள் கையைவிட்டுப்போனதால் கிராம மக்கள் காடுகளை பேணுவதிலிருந்து விரட்டப்பட்டார்கள்.[29]

எதிர்பாராத கொடுமை என்னவென்றால் சுதந்திரம் அடைந்த பிறகும் இந்திய அரசாங்கங்களின் கொள்கைகளில் எந்த மாற்றமும் இல்லை. ஐந்தாம் ஐந்தாண்டுதிட்ட வரையறைகளை முன்வைத்து 1976இல் இந்திய தேசிய விவசாய கமிஷன், இந்தியக் காடுகள் துறையில் ஏற்கனவே "ஏற்கப்பட்டிருந்த ஞானத்தை" மேலும் ஆழமாக முன்மொழிந்தது. தொழில்துறையின் உற்பத்தியோடு தொடர்புடைய மனிதனால் உருவாக்கப்படும் வகை காடுகளை பெரிய நிறுவனங்களின் பண உதவியோடு ஏற்படுத்த அது "அதிவேக வளர்ச்சி" முறைகளைக் கோரியது.[30] மிகவும் மெதுவாக வளரும் இயற்கைக்காடுகளை விரைவில் வளரும் காடுகளாக மாற்றிட வேண்டும். தேசிய விவசாயக்கமிஷனைப் பொருத்த வரை இயற்கையின் உயிர் ஆதாரங்களின் உற்பத்திமுறை பொருளாதார வளர்ச்சியின் வேகத்தோடு ஒப்பிடும்போது மிகவும் மெதுவானது. இயற்கையை வயது முதிர்ந்த , உடல் மெலிந்து நடுங்கும் ஒரு மூதாட்டியாக கமிஷன் கற்பனை செய்து கொண்டிருக்க வேண்டும். அதற்கு அறிவியலின் நவீன அறிவு தெரியாது. எனவே இயற்கைக்காடுகள் 'வளர்ச்சிக்கு' உதவாதவை. கமிஷன் முக்கியமான பிரச்சனையை மறந்தது; காடுகளின் இருப்பு என்பது தொழிற்துறை கச்சாப்பொருள் தேவைகளுக்காக மட்டுமே அல்ல.

இந்த இடத்தில் சற்றே இடைவெளிவிட்டு என்ன நடந்தது என்பதைப் பார்க்கவேண்டி உள்ளது. அறிவியலின் கற்பனை சக்தி மீண்டும் இயற்கை குறித்த தனது சொந்த புதிய விளக்கத்தை அடைய முயன்றது. இந்த புதிய விளக்கம் அறிவியல் சித்தாந்தமாக முன்மொழியப்பட்டபோது எதிர்காலத்தில் காடுகள் குறித்த நமது எண்ணத்தை மட்டுமன்றி காடுகளின் இருப்பையே சிதைக்கக் கூடியதாக இருந்தது என்பதை மறந்துவிடக்கூடாது.

ஒரு காட்டின் உயிர், அமைப்பு என்பது மனிதனால் தொடப் பட்டிராத தன்னிச்சையான கண்களுக்கு புலப்படுவதும் புலப் படாததுமான கோடிக்கணக்கான உயிரினங்களைக் கொண்டது ஆகும். தன்னைத்தானே எல்லாவிதத்திலும் பாதுகாத்துக்கொள்ள முடிந்த தனக்கென்று ஒரு மண்ணையும் தன்னிச்சையான வளர்ச்சி முறையையும் கொண்டுள்ளதால் பயனற்றதாக (மனிதனுக்கு பயனற்றதாக) கருதப்படும் வாய்ப்புகள் அதிகம். அடிப்படையில் மனிதனுக்கு பயன்படாத ஆனால் மற்றெல்லா உயிரினங்களுக்கும் தேவையான அத்தியாவசியமான அம்சங்கள் காடுகளில் உள்ளன. இந்த அம்சங்கள் பிற சுற்றுச்சூழலிய

காரணிகளோடு தொடர்புடையதாக இருப்பதோடு அதன் சில அம்சங்கள் எப்போதுமே மனிதனுக்கு முழுதும் புரிந்துவிடாத தன்மையை கொண்டிருப்பதும் தொடரவே செய்யும். உண்மையில் உயிர்களுக்கு இடையிலான சில உறவுகள் இன்னமும்கூட படிநிலை வளர்ச்சியின் தொடர்ச்சியாக உள்ளன. ஒரு இயற்கைக் காடு வளர்ந்து காலங்கள் கடந்தும் வளர்வதை தொடர்கிறது. சில முழுமை அடைய பல நூற்றாண்டுகளும் ஆகின்றன. புவியின் ஒரு அங்கமாக திகழ இயற்கை வனங்களுக்கு முழு உரிமை உள்ளது.

ஒரு இயற்கைக் காட்டை மறுஉற்பத்தி செய்ய நவீன அறிவியலால் ஒருபோதும் முடியாது. இதை அது புரிந்து கொள்ளும் அல்லது புரிந்து கொள்ளாமலும் போகலாம். ஆனால் அது இயற்கைக் காடுகளை அரசாங்கத்திற்கு சற்றும் பொருந்தாத பழமையின் சின்னமாகப் பார்க்கிறது. அறிவியல் அதை முறைபடுத்தப்பட்ட சட்டவிதிகளின்படி— அரசுகளுக்கு பணியவைக்க முயலுவதுதான் கேலிக்கூத்து. அந்த முயற்சி தோற்கவே நவீன அறிவியல் அடுத்த யுக்தியை கையாள முயன்றது; காடு என்பதற்கு தனது பயன்பாட்டிற்கு ஏற்றவாறான புதிய கோட்பாட்டை சித்தாந்தமாக்கி தனது தேவைக்கு காடுகளைப் பயன்படுத்திவிட அது துடித்தது. உயர்—சக்தி தொழிற்துறையோடு அதன் நோக்கங்களும் தொடர்புடையதாக இருந்ததால் புதிய காடுகள் என்பவை தொழிற்துறை தேவைகளுக்கு ஏற்ற மரங்களை நட்டு வளர்க்கும் இடங்களாகவே அறிவியலால் புரிந்து கொள்ளப்பட்டன.

'காடு' எனும் சொல்லைப் போலவே 'மண்' எனும் சொல்லுக்கும் 'அறிவியல்' புதிய கோட்பாட்டு விளக்கத்தை அளித்தது. அது தாவர உலகின் உயிர் இரத்தமாக பார்க்கப்படாமல், வெறும் வேதிக்கலவையாக, வளர்ப்புக்காக தேவைப்படும் ஒரு இடமாக மட்டும் பார்க்கப்படுகிறது. மரமே கூட மண்ணின் உயிரோட்டமாகப் பார்க்கப்படாமல் — தனித்தனியே கிடைக்கும் வேதிப்பொருட்களை உணவான அல்லது தொழிற்துறை கச்சாப் பொருளாக மாற்றும் இயந்திரமாக பாவிக்கப்படுவதுதான் அறிவியலின் தவறு. உயிர் ஆதார சங்கிலித்தொடரின் ஒரு பகுதியாக மரங்களை பார்க்க அறிவியலால் முடியவில்லை. அதுமட்டுமல்ல உயிர்வாழ ஆதாரமாக இருக்கும் ஆக்ஸிஜனை உலகிற்கு வழங்கும் அடிப்படை உற்பத்தி கேந்திரங்களாகக்கூட மரங்களை பரிசீலிக்க நவீன அறிவியல் தயாராக இல்லை.

நவீன அறிவியல் முறையில் "காடுகள் வளர்ப்பு" என்பது இயற்கைக் காடுகளை அழிப்பது என்பதே ஆகும். நேரடியாக வெட்டி காடுகளை அழிப்பதைவிட (இப்போது அது கொடிய முறையாகக் கருதப்படுகிறது) அறிவியல் முறை முற்றும் முழுமையாக 'காடுகளை' சப்தமின்றி அழித்துவிடும். உயிரின் ஆதார சுருதியாக இயங்கிவரும் இயற்கையின் பெரிய கொடை அழித்தொழிக்கப் பட்டு கட்டுப்படுத்தத் தகுந்த தொழிற்துறைக்கு கச்சாப்பொருள் ஆவதைத்தவிர வேறு எந்த பயனுமற்ற மரங்களால் அவ்விடங்கள் நிரப்பப்பட்டன. அடையாளமே தெரியாத அளவிற்கு இப்படியாக இயற்கை முகமாற்றம் பெற்றது. எந்த நோக்கத்திற்காக அரசின் வனத்துறை இக்காடுகளை உருவாக்குவதாக அறிவிக்கிறதோ அதற்கு நேர் எதிரான விளைவுகளையே அது உருவாக்கியது. இயற்கையை அறிவியல் முறையில் விவரிக்க முயன்று — அதன் மேலாண்மையை குறைத்தவர்கள் அந்த விவரிப்பை ஆதாரமாகக் கொண்டு அரசின் திட்டங்களை வகுத்து மேலும் மரியாதை குறைந்த இயற்கையை செயற்கையாக படைத்துக்காட்டுகிறார்கள்.

உற்பத்திக்கு உதவும் காடுகளை வளர்க்க 'மெதுவாக' வளர்ந்த காடுகளை அழித்து புதியவற்றை வளர்த்தெடுக்க ஐந்து, பத்தாண்டுகள் ஆனது. அதன் விளைவுகள் மற்றும் பிழைகள் வெளியே தெரிவதற்கே அவ்வளவு காலம் பிடித்தது எனலாம். இந்திய சுற்றச்சூழலுக்கு இந்த வகை திட்டங்கள் செய்த கொடிய விளைவுகளை இனி ஒருபோதும் சரிசெய்யமுடியாது. நடந்தவைகளை மாதவ் காட்கிலும் அவரது சகாக்களும் விவரித்துள்ளனர்.[31]

அரசு கேந்திரங்கள் எழுதுபதுகளின் இறுதியில் அழிவின் உண்மையான அளவை உணரத்தொடங்கினார்கள். ஒருபோதும் மறு உருவாக்கம் செய்யமுடியாத — பல நூற்றாண்டுகளாக வளர்ந்திருந்த இயற்கை காடுகள் பல தொழிற்துறையாலும் — எரிபொருள் தேவைகளுக்காகவும் முற்றிலுமாக அழிக்கப்பட்டு விட்டிருந்தன. இது மண் அரிப்பு உட்பட எல்லாவகை சுற்றுச்சூழல் பாதிப்பையும் ஏற்படுத்தியதோடு தட்பவெப்பநிலை மாறுதல்களை உண்டாக்கி பருவமழை போன்ற அத்தியாவசியங்களின் மீது கடுமையான பின்விளைவுகளை ஏற்படுத்தி நாட்டில் பஞ்சத்தை வறட்சியைக் கொண்டு வந்தது. நாட்டின் பெரும்பகுதி மெல்ல பாலைவனமாக மாறிக் கொண்டிருக்கிறது. இந்தக் காடுகள் அழிப்பு மனிதனின் ஆதாரத்தேவைகளாக விளங்கிய ஆயிரக் கணக்கான உயிரணுக்களை — உயிரிகளை முற்றிலுமாக அழித்தும் விட்டது.

1980இல் இந்திய அரசு காடுகள் பராமரிப்பு சட்டத்திருத்தத்தை கொண்டு வந்தது. மத்திய அரசின் அனுமதி இல்லாமல் இயற்கைக் காடுகளை, காடு அல்லாத பயன்களுக்கு உட்படுத்துவது தடை செய்யப்பட்டது. அறிவியல் முறையில் காடுகளை 'பராமரிப்பது' ஒரு வழியாக நாட்டில் தடை செய்யப்பட்டது.

எவ்விதத்திலும் மனிதத் தலையீடுகளே இல்லாதபடி பாதுகாப்பதே காடுகளை அழிவிலிருந்து காப்பாற்ற ஒரே வழி என்று இப்போது விஞ்ஞானிகள் திடீரென்று கண்டுபிடித்து அறிவித்தார்கள். கடந்த பத்தாண்டுகளாக மனிதர்களே நுழையமுடியாமல் முற்றிலும் பாதுகாக்கப்படும் பாண்டிப்பூர் வனவிலங்கு சரணாலயம் (கர்நாடக மாநிலம்) இதற்கு நல்ல சான்று. காய்ந்த சருகைக்கூட அங்கிருந்து அகற்ற யாருமே அனுமதிக்கப்படுவதில்லை. பழைய பல தாவரங்கள் ஏதோ அற்புதம்போல நல்லவேளையாக மீண்டும் உயிர்த்து கிளம்புகின்றன. அமைதிப்பள்ளத்தாக்கு மட்டுமே இவ்விதம் தலையீடு இன்றி காப்பாற்றப்பட்ட ஒரே இடமாக இருக்கிறது.[32]

எனினும் தற்போது மேலும் பல காடுகள் இப்படியாக பாதுகாக்கப்பட வேண்டுமென்று பல இடங்களிலிருந்தும் குரல்கள் வருகின்றன. அறிவியல் முறையில் காடுகளை பராமரிப்பதை முற்றிலுமாக விரட்டிவிட்ட நாம் ஒரு குறிப்பிட்ட பிரதான கேள்விக்கு விடை கிடைக்காததை குறிப்பிட வேண்டும். அணைக் கட்டுமானம், அணு உலைகள், ஆழ் சுரங்க ஆராய்ச்சி என்று அழிக்கப்படும் காடுகளை எந்தக் கணக்கில் சேர்ப்பது?

தங்கள் முகத்தை காப்பாற்றிக்கொள்ள இப்போது நவீன காடு வளர்ப்பு எனும் புதிய திட்டத்தோடு நுழைந்திருக்கிறார்கள். இதன் நோக்கம் திட்டவாதிகளையும் அரசியல்வாதிகளையும் அணை கட்டுமானங்களால் மூழ்கிய காடுகளை வேறு இடங் களில் அப்படியே வளர்த்துவிடலாம் என்று நம்பவைப்பதே ஆகும். எந்தத்துறை எப்படியாக வாக்களித்தாலும் முன்பே குறிப்பிட்டது போல காடுகளை மீண்டும் உருவாக்குவது என்பது இழப்பீடும் அல்ல. காடு வளர்ப்பும் அல்ல. தரக்குறைவான போலிகளை வளர்த்தல் பொய் சத்தியத்தை தருவதற்கே ஆகும். விரைவில் அவையும் முகமூடி கிழிந்து, வெளிச்சத்திற்கு வரும்.

டின் — குழந்தை உணவு, ஒரு மரக்காடுகள், வெள்ளை சர்க்கரை, ஆல்கஹால், வெள்ளை பிரட் எல்லாம் நவீன கூட்டணி

ஒன்றின் அடையாளம். அறிவியல் தொழில்நுட்பம் வளர்ச்சி என்பதே அந்தக் கூட்டணி. அவை பட்டவர்த்தனமான வன்முறையின் அடிப்படையாக எப்படி இருக்கின்றன என்பதையும் நாம் கண்டோம்.

4

வளர்ச்சி:
பிரச்சாரமாக... சிந்தனைப்போக்காக

'வளர்ச்சி' ஒருவித சிந்தனைப்போக்கு ஆகும். தங்களது காலகட்டத்தில் பட்டவர்த்தனமாய் அடையப்பட்ட பலவிதமான சிந்தனைகளின் விளைவு வளர்ச்சி. 'வளர்ச்சி' எனும் சிந்தனையின் உடனடி முக்கியத்துவத்திற்கு பின் காலனித்துவவாதிகள் தங்களது வெற்றி அறுவடை நாளில் கண்டுபிடித்த "உலகை நாகரிகமயமாக்குதல்" எனும் "நோக்கம்" உள்ளது. எனவே "வளர்ச்சி எனும் சிந்தனை இந்த நவீனயுகத்தை மட்டுமே சேர்ந்தது அல்ல. இதுபோன்ற சிந்தனைப்போக்கை வரலாற்றில் முந்தைய கால கட்டத்திலும் காணலாம். அதற்கு அயர்லாந்தோடான பிரிட்டனின் உறவு தொடர்ந்த வரலாறே சாட்சி.

பிரிட்டிஷாரை எதிர்த்து அயர்லாந்தில் நிகழ்த்தப்பட்ட "ஆக்கிரமிப்பு எதிர்ப்பு" தாக்குதல் களை பட்டியலிட்டு அயர்லாந்தின் பிரிட்டிஷ் அடர்னி சர் ஜான்டேவிஸ் கிட்டத்தட்ட மூன்று நூற்றாண்டுகளுக்கு முன் ஒருநூலை எழுதுகிறார். "புதிய மன்னரின் மகிழ்ச்சியான நல்லாட்சியின்

தொடக்கம் வரை இங்கிலாந்து மன்னரின் ஆளுகைக்குக்கீழே அயர்லாந்தை கொண்டு வரமுடியாமல் போனதன் காரணங்கள்" என்பதே அந்த நூலின் தலைப்பு. அந்த நூலில் சர். ஜான் 'ஒரு நாட்டை ஆளுகைக்குக்கீழே முழுமையாகக் கொண்டு வருவது என்றால் என்னவென்று சரியாக விளக்குகிறார்.'

மக்கள் அனைவரும் மன்னரின் தொண்டர்களாக குடிகளாக முற்றிலுமாக மாறவேண்டிய அளவிற்கு ஒரு நாட்டை வெல்லுவது என்பதுதான் ஆகச்சரியான ஆக்கிரமிப்பு. சாதாரண சட்டங்களும் நீதிபதிகளும் அதிகாரம் கொண்டவர்களாக வேண்டும். அத்தனை அதிகாரங்களையும் முழுமையாக இளவரசர் பெறவேண்டும். அவர்தான் ஆளுகை தேவராக, லார்டுசிப் அந்தஸ்த்தைப் பெற வேண்டும். நமது மன்னர்கள் அயர்லாந்தில் அதை அடைந்து விட்டதாக கூறிக்கொண்டாலும் மூன்றில் இரண்டு பங்கு இடங்களுக்கு அவ்வப்போது இராணுவத்தை அனுப்பி அடக்கியபடி சாதாரண நீதிமன்றங்கள் குறித்த அதிகாரம்கூட பெறப்படாமல் இருப்பது, மக்களை அடக்குமுறை மற்றும் பழமைவாதம் போன்ற தீயசக்திகளிடமிருந்து மீட்க முடியாத நிலையில் இருப்பது, அங்கிருந்து வருமானம் கிடைக்காத நிலையில் அதை முழுமையாக ஆக்கிரமித்ததாக நான் கருதமாட்டேன்.

அயர்லாந்தை நமது ஆளுகைக்குக்கீழே கொண்டுவருவதில் முழுமையை அடையாது போனதற்கு இரண்டு காரணிகள் உண்டு. முதலாவது கடுமையான யுத்தம் இல்லாது போனது; இரண்டாவது மிகவும் இளகிப்போன அரசுமுறை. நிலத்தில் நல்ல விதைகளை விதைக்கும் முன் நிலத்தை அடியோடு உழுது நாசம் செய்வதைப்போல யுத்தம் ஒரு நாட்டின் பழையன அனைத்தையும் சிதைக்க வேண்டும். நாடு முற்றிலும் சிதைவடைந்தபின் நன்கு செழித்த சரியான விதைகளை விதைக்க வேண்டும். பிறகு அவ்விதைகள் வளர்ந்து கனிதரும் வரை கடுமையாக நிலத்தைப் பேணவில்லை என்றால் விதைகள் காட்டுச்செடிகளாகத்தான் வளரும் என்பதைப்போல, யுத்தம் எவ்வளவு கடுமையாக வேர்களைப்பிடுங்குவதுபோல நாட்டை சிதைத்தாலும் அரசு திடமாக இல்லாவிட்டால் வெற்றியால் பயனில்லை. மீண்டும் காட்டுமிராண்டித்தனத்திற்கு ஒரு நாடு திரும்பிவிடும்.'

எவ்வளவு தெளிவான கற்பனை... நமக்கு எவ்வளவு பரிட்சயமான எழுத்து! வளர்ச்சியின் இலக்கிய மொழியேதான்; முதலில் மேற்கத்திய அடையாளமற்ற நாடுகளின் சுயத்தன்மைகளை வேரோடு பிடுங்கி

எறியவேண்டும். "அதைவிட சிறந்தது" என்று நம்ப வைக்கப்பட்ட மேற்கத்திய நிறுவனங்களை களைந்தெறியப்பட்ட நிலத்தில் விதைத்து வளர்க்க வேண்டும். இன்றும் நேரடியாக 'வளர்ச்சி' குறித்து பண்டைய மேற்கத்திய நூல்களை வாசிக்க வேண்டும். ரோனால்ட் டக்காகி எழுதிய அயர்ன்கேஜஸ்; க்ளோபல் ரிப்ட் எனும் தலைப்பில் லியோன் ஸ்டாவ்ரியானோ எழுதிய நூல், அசிஸ்நந்தியின் இன்டிமேட்ட் எனிமி மற்றும் நான் (கிளாட் ஆல்வாரஸ்) எழுதிய ஹோமோ ஃபேபர். தனது நூலில் அசிஸ்நந்தி இரண்டு வகையான காலனியாதிக்கங்கள் குறித்து பேசுகிறார்.

முதலாவது காலனித்துவபடுத்துதலை நிகழ்த்தியவர்கள் கொள்ளையை மட்டுமே நோக்கமாகக் (மற்றவர்களைப்போல) கொள்ளவில்லை. கொள்ளையடித்து செல்வங்களை நாடு கடத்த மட்டுமே போன மற்ற படையெடுப்புகள் போலன்றி, இவர்கள் மேற்கிலிருந்து வந்த மத்தியதரவர்க்க, கிருத்துவ தேவாலய, நவீனத்துவ விஞ்ஞானப் பார்வைகொண்ட வேற்றுமைகளை வெறுத்த முன்னேற்றத்தை நோக்கமாகக்கொண்ட இளைஞர்கள் கடுமையாக உழைத்து நாட்டை காலனித்துவப்படுத்துவதை, நாகரீக மாற்றம் என்பதான இலக்காக கொண்டிருந்தவர்கள்[2]. பிறகு நந்தி இரண்டாம் வகை ஆக்கிரமிப்பு, காலனித்துவ படுத்துதலைப் பற்றி பேசுகிறார். இது ஆறு சந்ததிகளாக மூன்றாம் உலகம் தாங்கள் சுதந்திரமடைய போடப்பட்ட நிபந்தனைகளாகக் கூறிவரும், மனதை காலனித்துவப்படுத்துதல், மேற்கத்தியமயமாதல். அதாவது, நேரடியாக உடலியல் ரீதியில் ஆளப்படாமல் உளவியல் ரீதியில் மேற்கத்தியமயமாகவே தொடர்ந்து இருத்தல்[3]. கடந்த முப்பது, ஐம்பது ஆண்டுகளாக வளர்ச்சி "மேற்கத்தியமயமாதலாகவே பார்க்கப்படுகிறது". 'மேற்கு' ஒரு சிந்தனைப்போக்காகவும் — இருக்கின்ற ஒரே ஒரு மாதிரியாகவும் உள்ளது. 'மாதிரி'களுக்குள் மோதல் இல்லை 'முன் மாதிரி' ஒன்றே ஒன்றுதான்.

மதிப்பீடுகள் இன்றைய உலகின் ஆளுமைமிக்க ஆயுதங்கள் ஆகியுள்ளது, பலமுறை நிரூபிக்கப்பட்டுள்ளது. நம்மை ஆளும் அதிகாரிகள் மற்றும் அரசியல்வாதிகள் அளவிற்கு இந்த மதிப்பீடு கள் அதிக அதிகாரம் செலுத்துகின்றன. உதாரணமாக, வடக்கு நாடுகளைவிட தெற்கு நாடுகளில் இயற்கைப் பேரழிவுகள் அதிகம் எப்போதும் நடக்கின்றன எனும் ஒருவகை மனப்போக்கு உள்ளது. வறுமையும் சீரழிவும் தெற்கின் அடையாளமாகப் பார்க்கப்படுகின்றன. நடக்கும் சம்பவங்களின் அடிப்படையில் ஒரு மனநிலையாக இது உருவாவதை (இதுவும் ஒருவகை படிப்பறிவின்மை!) தவறென்று

கூறிவிடமுடியாது. ஆனால் பிரச்சனை என்னவென்றால் இந்த மனநிலையே ஆக்கிரமிப்பு மற்றும் ஆட்சித்திணிப்பிற்கு காரணமாகிவிடுவதுதான். தொழிற்துறை வளர்ச்சி அடைந்த நாடுகள் தங்கள் முறையே உயர்ந்தது எனும் மனப்போக்கில்தான் அதை மற்ற நாடுகளின் மேல் திணிக்கும் அராஜகத்தை அதிகாரமாகப் பெறுகிறார்கள். மேலானவையாக கருதப்படும் வாழ்க்கை முறையும் பொருளாதாரமும் இந்தக் கோள் முழுதும் ஆட்சி அதிகாரம்போல பரவுவதும், ஆகச்சிறந்ததான 'அறிவியல்' முறைப்படி வந்த யாவும் கேள்வியின்றி ஏற்றுக்கொள்ளப்படும் 'அந்தஸ்தை'யும் பெறுகின்றன.

தங்களது வரலாறு முழுதும் சீனர்கள் உலகை இரண்டு கோளங்களாகவே கண்டனர். ஒன்று பழங்கால நாகரிகமற்ற காட்டுவாசிகள் மற்றது நாகரிகமடைந்தவர்கள். சொர்க்கத்தின் மைந்தன் அவனது ஆட்சி சபை மற்றும் சீன சமூகம் இவை நாகரிக கோளமாகக் கருதப்பட்டன. சீனர்களைப் பொறுத்தவரை கண்டுபிடிப்புகள் மற்ற பயன்பாட்டுப்பொருட்கள், என அயல் நாடுகளின் எந்த விஷயமும் கணக்கில் எடுத்துக் கொள்ளப் படவே இல்லை. இந்தியாவில்கூட 1800 வரை, துணைக்கண்டம் முழுதுமே இதே போன்ற நிலையே இருந்தது. வெளிநாடுகளுக்கு கடல் கடந்துபோய் வணிகம் செய்யும் வழக்கம் இருந்தும் தனித்தன்மை இழக்கப்படவில்லை. தனது சிந்தனைகளையும் வாழ்நிலையையும் அயலார்களின் முறைப்படி மாற்றும் மன நிலை உருவாகவில்லை.[4]

காலனித்துவம் அனைத்தையும் மாற்றி அமைத்தது. நாகரிக மடைந்த மண்ணின் மைந்தர்கள் புதிய உலகின் பார்வையில் காட்டுமிராண்டிகளானார்கள். கொள்ளையடிக்க வந்தவர்கள் "நாகரீக — ஆசான்"களாக காட்டப்பட்டார்கள். இந்தியா சீனா என எங்கும் சுயமுன்னேற்றம் பூர்த்தி அடைந்தநிலை, தேக்கமாக பார்க்கப்பட்டது. முழுதும் பூர்த்தி அடையாத அறைகுறை சிந்தனைகள், குறை பிரசவ 'கண்டுபிடிப்புகள்' உன்னத வேக நிலையாக திடீர் போற்றுதலை பெற்றதோடு அது தொடர்ந்தும் அரசின் ஆதரவோடு, அங்கிங்கெனாதபடி எங்கும் திணிக்கப்பட்டது.

"வளர்ச்சி" எனும் பதத்தை சுற்றி இத்தகைய குழப்பமான சூழ்நிலை ஏன் நிலவவேண்டும்? மாறிக்கொள்வதைத் தவிர வேறு வழியே இல்லாத பிரதான விஷயமாக அது ஏன் இருக்க வேண்டும்? எப்போதுமே இப்படித்தான் இருந்து வந்துள்ளதா?

'வளர்ச்சி' என்ற இந்த சொல்லாக்கத்தின் தோற்றுவியல் எது? இதைக் கண்டுபிடித்தது யார்? அதனடிப்படையில் உள்ள அனுமானங்கள் என்னென்ன?[5]

'வளர்ச்சி' எனும் பதம் நாம் நினைப்பது போல 'கெடுதல் எதுவும் விளைவிக்காத' ஒன்றல்ல. அதன் காலனித்துவ வேர்கள், தன் நோக்கம் குறித்த விரிவான சொல்லாடல்களின்போது காலனித்துவ அரசுகளுக்கே அதிக அதிகாரங்களைக் கொண்டு செய்ய வல்லது. (அதிர்ஷ்டவசமாக இந்தியாவின் ஆட்சி மொழியாக உள்ள, அல்லது சுமார் 1500 மொழிகளிலுமே அந்தப்பதத்தை மொழியாக்கம் செய்யமுடியவில்லை. இந்தி மொழியில் அது 'விக்காஸ்' என்று சொல்லப்படுகிறது.) மர்மமான பல அரசு சார்ந்த செயல்பாடுகள் மற்றும் கட்டாயப்படுத்தப்படும் மாற்றங்களை நியாயப்படுத்த பயன்படுத்தப்படும் சொல்லாக்கமாக நமது காலத்தில் அது நிலைத்துவிட்டது.

வளர்ச்சி எனும் சொல் வரலாற்றை இரண்டு கால கட்டங்களாக பிரிக்கிறது. தெற்கத்திய நாடுகள் அரசியல் ரீதியில் விடுதலை அடையும் வரையிலானது. மற்றும் 'வளர்ச்சி' எனும் சிந்தனை அமுலாக்கப்பட்ட பிறகு (குறிப்பாக வால்ட் ரோஸ்டவ்வின் பொருளாதார கோட்பாடு — அறிமுகமான பிறகு என்று தெளிவாகக் கூறலாம்). காலனித்துவ காலகட்டத்தின் முடிவில் — காலனித்துவ ஆட்சியாளர்கள் வீழ்ச்சியடைந்து தூக்கியெறியப்பட்டனர். அதிகாரவர்க்க நாடுகள் ஏழ்மையை சந்திக்க வேண்டிய கட்டாயம் ஏற்பட்டது. (கொள்ளை நின்று விட்டதே!) திடீரென்று 'வளர்ச்சி' எனும் பதம் அறிமுகமாகி வேர்கொள்ளத்தொடங்கியது இந்த காலகட்டத்தில்தான்.

அதற்கேற்றார்போல வரலாறு தீர்மானங்களுக்கு உட்படுத்தப்பட்டு புதிய புலனாய்வுகள் மேற்கொள்ளப்பட்டன. தங்களால் வெற்றியென கருதப்பட்ட அம்சங்களை வரலாற்றின் திருப்பு முனைகளாக அறிவித்துக்கொண்ட வளர்ந்த சமூகங்கள், வளர்ந்து கொண்டிருக்கும் சமூகங்களை வரலாற்று தளத்திலும் வளர்ச்சி காணாதவையாக எள்ளி நகையாடின. வரலாற்றினடிப்படையிலும் இல்லாமல் போனவைகளை புதிய திட்டங்களின் மூலம் மேற்கத்திய அறிவைக்கொண்டு நிறைவேற்றுவதே தெற்கத்திய நாடுகளில் வளர்ச்சி என்று நிறுவப்பட்டது. ஐரோப்பிய அதிலும் குறிப்பாக அமெரிக்கப்பார்வைக்கு ஏற்றாற்போல தெற்கு ஏன் தன்னை மாற்றிக்கொள்ள வேண்டும்? தனது கலாச்சார மற்றும்

தொழில்நுட்பத்தை பயன்படுத்தி சொந்த முகத்தை பேணாமல் இறக்குமதியான முகமூடியை ஏன் அணிய வேண்டும்? யாருமே கேட்கவில்லை.

மேற்கின் சமூகவியலாளர்கள், அரசியல் விஞ்ஞானிகள் மற்றும் பொருளாதார நிபுணர்கள் 'வளர்ச்சி' நிபுணர்கள் எனும் புதிய அவதாரம் எடுத்தார்கள். அவர்களிலேயே மிகவும் கொடியவர் ஒரு உளவியல்வாதி (டேவிட் மேக்செலாண்டு). தெற்கத்தியர்களுக்கு வளர்ச்சியடையும் மனநிலை சற்று மந்தமாக இருப்பதாகவும் ஊக்கப்படுத்தும் மனோவியல் நடவடிக்கைகள் தேவை என்றும் அவர் "கண்டுபிடித்தார்". அவருக்கு ஏற்பட்ட அதே 'ஞானம்' பிறகு ஆண்ட்ரிகுண்டர் பிராங்க்கால் பிரதியாக்கம் செய்யப் பட்டது. தெற்கத்திய நாடுகள் தங்களது மேற்கத்திய வடிவத்திற்கு மாறவேண்டுமானால் அவர்களது குழந்தைகளுக்கு முதலில் யார் யார் கதாநாயர்கள் என்பதை கொண்டு சென்று, அரை கிருத்துவர்களாக மாற்ற வேண்டும்.

இரண்டு விஷயங்கள் கவனிக்கத்தக்கவை. முதலாவது தெற்கு விடுதலையடைந்ததால் திடீரென்று வளர்ச்சியற்ற நிலையை அடைந்தது. அதற்கு முன் அது காலனித்துவ பிரதேசமாக இருந்தது; அதற்கு முன்? அது அதுவாகவே இருந்தது. திடீரென்று வளர்ச்சி யற்ற பிரதேசமாகிவிட்டது. இரண்டாவது 'வளர்ச்சி'க்கு முந்தைய வரலாறு பூஜ்ய முக்கியத்துவமே வாய்ந்தது. கலை கட்டிடம் தவிர, நவீனத்துவத்தின் கொடிய தாக்கம் தன் கிராமத்தில் வேரூன்றி சாதாரண விவசாயியை நோக்கி ஒரு ஆயுதமாக பிரயோகிக்கப்பட்டது.

திடீரென்று வளர்ச்சி — சிந்தனை மக்களை புதிய வகை சாதனங்களை கையாளத் தெரிந்தவர்களாக்க வேண்டிய கட்ட யாத்திற்குத் தள்ளியது. காலம் காலமாக மிகுந்த பிரயாசையோடும் வலி மிகுந்த கடும் உழைப்போடும், மலைசாதியினரும், மற்ற மரபு சார்ந்த மீனவர்களும், விவசாயிகளும் தங்களது புராதன வழி முறையோடு செயல்படுவது என்பது "வளர்ச்சியற்ற" பத்தாம் பசலித்தனம் என்று பிரகடனம் ஆனது.

வளர்ச்சி என்பது 'வளரும் அறிவாக' இருந்ததால் ஆளும் வர்க்கத்திற்கு அது ஒரு வகையில் தன்னை அரசியல் சட்ட ரீதியில் அதிகாரம் கொண்டவர்களாக்கிக் கொண்டது. அரசு அதிகாரம் போய் சேர முடியாத குக்கிராமங்களைக்கூட

'வளைத்துப் போட' வணிக ரீதியில் பணப்புழக்கம் பார்க்க வசதி யான ஒன்றாகப் பயன்பட்டது. வணிகர்கள் — 'தொழிலதிபர்கள்' ஆனார்கள். வெளிநாட்டிலிருந்து தருவிக்கப்பட்ட தொழில் நுட்பம் அங்கீகாரம், சமூக அந்தஸ்து வழங்கியதோடு வேலையாட்களின் எண்ணிக்கையும் குறைத்தது. எனவே வணிகத் துறை 'வளர்ச்சியை' கொள்ளை லாபம் பெறும் பெரிய வாய்ப்பாகவே கருதியது. விஞ்ஞானிகள் நவீன தொழில்நுட்பத்தை மற்றெல்லாவற்றிலும் சிறந்தது என தங்களது கோட்பாட்டு மொழியில் முன் மொழிந்து, 'தட்டுப்பாடு' காலமாகிய நமது காலத்தில் 'வளர்ச்சி' வேகமாக வளர உதவினார்கள்.

உலகில் பல இடங்களிலும் நடந்த ஒரே மாதிரியான சம்பவங் களின் மீதான அனுமானமே வளர்ச்சி, சிந்தனைப் போக்கின் அஸ்திவாரமாக இருந்தது. வரலாற்றை 'மீண்டும் நிகழ வைப்பது' என்பதில் அறிவியல் சோதனைகளின் மூலம் வெற்றிகாண முடியும் எனும் குருட்டு நம்பிக்கை ஆளும் வர்க்கத்திற்கு அவ்வித சாத்தியக்கூறே இல்லாத இடங்களிலும்கூட 'வளர்ச்சியை திணிக்க வேண்டும் எனும் வெறியை கொடுத்தது, இதுதான் வளர்ச்சி சிந்தனை போக்கின் அடிப்படையை தீர்மானிக்கும், அடிநாதம் ஆகும். உதாரணமாக இன்று 'பசுமைப்புரட்சி' போன்றதொரு சோதனை மற்றப்பகுதிகளில் உடனடியாக செயல்படுத்தப்பட்டு வருகிறது. இந்த 'மீண்டும் வரலாற்றை நிகழவைப்பது' என்பது குஜராத்தில் ஆனந்தில் நடத்தப்பட்ட "பால் வெள்ளம்" இந்தியாவின் மற்ற பகுதிகளுக்கும் விரிவாக்கப்பட்டு கூட்டுறவு பால் பண்ணைகள் மேலும் தெற்கத்திய நாடுகளெங்கும் தொடங்கப்படும் என்பதன் மூலமும் புரிந்து கொள்ளப்பட வேண்டும்.

இப்படி எங்கும் 'விரிவாக்க முடிந்த' வெற்றிகரமான முன் உதாரண திட்டங்களை வளர்ச்சிக் கோட்பாடு தொடர்ந்து தேடி வருகிறது. மந்தமான வளர்ச்சியற்ற நிலையாக பார்க்கப்படும் உள்ளூர் நிலைமைக்கு மேலும் மேலும் மேற்கிலிருந்து, திட்டங்கள் தேவை. இம்மாதிரி திட்டங்களில் பங்கு பெறுவதைத்தவிர உள்ளூர் மக்களுக்கு தாங்களே புதிய திட்டங்களை கொண்டு வரும் அறிவோ அல்லது தங்களது இலக்குகளைத் திட்டமிடும் தீர்க்கதரிசனமோ கொஞ்சம்கூட கிடையாது என்றே 'வளர்ச்சி' நம்புகிறது. அதுமட்டுமல்ல இம்மக்கள் உடலியல் ரீதியிலும் உளவியல் ரீதியிலுமாக வலியோடு வாழவேண்டி யுள்ளது. அனைத்துவகை புராதன சொத்துக்களையும் 'வளர்ச்சி' அழித்து ஒழித்துவிட்டது.

முரட்டுத்தனமாக விரிவடைந்து வரும் ஒரு வர்க்கம் மற்றவகை மக்களின் பாத்தியதையான அனைத்து வகை சொத்துக்களையும் தன் கட்டுப்பாட்டுக்குகொண்டு வருவதற்காக உருவாக்கப்பட்ட ஒருவகை திட்டமாகவே இன்று 'வளர்ச்சி' புரிந்து கொள்ளப் படுகிறது. அதற்குரிய எதிர்ப்புகள் அனைத்துமே நீர்த்துப்போக வைக்கப்படுகின்றன. ஒரு சரியான பகுப்பாய்வு வளர்ச்சியை கீழ்க்கண்டவாறு விளங்கிக்கொள்ள உதவியுள்ளது. சர்வதேச அளவில் சர்வதேச மூலதனத்தோடு திட்ட வல்லுநர்களின் நலன்களுக்காக கொண்டு வரப்பட்டதே 'வளர்ச்சி' அதனாலேயே வளர்ச்சி அழிவாகவே இருக்கும். ஏனென்றால் ஏற்கனவே உள்ளவைகளை (வளர்ச்சியற்றது, வெறும் புதர்காடு, மற்றும் தேவையற்றது என) அழித்துவிட்டு அயலார்களால் கண்டுபிடிக்கப்பட்ட ஒன்றை அது திணிக்கிறது.

'வளர்ச்சியை' கண்டுபிடித்தவர்களும் அதை தீவிரமாக ஆதரிப்பவர்களும் அதன் அமுலாக்கத்தில் பங்கு பெறுபவர்களும் அனாவசியமாக தங்களது சொந்த நலன்களுக்காக ஒரு அயல் சிந்தனைத் திட்டத்தை ஏற்கனவே சிறப்பாக வாழ்ந்து வரும் ஒரு பெருமக்கள் கூட்டத்தின் வாழ்க்கை முறையை கேலிக்கு உட்படுத்தவே அவர்கள் மீது திணித்து வருகிறது. அதற்கு எதிர்ப்பு தெரிவிப்பவர்களை தேசத்துரோகிகள் என்று சாடுகிறது. எனவே வளர்ச்சியால், பாதிப்படைந்து நசிந்து போனவர்கள் ஏதோ எதேச்சையாக அப்படி ஆகிப்போனவர்கள் அல்ல; திட்டமிட்டு உருவாக்கப்பட்டவர்கள்.

கடைசியாக 'வளர்ச்சி' என்பது அதிகாரம் ஆகும். கலாச்சார முறைப்படி கேலியானதாக ஆக்கப்பட்டுவிட்டதாலேயே, தனது குழந்தைக்கு தனது தாய் பாலைத்தராமல் கட்டுப்படுத்திக் கொண்டு ஊட்டச்சத்து புட்டிப்பானங்களை, கெட்டுப்போன பால் பவுடரை கரைத்து கொடுக்கும் தாயாக நாம் வளர்ச்சியை பார்க்கிறோம்.

அதிகாரமே வளர்ச்சி:

"வளர்ச்சி என்பது அதிகாரமே" எனும் வாக்கியத்தை திருப்பிப் போட்டால் அதிகாரமே வளர்ச்சி எனும் மிகப்பெரிய உண்மை புலப்படும். மர்மமான விஷயம் என்னவென்றால் வளர்ச்சி ஒரு விரிவான பொருளில் அதிகாரமே என்பதுதான். நம் வாழ்வை ஆட்டிப்படைக்கும் புதிய அதிகாரகேந்திரம் உலக வங்கி ஆகும்.

கடந்த பத்தாண்டுகளில் வளர்ச்சி என்பதன் விளக்கம் பெரும்பாலும் உலக வங்கியினால்தான் அளிக்கப்பட்டு அங்கீகரிக்கப்பட்டு வந்துள்ளது. பொதுமக்களும் படிக்கக் கிடைத்துள்ள புள்ளி விவரங்கள் மற்றும் ஆவணங்களின் அடிப்படையில் பார்த்தால் "வளர்ச்சி"யின் ஒட்டுமொத்த அதிகாரம் உலக வங்கியையேச் சாரும். அதுமட்டுமல்ல உலக வங்கிக்கு நடந்துள்ள ஒரே சாதகமான விஷயம் அதுதான். அது ஏதோ பாரபட்சமின்றி ஏழை பாழைகளை முன்னேற்றிவிடவே இப்படியான பெரிய 'தியாகத்தில்' இறங்கியுள்ளதென்று காட்டிக் கொள்வதன் பின்னணியில் இருக்கும் உண்மை இதுதான்.

உலக வங்கியின் வெளியீடுகளாக சமீபத்தில் வெளியான "வளர்ச்சியின் முன்னோடிகள்"[7] மற்றும் ஜெரால்ட் மெய்யரின் "வறுமையிலிருந்து விடுபடுதல்[8] பொருளாதாரம் முதன்மை யானது" ஆகிய இரண்டு புத்தகங்களும், வளர்ச்சி என்பதைப் பொறுத்தவரை "உலக வங்கி"தான் மட்டும் தான் செய்ய முடியும். அதிகாரத்தோடு இருக்கவேண்டுமென ஆழமாக நம்புவதை பிரதிபலிக்கின்றன. தெற்கத்திய நாடுகளின் நிலையை 'ஆழமாக' கோட்பாட்டளவில் பரிசீலித்து அதை முன்னேற்றமடைய என்னவெல்லாம் செய்யவேண்டும் என்கிற முடிவுகளை எடுத்தது தெற்கத்தியவாதிகளா? மேற்கத்திய நிபுணர்கள்தான் என்பதை மறந்துவிடக்கூடாது. வளர்ச்சிப் பொருளாதாரம் மேற்கத்திய தலைமையிடம் விளக்கப்பட்டு பிறகு தெற்கின்வசம் ஒப்படைக்கப்பட்டது. தெற்கே விடுதலையின் போது ஆட்சிக்கு வந்தவர்கள் திடீரென்று முழு நாட்டையும் நிர்வகிப்பதில் மிகவும் தொய்ந்துபோய் தங்களை அடிமைகளாக வைத்திருந்து காலனித்துவப்படுத்தியவர்களிடமே, யோசனைகள் கேட்டு தஞ்சமடைந்தனர். இதனால் மூன்றாம் உலக நாடுகளின் பொருளாதாரக்கொள்கைகளை வகுத்தவர்கள் முதல் உலகை சேர்ந்தவர்களே என்பதில் ஆச்சரியம் எதுவும் இல்லை. பாவ்லர் பிரபு, கொலின் க்ளார்க், ஆல்பர்ட் ஓ ஹிர்ஷ்மன், சர்ஆர்தர் லூயிஸ், குன்னார்மிர்டால், ராயுல் பெர்பிச், பால்ரேஸடின்ரோடன் வால்ட்ரேஸ்டவ், ஹான்ஸ்சிங்கர் மற்றும் ஜான்டின்பர்கென்— "வளர்ச்சியின் முன்னோடிகள்' புத்தகம் சொல்வதுபோல இவர்கள்தான் — 'வளர்ச்சி' குறித்த சிந்தனைகளை தங்களது ஆளுமையில் வைத்திருந்தவர்கள்.[9]

சாதாரண அடிப்படைவாத பொருளாதாரவாதிகளான இவர் களுக்கும் தெற்கத்திய நாடுகளின் பிரச்சனைகளுக்கும் என்ன

சம்பந்தம்? சாதாரண சூழல்களின் சம்பந்தமே இல்லைதான். காலனிகளின் விடுதலையும் அவை புதிய நாடுகளாக உருவானதும் இவர்களுக்கு புதிய வேலைவாய்ப்புகளை ஏற்படுத்தியது. இவர்கள் தெற்கத்திய அரசாங்கங்களின் ஆலோசகர்களாக நியமிக்கப்பட்டார்கள். மேற்கத்திய கலாச்சாரத்தில் ஏதோ பெரிய அளவில் சாதித்துவிட்டதாக காட்டப்பட்ட காட்சிகளின் அடிப்படையில் 'அதேபோல' ஆவதற்கான அது பற்றிய எந்த புதிய சிந்தனைப்போக்குமற்ற அவர்களிடம் ஆலோசனை பெற்று செயல்படமுடியுமென்று நம்பபட்டதுதான் வேடிக்கை. மேலும் வினோதமான ஒரு விஷயம் உண்டு. ஜெரால்ட் மில்லர் தனது 'வளர்ச்சியின் முன்னோடிகள்' நூலில் குறிப்பிடுகிறார். "வளர்ச்சியடையாத நாடுகளின் வளர்ச்சிக் கோட்பாடுகளை வகுத்தவர்கள், வளர்த்த நாடுகளின் பிரஜைகள்.[10]"

உதாரணமாக புதுடில்லிக்கு அவர்களின் ஒரு கூட்டமே வந்து சேர்ந்தது. 1947இல் பெயர் சொல்லுமளவு இருந்த பொருளாதார வாதிகள் ஓரிருவரே ஆவர். போர்டும், ராக்பெல்லர் பவுண் டேஷன் நிறுவனமும் வளர்ச்சிக்குரிய அணுகுமுறைகளை வகுப்பதில் எப்படி அரசுகளை ஆட்டி வைத்தன என்பதை ஜார்ஜ் ரோசன் விளக்குகிறார். மற்ற அமைச்சரவை சகாக்களைவிட பிரதமர் நேருவிற்கு டக்ளஸ் என்ஸ்பிங்கர் எப்படியெல்லாம் நெருக்கமாக இருந்தார் என்பதையும் அவர் நிரூபித்துள்ளார். இந்தப் பொருளாதாரவாதிகளில் பலருக்கு புதிதாக விடுதலை அடைந்த நாடுகளின் பிரச்சனைகள் குறித்த குறைந்தபட்ச அனுபவங்கள்கூட கிடையாது. இந்திய திட்டக்கமிஷன் கொலின் கிளார்க்கை நாட்டின் பொருளாதார முன்னேற்றத்திற்கு என்ன செய்யப்பட வேண்டுமென்பது பற்றி ஒரு குறிப்பு சமர்ப்பிக்குமாறு கேட்டுக்கொண்டது. தனது சொந்த ஊரில் அவருக்கு ஏற்பட்ட அனுபவங்களின் அடிப்படையில் மட்டுமல்ல தனது மோசமான மனப்பான்மையையும் சேர்த்து அவர் "கண்டுபிடித்து" கொடுத்த குறிப்புரைகள் அப்படியே ஏற்கப்பட்டன.

மேற்கத்திய முறையிலான தொழில்மயமாதலுக்கு தன்னை விரிவுபடுத்திக்கொள்ள ஒரு இடம் தேவைப்பட்டது என்பதே அடிப்படை பிரச்சனையாகும். இந்தியா மாதிரியான இடத்தில் பால்பேரன் சொல்வதுபோல காலனிகள் திடீரென இல்லாமல் போயின. உற்சாகமும் புதிய உணர்வுகளும் விடுதலையடைந்த மனயெழுச்சியும் சாதாரண மனப்போக்காக இருந்தது. நமது அதிகாரத்தை புரிந்துகொள்ளா நிலையும் அறியாமையும் இருந்த

இடத்தில் அவசர அவசரமாக வளர்ச்சி, கோட்பாடு, கொள்கை என்று மேற்கின் மனோ, சாயல்கள் திணிக்கப்பட்டன. அந்த வளர்ச்சி மாதிரிகளை உருவாக்கியவர்களோ புதியவைகளை அறிமுகம் செய்து தோல்விகளையும் சந்திக்கும் உரிமை பெற்றிருந்தவர்கள். அதே உரிமை இந்தியர்களுக்கோ தெற்கின்அறிவு ஜீவிகளுக்கோ வழங்கப்படவில்லை. அயல்நாட்டவர்கள் செய்தால் சோதனை; இவர்கள் செய்தால் குற்றம். அறியாமை! நாம் செய்தபோது அதுவே ஏதோ திறமை இன்மையின் வெளிப்பாடாக பகிரங் கமாக நம்மாலே ஒப்புக்கொள்ள வைக்கப்பட்டது. உதாரணமாக பொருளாதார நிபுணரான பி.டி.பாயர் புதியவைகளை ஏற்பதில் இந்திய மனப்பான்மை குறித்து கூறுவதைப்பாருங்கள்.

மாற்றத்தை விரும்பாத, முன்னேற்றத்திற்கு மிகவும் தடையாக இருக்கும் சில மனப்பான்மைகள் இந்தியாவில் கெடுதலான விளைவுகளை ஏற்படுத்தி விடுகின்றன. உதாரணமாக சாதிமுறை, பசுக்களை தெய்வமாகப் போற்றுவது, மிருகங்களை கொல்வதில் தயக்கம் காட்டுவது எதையும் ஒருமுறை சோதித்துப் பார்ப்பதில் திறந்த பார்வை இல்லாமை.[12]

இந்தியப் பொருளாதாரவாதியான ஜெகதிஷ்பகவதி கூறுகிறார்: *"1915இல் ஜப்பான் அரசால் அழைக்கப்பட்ட ஒரு ஆஸ்திரேலிய நிபுணர் ஜப்பானைப்பற்றி கிட்டத்தட்ட இதே போல்தான் கருத்துக்கூறினார்!"*

பின்நாட்களில் இதே வல்லுநர்கள் (வளர்ச்சியின் முன்னோடி கள் புத்தகத்தில்) தாங்கள் 'கற்றுக்கொண்டிருந்ததால்' அக்கால கட்டத்தில் பெரிய தவறுகள் செய்ததாகவும் ஒப்புதல் அளித்தார் கள். இந்தப் பெரியத் தவறுதான் கோடிக்கணக்கான மக்களை மிகவும் துன்புறுத்திய பல அரசியல் முடிவுகளை நம்மீது திணித்தது. ஐம்பதுகளின் தொடக்கத்தில் தான் கொலம்பிய அரசோடு இணைந்து பணியாற்றிவதை குறித்து ஆல்பர்ட் ஹிர்ஸ்சமன் நினைவு கூர்வதைப் பாருங்கள்:

அந்த வேலையை ஏற்றுக்கொள்ள எனக்குள் இருந்த உந்துதலே அங்கே பொருளாதார கொள்கைகள் தொடர்பான எல்லா வகையான சிக்கல்களுக்குள்ளும் நுழைந்து கூடுமானவரை கொலம்பிய பொருளாதாரத்தைக் கற்றுக்கொள்ள வேண்டும் என்பதே ஆகும். ஆனால் விரைவில் நமது மூலதனம், சேமிப்பு வங்கியின் வளர்ச்சிக்கு அயல்நாட்டு நிதியுதவிக்கான சூழல்களை

கொலம்பிய பொருளாதாரத்தில் ஏற்படுத்துமாறு உலகவங்கியின் தலைமையகம் எனக்கு உத்தரவிட்டது.[13]

சூழ்நிலைக்குப் பொருந்தாத வகையில் இருந்தும்கூட தெற்கத்திய தலைவர்களுக்கும் இந்த அயல்நாட்டு நிபுணர்களுக்குமான உறவு ஏதோ ரொம்பவும் இயற்கையானது போல ஜோடிக்கப்பட்டது. இயற்கையாகவே அவர்களுக்குள் இருந்த ஒரு பொதுத்தன்மை, புதிய அரசில் தங்களது பங்கை நிலைநாட்டுதல் என்பது ஆகும்.[14]

அனைத்தையும் கட்டுப்படுத்தும் அரசு என்பதன் பழைய செயல்பாடு, அனைத்தையும் நடத்துதல் என்பதாக "வளர்ச்சி" யால் மாற்றப்பட்டது. வளர்ச்சியின் பிரதானமான வேலையே மக்களை அமெரிக்கர்களின் அளவிற்கு 'உயர்த்துதல்' ஆகும். அல்லது மனித இனம் அப்போதைக்கு உயர்ந்தது என்று கருதும் ஒரு இனம்போல 'உயர்த்துதல்'. இந்த விஷயத்தில் அரசின் பங்கு அயலாரின் பங்கு இரண்டுமே புதிய, "அதிகார" வகைப் பாட்டிற்கு வழிகோலியது.

இந்த விஷயங்களுக்கெல்லாம் மேல் "பனிப்போர்" எந்த புதிய நாட்டிற்குள்ளும் கம்யூனிசம் நுழையாது பார்த்துக் கொள்ளுமாறு ஐரோப்பாவை நிர்பந்தித்தது. அப்படி நடந்து விட்டால், அவர்களின் முதலீடு செய்யும் வசதி, கச்சாப் பொருட்களை பெறுகிற வாய்ப்பு, சந்தைகளின் மீதான ஆளுமை எல்லாம் போய்விடும். இந்த சூழலில் பொருளாதார மந்திரவாதிகள் மேற்கத்திய வழியில் வளர்ச்சியடைவது 'வளர்ச்சியை' எளிதாக அடையமுடிந்தது மட்டுமல்ல; வலியற்றதுமாகுமென்று முன்மொழிந்தார்கள். தெற்கத்திய ஆட்சியாளர்களும் எப்படி சொத்தையும் நிலவளங்களையும் பங்குபோடுவதென்று கவலைப்பட வேண்டியதில்லை, பிரச்சனைகளை எளிதில் தீர்க்கும் திறமை வாய்ந்த அயல்நாட்டினர் அதே அளவு பொருளாதார வளர்ச்சியை எளிதில் கொடுத்து நாட்டை பத்திரமாக கரை சேர்த்து விடுவார்கள். அதனால்தான் வால்ட்ரோஸ்வ்வின் பொருளாதாரம் குறித்த விமானம் மேலெழல் கோட்பாடு மிகவும் பிரசித்தமான ஒன்றானது — அதிலும் அது பனிப்போரின் பாதிப்பிலும் எழுந்தது ஆகும்.[15]

இந்த 'வளர்ச்சிக்கொள்கை' முறையின் அம்சங்கள் என்ன? இதைப்புரிந்து கொள்ள ஒருவர் தேவையில்லாமல் பொதுவாக ஏற்றுக்கொள்ளப்பட்ட மேலாண்மை படைத்த நம்பிக்கைகளை ஆராயவேண்டியுள்ளது. ஹாரட் — டோமர் மாதிரியில் சேமிப்பும்,

முதலீடும் பெருகுதல் வளர்ச்சியின் அடையாளம் என்கிறார். பிறகு ஆர்தர் லுயிஸ் பொருளாதார மாதிரி ஒரு சமூகத்தின் சேமிப்பை *5* சதத்திலிருந்து *12* அல்லது *15* சதவிகிதமாக கூட்டிவிட்டால் அதுவே வளர்ச்சி என்கிறது. அப்புறம் இருக்கவே இருக்கிறது க்ளார் பிச்சர் கண்டுபிடிப்பு. ஒரு தொழிலாளி தனது சொந்தப் பொருளாதாரம், பிறகு ஊர் பொருளாதாரம் பிறகு அரசப்பொருளாதார தேவைகளை பூர்த்தி செய்தல் எனும் கோட்பாடு! அயல்நாட்டு நிதியுதவி (கடனுக்கு 'வளர்ச்சி' வைத்த நவீன பெயர்) தெற்கத்திய நாடுகளின் பொருளாதார வளர்ச்சி தேக்கமுற்றாலோ அல்லது ஏதாவதொரு திட்டத் தோல்வியின் சூழலில் சிக்கினாலோ வந்து 'காப்பாற்ற' இருக்கும் இறுதி ஆயுதம். எப்போதும் மக்கள் தொகையின் கட்டுக்கடங்கா பெருக்கமே காரணியாக எல்லாவற்றிற்கும் காட்டப்படுகிறது. மக்களின் வாழ்க்கை 'வடிவங்களின்' மேல் அக்கறை காட்டப்படவேண்டுமென்று யாருக்குமே தோன்றவில்லை. இவ்வகை 'பொருளாதார வளர்ச்சி' மாதிரிகள் ரொம்ப எளிமையாகத் தோன்றும்போது அதில் சிக்கலான மாற்றங்கள் கொண்டு வரப்பட்டன. மக்களிடம் மாற்றத்தை ஏற்கும் மனப்பக்குவம் வரவில்லை. பத்தாம்பசலித்தனமான மூடநம்பிக்கைகள் தொடர்கின்றன என்றெல்லாம் எப்போதும் 'வளர்ச்சிவாதி'கள் கண்டுபிடிப்பது தொடர்ந்தது. நல்லவேளையாக இந்த மக்களை முற்றிலும் அழித்துவிட்டு புதிய மனிதர்களையே தோற்றுவிக்கும்படி யாரும் யோசனை கூறிவிடவில்லை.

'வளர்ச்சிப் பொருளாதாரம்' என்பது தெற்கு நாடுகளில் அப் படியே பொறுத்தப்பட்ட வடக்கின் பிரதான பொருளாதாரமே ஆகும். தேவையின்றி அது ஒரு விநோத நன்னம்பிக்கை காலத்தின் நீட்டிப்பாக தெற்கில் வேரூன்றியது. அதை ஏதோ ஒரு அறிவு ஜீவித மனங்களின் மரபு போல "வளர்ச்சியின் முன்னோடிகள்" புத்தகம் வர்ணிக்கிறது. அந்த அறிவு ஜீவிதம் திடீர் மரபு, அதற்கு 'முன்னோர்' இல்லை. அது ஐரோப்பியர்களால் கண்டு பிடிக்கப்பட்டு தெற்கிற்கு பரிசாக வழங்கப்பட்டது. தெற்கு நாடுகளில் தரித்திரத்தை போக்கிய அதை மாற்றிடவே வந்தது அது! யதார்த்தத்தில் இருந்த ஒரே வழி சோதனை முயற்சிசெய்து பார்ப்பதே அதுவும் மிகப்பெரிய அளவில்! கார்கள் எப்படி ஓடுகின்றன என்பதன் அடிப்படை தெரியும் என்பதற்காகவே, ஹிர்மானோ அல்லது 'வளர்ச்சியின் முன்னோடிகள்' காட்டும் அந்த பெரிய கூட்டத்தின் பிரெபிச் உட்பட யாருமே, தங்களது ஊரில் கார் ஓட்டுவதற்குகூட அனுமதிக்கப்பட்டிருக்க மாட்

டார்கள் என்பதே உண்மையாகும். அப்படியிருக்க கோடிக் கணக்கான மக்களின் வாழ்க்கையை தீர்மானிக்கும் கொள்கை களை அவர்கள் எப்படி உருவாக்கியிருக்க முடியும்?

இதற்குரிய பதிலை யாருமே திருப்திகரமாக தரவில்லை. பொருளாதார வளர்ச்சி பற்றிய தவறான அதீத நம்பிக்கை விதைக்கப்பட்டதும் 'கற்றுக்கொள்ளுதல்' நடந்ததும் மட்டுமல்ல.... இரவோடு இரவாக கொள்கைகளும் திட்டங்களும் தலைகீழாகக்கூட மாற்றப்பட்டன. ரோஸென்டின் ரோடன் பெரிய அளவிலான சீரான வளர்ச்சி என்று அறைகூவல் விடுத்த அதேசமயம் ஹிர்ச்மான் சீரற்ற வளர்ச்சியை கட்டாயப்படுத்தினர். நவீன பழமைவாதிகளான பயார் போன்றவர்கள் சந்தையில் அரசு குறுக்கிடுவதை எதிர்த்தார்கள். ஆனால் சிங்கர், பிரபிஷ் போன்றவர்கள் வெளிநாட்டிலிருந்து அரசே வியாபார, மாற்றுகளையும், பாதுகாப்பியலையும் சந்தைக்கு பெற்று வழங்குவதை கட்டாயமாக்கினர். சந்தையின் சுயத்தன்மைகளை (அறிந்தோ அறியாமலோ) உள்ளூர் விஷயம் என்று பாயர் போன்றவர்கள் கருதியும் தெற்கின் சுயத்தன்மையும் — வணிகம் தொடர்பான அடையாளங்களையும் தொடர்ந்து காயப்படுத்தி அழிப்பதிலேயே குறிப்பாக இருந்தார்கள்.

அந்த விஷயத்தில் காட்டப்பட்ட வெறியையும் அவசரத்தையும் காணும்போது ஒருவர்க்கு ஆச்சரியமே ஏற்படுகிறது. 'வளர்ச்சியின் முன்னோடிகள்' புத்தகத்தில் இந்திய பொருளாதாரவாதி பிசி. மெஹல் நோபிஸ்ஸை (அவரது பெயர் குறிப்பிடாமல்) கொலின்க்ளார்க் மிகமோசமாகவும் ஆக்ரோஷமாகவும் சாடுகிறார். (பால் ஸ்ட்ரீடனே மெஹல் நோபிஸ்ஸின் முன்மொழிவுகள் அந்த காலகட்டத்திற்கு தேவையாகவே இருந்தன என்று கூறுவதை கவனிக்கவேண்டும்)[16] 'உலகமய' வாதிகள் மையப்படுத்தப்பட்ட திட்டமிடல் தேவை என்பதை வாதிட்டபோது ப்ரீட்மேன் முன்னிலைப்படுத்திய பண முதலைகள் பழைய ஏற்பாடே சிறந்தது என்று வாதிட்டார்கள். ப்ரீட்மேன் தனித்து தான் விடப்பட்டதையும் கண்டு மகிழவே செய்தார். சிலி — அவரை நம்பி அழைத்தது. நோயாளியின் நிலை என்னவென்றே பரிசோதிக்காமல் எந்த மருத்துவராவது அறுவை சிகிச்சையில் எடுத்த எடுப்பில் இறங்குவாரா? இறங்கி னார் ப்ரீட்மேன்! தனக்கு தெரிந்ததை மட்டுமே வைத்து சிலியின் கழுத்தை அறுத்தெறிந்ததுதான் இன்னும் சோகம்.

முதலீடுகள் எங்கிருந்து வரும்? ஒரு பகுதி அயல்நாட்டு நிதி உதவி மூலம் வரலாம், ஆனால் பெரும்பாலான பகுதி உள்நாட்டு

ஆதாரங்களிடமிருந்து வந்தாக வேண்டுமென்று கொலின் கிளார்க் கூறிவந்தார். நிலைமை சரியாகும் வரை கிராமப்புற மக்களை கல்வி அறிவில்லாதவர்களாக வைத்திருப்பது நல்லது. ஆதார கச்சாப்பொருட்கள் பல கொள்ளையடிக்கப்பட்டு முதலீடாக, மூலதனமாக மாற்றப்படுவதை அவர்கள் அறியாதிருப்பதே நல்லது என்றும் கிளார்க் யோசனை கூறியதுதான் அதிர்ச்சியடைய வைக்கிறது. மெஹல்நோபிஸ் தொழில்மயமாதலுக்கோ அல்லது பொருளாதார வளர்ச்சியை கொண்டுவர நிதி ஆதாரங்களை ஏற்படுத்தவோ கிராமப்புற அப்பாவி மக்களின் மீது (பிரிட்டிஷார்கள் செய்ததைப்போல) வரிவசூல்களை மேற்கொள்ள வேண்டிய அவசியம் இல்லை என்றார். அதற்கு பல பிற வழிமுறைகள் இருந்தன. குறைவான தனிமனித வருமானத்தை கூட்டுவதே வளர்ச்சி என்று அறிவித்து விட்டு அவர்களிடமிருந்தே அதிரடி வசூல் செய்வதுதான் நவீன பொருளாதாரம்!

இறக்குமதியின் மூலம் வளர்ச்சி எனும் கோட்பாடு தெற்கத்திய நாடுகளான பிரேசில், அர்ஜெண்டினா மற்றும் இந்தோனேஷியாவில் இராணுவம் மூலம் ஆட்சி பிடிப்பதைக் கொண்டு வந்தது. புரட்சி மூலம் 'ஆட்சியைக் கைப்பற்றுதல்' அந்நாடுகளின் வெளிநாட்டுக்கடனோடு தொடர்புடையவை. இதுபோல நிறைய உள்ளது. நீங்கள் கடன் வாங்க வாங்க நீங்கள் மேலும் மேலும் வளர்ச்சி அடைகிறீர்கள் என்று ஐ.எம்.எஃப் கூறியது. ஒரு நாடால் வாங்கிய கடனை திரும்ப செலுத்த முடியாநிலை ஏற்பட்டால், முன்பிருந்த கடனை அடைக்க புதிய கடன் வழங்கப்படுகிறது. வளர்ச்சி ஒரு தொடர் விளைவாக மாற்றப்பட்டது. இப்படித்தான் வளர்ச்சியில் மேலும் மேலும் புதிய பணமுதலைகள் கடன் தருபவர்களாக சேர்க்கப்பட்டுக் கொண்டே இருக்கிறார்கள்.

இப்போது தெற்கு கடன்களை கட்டமுடியாத நிலைக்கு வந்துவிட்டது. கடன் கொடுத்த வங்கிகள் தாங்கள் திவாலாகி விடமாட்டோமென்றே நம்புகின்றன. நாடுகளுக்கு கடனுதவிதரும் மூலதனச்சந்தை நொறுங்கிப்போய்விட்டது. நாற்பது, ஐம்பது நாடுகள் கடனை திருப்பிச்செலுத்தும் மறுதிட்டப்பேரத்தில் இறங்கியுள்ளன. தங்களது சொந்த மண்ணின் எல்லாவகையான இடுபொருட்களையும் அவர்கள் அயலார்களுக்கு தாரை வார்ப் பதை தவிர்க்கவே முடியாது. வலியற்ற வளர்ச்சியா இது?

வலியைபற்றி எந்தக்கவலையும் அற்றவராக இருந்தவர் வால்ட் ரோஸ்டவ்தான். பொருளாதாரவாதிகள் பொதுவாக வரலாற்று

அறிவின் அடிப்படையில் செயல்படுவதாக கூறப்பட்டது. ஆனால் வால்ட் ரோஸ்டவ் வரலாற்று வரைபடத்தையே தன் இஷ்டத்திற்கு வளைத்தெடுத்தவர். தனது திட்டங்களுக்கேற்ப வரலாற்றில் நிகழ்வுகளை பொருத்தமாக மாற்ற முடிந்தவர் அவர். அமெரிக்க கவுன்சிலால் முழு ஆதரவுடன் இறக்கப்பட்ட ரோஸ்ட் டவ்வின் விமானம் மேலெழல் கோட்பாடு, தங்கள் நாடுகளுக்கு தேவையற்றது என்று வியட்நாம் போன்ற நாடுகள் முடிவெடுத்தபோது அவர் நேபாம் குண்டு மழை பொழிந்து 'ஏஜெண்ட் ஆரஞ்சு' எனும் இராணுவ கொலை நடவடிக்கையின் மூலமும் அதை சாதித்துக்காட்டியவர்.

தெற்கின் ஆட்சியாளர்களை கோட்பாடு வளைத்துப் போட்டது. விளைவு? இன்று தெற்கத்தியநாடுகள் இனி ஒருபோதும் மீள முடியாத கடன் பிரச்சினையில் சிக்கிவிட்டன. அதன் வீழ்ச்சி மீட்கமுடியாததாகி நம்பிக்கை வற்றிப்போனது. இன்று வறட்சி மற்றும் பஞ்சம் அடிக்கடி நிகழ்வதற்காக ஆப்பிரிக்காவை பார்த்து எள்ளி நகையாடுகிறார்களே, காலனித்துவம் செய்த அக்கிரமங்கள், கொள்ளை, சமூகத்தையே சூறையாடி பழித்து சுற்றுச்சூழலை அழித்தொழித்ததை வேறு எந்த நாடாவது தாங்கியிருக்க முடியுமா? இன்று பஞ்சப்பராரிகளாகிவிட்ட ஆப்பிரிக்காவின் பொருளாதாரவாதிகளுக்கு பயிற்சி அளித்தது யார்? காங்கோவின் காட்டுவாசிகளா? இதே ஐரோப்பியர்கள் தானே!

இந்த வளர்ச்சியின் முன்னோடிகள் எல்லாம் நேர்மையான மனிதர்கள்தானா என்ற கேள்வி எழுகிறது. கடவுளாகவே தன்னை சித்தரித்துக்கொள்ள தயங்காதவர்கள் அவர்கள். பொருளா தார கோட்பாடுகளை திட்டமிடுபவர்கள் அவற்றால் ஏற்படும் பின்விளைவுகளுக்கு பொறுப்பானவர்கள் இல்லை என்பதே சூழ்நிலை (ஒரு மருத்துவரைக்கூட கோர்ட்டுக்கு இழுக்கலாம். பொருளாதார நிபுணரின் சுண்டுவிரலைக்கூட அசைக்க முடியாது) தேனாறும் பாலாறும் ஓடும் எனும் அதீதமாயை, சோதனைக்கு உட்படுத்தப்படாது நேரடியாக அமுலாக்கம் பெற்ற கோட்பாடுகள் மற்றும் வெளிப்படையாகவே தெரிந்த ஒரு தலைபட்சமான மனோபாவம். இவையே அப்போது அதிகமிருந்தது.

சரி. இப்போதாவது நமக்கு அரைகுறையாகவே தெரிந்த அல்லது எதுவுமே தெரியாத (அயல்நாட்டிலிருந்து) தருவிக்கப் பட்ட தொழில்நுட்பத்தால் வளர்ச்சி ஏற்படும் எனும் மூட நம்பிக்கையை தூக்கியெறிந்தோமா? இப்போதாவது வெறும்

கற்பனை வளர்ச்சியையும் போலி முன்னேற்றத்தையும் காட்டிய மந்திரவாதிகள் தங்களது தவறை உணர்ந்து ஓடினார்களா? தெற்கத்திய பொருளாதாரவாதிகள் தான் சொன்னதை இப்போதாவது கடைபிடிப்பார்கள் என்று வால்ட் ரோஸ்டவ் நம்புகிறார். நான்கு பத்தாண்டுகள் வாய்நிறைய இந்தியா எதை சொதப்பி கடைசியில் மரணத்தை சந்தித்துள்ளதோ, அதே விடுதலையும், சோசலிசமும் எனும் ராயல் ப்ரெபி கொள்கைதான் எதிர்கால ஆட்சி என்று இப்போதும் ப்ரெபிமசே சொல்கிறார்.

இப்போது மையர் எழுதிய 'எமர்ஜிங் ப்ரம் பாவர்ட்டி' நூலுக்கு வருகிறோம். தெற்கு ஏதோ கொடிய துயரங்கள் போராட்டங்கள் அடங்கிய நரகக்குகையிலிருந்து வெளிவந்தது போல அவர் எழுதுகிறார். அமெரிக்க முதலாளியம் ஐஎம்எப். உலக வங்கி போன்ற சர்வதேச நிதி நிறுவனங்கள் மற்றும் மில்டன் ப்ரைமன்னும் அவரது சிக்காக்கோ நண்பர்களுமாக சேர்ந்து தெற்கை மீட்டதுபோல எழுதிக்கொண்டே போகிறார். அவர் எழுதுகிறார். "உலகின் மூன்றில் இரண்டுபங்கு மனிதர்களால் அன்றாட வாழ்வில் அனுபவிக்கப்படும் கொடிய வறுமையின் வலியை குறைக்க நம்மால் என்ன என்ன செய்ய முடியும் என்றே இந்த நூலில் நாம் பிரதானமாக கவலைப்படுகிறோம்."[17] இதை விடுத்து அவர் தனது ஐரோப்பிய சகாக்கள் எப்படியெல்லாம் தெற்கின் இயற்கை செல்வங்களை சீரழித்து கொள்ளையடித்தனர் என்பதையும் தங்களது 'பொருளாதாரத்தால்' ஏற்கனவே வலியோடிருந்த தெற்கத்திய மனிதர்களை எப்படியெல்லாம் மேலும் வலியேறச்செய்தார்கள் என்பதையும் பற்றி கவலைப்படவேண்டும். அது கூட அவருக்கு ஒரு பெரிய விஷயமாகப்படவில்லை. ஏனென்றால், அவரது வெள்ளை சமூகம் அணு ஆயுதப்பெருக்கத்திற்காக செலவு செய்யும் பில்லியன் கணக்கான பணம், அல்லது ஆயுதம் விற்க நடக்கும் ட்ரில்லியன் கணக்கான பேரங்களுக்காக கவலைப்பட வேண்டும். இதனால் இதே மையர் அடுத்த சில வரிகளிலேயே அவரும் அவரது சகாக்களும், 'வளர்ச்சி' வணிகத்தில் அடைந்த சுகங்களை பட்டியலிடுகிறார். "இன்னமும் வெறும் விரல்களைக் கொண்டு சாப்பிடும், கழுத்து டை கட்டவோ, கோட்சூட் போடவோ தெரியாத அளவு நாகரீக வளர்ச்சி அடையாத மக்கள் மத்தியில் அறிவு வளர்ச்சி புரிதல் ஏற்படுத்துவதில் நாங்கள் ஈடுபட்டது ஒரு சாகசம்"

உலக வளர்ச்சி கல்வியகம் (போஸ்டன், அமெரிக்கா) எனும் அமைப்பின் இயக்குநர் பால் ஸ்ட்ரீட்டன் மையரின் வளர்ச்சிக்

கதையானது 'கடின' 'தலையும்' மிகவும் மிருதுவான 'இதயமும்' கொண்ட கலவை. எப்போதும் இதற்கு எதிரான கலவையே கிடைத்து வந்துள்ளது என்கிறார். என்னைப் பொறுத்தவரை மையரின் புத்தகம் 'மந்தபுத்தித்தலையும் அதைவிட மந்தமான இதயமும் கொண்டவரால் எழுதப்பட்டுள்ளது. ஏனென்றால் நமக்கு ஸ்டான்போர்டில் கிடைக்கும் பேராசிரியர்கள் இக்கலவை கொண்டவர்களாகவே இருக்கிறார்கள். 'நல்ல மண்டையர்கள் எல்லாம் இயற்பியல் படிக்கவோ அல்லது வளைகுடா நாடுகளில் பணம் சம்பாதிக்கவோ போய்விடுவார்கள். பொருளாதாரம் போன்ற பாடங்களை படிக்க கிடைப்பதே மிச்ச மீதியுள்ள (வேறு எதற்குமே இடம் கிடைக்காத) பையன்கள்தான்.'

அவரது ஆராய்ச்சிக்கு ஸ்பான்சர் செய்யும் ஐ.எம்.எப் உலக வங்கி போன்ற நிறுவனங்களுடன் நல்லுறவு வைத்திருப்பவர்களை அவர் மிருதுவான இதயத்தோடு அணுகியிருக்கிறார் என்பதே உண்மை ஆகும். அவர்களைத்தான் அவர் பழமைக்கும் புதுமைக்குமான தரம் வாய்ந்த பொருளாதார ஜாம்பவான்களாக வர்ணிக்கிறார். தற்காலத்தின் பொருளாதாரக் கொள்கையில் எந்த பெரிய மாற்றத்தையும் கொண்டுவர வேண்டியதில்லை. அதற்கு சிலவகை வைட்டமின்கள் தந்தால்போதும் என்கிறார். அதன் பிரதான அமைப்பு உலகக்கட்டமைப்பை சார்ந்தது. உலகமயமாதலை கட்டாயமாக்குகிறது.

முதல் பார்வைக்கு ஏதோ உலக சம்பவங்களின் பாரபட்சமற்ற பார்வையாளர்போல மையர் தெரிகிறார். பிறகு இந்தப்புத்தகமே எந்த ஒரு அறிவு ஜீவியையும் தன் பக்கம் 'இழுத்து' விடுகிற ராக்பெல்லர் நிறுவனத்தின் தயாரிப்புதான் என்பதை நாம் அறிகிறோம். 'எமர்ஜிங் ப்ரம் பாவர்ட்டி' புத்தகம் பொருளதார சமூகம் எப்படி சந்தை இயக்கத்திற்கு தக்கவாறு தன்னை மறு ஆக்கம் செய்துகொண்டு உலக வங்கி, சர்வதேச சமூகம் போன்ற சொல்லாடங்களால் தெற்கின் வறுமையை விரட்ட வந்தது என்பதை விளக்குவதாக அமைகிறது. யார் இந்த வல்லுநர்கள்? 'வளர்ச்சியின் முன்னோடிகள்' புத்தகத்தில் வருவதுபோலவே அவர்கள் இங்கே மீண்டும் தோன்றுகிறார்கள். எங்கிருந்து வந்தார்கள் என்ன அனுபவத்தின் மூலம் தங்களது கொள்கையை அடைந்தார்கள் எனும் எந்தவிளக்கமும் இல்லாமல் சூழ்நிலைக்கேற்ப சிந்திக்க அந்த சூழலின் எந்த அறிவு அனுபவமும் இல்லாமல் 'முன்னோடிகள்' போலவே குட்டையை குழப்புகிறார்கள்.

முதலாளித்துவ பாதையை கடைபிடித்த சில நாடுகளின் 'வளர்ச்சி' சார்ந்த வெற்றிக்கதைகளை மையர் பட்டியலிட்டுள்ளார். அந்த நாடுகள் தென்கொரியா, தைவான், ஹாங்காங் மற்றும் சிங்கப்பூர் ஆகும். இவற்றில் பெரும்பாலானவை கிட்டத்தட்ட தனிநபர் சர்வாதிகார ஆட்சி நடக்கும் போலீஸ் அரசுகள் உள்ள நாடுகள். இங்கே மற்ற பொருட்களைப்போலவே மக்களும் பயன்படுத்தி தூக்கியெறிப்படும் சடலங்களாகவே உள்ளனர். நிறவெறி அரசான தென்ஆப்பிரிக்கா மறைமுகமாக உலக அளவில் வர்த்தகம் செய்ய தனது நாட்டை ஒரு கொல்லைப்புற வழியாக பயன்படுத்த அனுமதித்த மலாவியை ஒரு வெற்றிக்கதையாகவும் அவர் காட்டுகிறார். மனிதகுலம் முழுவதும் ஒதுக்கி வைத்த பிறகும்கூட சில கொடிய அரசுகள் எப்படி கொல்லைப்புற வழியாக பிழைத்துக்கொண்டன என்பதும் 'வெற்றிக்கதை' தானே. அதுவும் உலக வங்கி தரும் உதவிதான்! மையர் இதையும் 'வளர்ச்சி' என்றே கச்சிதமாக அழைக்கிறார்.

கண்ணுக்குத்தெரியாத 'உதவும் கரங்கள்' வழியான வளர்ச்சியே சிறந்தது என்று அவர் நினைக்கிறார். பிரட்டன் வுட் எனும் பெயரில் ஒரு பொதுத்துறை வந்து பிற பிரச்சனைகளை தீர்த்து விடுமென்று நமது நூலாசிரியர் நினைக்கிறார்.[18] மையரின் பிரதான முடிவுரை நாம் எதிர்ப்பார்ப்பதே. எல்லா வகையான விமர்சனங்களுக்கும் இடையில் நாம் பார்ப்பது என்னவென்றால் உலக வங்கியானது இந்த ஒட்டுமொத்த முன்னேற்ற செயல்பாடு கள் அனைத்திற்குமே ஒரு பிரதான உந்து சக்தியாக இருக்கிறது என்பதுதான்.... வேலையே இப்போதுதான் தொடங்கியுள்ளது என்பதையும் பார்க்கவேண்டும்.[19]

'வளர்ச்சி' சிந்தனையில் உலக வங்கி பெருமளவு மற்றவர்களை விட முன்னணியில் இருப்பதாக மையர் கருதுகிறார். வளர்ச்சி கோட்பாட்டில் ஒரு கடன் கொடுப்பதற்காக வங்கி ஏன் இவ்வளவு ஆர்வம் காட்டவேண்டும்? சற்றேறக்குறைய ஒரு மிரட்டல்போல நாம் அறிவது என்னவென்றால் உலக வங்கி ஒரு நாட்டின் முன்னேற்றம் மற்றும் நிதி ஆதாரங்கள் விஷயத்தில் அரசின் நிலைப்பாடுகள் எடுக்க ஆலோசனைகள் வழங்குவதாக நாம் அறிகிறோம். சுயசார்புள்ள நாடுகளா? அல்லது இவர் காலனித் துவ நாடுகளை குறிப்பிடுகிறாரா? இது எங்கே போய் முடியும்? உலக வங்கியே அரசை நடத்துவதிலா? வங்கி "ஏழை"களின் மீது அக்கறை கொண்டுள்ளது. அது வெளியில் வராமல் போன அதீத உழைப்பு ஆதாரங்களின்மேல் கவனம் செலுத்தி நாட்டின்

பொருளாதாரத்தை உயர்த்துவதிலும் அக்கறை கொண்டுள்ளது.[20] (இது குறித்த வங்கியின் சமன்பாடு நாம் அறிந்ததே: ஏழைகளின் உழைப்பை, ஏற்றுமதியாகி உலக சந்தைக்குப் போகவல்ல தொழிற்துறை உற்பத்திக்கு பயன்படுத்துவது. இதனால் ஏழைகள் மேலும் அதிக உழைப்பை நல்கி அதிக பாதிப்பற்ற வறுமையில் உழல்வார்கள். வளர்ச்சிக்கணக்கு காட்டவும் சம உரிமை பேசவும் முடியும்).

பிலிப்பைன்ஸ் நாட்டில் உலக வங்கி என்ன செய்தது என்பதை பற்றி புத்தகம் எதுவுமே குறிப்பிடவில்லை. பிலிப்பைன்ஸில் என்ன நடந்தது என்பதைப் பற்றி கணக்கில் எடுக்காத — உலக வங்கியின் வறுமை முன்னேற்றம் பற்றிய எந்த ஒரு ஆய்வும் ஏமாற்றே ஆகும். பிலிப்பைன்ஸில் அதற்கு என்னவெல்லாம் தேவையோ அனைத்தும் கிடைத்தது. தனக்கென்று ஒரு மந்திரிசபையையே உலகவங்கி அங்கே வைத்துக்கொண்டது. அங்கே அது கட்டாயப்படுத்தி புகுத்தியக் கொள்கைகள் ஒரு பதினைந்தே ஆண்டுகளில் வறுமையைப் பலமடங்கு அதிகமாக்கி, நாட்டை திவாலாக்கி, உள்ளூர் தொழில்களை முற்றிலுமாக அழித்து நாட்டை பில்லியன் கணக்கான அளவுக்கு கடனாளியும் ஆக்கியது. டெவலப்மெண்ட் டிபாக்கல் எனும் பெயரில் வால்டன் பெலோ மற்றும் அவரது சகாக்கள் மேற்கொண்ட பிலிப்பைன்ஸ பற்றிய ஆய்வில் ரகசியமாக கசிந்துவிட்ட 6000 வங்கி கோப்புப்பக்கங்களை ஆதாரமாகக் கொண்டு எப்படி 'நல்ல காரியத்திற்காக' உலக வங்கி பிலிப்பைன்ஸ் நாட்டின் பொருளாதாரத்தையே முற்றிலும் அழித்தொழித்தது என்பதை விளக்கி உள்ளார்கள். வளர்ச்சி பற்றிய புத்தம் புதிய தளர்வு பொருளாதாரவாதிகளின் எல்லா சித்தாந்தங்களுமே பிலிப் பினோஸ், பிலிப்பினோஸ் என்று பிலிபைன்ஸில் அமுல்படுத்தப் பட்டு அனைத்துமே தோல்வியைக்கண்டன. உலக வங்கி வளர்ச்சி சிந்தனையில் முற்றிலுமே திவாலாகிப் போனதற்கு அதுவே சாட்சி.[21]

இக்பால் அசாரியா, செரில் பேயர் மற்றும் தெரசா ஹைட்டர் போன்ற உலக வங்கி விமர்சகர்கள், வறுமையை ஒழிப்பதாக உலகவங்கி கூறிக்கொள்வது எத்தகைய மோசடி என்பதை வெளிச்சத்திற்கு கொண்டு வந்துள்ளார்கள். மேலும் மேலும் அதிக அளவிலான மக்களை அது வறுமைக்கு பலியிடுவதோடு உலக வங்கியின் பாதிப்பும் அதிகரித்துக்கொண்டே வருகிறது என்பதை காட்டியுள்ளார்.[22]

எனவே உலக வங்கியானது வறுமையை போக்க பல நடவடிக்கைகள் எடுத்துவருவதாக கூறும் எந்த நபராக இருந்தாலும் அவரது மூளை ஆராயப்படவேண்டியதே. அவரது பின்னணி சந்தேகப்படவேண்டியதே. தெற்கிலும் நிறைய பேருக்கு வங்கியின் மீது ஏகத்திற்கு கரிசனம் உள்ளது. ஆனால் அது அவர்கள் உலக வங்கியிலிருந்து பெறும் பென்சன் இத்யாதிகளோடு சம்பந்தப்பட்டது. உலகவங்கியின் உண்மையான வெற்றியை சரியாகப் படம் பிடித்தது அமெரிக்க ஐக்கிய நாடுகளின் ஆவணக்காப்பக கலால்துறையின் சிறப்பு ஆய்வறிக்கைதான். அறிக்கையின் தலைப்பு "சர்வதேச வளர்ச்சி வங்கிகளில் அமெரிக்காவின் பங்கு". அது சொல்கிறது. "உலக வங்கி மிகுந்த நன்றி விசுவாசத்தோடு அமெரிக்க பொருளாதார வளர்ச்சி மற்றும் லட்சியங்களை மட்டுமல்ல குறுகியகால அரசியல் இலட்சியங்களையும் கச்சிதமாக அமுல்படுத்தி உதவியது.[23]"

தி இகாலஜிஸ்ட் இதழின் ஆசிரியர் எட்வார்ட் கோல்டு ஸ்மித், திரு. க்ளாசனுக்கு (அவர் வங்கியின் தலைவராக இருந்த போது) அவரும் அவர் சார்ந்திருக்கும் நிறுவனமும் எப்படியெல்லாம் தெற்கின் சுற்றுச்சூழலை கெடுத்து வளங்களை கொள்ளையடித்து மில்லியன்கணக்கான மக்களை ஏழ்மைக்குத் தள்ளிக்கொண்டிருக்கிறார்கள் என்று குற்றம்சாட்டி ஒரு திறந்த கடிதத்தை எழுதினார்.[24]

இதன் பார்வையில் ஒருவருக்கு உலக வங்கியின் செயல்களை ஆதரித்தும் போற்றியும் வரும் நூல்களை ஆதரித்து வெளிக் கொணரவேண்டிய அவசியமும் உலக அளவில் வங்கியின் மதிப்பை கூட்டவேண்டிய அவசரமும் ஏன் ஏற்பட்டுள்ளது என்பது புரியும். இந்த வங்கி ஒரு கடன் கொடுக்கும் அமைப்பு மட்டுமே. இது ஏன் வளர்ச்சி, சிந்தனை — சித்தாந்தம் என்றெல்லாம் காட்டிக்கொள்ள வேண்டும்? இதற்கு விடை தேடுவது ஒன்றும் கடினமான காரியமே அல்ல. உலக மூலதனம் சர்வதேச சந்தைகளை செயல்முறைகளை தொடர்ந்து தங்கள் கட்டுப்பாட்டில் வைத்திருக்க புதியப் புதிய சித்தாந்தங்கள் தேவை. தொழிற்துறை நாகரீகம் தொடர்வதே இதற்கு வழி. அதேசமயம் தெற்கத்திய ஜனத்தொகைக்கு ஏராளமான அளவிற்கு உணவு மற்றும் எரிபொருள் போன்றவை உய்வித்து இருக்கத் தேவை. அதற்கும் தொழிற்துறை கலாச்சாரத்திற்கும் சம்பந்தம் இல்லை என்பதை நாம் அறிவோம். ஆனால் புதிய வளர்ச்சிக்கொள்கை அம்மக்களின் உரிமையாக இருந்த உய்விற்கான இயற்கை வளங்களை அவர்களிடமிருந்து பிடுங்கி விட்டது. வளர்ச்சியின்

புதிய சித்தாந்தங்கள் மேலும் அந்த உரிமையின் மீது கைவைக்க வருகின்றன.

அரிதான கச்சாப்பொருட்கள், வளங்களை சரியாகப் பயன்படுத்தத் தெரிந்தவர்கள் டி.என்.சி.களே. அவர்களுக்கு வளங்களை அப்படியே கொடுத்து விடவேண்டும். ஆகக் கூடுதலாக நாம் செய்ய முடிந்தது, நம் ஏழைபாழைகளின் உழைப்பை முழுமையாக டி.என்.சிகளின் இலட்சியத்திற்காக அர்பணித்து விடவேண்டும். இதுவே வங்கியின் கருத்து. எனவே வங்கி பிரகடனப்படுத்தும் வறுமைக்கு எதிரான, ஏழ்மைக்கு எதிரான அதன் செயல்பாடுகள், ஏழைகளுக்கு எதிரான யுத்தமாகவே கொள்கை ரீதியில் மாற்றமடைகிறது. பல்வேறு வழிகளில் எப்படி வங்கி இதற்காகவே செயல்படுகிறது என்பதை கோல்ட்ஸ்மித் விவரித்து உள்ளார். அவை அனைத்தையுமே நாம் பார்க்க வேண்டியதில்லை.[25]

மொத்தமாகப் பார்த்தால், 'முன்னோடிகள்' எமர்ஜிங் ப்ரம் பாவர்ட்டி போன்ற நூல்கள் காட்டுவது ஒன்றைத்தான்! இந்த பொருளாதார நிபுணர்களுக்கு (அவர்கள் எத்தகையவர்களாக இருந்தாலும் சரி) எப்போது ஓய்வு பெறுவது என்பது பற்றி தெரியவில்லை. இந்த புத்தகங்கள் உண்மையில் உலக வங்கி செய்துள்ள கொடுஞ்செயல்களுக்காக வருத்தம் தெரிவித்து மன்னிப்பை கோருபவையாக இருந்திருக்கவேண்டும். நமக்கு இப்போது தேவைப்படுவதெல்லாம் அருங்காட்சியகத்தில் மட்டுமே வைக்கத்தகுந்த இந்த பழைய பொருளாதார நிபுணர்களின் கிழட்டுப்புரட்டுக்களை பொய்யென விட்டெறியவல்ல நல்ல பொருளாதார சிந்தனா சக்திகள். எந்த முன்னோடிகளும் பின்பற்றப்படவேண்டியவர்கள் அல்ல. குறிப்பாக அவர்கள் நமக்கு 'இன்பத்தை' வாக்களித்து கடலளவு துயரத்தை வழங்கி யவர்களாக இருப்பதால், பின்பற்ற அதில் எதுவும் இல்லை.[26]

1978இல் நாங்கள் சிலபேர் ஒரு குழுவாக சேர்ந்து கோவாவின் வடகிழக்கே உள்ள சட்டாரி தாலுக்காவில் ஏழு கிராமங்களை உள்ளடக்கி ஒரு வளர்ச்சி திட்டத்தைத் தொடங்கினோம். தானே (Thane) கிராமமே தலைமையகமாக செயல்பட்டது. அங்கே வாழும் கிராமத்து மக்களின் வாழ்க்கைத் தரம் எங்களால் முன்னேறும் என்று நினைத்து நாங்கள் தானேவிற்கு வந்திருக்கிறோம். கிராமத்து மக்களின் வாழ்க்கைமுறையில் வாழ்நிலையில் — முன்னேற்றங்களை எங்களது திட்டங்கள் ஏற்படுத்திடும் என நம்பி வந்திருந்தோம். அந்த இடத்திற்கு நாங்கள் தேவையா என்பது பற்றி யோசிப்பதற்கு

முன் எந்தக் கணக்கும் நாங்கள் எடுத்திருக்கவில்லை.

எல்லாத் திட்டங்களையும் போலவே எங்கள் திட்டமும் படு தோல்வி அடைந்தது. ஆனால் பல்கலைக்கழகத்தில் கற்றதை விட எவ்வளவோ மடங்கு கூடுதலாக நாங்கள் அங்கே பலதை கற்றிருந்தோம். அந்த கிராமங்களின் ஒரு அங்கமாக நாங்கள் இருக்கவில்லை. ஆனால் அது ஒரு பிரச்சனை அல்ல. ஏனென்றால் சட்டாரி வட்டத்தில் கிராமங்கள் வெளியாட்கள் (வணிகர்கள், நாடோடிகள், விற்பனையாளர்கள் வங்கி அதிகாரிகள் என) வந்துபோகும் இடங்களே.

கிராமங்களின் வாழ்க்கைமுறை ஏதோ ஒருவகையில் முற்காலங்களின் தொடர்ச்சியாக இருந்தது. அது நெற்சாகுபடியை மையமாகக்கொண்டது. இரண்டு தனித்தனி நிலங்களின் இரண்டு தனித்தனி வகையான நெற்சாகுபடி ஆண்டுதோறும் நடந்தது. பெரும்பாலும் தங்களது சுயத்தேவைகளுக்காக மட்டுமே சாகுபடி. அது ஒரு கால்நடைப் பொருளாதாரமல்ல என்றாலும் சில குடும்பங்கள் நிறைய கால்நடைகள் வைத்திருந்தன. அவை தன்னிசையான மேய்ச்சலின் மூலம் வளர்பவை. கிராமத்திற்கு புறப்பகுதிகளில் காவ்லி தாங்கர்கள் வசித்தனர். கிராமம் முழுவதற்கும் பால் இவர்களிடமிருந்து வந்தது.

நவீன பண்பாட்டின் அடையாளங்களான பஸ்கள், ஒரு சாலை, மற்றும் விளக்குக்கம்பங்கள் வந்துவிட்டன என்றாலும் பெரும்பாலான மக்கள் அவற்றின் பாதிப்பின்றியே வாழ்கின்றனர். எந்த வெளியுலக தலையீடுமின்றி கிராமத்து மக்கள் தங்கள் வேலையை செய்யமுடியும், வாழ முடியும் என்பதைத்தான் இது காட்டுகிறது. பல சமயங்களில் கடுமையான சோதனைகள். துயர இழப்புகள் என்று இல்லாமலில்லை என்றாலும் எப்போதும் காட்டப்படுவதுபோல் அவர்கள் கிராமத்து மக்கள் ஏதோ வெறும் உணவு உற்பத்தியாளர்களாகவும் ஒன்றுமே தெரியாத முட்டாள்களாகவும் 'வளர்ச்சி' எனும்பெயரில் பெரிய மனது வைத்து யாரோ அயல்நாட்டவர்களும் அரசுகளும் வந்து காப்பாற்றப்பட வேண்டியவர்களாகவும் ஒரு போதும்இல்லை. எல்லோரும் கொள்ளையடித்தது போக மீதமிருந்தவற்றை வைத்து தங்களது உய்விற்கான வழியை அவர்களால் தேட முடியும் என்பது அதைத்தான் காட்டுகிறது. தனது நெருக்கமான எதிரி *(The Intimate Enemy)* புத்தகத்தில் அஷிஸ் நந்தி, இந்தியாவின் கோடான கோடி மக்கள் கடந்த சில பத்தாண்டுகளாக எப்படி மேற்கின்

'வளர்ச்சி' விளையாட்டில் கலந்துகொள்ள மறுத்து தங்களது புராதன அடையாளங்களை தக்கவைத்துக்கொண்டுள்ளனர் என்பதை விரிவாக விளக்கியுள்ளார்.[27]

வரலாற்றின் பகுதியாக ஆகிப்போய் அவ்வப்போது அதன் 'எல்லைகளுக்கு' உட்பட்டு மட்டுமே செயல்படும் பல்கலைக்கழகத்து அறிவு ஜீவிகள் போலல்லாமல் நந்தி சரியாக குறிப்பிடுவதுபோல, சட்டாரி பகுதி கிராம மக்களும் வரலாற்றின் 'எந்த பாத்திரமும்' வகிக்காதவர்கள். மேற்கத்தியவாதிகளின் புனைவாக உள்ள அர்த்தத்தின் படியான வரலாறு என்கிற ஒன்று அந்த கிராமத்தவர்களை பொறுத்தவரை இல்லவே இல்லை. எனவே இல்லாத ஒன்றை நினைத்து அவர்கள் எவ்விதத்திலும் கவலைப்படத் தேவையில்லை! அவர்களுக்கு பழக்கமான சடங்கு, சாங்கியங்களின் வழியே வந்த புராதன நம்பிக்கைகள் மட்டுமே அவர்களுக்கு உரியவை. வரலாற்றின் எந்த பாத்திரமும் வகிக்காதவர்களின் அடிப்படை இயல்பு இதுதான். அவர்களது மனசாட்சி புராதனத்துவத்தால் அமைக்கப்பட்டது. வரலாற்றில் எதையும் ஒப்பிட்டு அலுத்த நவீன நாகரிகத்திற்குதான் எப்போதம் இருப்பதைவிட கூடுதலான அறுவடை தரும் இரகம் தேவை. வரலாற்று சுரணை என்கிற ஒன்றே கிடையாது. சட்டாரி கிராமத்தின் பிரபஞ்சப்பார்வை அல்லது உலகப்பார்வை என்பது நவீனத்துவம் எதை மிகவும் முக்கியம் என்று கருதுகிறதோ அந்த சிந்தைக்கு முற்றிலும் மாறு பட்டது.

வரலாற்றிடமிருந்து தங்களை துண்டித்துக்கொண்டு தன் போக்கில் வாழ முன்வந்த இந்த கிராம மக்களின் மனோதைரியமே அவர்களால் தங்களது உணவை தாங்களே தயாரித்துக்கொள்ள முடியும் என்பதைத்தான் காட்டுகிறது. இந்த திறமை அவர்களிடமிருந்து பறிக்கப்பட்டால் இது தவிர்க்கமுடியாமல் அழிவில்தான் போய் முடியும். அப்படிப்பட்ட சூழல்களில்கூட அந்த புராதன அறிவை கிராமத்து மக்களைப்போன்ற எளிய மனிதர்களிடம் மீண்டும் வளர்ப்பதுதான் சுலபமானது. அப்படிப் பார்க்கிறபோது தங்களது உணவுக்கும் உடைமைக்கும் உய்விற்கும் எப்போதும் நிறுவனங்களை சார்ந்திருப்பவர்களால் தன்னிச்சைவாதிகளாகவும் இருக்க முடியவில்லை. எளிமையானவர்களாகவும் இருக்க முடியவில்லை. அப்படிப்பட்ட வர்களால் ஒரு குறிப்பிட்ட திறத்தை அறிவை தன்னகப்படுத்தி உருவாக்கிடவும் முடியவில்லை. அவர்கள் தங்களுகென்று சொந்தப்பார்வையும் இல்லாமல் தங்களது மனக்கட்டுப்பாட்டையேகூட நிறுவனங்களிடம் ஒப்படைத்து

விடுகிறார்கள். அப்படிப்பார்த்தால் கிராமத்து விவசாயி உலக வங்கியின் தலைவரைவிட பல மடங்கு சிறந்தவர்!

நான் தற்போது வாழ்ந்து வரும் மற்றொரு கிராமமான பாரா கோவாவின் சற்றே 'வளர்ச்சி' அடைந்த பகுதியில் உள்ளது. 'வளர்ச்சி' என்றால் நிறைய சாலைகள், அடிக்கடி பஸ், நிறைய டாக்டர்கள், அதிககூலி, மருத்துவமனைகள், பள்ளிகள், மின் விளக்குகள் எரியும் நிறைய வீடுகள், இப்படியான அடிப்படை சாதனம், உபகரணம், ஊடகம் என இருந்தும் மற்றபடி வாழ்க்கை முறையில் சட்டாரியின் விவசாயிகளைவிட மாற்றம் எதுவும் இல்லை. இப்போதும் பிரதான வேலை விவசாயம்தான். இரண்டு சாகுபடிகளுக்கு பதில் ஒன்றேதான். வயற்காடுகள் அறுவடை முடிந்ததும் நீண்டகாலம் தயாரிப்புக்கு என மேல் அடுக்கு சிகிச்சை தரப்படுகின்றன. இங்கும்கூட எல்லாவற்றிலும் அதிக முக்கியத்துவம் என்பதால் தனிமனித ஆளுமைக்கு இடமில்லை. பொருளாதார அடிப்படையில் கிராம மக்கள் அவரவர்களும் உய்விக்கவென்று சுதந்திரமான வழிகளைக் கொண்டுள்ளனர்.

தன்னை உள்ளடக்கிய அனைவரையும் கணக்கிலெடுத்துக் கொண்டு கிராமங்கள் தங்கள் எல்லை மனிதர்கள் முன்னேற்றத் திற்குமாக செயல்படுவது நின்றுவிட்டது. ஆனால் அதை வெளி யிலிருந்து ஒருவர் செய்வதும் இல்லை. மாறாக மக்களுக்கு தங்கள் சொந்த முயற்சியில் அவர்களது பாரம்பரியமும் முன்னோர்களும் தந்த பலவிதமான புராதனப் புதையல்களிலிருந்து வாழ்க்கை கிடைக்கவே செய்கிறது. எனவே பாரா மாதிரியான கிராமத்து மக்களை வளர்ச்சி அடைந்தவர்கள் என்றோ வளர்ச்சி அடை யாதவர்கள் என்றோ அழைப்பது அறிவீனம் ஆகும். வெளி உலகோடு எந்த அளவிற்கு உறவு தேவை என்பதற்கு சரியான எல்லைகள் வகுத்துக்கொண்டு எல்லா பிற விஷயங்களிலும் தாங்கள் சுயமாக முடிவெடுக்கும் சராசரி கிராமம் அது. அதற்காக அவர்கள் எந்த தவறுமே வரலாற்றில் செய்ய முடியாதவர்கள் என்று அர்த்தமல்ல. மனிதர்கள் போலவே தவறு செய்தும் செய்யாமலும் அவர்கள் வாழ்கிறார்கள்.

வளர்ச்சியும் வளர்ச்சிவாதிகளும் இதுபோன்ற யார் மீதும் எந்த நிறுவனத்தின் மீதும் சார்ந்திராத அமைப்பற்ற வாழ்வை, பொறுமையிழந்தும், தாங்கிக்கொள்ளமுடியாத அச்சத்தோடும் பார்க்கிறார்கள். நவீன அறிவியலை 'திறந்த மனதோடு' அணுகத் தெரியாத தேங்கிப்போன 'மூட நம்பிக்கை' சமூகமாக இதை

வளர்ச்சிவாதிகள் அணுகுகிறார்கள். இதைமாற்றி 'வளர்ச்சி' விதிகளுக்குள் அவர்களை இழுத்துவர வளர்ச்சிவாதிகள் துடிக்கின்றனர். ஏனென்றால் 'வளர்ச்சியினால்' வரும் தன் சுய முன்னேற்றம் அவருக்கு முக்கியம்!

எல்லாவகையான 'வளர்ச்சி' குறித்த செயல்பாடுகளிலும் ஒருவர் இரண்டு வகையானவர்களைப் பார்க்கலாம். முதலாவது தனது வாழ்க்கை முறையோடு ஒப்பிடும்போது எதிரே இருப்பவரின் வாழ்முறை முற்றிலும் மோசமானது என்று ரொம்பவே தைரியமாக பறைசாற்றுபவர். தன் வாழ்முறையே சிறந்தது என்று நம்புவதோடு மற்றவர்களை தங்களது கட்டுப்பாட்டுக்குள் வைக்கவும் வெறித்தனமாக இறங்குபவர்கள். மூலதனத்தின் பரவல், மாறவும் அடிபணியவும் வளர்ச்சியை ஏற்பதற்கும் மறுக்கும் மக்களால் தடைபடுகிறது. அப்போது மூலதனப்பரவல் மூலதன முடக்கமாக ஆகிறது. இதனால் தங்களது மனநிலையை மாற்றிக்கொள்ள விரும்பாதவர்கள், 'வளர்ச்சிக்கு' ஆதரவு தராதவர்கள் பெரிய பிரச்சனைக்குரியவர்கள் ஆகிறார்கள். எனவே நவீன அறி— வியலின் துணையோடு நுழைந்துள்ள 'வளர்ச்சி' மரபு சார்ந்த வாழ்க்கை முறையைவிட ஆகச் சிறந்தது என்று காட்டப்படுவது தற்செயலானது அல்ல. இது வளர்ச்சிக்கு வசதியான முறையில் வாழ்நிலையை மாற்றும் ஒரு பகுதியே ஆகும்.

'வளர்ச்சி' வறுமைக்கு எதிரானது அல்ல வாழ்க்கை முறைக்கு எதிரானதுதான் என்பதைப் புரிந்து கொள்ள கிராமத்து மக்களுக்கு பல ஆண்டுகள் ஆகின. கிராமத்திற்கு நுழையும் முன் அது தற்சார்பும், சுயத்தேவைகளை பூர்த்தி செய்யவும் கூடிய பொருளாதாரமாக இருந்தது. அதன் சுற்றுப்புறச்சூழல் "வளர்ச்சியடையாததாக" இருந்தது. அதில் என்ன கிடைத்ததோ அதற்கு கிராம மக்கள் பாத்தியதைக்காரர்களாக இருந்தார்கள். "வளர்ச்சி"த் திட்டங்கள் பெயரில் கிராமத்தில் பெரிய நிலப்பிரதேசங்களை ஆக்கிரமித்த நிறுவனங்கள், தோட்டக்கலை நிபுணர்கள் மற்றும் காடுகள் துறை காடுகளை கிராமங்களை விட்டுப்பிரித்துவிட்டன. கிராமத்திலிருந்து பால் நகரத்திற்கு கொண்டு செல்லப்பட்டது. அவர்களது நீரை நிறுவனங்கள் பணப்பயிர் வளர்ப்பிற்கு எடுத்துக்கொண்டன. தற்சார்பை கெடுத்து மக்களிடமிருந்து அவர்களது உய்விற்கான ஆதாரங்களை அபகரித்து "வளர்ச்சி" அவர்களை மற்றவர்களை சார்ந்தவர்களாகவும், வறுமையில் வாடுபவர்களாகவும் ஆக்கியது.

எனவே 'வளர்ச்சி' என்பது ஒரு பிராச்சாரமே. ஓசோன் வளைய அழிவு, உலக வெப்ப மேலாக்கம், அணு ஆயுத அட்டூழியங்கள் மற்றும் அணு உலக விபத்துக்கள் என்று தனது கொடிய முகத்தை மறைக்க மேற்கத்திய நவீனத்துவம் செய்யும் பிராச்சார முறை வளர்ச்சி. மனித வளத்தையே முற்றிலுமாக தனது சுயநலத்திற்கு அழித்துவிடவும் மைக்ரோ பிராசசர் உட்பட பலவகை உபகரணங்களால் வேலை வாய்ப்பை ஒழித்துக் கட்டவும் மேற்கொள்ளப்படும் சர்வதேச சதியின் வேறு பெயர் 'வளர்ச்சி'.

இது தேவைதானா என்று யாருமே கேட்கவில்லை. பல நூற்றாண்டுகளாக இந்தியர்கள் இந்தியர்களாக இருந்து வந்தோம். இப்போது அப்படி இருப்பது பெரிய குற்றமாக பார்க்கப்படுகிறது. மேற்கத்திய நுகர்வு கலாச்சாரத்தோடு தொடர்பு இல்லாத இந்திய பாரம்பரியவாதியாக வாழ்வதே ஏதோ முட்டாள்தனமாகப் பார்க்கப்படுகிறது. மேற்கத்திய ஆளுமையோ அடையாளமோ இல்லாத 'வளர்ச்சி' அதைவிட பெரிய குற்றம்!

நமது மரபு மற்றும் இறந்தகால அடையாளங்களிடமிருந்து கட்டாயப்படுத்தி நாம் 'விடுவிக்கப்படுவோம்'. மேற்கத்திய அறிவு ஜீவிகள் சிலர் வந்து திடீரென்று காலங்காலமாக நாமும் நமது முன்னோர்களும் கண்டடைந்த பழைய நமது வாழ்வை 'பொருளாதார வளர்ச்சிக்கு தடையாக இருக்கிறது. அழித்து விடுங்கள்' என்று கூற நாமும் இணங்கிவிட்டோம். போகிற வேகத்தைப் பார்த்தால் இந்த இந்தியர்கள், சீனர்கள், அல்லது பிரேசிலியர்கள் அல்லது உகாண்டர்கள் என்பன போன்ற வர்கள் இருந்தார்களா? எப்போது? என்று கூட ஏன் கேட்க மாட்டார்கள் என்பது ஆச்சரியாக இருக்கிறது.

'வளர்ச்சி' இன்று கட்டாயமாக்கப்பட்டுவிட்டது. மிரட்டல் முறையில் அமுலாக்கப்படுகிறது. 'எல்லாம் உங்கள் நன்மைக்கே' என்று தங்களது வியாபாரத்தை திணிக்கிறார்கள். சூடான் நாட்டின் தெற்கத்திய பிராந்தியத் தலைவர் அமெல் அலைர் மிகுந்த எதிர்ப்பை கிளப்பிய ஜாங்லி சுரங்கத்திட்டம் குறித்த மக்கள் மன்ற சபை விவாதத்தின்போது சொன்னார் : "சொர்க்கத்திற்கு எங்களது மக்களை கழிகளால் அடித்துத்தான் விரட்ட வேண்டுமென்றால் அதையும் நாங்கள் செய்வோம். அதுதான் எங்களுக்கும் எங்கள் பின்னே (அரசாள) வருகிறவர்களுக்கும் நல்லது"[28]

அது திட்டமிட்டு வேலை செய்திருக்கிறது. காலனித்துவ ஆட்சி காலத்தை விட அதிகமாக இன்று 'வளர்ச்சி' எனும் பெயரில் தெற்கே தங்களது உரிமைகளை தார்மீக ரீதியில் இழந்தவர்கள் அதிகம். மக்களது உரிமைகள் பறிக்கப்பட்டு அவைகளுக்கு பதில் மக்களின் தேவைகள் என்பதை (இது இது தேவை என்பதை மேற்கத்திய வல்லுநர்கள் முடிவுப்படி) திணிக்கிறார்கள். வளர்ச்சி, அறிவியல் தொழில்நுட்பம், நவீனத்துவம், பங்கு வர்த்தகம், அன்னிய செலாவணி எனும் பெயரில் ஒருவரின் சுயமரியாதை, கண்ணியம் மற்றும் தேசிய உய்விற்கான இயற்கை வளங்கள் என அனைத்தையும் அழித்திருக்கிறார்கள். ஆனால் நவீன பொருளாதார கோட்பாடு தெற்கத்திய நாடுகளின் மக்கள் இயற்கையை பயன்படுத்தி, (புவியின் பாதுகாப்பிற்கு குந்தகமின்றி!) எல்லைக்குட்பட்டு வளர மட்டுமே முடியுமென்று திரும்பத்திரும்பக் கூறிவருகிறது.

'வளர்ச்சி'க்கு எதிராக (வரவேற்கத்தக்க) சில ஆழமான விமர்சனங்கள் வந்துகொண்டிருக்கின்றன. அவற்றில் சில 'வளர்ச்சி'யை சரி செய்யும் திட்டங்களாகவும், எஞ்சியவை (வளர்ச்சி) ஏற்படுத்திய கொடிய பாதிப்புகளை வெளிச்சத்திற்கு கொண்டு வருபவையாகவும், சில அறிவியல் தொழில் நுட்பம் பற்றிய கூச்சல்களாகவும் உள்ளன. ஆனால் அவை புறந்தள்ளப்படும். எப்போதுமே அறிவியலை விமரிச்சிப்பதுபோல அவை எடுபடவில்லை. வளர்ச்சி எப்படி ஒரு பிரச்சாரமாக ஒரு கருத்தியலாக உள்ளது என்பதை யாரும் பார்ப்பதாயில்லை. 'வளர்ச்சி' நல்லதுக்குத்தான் எனும் பொது 'நம்பிக்கை' ஏற்படுத்தப்பட்டுவிட்டது.

'வளர்ச்சி'க் கருத்தியலை தாக்கவும் அதனை வளர்ச்சி வல்லுனர்கள் கருத்தியல்வாதிகளின் போக்கை வெளிச்சத்திற்கு கொண்டுவருவதன் மூலம் தோலுரிக்கவும் தருணம் வந்து விட்டது. இன்றைய உலகில் வளர்ச்சி அடைந்தவர் வளர்ச்சி அடையாதவர் என்று எதுவும் இல்லை. உணர்ச்சிப்பூர்வமான அதிர்ச்சியில் தற்போது வாழும் சமூகங்களின் மக்கள் மட்டுமே உள்ளனர். இன்றைய மக்கள் தொழில்நுட்பத்தைவிட அதிகமாக தாங்கள் சார்ந்திருக்கும் பல வகையாக சமூக அடுக்குகள், அடையாளங்களால்தான் வாழ்க்கையை அமைத்துக் கொண் டுள்ளார்கள். சமூக அடுக்குகள் மில்லியன் கணக்கானவை. அவைதான் வாழ்வின் நோக்கத்தை கொள்கையை தீர்மானிக் கின்றன.

ஆம்ஸ்டர்டாமாக இருக்கட்டும், நைரோபியாக இருக்கட்டும்,

மும்பையாகவோ அல்லது கோலாலம்பூரோ மக்கள் சமூக அடுக்கு ஒன்றின் பதவியோடு வாழ்வதற்காக அனைத்து சாத்தியக் கூறுகளுடனும் 'மரியாதை' என்ற நவீனத்துவ அடையாளங் களுடனும் அந்தஸ்துடனும் முதியோர்களாக பெரியவர்களாக வாழ்ந்தே வருகிறார்கள்.

சமூகங்கள் தங்களது அடையாளமாகக் கொண்ட சடங்கு சம்பிரதாயங்கள் நாகரீக வகைகள் அனைத்தும் இறந்த காலத்திய மதிப்பீடுகளே. சில சமூக அமைப்புகளில் 'நல்ல'வை பலவும் சில சமூக அமைப்புகளில் சிலவுமாக இருக்கலாம். ஆனால் இயற்கை ஆதாரங்கள் மீதான அவர்களது உரிமையை காலனித்துவ ஆட்சி பறித்தது. அதன்பிறகு உலகம் பழையபடி மாறவே இல்லை.[29]

வளர்ச்சிக் காலத்திற்கு வெளியே அதன் பாதிப்புகளிலிருந்து மீண்டும் மீண்டும் மனிதபலத்தை அடையும் எண்ணங்களை நாம் வலுவூட்டவேண்டும். 'வளர்ச்சி' அடையா நிலையை ஒரு சமூக அடையாளமாக அந்தஸ்தாக மாற்றி அதற்கு அறிவியல் அடையாளம் தர நாம் முயலலாம். அழிவுக்கு உட்படுத்தப்படாத தானாகவே வளர்ந்த காடுகள் இதற்கு உதாரணம். உலகமெங்கும் அவ்வகை பெருங்காடுகளை காப்பாற்ற நடக்கும் போராட்டம், இயக்கம் 'வளர்ச்சி'க்கு உட்படாத நிலையின் நன்மைகளை சரியான பார்வையில் நோக்கும் உலகாய முயற்சியாகும். இக்காடுகள் இன்னும் யாராலும் மாற்றமெதற்கும் உள்ளாகாத நிலையில் இன்னமும் இயற்கையின் கொடையாக உள்ளது போல வளர்ச்சியுறா சமூகங்கள் 'வளர்ச்சிக்கு' நடுவிலும் உய்விக்கும் அமைப்புகளாக போற்றப்படமுடியும். நாங்கள் தானேவிலும் பாராவிலும் எதிர்கொண்டதைப்போல.

5

வளர்ச்சியை முடித்து வைத்தல்

'**வ**ளர்ச்சி' என்பது அரசே முன்வந்து நடத்தும் அழிவு என்று நாம் வாதிட்டோம். அதுமட்டுமல்ல அது கொள்ளை மற்றும் சுரண்டலின் இன்னொரு வடிவம் என்றும் நிரூபித்தோம். தனது சுயநல இலக்குகளை அடைய அது போலச் செய்தல்களில் தீவிரமாய் இறங்குகிறது. யுத்தத்தை பிரயோகித்துக்கொண்டே அது 'அமைதியை' முன்னிருத்துகிறது. செழிப்பை ஏற்படுத்த இருக்கும் ஒரே வழி தான் என்று பிரச்சாரம் செய்துகொண்டே மக்களிடம் இருக்கும் செழிப்பையும் பிடுங்கிக்கொண்டு மில்லியன் கணக்கானவர்களை ஓட்டாண்டிகளாக்கும் நிறுவனங்களுடன் கைகோர்த்துக் கொண்டுள்ளது. ஆளும் வர்க்கம் தங்களை நிலை நாட்டிக்கொள்ள பயன்படும் உலகளாவிய ஒன்றாகவும் இருப்பதால் அது ஒரு சிந்தனைப் போக்கும் ஆகும்.

தன் மட்டில் ஆன்மீக அடிமைவாதிகளும் 'விடுதலை' வாதிகளும் சேர்ந்தே நம்பி எந்த

கேள்விக்கும் உட்படுத்தாது அப்படியே அதன் அனுமானங்களை ஏற்றுக்கொள்ளுமளவிற்கு 'வளர்ச்சி' முழுமையான ஒன்றாக உள்ளது. இந்த இருசாரருமே அதற்கு ஏற்றபடியாகத்தான் மாறிக்கொள்ளவேண்டியதன் கட்டாயத்தை ஏதோ உலகாய தேவையாக ஆக்கியுள்ளளவிற்கு அதை அப்படியே ஏற்றுள்ளனர். இந்த சித்தாந்தம் தெற்கத்தி நாடுகளை மையமாகக் கொண்டு செயல்படுகிறது. இந்தப் பகுதியில் சற்றும் வலியற்ற செழிப்பு முன்னேற்றம் வாக்களிக்கப்படுகிறது; ஆனால் இதுவரை சாதிக்கப்படவில்லை என்பது மட்டுமல்ல 'வளர்ச்சி'யின் நடைமுறை திட்டங்கள் கட்டுக்கடங்காத, ஆனால் உத்திரவாதம் தரும் பெரும் வலியை ஏற்படுத்துபவை. இந்த 'வளர்ச்சி'யின் மாற்றம் உண்மையான மனித சமுதாயத்தேவையான எல்லா வகை சுரண்டல் மற்றும் கட்டுப்பாட்டை எதிர்த்து செயல்பட வேண்டியதன் அவசியத்தை மட்டும் மக்கள் உணராமல் போயிருந்தால் கொடிய பின்விளைவுகளோடான 'வெற்றி'யாகப் போய் முடிந்திருக்கும்.

இந்த நூலின் நம்பிக்கை தரும் பகுதி 'வளர்ச்சிக்கு' எதிராக நடந்த யுத்தங்களையும், 'வளர்ச்சி எதிர்ப்பு' இயக்கத்தின் ஆரம்ப வரலாற்றையும் தொகுப்பதோடு 'வளர்ச்சி எதிர்ப்பு' சிந்தனையாளர்களை அறிமுகம் செய்யவும் இருக்கிறது. இந்த இயக்கம் மேலும் வளர இது உதவும்.

குழந்தை உணவுக்கு எதிரான பிரச்சாரம்:

இந்தியா உட்பட தெற்கத்திய நாடுகளில் 'வளர்ச்சி' குறித்த மிகச்சரியான ஆதாரங்களுடன் தொகுக்கப்பட்ட ஏதாவதொரு சான்று இருக்குமானால் அது குழந்தை உணவு குறித்த, புதிய பழக்கங்களை டப்பா உணவுப்பொருட்கள் மூலம் அறிமுகம் செய்து சமூகத்தின் கட்டமைப்பிற்குள் நுழைந்து குழந்தைகளின் உடல்நலத்தில் பேதி போன்ற கொடிய பின்விளைவுகள் மூலம் மரணத்தை விதைத்ததே ஆகும்.[1] 1974இல் இந்த முரட்டு மனித சோகத்தை எதிர்த்து புட்டிப்பால் தருவதற்கு எதிரான ஒரு பிரச்சார இயக்கத்தை ஐரோப்பாவில் ஒரு குழு தொடங்கியதோடு, அடுத்த பத்தாண்டுகள் மிகப் பிடிவாதமாக அதற்காக போராடவும் செய்தது. தேவையின் மீதான யுத்தம் *(War on want)* எனும் அந்த ஆங்கில அமைப்பு நியூ இண்டர்நேஷனலிஸ்ட் வெளியிட்ட 'குழந்தைக்கொல்லி' *(The Baby Killer)* எனும் தலைப்பில் தெற்கத்திய நாடுகளில் புகுத்தப்பட்ட குழந்தை பவுடர்பால் விற்பனை

மற்றும் பரவலைக் குறித்து ஆராய்ந்து எழுதப்பட்ட புத்தகத்தை மையமாகக் கொண்டு தனது போராட்டத்தை தொடங்கியது.[2]

1974 மே மாதத்தில் மூன்றாம் உலக நாடுகளைச் சேர்ந்த (சுவிட்ஸர்லாந்தின் பர்ன்நகர் சார்ந்த) தேவையின் மீதான யுத்தம் குழு அதே குழந்தைக்கொல்லி புத்தகத்தை ஜெர்மன் மொழியில் மொழி பெயர்த்தது ஆனால் ஒரு புதிய தலைப்பில் — 'நெஸ்லே குழந்தைகளை கொல்கிறது'!. ஒரு மாதம் கழித்து நெஸ்லே நிறுவனம் 'தேவையின் மீதான யுத்தம்' அமைப்பை எதிர்த்து பர்ன் நகர நீதிமன்றத்தில் கிழ்கண்ட நான்கு அம்சங்களை முன்வைத்து ஒரு மானநஷ்ட வழக்கைக் தொடர்ந்தது. ஒன்று: 'நெஸ்லே குழந்தைகளை கொல்கிறது' எனும் தலைப்பு தனது பெயரையும் புகழையும் களங்கப்படுத்துகிறது. இரண்டு : நெஸ்லே இந்தக் குழந்தை — உணவு விற்பனைக்காக செய்யும் பிரச்சாரம் நேர்மையற்றது — மானுடத்தின் அடிப்படைக்கே எதிரானது என்பதை மறுத்தல், மூன்று: குழந்தைகளின் மரணம், அல்லது நிரந்தரமான மனவியல் — உடலியல் ஊனங்களுக்கு நெஸ்லேதான் பொறுப்பு என்பதை மறுத்தல். நான்கு: தங்களது விற்பனை பிரச்சாரம் அறிவியல் பூர்வமாக இருப்பதாகக் காட்டிக் கொள்ளவே தெற்கில் நெஸ்லேவின் விற்பனை பெண்கள் மருத்துவமனை தாதிகள் (நர்ஸ்) போல உடையணிகின்றன என்பதை எதிர்த்து.

1975 நவம்பர் மாதம் பர்னில் இந்த வழக்கிற்கான முதல் அமர்வு நடந்த இரண்டு நாட்கள் கழித்து — குழந்தை உணவுச் சந்தையின் எட்டு சர்வதேச குழந்தை உணவு தொழிற்சங்கக் கூட்டமைப்பு எனும் அமைப்பை ஏற்படுத்தி — தாய்ப்பாலின் மாற்றாக உற்பத்தியாக விற்கப்படும் எந்தப் பொருளையும் விற்பனை செய்ய அடிப்படை விற்பனை விதிகளைக் கொண்டு வந்தது. 1976 ஜூன் 24 நாளில் நெஸ்லே தனது நான்கு குற்றச்சாட்டுகளில் மூன்றை ஏற்கனவே விலக்கிக்கொண்டிருந்தது. மாவட்ட முதன்மை நீதிபதி ஜர்க்சோல் பர்கர் தனது தீர்ப்புரையில் 'நெஸ்லே குழந்தைகளை கொல்கிறது' எனும் தலைப்பு மான நஷ்டம் ஏற்படுத்துவதே என்றும் அதற்காக 'தேவையின் மீதான யுத்தம்' அமைப்பின் பதிமூன்று உறுப்பினர்களுக்கும் தலா 300 ஸ்விஸ் பிராய்க் தண்டத் தொகை விதிப்பதாகவும் கூறினார். ஆனால் நெஸ்லே குற்றவாளியல்ல என்று அறிவிக்க அவர் மறுத்தார். 'அது தனது விற்பனை பிரச்சாரத்தின் முறைகளை மறுபரிசீலனை செய்து கொள்ள வேண்டும்' என்றார்.

அதே காலகட்டத்தில் இங்கிலாந்தின் தேவையின் மீதான யுத்தம் அமைப்பும் இன்டர் பெய்த் சென்டர் ஆன் ரெஸ்பான்சிபிலிட்டி (அமெரிக்காவின் கிறித்துவ தேவாலய திருச்சபை உறுப்பினர்களின் கூட்டமைப்பு) ஆகியவையும் 'புட்டிப்பாலுக்கு' எதிரான பிரச்சாரத்தில் இணைந்து கொண்டன. புனித இரத்தத்தின் சகோதரிகள் எனும் மத அமைப்பு மற்றொரு குழந்தை உணவு நிறுவனமான பிரிஸ்டல் மையர்ஸ்ஸை எதிர்த்து சட்டப்படி வழக்குகூட தொடர்ந்தது. அந்த நிறுவனம் தெற்கில் தனது விற்பனை குறித்து பங்குதாரர்களிடையே பொய்யாக பிரச்சாரம் செய்தது என்பதே வழக்கு. 1975 மேற்கு ஜெர்மனியைச் சேர்ந்த 'பிட்டர் கிரில்' ஒரு திரைப்படத்தைத் தயாரித்தார். பாட்டில் குழந்தைகள் (பாட்டில் பேபீஸ்)! அது மறு ஆண்டே டோக்கியோவில் நடந்த சர்வதேச விஞ்ஞான தொழில்நுட்பம் குறித்த திரைப்பட விழாவில் வெள்ளிப்பதக்கம் பெற்றது. "குழந்தைக் கொல்லி" பிரசுரம் டேனிஷ் மொழியில் மொழி பெயர்க்கப்பட்டது. அதனையடுத்து பல்வேறு ஐரோப்பிய மொழிகளிலும் அது விரைவில் வெளிவந்தது. இதனையடுத்து உலகமெங்கிலுமிருந்து பல பொதுத்துறை தொண்டு நிறுவனங்கள் சர்வதேச குழந்தை உணவு நடவடிக்கை குழுமத்தை ஒன்றிணைத்து (IBFAN) ஏற்படுத்தி அதுமுதல் வெற்றிகரமாக புட்டிப்பால் பவுடர்களுக்கு எதிராக பிரச்சாரத்தை — போராட்டத்தை நடத்தி வருகிறது.[3]

இதுபோன்ற தொண்டு நிறுவன அளவிலான முயற்சிகள் தற்போது, அதிகாரப்பூர்வ, அரசுத்துறை முயற்சிகளாக மாற்றமடைந்துள்ளன. உதாரணமாக உலக சுகாதார நிறுவனம் (WHO) உணவு மற்றும் விவசாய உற்பத்தி நிறுவனம் (FAO) ஐ.நா.வுக்கான புரதக்கலோரி ஆலோசனைக் குழுமம், சர்வதேச குழந்தை மருத்துவர்கள் அமைப்பு போன்றவை தாய்ப்பாலின் அவசியத்தையும் வலியுறுத்தி அதிகாரப்பூர்வமான அறிக்கைகள் வெளியிட்டுள்ளன. இவற்றின் முத்தாய்ப்பானதாக (WHO)வின் தாய்ப்பாலுக்கு மாற்றானது என விளம்பரங்கள் செய்ய வந்துள்ள விதிமுறைகள். இவைதான் தற்போது வடக்கிலும் தெற்கிலும் அமுலாக்கம் பெற்றுள்ளன.

குழந்தைகளுக்கு தாய்ப்பாலை நிறுத்திவிட்டு புட்டிப்பாலை புகட்டுவதற்கு எதிரான இயக்கம் தெற்கில் மருத்துவ அறிவியலால் கொண்டு செல்லப்படவில்லை என்பதை கவனிக்க வேண்டும். குழந்தை வளர்ப்பிற்கு பார்முலா என்கிற டின் உணவு நிறுவனங்களின் தீவிரத்தைக் குறைக்க இங்கே போராளிகளே

களம் இறங்கினார்கள். ஒரு சில விஞ்ஞானிகள் இங்கே போராளிகளாக களம் இறங்கினார்கள். ஒரு சில விஞ்ஞானிகள் இந்தப் போராளிகளை ஆதரித்தார்கள் என்பது இந்த மருத்துவ சமூகமே ஆதரித்தது என்று அர்த்தமாகிவிடாது. இன்றும் கூட, இந்த குழந்தை வளர்ப்பு ஊட்டசத்துப் பானங்களை ஆதரித்தே வருபவர்களில் அதிகம் பேர்களுக்கு, குழந்தைகளின் அடிப்படை ஆரோக்கியத்திற்கு 'வளர்ச்சி' எப்படியெல்லாம் தடையாக இருக்கின்றது என்பதன் மீது சிறிதுகூட ஆர்வம் இல்லை. உண்மையில் நெஸ்லே செய்ததைப் போலவே பல நிறுவனங்கள் குழந்தை வளர்ப்பு பார்முலாக்களில் ஈடுபட்ட மருத்துவ விஞ்ஞானிகளே உச்சாணியில் இருப்பவர்கள் என்றே மார்தட்டுகின்றன.[4]

"வளர்ச்சி அடையாளங்கள்" அனைத்திற்கும் எதிரான முழுமை பெற்ற போராட்ட பிரச்சனையாக இருப்பதாலேயே— குழந்தை உணவு பிரச்சனையை வளர்ச்சிக்கு எதிரான—வரலாற்றில் இதை நான் முதலாவதாக குறிப்பிடுகின்றேன். 'வளர்ச்சி'யோடு பிரிக்கமுடியாதபடியான அங்கமாக காட்டப்படும் குழந்தை உணவு எனும் விஷயம் தாய்ப்பாலுக்கு எதிரானது. தாய்ப்பாலுக்கு எதிரான எதுவும் உண்மையான வளர்ச்சிக்கு ஏதிரானதாகவே இருக்க முடியும். மேற்கில் தாய்ப்பாலுக்கு தாய்மார்கள் திரும்பிவிட்டதே 'வளர்ச்சி'யை கைவிட்டு இயற்கை வளங்களுக்கு திரும்பியதையே காட்டுகிறது என்றும் சொல்லலாம். மானுடமும் அகிம்சையும் காப்பாற்றப்பட வேண்டுமானால் அவை 'வளர்ச்சி'க்கு எதிராக செயல்பட்டாக வேண்டும் என்கிற உண்மையும் தெரிய வருகிறது. 'குழந்தை — உணவு'க்கு எதிரான போராட்டம் வடக்கத்தியப் போராளிகளால் எடுத்துவரப்பட்டது. இப்பிரச்சனை உலகளா வியதாகப் பரவியது.

இப்போது நான் வளர்ச்சிக்கு எதிரான வரலாற்றை தெற் கத்திய அளவிலான போராட்டங்களை முன்வைத்து விளக்க என் எல்லைகளைச் சுருக்குகிறேன். இங்கே நமக்கு மக்களுக்கும் 'வளர்ச்சி'க்கும் இடையிலான யுத்தத்திற்கான பல நிகழ்வுகள் உள்ளன. அவை உள்ளூருக்கும் வெளிநாடுக்குமான யுத்தம். அவை பாரம்பரியத்திற்கும் நவீனத்திற்கும் இடையிலான யுத்தம். அந்த வரலாற்றை மிகக் கவனமாக பின் செல்லும் ஒருவர், 'வளர்ச்சி'யின் சட்டப்பூர்வமான அங்கீகாரத்தை கேள்விக்குட்படுத்துவதோடு, அதை தவிர்க்க முடியாதது, இனி திரும்பிச் செல்ல வழியில்லை என்பதும் பொய் என்பதை உணர்வார். அதன் பரவலைத்தடுக்க

முடியும். தென் இந்தியாவின் காடுகளை காப்பாற்ற நடத்தப்பட்ட 'அபிக்கோ' இயக்கத்தோடு தொடங்குகிறேன்.

மர மனிதர்கள்:

சில ஆண்டுகளுக்கு முன் கர்வான இமயமலை சார்ந்த சமோலி மாவட்டத்தின் மண்டலக்காடுகளில் படிப்பறிவற்ற மலை சாதிப்பெண்கள் வெட்டுவதற்காக அடையாளமிடப்பட்டிருந்த மரங்களை கட்டியணைத்துக்கொண்டு (சிப்கோ) வெட்டி விடாமல் தடுத்து வரலாற்றில் இடம்பிடித்தனர். சிப்கோ இயக்கத்தின் உணர்வுப்பூர்வமான தூண்டுதல் விரைவில் பல இடங்களுக்கும் பரவியதோடு ஒரு பாரம்பரியமாகவே மாற்றப்பட்டது. பாராளுமன்ற சட்டங்கள், நாற்காலி சூழலியலாளர்களின் கட்டுரைகள், சுற்றுச்சூழலியலாளர்களின் மேடைப்பேச்சுகள் செய்ய முடியாததை அந்த இயக்கம் சாதித்தது. காடுகள் அழிக்கப்படுவதை முற்றிலுமாக நிறுத்த முடியாவிட்டாலும் பெருமளவு தடுத்துவிட்டது.

சிப்கோ இயக்கத்தைப் பற்றி ஏற்கனவே நிறைய எழுதப்பட்டுவிட்டது. நான் அதை சுற்றியே வட்டம் வரப்போவதில்லை. வாசகர்களை 1972இல் நடந்த அந்த சுய விருப்ப போராட்டம் குறித்த பல நல்ல வருணனைகளை வாசித்துக்கொள்ளுமாறு கேட்டுக்கொள்கிறேன்.[5] தங்களது கூட்டுறவுத் தேவைகளுக்கு ஏலம் விடப்படாமல் அலகாபாத்தின் பெரிய தொழில் நிறுவனம் ஒன்றிற்கு அவை விடப்பட்டதைப் பார்த்த மலைவாழ்மக்கள் மரத்தை யாருமே வெட்டக்கூடாது என்று முடிவுடன் போராடினர். வனத்துறையால் அனுமதிக்கப்பட்ட மரம் வெட்டும் காண்ட்ராக்டர்கள் எப்போதெல்லாம் வந்தார்களோ அப்போதெல்லாம் மலைவாழ்மக்கள் கூட்டமாக வந்து மரங்களை கட்டிக்கொண்டு அவற்றை வெட்டமுடியாமல் தடுத்தனர். இந்த முயற்சி ஒரு பெரிய பிரச்சார இயக்கமாகவும் காடுகள் துறை தொழில் நிறுவன கூட்டு இமயமலையில் ஏற்படுத்திய நாசங்களை எதிர்க்கும் (இதனால் நிலச்சரிவு பெருவெள்ளம் என்று ஏற்கனவே பல இழப்புகள் இருந்து வந்தன) சுற்றுச்சூழல் போராட்டமாகவும் மாறியது. மேற்கத்திய இமயமலையின் அனைத்து மரங்களையும் தனது கட்டுப்பாட்டுக்குள் இறுதியாக சிப்கோ இயக்கம் கொண்டு வந்தது.

மரங்களை கட்டிக்கொள்ளும் இந்த யோசனை தெற்கே கர்நாடக மாநிலம் உத்திர கன்னடத்தின் சிர்சி பகுதிக்கு பயணித்தது.

சிப்கோ இயக்கம் இப்பகுதியின் அப்பிக்கோசலுவாலியாக (கன்ன டத்தில்) மொழியாக்கம் பெற்றது. அப்பிக்கோசலுவாலிகள் 1983 செப்டம்பர் 8ஆம் தேதியன்று காடுகள் துறை காண்ட்ராக்டர் தனக்களிக்கப்பட்டிருந்த காட்டை பலியிடமாக மாற்றும் வேலையை செய்தபோது முதலில் வெகுண்டெழுந்தார்கள்.

அந்த வருடம் ஆகஸ்டில் நாட்டில் பிரபலமான சுற்றுச்சூழல் போராளிகளில் ஒருவரான சுந்தர்லால் பகுகுணா சிர்சி கிராமத்து மக்களிடையே ஒரு சிறு 'உரை' ஆற்றியிருந்தார். அவர் என்னப் பேசினார் என்பதற்கு எந்த ஆவணமும் இல்லை என்றாலும் சில வாரங்களுக்கு பிறகு அங்கே என்ன நடந்ததோ அதை அவரது பேச்சுதான் தூண்டியது என்று சொல்லமுடியும். எந்த முன் அனுபவமும் அற்ற தனது போராட்டக்குழு இளைஞர்களில் ஒருவரான வேலையில்லா பாண்டுரங் ஹெக்டேவை அவர் நோய்வாய்ப்பட்டிருந்ததால் நேரில் சந்தித்து ஆறுதல் கூற அந்த சிறு ஊருக்கு அவர் சென்றார். ஹெக்டே தனது உய்விற்கே கிராம மக்கள் அளித்த பிடி சோறை நம்பியிருந்த, சைக்கிள் கூட இல்லாத சாதாரண மனிதர், சமூகத்திற்காக எதையும் செய்யும் ஆர்வம் மட்டுமே அவரது பலம். இரவில் ஒரு சிறுகுடிசையின் முன் உட்கார்ந்து அவர்களது உரையாடலை கிராம மக்கள் செவிமடுத்தனர். வெளியே உலகம் உறங்கிக்கொண்டிருக்கிறது. அமைப்பின் பெயர் லக்ஷ்மி நரசிம்ம யுவக்மண்டல்.

1983 செப்டம்பரில் மண்டல் உறுப்பினர்கள் தினசரிகளில் ஒரு செய்தியை வாசித்திருந்தார்கள்[6]: இந்திய வனத்துறை ஒரு ஏக்கருக்கு இரண்டே மரங்களை வெட்டிக்கொள்ள அனுமதி வழங்குகிறது. அப்பிகோவின் உறுப்பினர்கள் சென்று பார்த்தபோது கெலஸ் காட்டுப்பகுதியில் இரண்டுக்கு பதில் அங்கே ஒரே இடத்தில் முப்பத்தைந்து மரங்கள் முற்றிலுமாக அழிக்கப்பட்டு லாரிகளில் ஏற்றப்படுவதைக் கண்டு திடுக்கிட்டனர். அடுத்த நாள் நூற்றுக் கணக்கான ஆண்களும் பெண்களும் அங்கே சென்று வெட்டித் தள்ளுவதற்காக அடையாளக்குறி இடப்பட்டிருந்த மரங்களை ஆரத்தழுவிக்கொண்டு வெட்டுவதை எதிர்த்தனர்.

'வனதேவதா' (வனத் திருவிழா)வின்போது மரங்களை தங்களது உயிரைக் கொடுத்தாவது மீட்பது என்று அவர்கள் உறுதிமொழி எடுத்துக்கொண்டார்கள். இங்கிருக்கும் மக்கள் இயல்பாகவே புரிந்து கொள்ளும் ஒரு விஷயம் இது. மாபெரும் இலக்கிய ஜாம்ப வான் சிவ்ராம்கரந்தை உலகிற்கு தந்த பகுதி. 'யக்ஷகானா' மரம்

மற்றும் காடுகளை புனிதப்படுத்தும் கிராமிய இலக்கிய மரபு. அது அவர்களை முழுவதுமாக ஆட்கொண்டிருந்தது. காடே இல்லை என்கிற நிலை வந்தால் இந்த இலக்கிய மரபு என்ன ஆகும்?

ஏன் அப்படி மோசமாக பார்க்கவேண்டும்? பிலகால் காட்டுப் பகுதியில் வெட்டுவதற்காக குறியிடப்பட்டிருந்த 3,360 மரங்களில் அப்பிகோ சலுவாலிகர்களின் போராட்டம் காரணமாக வனத் துறை கடைசியாக 370 மரங்களை மட்டும் எடுத்துக் கொள்ள முன்வந்தது. விரைவில் மற்ற வனப்பகுதிகளிலும் இதே முடிவு மேற்கொள்ளப்பட்டது. 1983இன் முடிவில் இந்தியன் எக்ஸ்பிரஸ் நாளிதழில் கர்நாடக வனத்துறை முதன்மை காப்பாளர் சியாம் சுந்தர், ஒரு கடிதத்தில், சிர்சி மற்றும் சிடப்பூர் தாலுக்காவில் முற்றிலுமாக மரங்களை விறகாக்கி '1984இல் பெரிய அளவில் கிடங்குகளுக்கு கொண்டுசெல்ல தேர்வு செய்யப்பட்டிருந்த பத்து பிராந்தியங்களிலுமே வெட்டும் வேலை சிப்கோவாதிகளால் நிறுத்தப்பட்டுவிட்டது' என்று குறிப்பிட்டார்.

அப்பிகோ இயக்கம் தொடங்கி ஒரு ஆண்டே ஆகியிருந்தது. விரைவில் அடுத்த சில மாதங்களில் அது பிலகால் காடுகளிலும் மற்ற தாலுக்கா மற்றும் கிராமங்களிலும் மடமடவென பரவியது. 1985இல் அது கிட்டத்து ஷிமோகா மாவட்டத்தின் அடர்ந்த காட்டுப்பிரதேச மக்களிடம் பரவியது. பரிசரா சங்கரஷானா கெந்திரா (சுற்றுச்சூழல் பாதுகாப்புக் குழு) எனும் அமைப்பை நிறுவி யுவக்மண்டல் வாதிகள் எல்லாவித மரசாய்தல்களுக்கும் எதிராக ஓரணியில் திரண்டனர். எதற்காவது அவர்கள் வளைந்து கொடுத்தார்கள் என்றால் அது உள்ளூர் மக்கள் மாற்றுவழி தேடும் வரையில் சமையலுக்கு பயன்படுத்த விறகுத்தேவை வந்தபோது மட்டுமே. மேலும் நான்கு வருடங்களுக்கு மரம் எதையும் வெட்ட அனுமதி வழங்க முடியாதென்று அவர்கள் முன்அறிவிக்கவும் செய்தனர்.

மேலும் மண்டலிகள் வனத்துறைக்கு பலவிதமான விதிகள் போட்டனர். தங்கள் பகுதியில் எங்கெல்லாம் மரங்கள் வெட்டப்பட திட்டமிட்டுள்ளது, அதை முன் அறிவிக்க வேண்டும். நீர் ஆதாரமுள்ள இடங்களில் 100 மீட்டர்கள் வரை மரங்களை வெட்டக்கூடாது. பாறைகள் இடையேயும் மலையின் 30 டிகிரி சரிவிலும் அதற்கு மேலும் மரங்கள் வெட்ட கட்டாயமாக கூடாது. ஏற்கனவே வெட்டுக்கு உட்பட்டப்பகுதிகளில் மீண்டும் வெட்டுவதை தவிர்க்க வேண்டும். வனம் தன்னை மீண்டும்

சரிசெய்துகொள்ள அது உதவும்.

இவை அமுலுக்கு வந்தபோது மரம் வெட்ட உரிமத்தை அரசிடமிருந்து பெற்றிருந்த தரகர்கள் அச்சமுற்றனர். ஆனால் கர்நாடக வனத்துறை அதிகாரிகளைவிட அதிக மோசமானவர்கள் இருக்கவே முடியாது. அவர்களது பார்வையில் அந்த அமைப்பு ஒரு கலகக்கார அமைப்பு. அதன் போராளிகள் காட்டை தங்களது கட்டுப்பாட்டிற்குள் கொண்டுவர எதுவும் செய்யத் துடிக்கும் தவறாக வழிப்படுத்தப்பட்ட இளைஞர்கள். இதை அனுமதித்தால் மற்ற மாநிலங்களுக்கு இது ஒரு தவறான முன் உதாரணமாகிவிடும். ஆனால் இந்த இயக்கவாதிகளுக்கு விரைவில் எதிர்பாராத இடங்களிலிருந்த ஆதரவு கிடைத்தது.

இந்திய அறிவியல் கழகத்தைச் சேர்ந்த *(Indian Institute of Science)* பேராசிரியர் மாதவ் காட்கில் சிர்சி துணை வன காப்பாளருக்கு கெல்சி பகுதிக்கு தான் மேற்கொண்ட ஒரு விஜயம் குறித்தும் அங்கே அப்பிகோ சலுவாலிகர்களோடு அளவளாவியதையும் குறிப்பிட்டு ஒரு கடிதம் எழுதினார்.[7] காண்ட்ராக்டர்களின் தாக்குதலால் மரங்கள், வனங்கள் அடைந்த விளைவுகளை பட்டியலிட்ட பிறகு பேராசிரியர் காட்கில் தனது கடிதத்தை இப்படி முடித்தார். யுவக்மண்டலியின் குற்றச்சாட்டான மரம் வெட்டப்பட்ட பகுதிகள் சொல்லப்பட்டதைவிட அதிகம் மட்டுமல்ல, வெட்டுவதாக இருந்த மரங்கள் வனத்துறை அறிவித்ததைவிட மிக அதிகம் என்பது உண்மையே. உண்மையில் இந்த விஷயத்தை அதிகாரிகள் கவனத்திற்கு கொண்டு வந்ததற்காக அவர்களை பாராட்டுவதோடு காடுகளை காக்க அவர்களது துணையையும் நாடலாம்".

யுவக் மண்டலியையும் மேலும் சல்கானாவின் மற்ற அமைப்பு களையும் முழுமையாக வனப்பாதுகாப்பின் "எல்லா நிலை" களிலும் ஈடுபடுத்தலாம். காடுகள் வெட்டப்படப் போவதை அவர்களும் முன் அறிவித்து ஏலத்தை பார்வையிட அனுமதித்தும் வெட்ட வேண்டிய மரங்களை அடையாளமிடும் வேலையை மேற்பார்வை இடவும், வெட்டவும் கூட அவர்கள் உடனிருக்க அனுமதிக்கப்படவேண்டும். இது போன்ற அமைப்புகள் காடுகள் பராமரிப்பு அழியாமல் தடுத்தல் என முழுமையாக ஈடுபடுத்தவும் படலாம் என்றும் அவர் முன் மொழிந்தார்.

ஆனால் மக்கள் இயக்கம் விரைவில் கடுமையான விமர்

சனத்திற்கு உள்ளானது. 1983 நவம்பர் 2ஆம் தேதியன்று வனத்துறை துணைக்காப்பாளர் ஒரு வன காண்ட்ராக்டருக்கு, 'சிப்கோ இயக்க பாணியில் உங்களது மரம் வெட்டும் பணிக்கு ஏதாவது இடையுறு நேர்ந்தால் வேலை சீராக நடக்க போலீஸ் உதவியை நாடிக்கொள்ளலாம்" என்று எழுதிவிட்டார்.[8]

அப்பிகோ இயக்கவாதிகளுக்கும் வனத்துறை உயரதிகாரி ஷ்யாம் சுந்தருக்கும் இடையிலான ஒரு கூட்டம் சிக்சியில் நிலைமையை உச்சகட்டத்திற்கு கொண்டு சென்றது. கிராமத்து (படிப்பறிவில்லா) மக்கள் சொல்லிக்கொடுத்து அதை அமுல் படுத்தும் நிலை வனத்துறைக்கு இல்லை என்கிற பாணியில் பிரச்சனையை அவர் அணுகினார். மண்டலி உறுப்பினர்கள் மரம் வெட்ட நிரந்தர முழுமையான தடையை கோரினர். கூட்டம் கூச்சம் குழப்பத்தில் முடிந்தது.

கர்நாடக வனத்துறையோடு மிக நெருங்கிய உறவு வைத்திருந்த பேராசிரியர் காட்கில் விரைவில் ஷ்யாம் சுந்தரை சந்தித்து நடந்த சம்பவங்களுக்காக வருத்தம் தெரிவிக்கிறார். விரைவில் அப்பிகோ இயக்கத்தின் தொடர்ச்சியான நடவடிக்கைகள் 'காடுகளின் மீது நன்மைக்கு பதில் எப்படி தீங்குகள் இழைக்கப் போகிறது' என்பதை வைத்து ஒரு பெரிய கட்டுரை எழுத ஒப்புக்கொண்டார். காட்கிலின் இந்த 'பச்சோந்தி பாய்ச்சல்' நான்கு மாத இடைவெளியில் நடந்த திடீர் 'ஞானோதயம்' உண்மையில் அப்பிகோ இயக்கம் நடந்தபாணி அறிவு ஜீவித சூழலியர்கள் அனைவருக்குமே சவால் விடுவதாக அமைந்து போனது.

ஷ்யாம் சுந்தருக்கு காட்கில் வாக்களித்த அந்தக்கட்டுரை டெக்கான் ஹெரால்டு[9] பத்திரிகையில் சில காலங்களுக்குப் பிறகு வெளிவந்தது. அது இயக்க உறுப்பினர்களை தீவிரவாதிகளாகவும் நல்ல மனதோடு மேற்கொள்ளப்படும் வளர்ச்சி முயற்சிகளை நிறுத்தும் சதிகாரர்களாகவும் வருணித்தது.

அதே சமயத்தில் ஷ்யாம் சந்தர் அப்பிகோ இயக்கத்திற்கு எதிரான தன்னிச்சையாக ஒரு எதிர் பிரச்சாரத்தை மீடியாவில் மேற்கொண்டார். பத்திரிகைகளுக்கு வெளியிட்ட ஒரு அறிக்கை யில் "அப்பிகோ இயக்கம்[10] இப்படியே தடுத்தால் நகர மக்கள் தங்களது எரிபொருள் தேவைகளுக்காக காடுகளுக்குள் நுழைந்து விடுவார்கள். மிகப் பெரிய வன்முறை வெடிக்கும்" என்று மிரட்டினார். எத்தனை மரங்களைத்தான் கட்டிக் கொள்வீர்கள் என்று

மற்றொரு முறை கேலி செய்தார். எப்போதெல்லாம் மரம் அறுக்க குத்தகைக்கு விடப்பட்டதோ முன் அறிவிப்பு செய்யப்பட்டதோ அப்போதெல்லாம் அப்பிகோ இயக்கத்தவர்கள் அங்கு சென்று நிகழ்வுகளை தடுத்து நிறுத்தியே வந்தார்கள். உதாரணமாக வனஹாலிப்பகுதியில் மண்டமனேவில் இயக்கத்தினர்கள் வருவதற்குள் ஏழு மரங்கள் சாய்க்கப்பட்டன. அதற்கு மேல் ஒரு துரும்பைக்கூட அசைக்க முடியவில்லை. மரம் வெட்டிய கான்ட்ராக்டர்கள் மூன்று மாதம் முகாமிட்டும் ஒன்றும் செய்ய முடியாமல் திரும்பிச்சென்றனர்.

காட்கிலும், ஷ்யாம் சுந்தரும் ஒன்றிணைந்து அறை கூவினார்கள்: "நாம் எப்படியேனும் தொழில்மயமாவது தவிர்க்க முடியாதது." அவர்களைப் பொறுத்தவரையில் எதிலும் குறையையே காண்பதன் மூலம் அப்பிகோவாதிகள் நாட்டின் பொருளாதார வளர்ச்சிக்கே பெரிய தடையாக நடந்து கொள்கிறார்கள். இந்த கச்சாப் பொருட்களை நம்பித்தொடங்கப்பட்ட தொழிற்சாலைகளை மூட வேண்டியிருக்கும். அப்பிகோவாதிகளும் ஒப்புக் கொள்ளவே செய்கிறார்கள். காடே அழிந்த பிறகு அதுதான் நடக்கப்போகிறது அது ஏன் இப்போதே நடக்கக்கூடாது!

உதாரணமாக, ப்ளைவுட் எனும் வகையில் மரத்தை வீட்டு உபயோகத்திற்காக மறுகட்டுமானம் செய்வது காட்டையே அழிக்கும் வேலையாகும். ஒரே ஒரு ப்ளைவுட் தொழிற்சாலை, சிறிய பெரிய மரங்கள், தேன்மரம், மருத்துவ குணமிக்க மரங்கள், பழ மரங்கள் என்ற அனைத்து வகை மரங்களையும் மொத்தமாக முழுங்கி ஏப்பம் விட்டுவிடும். இந்தியன் ப்ளைவுட் நிறுவனம் இப்போது அஸ்ஸாம், பர்மா என்று தொலைதூரத்திலிருந்து கச்சாப் பொருட்களை எடுத்து வருகிறது. எட்டே வகையான மரங்களை பயன்படுத்தி உற்பத்தியை பன்மடங்கு அதிகரித்து விட்டது. அதே பகுதியில் உள்ள விம்கோ எனும் (WIMCO) சுவீடனின் சர்வதேச நிறுவனம் தீக்குச்சிகள் தயாரிக்க என்று இயற்கை காடுகளின் (அற்புதமான தனது மேல்புறம் தேனையும் அடியில் நதியோடும் வழியையும் கொண்டிருந்தன) ஆயிரக்கணக்கான மரங்களை வெட்டியெறிந்தது.

முன்னேற்றத்தின் கருத்தியல் இதுதான். ஒரு பெரும் இயற்கைக்காடு, ஒரு சமூகம் மற்றும் மில்லியன் கணக்கான உயிரிகளின் உறைவிடம் முற்றிலும் அழிக்கப்பட்டு வெறும் அலங்கார மரப்பட்டைகளாகவும் தீக்குச்சிகளாகவும் சுருங்கிப் போகின்றன! காடு முற்றிலும் 'தீர்ந்த'

பிறகு வனத்துறை கணக்குப் புத்தகங்களில் நிலம்! பழுதடைந்ததாக குறிக்கப்படுகிறது. பிறகு விஞ்ஞானக்காடுகள் நிர்வாகம் அந்த இடங்களுக்கு விரைந்துவந்து யூக்கலிப்டஸ் மரங்களை அவதி அவதியாக நட்டு வளர்க்கும். அதை பிறகு நமது வனத்துறை காடு என்று அழைக்கும்!

மேற்கு தொடர்ச்சி மலையில் தங்கள் ஆக்கிரமிப்பால் காலனித்துவ மமதையில் செய்த கொடிய ஒருபோதும் பழைய படி சீர்செய்யப்பட முடியாத பேரழிவிற்கு இந்தியன் ப்ளைவுட் நிறுவனமோ, வெஸ்ட்கோஸ்ட் காகித ஆலையோ, ஹரிஹார் பாலிபைபர் நிறுவனமோ அல்லது விம்கோ *(WIMCO)*வோ ஒரு போதும் பொறுப்பு எடுத்துக்கொள்ளப்போவது கிடையாது. அந்த அற்புத மரங்கள் திரும்ப வரப்போவதே இல்லை. அவைகளின் இடம் வெற்றிடமாகத் தெரியக்கூடாது என்பதற்காக வனத்துறை 'கண்டுபிடித்த' வேகமாக வளரும் மண்ணையும், காற்றையும் நச்சுப்படுத்தும் ஒரு மரக்கூட்டங்கள் விதைக்கப்படும். வன நதிகளும் ஓடைகளும் வற்றிவிட்டன. புதிக மிக ஆபத்தான நோய்கள் தோன்றியுள்ளன. (1985இல் ஆயிரத்திற்கும் மேற்பட்ட மக்கள் பாதிப்படைந்தார்கள். தொன்னூறுபேர் இறந்தார்கள். காட்டிலிருந்து விறகும் புல்லும் எடுக்கப்போகும் பெண்களும் குழந்தைகளுமே பெரும்பாலும் பாதிக்கப்பட்டனர். இந்த நோய் குரங்குகளிடமிருந்து வரும் ஒருவித வைரஸ் கிருமி மூலம் பரவுகிறது. அடர்ந்த தான்தோன்றிக்காடுகளை வேகமாக அழித்ததால்தான் இந்த வைரஸ் பரவுகிறது என்ற தேசிய வைர கிருமிகள் ஆய்வுத்துறையே அறிக்கைவிட்டுள்ளது)[12]

சுற்றப்புறச்சூழல் மீது அதீத அக்கறை இருப்பதுபோல வனத்துறை நாடகமாடுகிறது. ஆனால் அதன் நடவடிக்கைகள் அனைத்தும் ஆங்கிலேயர்கள் காலத்திய விதிகளோடு சம்பந்தப் பட்டவை. அப்போது வனக்காவலர் அரசு வருமானக்காவலராக இருந்ததைப் போலவேதான் இப்போதும் செயல்படமுடியும். மரங்களை பாதுகாப்பதன் அடிப்படைக்கே இது முற்றிலும் எதிரானது. எனவே அப்பிகோவுக்கும், வனத்துறைக்கும் இடை யிலான போராட்டம், விரைவில் சிர்சி தாலுக்காவின் கிராமப்புற மக்களுக்கும் நகர்வாழ் மக்களுக்கும் இடையிலான போராக மாறக்கூடியதாக இருந்தது. இதில் வனத்துறை தரகு வேலை பார்க்க மட்டுமே முடியும்.

சிர்சி பகுதி உயர்ந்த பொருளாதார தன்னிறைவு அடைந்த

பகுதி ஆகும். முந்திரி, கரும்பு, மிளகு, வாழை, நெற்குவியல் என்று பல்வித விவசாய உற்பத்திப் பொருட்கள் சந்தைகளை நிறைக்கும் வளமான விவசாய 'வெண்மைப்புரட்சி'ப்பகுதிகளில் கூட முடியாத தயிரும், மோரும் இப்பகுதி மக்கள் உண்டுகளிக்கின்றனர். இங்கே 'வளர்ச்சி' பற்றி பேசுவதே மிகவும் அபத்தமான ஒன்று. தன்னிறைவு அடைந்த ஓரளவு வசதியாக வாழும் மக்கள் அவர்கள். ஆர்க்கா மர தழைகளிலிருந்து பெறப்படும் சமையல் வாயுவைத்தான் இவர்கள் எரிபொருளாக பயன்படுத்துகின்றனர். காடுகளிலிருந்து வரும் விறகு தேவையில்லை. ஆனால் காடுகள் இல்லையென்றால் இவர்களது விவசாயம் அழிந்துவிடும். சீரான நீர் ஆதாரங்களுக்கு காடுகள் எவ்வளவு அவசியம் என்பதை விவசாயிகள் உணர்ந்தே உள்ளனர். இது ஒரு மலைப்பிரதேசமாக இருப்பதால் அவ்வளவு எளிதில் காடுகளை அடையமுடியாது. இருந்தாலும் விவசாயத்திற்கு பசுந்தாள் உரம் தேவை. அதை வனம் பூர்த்தி செய்கிறது. இங்கே விதைக்கப்படும் பயிர்கள் பசுந்தாள் உரங்களை அவை ஏற்கும் இயல்பை வைத்தே தேர்வு பெற்றவை. பல நூற்றாண்டுகளாக கண்டு உணரப்பட்ட அனு பவத்தின் அடிப்படையில் பின்பற்றப்படும் உயர்ந்த விரிவாக கட்டமைக்கப்பட்ட விவசாய உற்பத்திமுறை அது.

விவசாயிகளுக்கும், வனத்திற்கும் இடையிலான உறவு முறையை அங்கீகரிக்கும் வகையில் காலனித்துவ அரசு மக்களுக்கு பட்டா பகுதியான தழை உதிரும் வனப்பகுதியை உரிமையாக்கியது. விடுதலைக்குப் பிறகான அரசோ மேற்கத்திய முறையை எல்லா விதங்களிலும் அப்படியே அச்சாக பின் தொடரும் தொழிற்துறை முன்னேற்றத்தை மட்டுமே கருத்தில் கொண்டது. இவர்களது தொழிற்துறை கொள்கையே மில்லியன் கணக்கான கிராம மக்களை பெரு நகரங்களுக்கும் இடம் பெயரவைப்பதே ஆகும். நான்கு நூற்றாண்டுகளாக வைத்துப் பேணிவரும் பெரும்காடுகளை அழித்தே அவர்களுக்கு வேலையும் அவர்களது தேவைப் பூர்த்தியும் செய்யமுடியும்!

தொழிற்துறை 'மரம்' என்கிற ஒன்றையே பார்க்கவில்லை. ஒவ்வொரு மரத்திற்கும் வேர் உண்டு என்பதையோ, கிளைகள் உண்டு என்பதையோ அது புவியின் புத்துணர்ச்சிக்கான அங்கம் என்பதையோ தொழில்துறை காணத்தவறுகிறது. அதை பொருத்த வரை மரம் என்பது வெறும் கச்சாப்பொருள்; இலாபம் தரும் இயற்கையிடமிருந்து வெட்டி எடுக்கவேண்டிய, காகித ஆலை, ப்ளைவுட் ஆலை, தீப்பெட்டி தொழிற்சாலைகள் மற்றும் பிற

மரம்சார் தொழிலுக்கான ஆதாரம். நகரத்திற்கு காடுகளோடான உறவும், காடுகள் சார்ந்த விவசாயம் என்பதும், வேட்டையாடி சுவையான கறிதரும் விலங்குகளை கொல்வது எனுமிடத்திலிருந்து தொடங்குகிறது. தனது தேவைக்கான மரங்களை நகரம் வளர்த்துக் கொள்ளாது. மாறாக அதன் தேவைக்காக கிராமப்புற செழித்த வனப்பகுதிகள் இலக்காக்கப்படுகிறது. நகரம் தனது மூலதனத்தை வளர்த்துக் கொண்டு இக்காடுகளை அழித்துக் கொழுக்கிறது.

இதில் சோகமான விஷயம் என்னவென்றால் இந்த 'வனக்கொள்ளை' ஒருவித தற்காலிக வளர்ச்சிக்குத்தான். வளர்ச்சிவாதிக்கு அதற்குமேல் வெட்ட மரமெதுவும்மிச்சமில்லை எனும் நிலை வந்ததும் தொழிற்சாலையின் கதவு இழுத்து மூடப்படுகிறது. வேறு எங்கோ ஒரு இடத்தின் மற்றொரு வனப்பகுதிக்கு அது இடமாற்றம் அடைந்து அங்கும் அதே அழிவு வேலையைத் தொடங்குகிறது. சுரண்டி மொட்டையாக்கி விட்டுச் சென்ற இடம் வளர்ச்சியின் பின்விளைவுகளோடு, போராடி எப்படியோ சமாளித்துக்கொள்ள வேண்டியதுதான். இருந்த எல்லா வனங்களும் இழந்து வாழத்தகுதியற்ற இடமாக ஆக்கப்பட்ட அவைகளுக்காக எந்த இரக்கமும் காட்டப்படுவது கிடையாது. நீண்டகால திட்டமாக 'வளர்ச்சி' இருக்க முடியாது என்று தெரிந்தும்கூட அரசு அதைச் சட்டப்பூர்வமாக்கி மக்கள் மீது திணித்துள்ளது.

இரண்டு பிரச்சனைகள் எழுகின்றன. இந்திய அரசியல் சட்டம் அதன் எல்லா பிரஜைகளுக்கும் சம உரிமைகள் வழங்குகிறது. எழுத்து வடிவிலாவது இந்நாட்டில் இரண்டாம் தர பிரஜைகள் என்று யாருமே கிடையாது. சுய மதிப்பீட்டின் பெயரில் சிர்சி போன்ற ஒரு பகுதியை ஏதோ மற்றொரு சமூகப்பிரிவின் இலாபத்திற்காக பொருளாதார சீர்குலைவுக்கு உட்படுத்த முடியாது. இரண்டாவது உள்நாட்டு மற்றும் சர்வதேச அளவில் அரசு பெரிய அளவில் நிர்ப்பந்தங்களுக்கு உள்ளாகி, அது 'வளர்ச்சி'ப் பாதையில் இருப்பது மாதிரி (தனது சுற்றுச்சூழல் மதிப்பை இழந்தாவது) காட்டிக்கொள்ளவேண்டிய நிலையில் உள்ளது.

இத்தகைய சிக்கலில் உள்ள அரசு தனது அரசு சார்ந்த அதிகாரத்திற்கு உட்பட்ட வல்லுநர்களை சுற்றுச்சூழல் நிபுணர்களை அழைத்து தனது திட்டங்கள், நிலைப்பாடுகள் 'அறிவியல்' ரீதியானவை; எவ்வித பின்விளைவுகள் அற்ற பாதுகாப்பான 'வளர்ச்சி'க்கு நாட்டையே இட்டுச்செல்லும் நல்ல திட்டங்கள் என்று சொல்ல வைக்கிறது. மக்களது அறிவு சார்ந்த பார்வையில் எதுவுமே

அணுகப்படாது என்றே திட்ட வட்டமாக எதிர்பார்க்கலாம்.

பிரிட்டிஷ்காரர்கள் வந்து உறவை முறிக்கும்வரையில் காடுகளை கிராமப்புற மக்களும், மலைசாதியினருமே பார்த்துக் கொண்டு வந்தனர். அவர்கள்தான் பரம்பரை பரம்பரையாக அதை பேணிப்பாதுகாத்து பராமரித்து வந்தனர். காட்கில் போன்ற விஞ்ஞானிகளோ, அரசு அதிகாரவர்க்கமோ அல்லது வனத்துறையின் புதிய சட்ட விதிகள்படி போகிற யாராக இருந்தாலும் திரும்பவும் காடுகளை அவர்களிடம் ஒப்படைக்கப் போவது கிடையாது. அதை செய்தால் அவர்களது பிடிப்பும், சட்ட ரீதியிலான பலமும் குறைந்துவிடும். ஒரு காலத்தில் காடுகளும் மக்களும் ஒன்றாக மகிழ்ச்சியோடு இருந்தார்கள். ஆனால் இப்போது நிலைமை மாறிவிட்டது என்று சிலர் வாதிடுகிறார்கள். 'காடுகளை மக்கள் துவம்சம் செய்யாமல் பார்த்துக்கொள்ள அரசுத்துணை மிகவும் தேவை'[13] (அரசிடமிருந்து காடுகளை காப்பாற்றுவது குறித்து எதுவுமே சொல்லப்படுவதில்லை).

அப்பிகோ இயக்கத்தின் வரவு மக்களுக்கும், காடுகளுக்கும் இடையிலான உறவு இன்னமும் தொடர்வதைக் காட்டுகிறது. மேலும் எங்கே அவ்வித உறவு இல்லையோ அங்கே அந்த உறவை உடனடியாக எப்போது வேண்டுமானாலும் புதுப்பிக்க முடியும் என்பதையும் அது காட்டுகிறது. சில இடங்களில் இந்த உறவு பழுதடைந்து முற்றிலும் தகர்ந்துவிட்டது என்பதும் உண்மைதான். உதாரணமாக, சிர்சி பகுதியின் பட்டா நிலங்கள், அளவுக்கு அதிகமாக இலைகள் பயன்பாட்டிற்கு என்று அபரிதமாக எடுக்கப்பட்டதால் மரங்கள் மறு வளர்ச்சியையே இழக்கும் அளவிற்கு பாதிப்பை ஏற்படுத்தியுள்ளது என்று ஆராய்ச்சியாளர்கள் கருத்துக் கூறியுள்ளனர். பாண்டுரங்க ஹெக்டே போன்றவர்கள். இது போலத்தான் மக்களின் அறிவியல் அறிவை வளர்ப்பதில் பெரும்பங்காற்றுகிறார்கள். பட்டா நிலங்களின் சுற்றுச்சூழல் மேம்பாட்டிற்கு எப்படியெல்லாம் பங்களிப்பது என்பதில் மக்களை கல்வியறிவு பெறவைத்தது அப்பிகோ இயக்கம் மேற்கொண்ட பெரிய பணிகளில் ஒன்றாகும். வனத்துறையோ, சுற்றுச்சூழலியலாளர்களோ இந்த வேலையைச் செய்யப்போவது இல்லை. அவர்கள் கிராமப்புற மக்களின் ஆர்வம் பற்றி கவலையே இல்லாதவர்கள் மட்டுமல்ல அவர்களது அறிவு மற்றும் அன்றாட வாழ்விலிருந்து வெகுதூரத்தில் உள்ளவர்களும் ஆவர். உள்ளூர் மரக்கன்றுகள் நட்டு வளர்ப்பதில் மக்களை ஈடுபடுத்துவதிலும் அப்பிகோ இயக்கம் தீவிர பங்காற்றியுள்ளது.

உயிர்க்கோளமான புவியின் பாதுகாப்புக் கருதி தங்களது உடனடித் தேவைக்காக காடுகளை அழிப்பதை நிறுத்தவும் தங்களை மாற்றிக்கொள்ளவும் கூட கிராமப்புற மக்கள் இயக்கத்தால் உதவப் பட்டார்கள். சமோலியில் உள்ளூர் சமூகத்திற்கும் வனத்துறைக்கும் இடையே மரம் வெட்டுவதற்கு காண்டிராக்ட் பிடிக்கும் விஷயத்தில் ஏற்பட்ட பிரச்சனையினால்தான் அப்பிகோ இயக்கம் வெடித்தது. அப்பிகோ விவசாயத்திற்காக, காடுகளை பாதுகாப்பதற்காக தொடங்கி மெல்ல தழைத்து பெரிய அளவிலான புரிதலோடு நாட்டின் 'ஆக்ஸிஜன் வங்கி'யான மேற்குத் தொடர்ச்சிமலை முழுவதையும் காக்கும் இயக்கமாக இன்று வளர்ந்துள்ளது.

குச்சா சாலையில், மாண்டமணிலிருந்து சிர்சி நகருக்கு திரும்பும்போது, அழகிய அந்தக் காடுகளின் அடர்ந்த மரங்களை நான் கடந்தேன். இவற்றைக் காப்பாற்றிய அப்பிகோ அலுவாலிகர் கள், யுவமண்டலிகள், சமோலி பெண்கள், கண்டிபிரசாத் பட்கள், பகுகுணாக்கள், பாண்டுரங்குகள் போன்றவர்களை நமது சமூகத்தின் எந்த இடத்தில் வைத்து போற்றுவது என்று யோசிக்கிறேன். இவர்களை எதைச் சொல்லி பாராட்டுவது என்றும் தவிக்கிறேன். பொது மொழியில் ஒரு கனவில் அட்ரீன் ரீச் மரங்களின் பிரபஞ்ச மொழியில் சொல்லும் ஒரு கவிதை அப்பிகோவாதிகளின் அற்புதங்களை என் மன ரீதியில் சித்தரிப்பது போல இருக்கிறது.

என்னால் காப்பாற்ற முடியாதவற்றை எண்ணி

என் இதயம் அழுகிறது....

எவ்வளவோ அழிக்கப்பட்டுவிட்டது

காலம் காலமாக மிகுந்த பிடிவாதத்துடன்

எந்த அதீத பலமுமின்றி

உலகை மறு ஆக்கம் செய்பவர்களோடு

நான் என்னை பகிர்ந்துகொள்ள துடிக்கிறேன்.[14]

இந்தியாவில் வன சத்தியாகரங்கள் என்பது பிரிட்டிஷ் காலனித்துவம் தனது பலத்தால் காலம் காலமாக கிராமப்புற சமூகங்கள் அனுபவித்த காடுகள் மீதான பாத்தியத்தை பிடுங்கியதிலிருந்தே தொடங்கிவிட்டது. அவற்றின் குறிப்பிடத் தகுந்த ஒன்றை, குமாவுன்

பகுதியை முன் வைத்து 'பிரித்தானிய குமாவுனில் வனத்துறைக்கு எதிரான மக்கள் எழுச்சி 1893 முதல் 1921வரை' எனும் தனது கட்டுரையில் ராமச்சந்திரகுகா விளக்கியுள்ளார்.[15] நம் நாட்டில் காடுகளை அரசு எடுத்துக் கொள்வதை கண்டித்து எதிர்த்து நடந்த போராட்டங்கள்தான் விவசாயிகள் மற்றும் மலைவாழ் மக்களின் போராட்ட வரலாற்றின் தொடக்கம் ஆகும்.

சிப்கோ இயக்கம் சுற்றுச்சூழலியலாளர்களோ அல்லது அரசு சாராத தன்னார்வக்குழுக்களோ தொடங்கிய இயக்கமல்ல. அது மண்ணைச்சார்ந்த சாதாரண கிராம விவசாயிகள் தொடங்கியது. இதேபோலத்தான் பல இடங்களிலும் நடந்துள்ளது. மக்களது நீண்டகால பார்வை தீர்க்க தரிசனம் தான் 'வளர்ச்சி'க்கு எதிரான களங்களை உருவாக்கியது. அவற்றில் இந்தியாவில் மிகவும் குறிப்பிடத்தகுந்த ஒரு யுத்தமாக வடிவெடுத்ததுதான் 'மரயுத்தம்'[16] என்பது.

பிகார் மாநிலத்தின் வனவளர்ச்சி அரசு வாரியம், சோட்டா நாக்பூரின் கிங்பம் மாவட்டத்தில் தேசிய விவசாய கமிசனின் மாதிரியைப் பின்பற்றி பண வரவுக்காக மரங்களை நட்டு வளர்க்கும் ஒரு நிறுவனத்தையே உருவாக்கியது. உள்ளூர் சல் மரங்களை பிடுங்கி எறிந்துவிட்டு தேக்கு மரங்களை நட அது முடிவு செய்தது. உள்ளூர் மலைவாழ் மக்களுக்கு தேக்கு மரங்களால் ஒரு பயனும் கிடையாது.

1978இல் இதைத் தவிர்க்குமாறு பலமுறை அரசுக்கு வேண்டுகோள் கடிதங்கள் அனுப்பி சலித்த மலை சாதியினர் இறுதியாக நேரடியாக காரியத்தில் இறங்கினார்கள். அரசு மரக்கன்று கிட்டங்கிக்குள் நுழைந்து தேக்கு மரக்கன்றுகளை பிடுங்கியெறிந்து ஒரு பெரிய சம்பவமாக வனத்துறை அலுவலர்களை ஒரு நாள் முழுவதும் அறைக்குள் பூட்டி வைத்தார்கள்.

உள்ளூர் நிர்வாகம் அதை சட்டம் ஒழுங்கு பிரச்சனையாகப் பார்த்து போராட்டவாதிகளின் மீது துப்பாக்கிச்சூடு நடத்தி நூற்றுக்கணக்கானவர்களை கைது செய்தது. இருபத்தைந்திற்கும் மேற்பட்ட மலைசாதி இனமக்கள் போலீஸ் துப்பாக்கிச் சூட்டில் மரணமடைந்தார்கள். ஆதிவாசிகள் எதை முன் வைத்துப் போராடினார்களோ அந்த சால் மரங்கள் போராட்டத்தின் அடையாளமாகவும் தேக்கு அடக்குமுறையின் அடையாளமாகவும் ஆகிப்போனது.

1980களின் மத்தியில் ஆதிவாசிகளின் போராட்டம் காட்டு காடோ இயக்கம் என்று மாறியது. ஆதிவாசிகள் தேக்கு மரத்தோப்பு களுக்குள் நுழைந்து நூற்றுக்கணக்கான மரங்களை வேரோடு பிடுங்கி எறிந்து வந்தனர். 1980 செப்டம்பரில் இது போன்ற போராட்டம் குவா இனப்படுகொலைகளில் போய் முடிந்தது. குவா இரும்புத்தொழிற்சாலை டவுன்சிப் பகுதியில் வனத்துறை அதிகாரிகளை எதிர்த்து கோஷமிட்டு ஆர்ப்பாட்டம் செய்யவும் கூடியிருந்த ஆதிவாசிகளின் மீது போலீஸ் துப்பாக்கிச்சூடு நடத்தியது. சிங்பம் மாவட்டத்தின் குவாவில் நடந்த அந்த கொடிய நிகழ்ச்சியில் பதிமூன்று ஆதிவாசிகள் சுட்டுக்கொல்லப்பட்டார்கள். இருநூறு பேர் கைது செய்யப்பட்டார்கள்.

'டைம்ஸ் ஆப் இந்தியா' இதழில் 1982 பிப்ரவரியில் வந்த கட்டுரை எப்படி 'வளர்ச்சி' மாவட்டத்திற்குள் நுழையவேகூட திணறுகிறது என்பதை விளக்குகிறது. குவா, டாண்டு மற்றும் சக்ரத்பூர் காவல் நிலைய எல்லைகளுக்கு உட்பட்ட வனப்பகுதிகளுக்குள் பிகார் அரசின் அதிகாரங்கள் எதுவுமே செல்லுபடி ஆகவில்லை. இப்பகுதியின் வனத்துறை அதிகாரிகளே ஏன் கடந்த ஒரு ஆண்டாக ஆதிவாசி காவலர்களேகூட நுழைய முடியவில்லை. கொல்கான் பகுதியின் சோங்க்ரா மற்றும் ப்ரோஹட் பகுதியின் சான்ட்ரா போன்ற இடங்கள் ஆதிவாசிகளின் முழுக் கட்டுப்பாட்டில் அதிகாரத்தில் உள்ளன.

"யாருமே கேட்க முடியாது என்பதால் இங்கே வனவாசிகள் மரங்களை இஷ்டத்திற்கு வெட்டித்தள்ளுகிறார்கள். 50முதல் 100ஏக்கர்களில் மரம் வெட்டப்பட்டுவிட்டதாக ஒரு நாள்விட்டு ஒருநாள் செய்திகள் வந்தவண்ணம் உள்ளன. சிங்பம் வனப்பகுதி மாநில வனத்துறை வருமானத்தில் 30முதல் 40சதம் வருமானத்தை வழங்க வல்லது. இரண்டு ஆண்டுகளாக வனவாசிகளின் போராட்டம் காரணமாக இந்த அரசுத்துறை முற்றிலுமாக முடங்கிப் போய்விட்டது. இதனால் ஆண்டொன்றிக்கு வனத் துறைக்கு 2 கோடி இழப்பு ஏற்படுகிறது."

மற்றொரு வளர்ச்சி எதிர்ப்பு வனஇயக்கம் இம்முறை உலக வங்கியை எதிர்த்துக் கிளம்பியது. மத்தியப்பிரதேசத்தின் பஸ்தார் வனஆதிவாசிகளின் பகுதியில் இயற்கைக் காடுகளை அழித்து, பைன் மரங்களை வளர்ப்பதற்கானத் திட்டம் அது. 1975இல் மத்தியப்பிரதேச அரசின் வனவளர்ச்சி நிர்வாகம் ஒரு துண்டுப் பிரசுரத்தை வெளியிட்டது. அதன்படி எல்லாவகை மரங்களும்

'காட்டுத்தனமாக' வளர்ந்துள்ள பயனற்ற வனங்களின் ஒரு பகுதியை அழித்துவிட்டு அங்கே தேக்கும்—மூங்கிலும் வளர்க்க உலக வங்கி 8.2 மில்லியன் டாலர்கள்—கிட்டத்தட்ட 20,000 ஹெக்டேர் பரப்புள்ள வனப்பகுதியை முற்றிலும் அழிக்க—பஸ்தார் மாவட்டத்திற்கு கடனாக வழங்கியுள்ளதாக தெரிவிக்கப்பட்டது. பைன்கள் வளர்க்கப்படும். ரூ. 250 கோடி வருமானம் காகித ஆலை வழியாகக் கிடைக்கும். 50,000 டன் கச்சா மரம் வருடத்திற்கு வருடம் வளரும். வழக்கம்போல இங்கிலாந்திலிருந்து வந்த உலக வங்கியின் 'ஆலோசகர்கள்' இதனால் சுற்றுபுறச்சூழலுக்கு பாதிப்பு எதுவுமே வராது என்று அடித்துச் சொன்னார்கள். ஆய்வறிக்கை வெளியிட்டார்கள்.

சமூக மற்றும் சூழலிய தாக்கங்களை, பின்விளைவுகளை, கொடிய முறையில் திட்டம் ஏற்படுத்திவிடும் என்பதை தனது விரிவான ஆய்வறிக்கை மூலம் இந்திய உயர் அதிகாரி ஒருவர் தைரியமாக வெளியிட்டு தனது எதிர்ப்பைத் தெரிவித்தார்.[17] 'வளர்ச்சி' மாவட்ட நிர்வாகத்தின் முழு ஒத்துழைப்போடு திணிக்கப்பட்டது. புல்டோசர்கள், மின்இயங்கி அழிவுச் சாதனங்கள், டிரக்குகள் என பிரமாண்டமான இயந்திரங்கள் வந்திறங்கின. உள்ளூர் ஆதிவாசிகள் திட்டத்தை கடுமையாக எதிர்த்தனர். பைன்கன்றுகளை பிடுங்கியெறிந்து தங்கள் ஆத்திரத்தை வெளிப்படுத்தினர். மாநில ஆயுதப் படை அழைக்கப்பட்டும் ஒரு வேலையும் நடக்கவில்லை. திட்டம் 1982இல் கைவிடப்பட்டது.

தெற்கின் மற்றொரு பகுதியான பிலிப்பைன்ஸில் இதே போன்ற இயற்கைக் காடுகளை அழித்து பைன் மரங்களை நடும் 'வளர்ச்சி'த் திட்டம் முறியடிக்கப்பட்டது. செலோஃபில் ரீசோர்ஸ் கார்பரேஷன் (CRC)யின் ஒரு மில்லியன் பேசோ திட்டம் 55,000 டிங்கியன் ஆதிவாசிகளை எதிர்த்துக் கொண்டு வரப்பட்டது. சி.ஆர்.சி உயர்தொழில்நுட்பத்தின் உதவியோடு நடத்தப்படும்.

இந்த பைன் மரவளர்ப்பு உலக பொருளாதாரத்தின் ஜாம்பவான்களாக டிங்கியன் ஆதிவாசிகளை ஆக்கிவிடும் என்று மார்தட்டியது.[18] 1978இல் டிங்கியர்கள் இத்திட்டத்தை மிகக்கடுமையாக எதிர்த்து தேசிய, சர்வதேச கவனத்தைப் பெற்றனர். நிர்வாகம் பெரிய பிரச்சாரத்தில் மக்கள் தொடர்பு அலுவலர்களை இறக்கியது. பிலிப்பினோ ராணுவம் சி.ஆர்.சி எதிர்ப்பு நகரசபையை கலைத்து டிங்கியர் பகுதியின் கிறித்துவ தேவலாய குருமார்களை அந்த இடத்தை விட்டே ஓடுமாறும் செய்தது.

1980இல் புதிய மக்கள் ராணுவம் அப்பகுதி மக்களுக்கு ஆதரவாக தனது ஒரு ராணுவப்பிரிவை அனுப்பி டிங்கியர்களில் நூற்றுக்கணக்கானவர்கள் ஆயுதம் தாங்கி சி.ஆர்.சிக்கு எதிராக போராடத் துடிப்பதைக் கண்டது. புதிய மக்கள் இராணுவத்தின் வருகை மற்றும் ஆதிவாசிகளின் தொடர்போராட்டம் ஆகியவை சி.ஆர்.சி யின் முயற்சிகளுக்கு இறுதி முட்டுக்கட்டைபோட்டன. இன்று சி.ஆர்.சி ஒரு மில்லியன் பெசோ வெள்ளை யானையாக நஷ்டப்பட்டு கேலிக்குரியதாகிவிட்டது.

இந்தியாவில் தொழிற்துறை மரம் வளர்ப்பிற்கு எதிரான போராட்டம் மலைப்பகுதி சேரியிலிருந்து இறங்கி சமவெளி களுக்குள் வந்தது. கர்நாடகத்திலும் இராஜஸ்தானிலும் கிராமங் களின் புறம்போக்கு நிலங்களில் யூக்கலிப்டஸ் மரங்களை வளர்ப்பதை எதிர்த்து கடும் யுத்தங்கள் நிகழ்ந்தன. 1983 ஆகஸ்ட் எட்டாம் நாள் ஆயிரக்கணக்கான கிராமவாசிகள் கோரட்கர் தாலுக்கா (டம்குர் மாவட்டம்)வின் அரசு மரக்கன்று பண்ணையில் நுழைந்து யூக்கலிப்டஸ் மரக்கன்றுகளை பிடுங்கி எறிந்தனர். தங்கள் பகுதி யின் நீர் ஆதாரங்களை யூக்கலிப்டஸ் முற்றிலும் அழித்துவிடும் என்பதை அறிந்து ஒருவார இடைவெளியில் மீண்டும் ஒருமுறை அரசுப் பண்ணையில் நுழைந்து யூக்கலிப்டஸ் மரக்கன்றுகளை பிடுங்கியெறிந்து அழித்தனர். மாநில அரசால் கிராமவாசிகளின் மீது 'ஒட்டுமொத்தமாக' வழக்கு தொடரவே முடிந்தது.

மற்றொரு பகுதியான சிங்கோமாவில் அரசு பெரும் வனப்பிரதேசங்களை யூக்கலிப்டஸ் வைத்து வளர்க்க தொழிற் சாலையொன்றின் நிர்வாகத்திற்கு குத்தகைக்குவிட செய்த முயற்சியைத் தொடர்ந்து கிராம மக்கள் எதிர்த்தனர்.[19] அரசே இந்த நிறுவனத்தை ஏற்று நடத்திட முயன்றது. தொடர் போராட்டங்கள் மற்றும் வழக்குமன்ற ஆணைகளின் காரணமாக நிறுவனத்தை அரசு முடிவாக மூடியது.

'வளர்ச்சி' எனும் சதிக்கு எதிராக இயற்கைக்கு கிடைத்த பெரிய வெற்றி என்று கேரள மாநிலத்தின் அமைதிப் பள்ளத்தாக்கு காப்பாற்றப்பட்டதைக் கூறலாம். உள்ளூர், தேசிய, சர்வதேச நிறுவனங்கள் பல படையெடுத்தன. 120 மெகாவாட் மின்சாரம் தயாரிக்க ஒரு இயற்கைக் காட்டை முழுமையாக நீரில் முழ்கடிக்க உள்ளூர் அரசியல்வாதிகளும் "வேலை கிடைக்கும்" என்று சிலரும் உடனடியாக ஆதரவு அளித்தனர். வளர்ச்சி இப்படிப்பட்ட சிலரது ஆதரவை ஆரம்பத்தில் பெறுவது இயற்கையே. சுற்றுச்சூழலிய

மற்றும் பிற காரணங்களுக்காக திட்டம் கைவிடப்பட்டது. அமைதிப் பள்ளத்தாக்கு திட்டத்தின் திட்டமிடல், எதிர்ப்பு மற்றும் கைவிடல் குறித்து தனது 'கோவில்கள் அல்லது சமாதிகள்?'[20] நூலில் டலில் டிமாண்ட் விரிவாகவும் மிகச்சுவையாகவும் எழுதியுள்ளார். நவீன உலகம் சுற்றுச்சூழலுக்கு கொடிய விளைவுகளை ஏற்படுத்தும் திட்டங்களைக் கைவிடவைக்க எப்படி முடியும் என்பதை அது விளக்குகிறது.

ஆதிவாசிகள் வனவாசிகளின் உரிமைகளைப் பறித்து அவர்களை ஓட்டாண்டிகளாக்கும் மற்றொரு (முறியடிக்கப்பட்ட) முயற்சிதான் இந்திய அரசின் புதிய காடுகள் சட்ட முன் வரைவு, மசோதா. காடுகள் அனைத்தையும் முழுமையாக அரசு சட்ட ரீதியில் எடுத்துக்கொள்ள வைக்கத் துடிக்கும் அதிகாரிகள், காடுகள் மீதான வனவாசிகளின் உரிமைகளை நாட்டின் பொருளாதார சூழலிய 'வளர்ச்சி'யின் முட்டுக்கட்டைகளாகவே பார்க்கின்றனர். 'தேசிய நலன்' அதிகாரிகளுக்கே பாத்தியதை ஆனது.[21]

தங்களது சுற்றுச்சூழலில் காடுகளை எவ்விதத்திலும் பயன் படுத்த வனவாசிகளுக்கு புதிய காடுகள் மசோதா தடை விதித்தது.[22] 1982இல் பாராளுமன்றத்தில் இந்த மசோதா கொண்டு வரப்பட்டு அமுல்படுத்தப்படுவதாக இருந்தது. ஆனால் காந்தியவாதிகள், மார்க்ஸியர்கள் மற்றும்பிற ஆதிவாசிகளோடான உறவுக்குழுக் களால் மசோதா தோற்கடிக்கப்பட்டது.[23] இந்த மசோதா பொதுமக்கள் ஆதரவில் தோல்வியடைந்து ஐந்தாண்டுகள் ஆன பிறகும் இப்போது நாட்டின் புதிய வனக்கொள்கை ஆதிவாசி களின் தேவைகளுக்காக காடுகளின் ஒரு பகுதியை மட்டும் பயன் படுத்தலாம் என்பதுபோன்ற கவர்ச்சிகரமான வார்த்தை சித்து விளையாட்டுகளோடு மீண்டும் வனஅழிப்பிற்கு முயல்கிறது.[24]

இந்த 'வளர்ச்சி எதிர்ப்பு' போராட்ட வெற்றிகள் மிகவும் குறிப்பிடத்தக்கவை. வளர்ச்சியின் கட்டாயங்களையும் மீறி வனவாசிகள் மற்றும் கிராமச் சமூகங்களின் உய்விற்கான ஆதாரங்கள் உரிமைகள் பேணப்பட்டன. என்.சி.ஏ.வின் இயற்கை வனங்களை அழித்து மனிதன் ஒரு மரக்காடுகளை உருவாக்குவது இப்போது சுற்றுச்சூழல் சர்வாதிகாரமாகப் பார்க்கப்படுகிறது. உண்மையில் சில வனப்பகுதிகள் சரணாலயங்களாகவும் உயிர்கோளின் பாதுகாக்கப்படவேண்டிய பகுதிகளாகவும் அறிவிக்கப்பட்டுள்ளன. இப்பகுதிகளில் 'விஞ்ஞானக் காடுகள் நுழையவே முடியாது. உய்விற்கான ஆதாரங்களை அழித்தோ

அல்லது பொதுச் சொத்துக்களை கட்டாயப்படுத்தி பிடுங்கியோ வளர்ந்துவந்த தொழிற்துறை வளர்ச்சித்திட்டங்கள் பல கைவிடப் பட்டுள்ளன.

பசுமைப்புரட்சியை எதிர்த்தல்:

நெஞ்சை உலுக்கும் மாபெரும் எழுச்சியொன்றை 1980களில் பிலிப்பைன்சின் விவசாயிகள், விவசாயக்கூலிகள் மற்றும் விஞ் ஞானிகள் சர்வதேச ஆராய்ச்சியகமான IRRI-ஐ எதிர்த்து நடத்தி அதை மூடி விடவேண்டுமென்று கோரினார்கள். ஐ.ஆர். ஆர்.ஐன் வளர்ச்சி மாதிரியானது 1960களின் மத்தியில் அறிமுகம் செய்யப்பட்டு ராக்பெல்லர் மற்றும் ஃபோர்டு நிறுவனங்களின் மேற்பார்வையின் கீழ் உற்பத்தியில் ஈடுபட்டது. விவசாய வணிகத்திற்கு பயன்படும் வகையில் உற்பத்தி முறையை மாற்றி அமைப்பதே இந்த சர்வதேச அமைப்பின் நோக்கமாகும். தனது நோக்கம் நிறைவேறவேண்டுமாயின் அது விவசாயத்தை ஆசியக் கண்ட மக்களிடமிருந்தே பறித்தால்தான் முடியும் என்பதைக் கண்டனர். குறிப்பிட்ட அளவு வெற்றியடையவும் செய்தனர்.

ஐ.ஆர்.ஆர்.ஐ க்கு எதிரான தாக்குதகள் 1982இல் தொடங்கின. டாக்டர் பர்டன் ஓனட்டே[25] எனும் பிலிப்பினோ விஞ்ஞானி முதல் பொறியைப் பற்ற வைத்தார். பிலிப்பைன்ஸ் விவசாய பொருளாதார மற்றும் வளர்ச்சி அகத்தின் தலைவரான அவர், ஐ.ஆர்ஆர் ஐ. பிலிப்பைன்ஸின் பொருளாதார முக்கியத்துவம் வாய்ந்த இயற்கை வளங்களை சக்தியை விவசாய ஆதாரங்களை கொள்ளையடிப்பதாக நேரடியாக குற்றம் சாட்டினார். 1985இல் பிலிப்பைன்ஸின் விவசாயிகளும் விவசாயக்கூலிகளும் ஐ.ஆர். ஆர்ஐ எதிர்ப்பு இயக்கத்தை தொடங்கினார்கள். அந்த ஆண்டில் மே மாதம் முதல் ஜுலை மாதம் வரை நடத்தப்பட்ட பல்வேறு கூட்டங்களில் புராதன விவசாய அமைப்புகள் பல எப்படி ஐ.ஆர்.ஆர்.ஐன் தொழில்நுட்பம் பிலிப்பைன்ஸ் விவசாயிகளை கடனாளிகளாக்கியது என்பதை விரிவாகப் பகிர்ந்து கொண்டனர். இந்த அமைப்புகள் ஐ.ஆர்.ஆர்.ஐக்கு எதிராக பயன்படுத்திய மொழி நிறைய உண்மைகளை பட்டவர்த்தனமாக முழங்கியதால் கவர்ச்சிகரமாக இருந்தது. உதாரணமாக விஸ்யாஸ் பகுதி விவசாய மாநாடு முழங்கியது. "ஐ.ஆர்.ஆர்.ஐயை கலைத்துவிட்டு விவசாய ஆராய்ச்சிகளை விவசாயிகள் மத்தியில் எங்கள் நிலங்களில் நடத்து." மிண்டநானோ பகுதி விவசாயிகள் மாநாடு அரசுக்கு புதிய வகையில் ஒரு யோசனையை முன் வைத்தது. "ஐ.

ஆர்.ஆர்ஐக்கு மாற்றாக அதே அளவு சட்டப்பூர்வமான பலமும் அதிகாரமும் பொருந்திய ஆராய்ச்சி. ஆனால் மிகவும் பயனுள்ள ஆக்ரோஷமான எதிர்ப்பு டாக்டர் ஓனட்டேயிடமிருந்து வந்தது. அவரைப்பொறுத்தவரை இலக்கு ஐ.ஆர்.ஆர்.ஐன் புதிய விதைகள் அவற்றை அவர் 'அழிவு விதைகள்' என்று அழைத்தார். அந்த விதைகள் பிலிப்பினோ விவசாயிகளை நிரந்தர அடிமைகள் ஆக்கி, அரிசி உற்பத்தி பொருளாதாரமான அவர்களது பொருளதாரத்தை அழித்து பஞ்சத்தைக் கொண்டு வந்து பிலிப்பைன்ஸை சுற்றுச்சூழல் நஞ்சிடமாக ஆக்கி மண்ணை சீரழித்து மக்களின் உடல் நலத்தைக் கெடுத்து ஊனமுற்றவர்களாக்கிவிட்டன என்பதை வெளிச்சத்திற்கு கொண்டுவந்தார். இந்த கொடிய விளைவுகளுக்கு மூலாதாரமாக இருப்பது 1959இல் கையெழுத்தான ஐ.ஆர்.ஆர். ஐக்கும் பிலிப்பைன்ஸ் அரசுக்கும் இடையிலான ஒப்பந்தம்.

தனது டிராக்டர்கள், பெரிய அணைக்கட்டுகள், இறக்குமதி உரங்கள் மற்றும் ஆபத்தான விலையுயர்ந்த பூச்சிக்கொல்லி சகிதம் வந்த ஐ.ஆர்.ஆர்.ஐன் விவசாய உற்பத்தி முறையை ஓனட்டே 'மெர்ஸாடஸ் பென்ஸ் அல்லது அடிலாக்' முறை விவசாயம் என்று புறக்கணித்தார். பிலிப்பைன்சில் ஐ.ஆர்.ஆர்.ஐயின் அலுவலகம் இருப்பது பிலிப்பைன்ஸ் மக்களுக்கு எவ்விதத்திலும் உதவிகரமாக இல்லை. ஆசியாவிலேயே அரிசி மிகக்குறைவாக சாகுபடி செய்யப்படும் இடமாக பிலிப்பைன்ஸ் விரைவில் ஆனதோடு 1984, 85களில் நாடு மீண்டும் அரிசி இறக்குமதி செய்யவேண்டிய நிலைக்குத் தள்ளப்பட்டது.

இந்த விவசாயிகளுக்கும் அரசியல் ஆதரவு இருந்ததா? 1984 நவம்பரில் பட்டசாஸ் பாம்ப்சனா (பிலிப்பைன்ஸ் பாராளு மன்றம்) கேள்விக்குள்ளாக்கும் 221ஆம் தீர்மானத்தையும் ஐ.ஆர். ஆர்.ஐயின் பயன்பாடுகளையும் தேவையையும் கேள்விக் குள்ளாக்கியது. இதைத்தவிர விவசாய உதவி போர்ட் தேசிய விவசாயிகள் அமைப்பு மற்றும் பிகாஸ் மாநாட்டிற்கு வருகைபுரிந்த பல விவசாய அமைப்புகள் தங்களுக்குள் பழைய ரக விதை களை பகிர்ந்து கொள்ளத் தொடங்கினார்கள். குறிப்பாக பசுமைப்புரட்சி அறிமுகமாகி பழைய நெல் விதை இரகமே அழிந்து போய்விட்ட லுசன் பகுதி விவசாயிகள் மேட்டு நில மற்றும் பிற பகுதி விவசாயிகளிடமிருந்து பழைய விதைகளைப் பெறுகிறார்கள். ஐ.ஆர்.ஆர்.ஐ மூடப்படுகிறதோ இல்லையோ பெரும்பாலான விவசாயிகள் அதைக் கண்டுகொள்வதில்லை' என்று முடிவு செய்துவிட்டார்கள். ஐ.ஆர்.ஆர்.ஐயின் விதைகள்

அதன் தலைமையகம் இருக்கும் நாட்டிலேயே ஆகக்குறை வாகவே ஏற்றுக்கொள்ளப்படும் மர்மமான சூழல் விரைவில் உருவாகப்போகிறது.

அணைக்கட்டுகள்:

1979இல் உலகமைவு மாதிரி திட்டக் (WOMP) குழுமம் வெளியிட்ட 'அறிவியல் தொழில்நுட்பத்தின் மீதான வெறுப்பு' எனும் மிகவும் பிரசித்திபெற்ற அறிக்கையில், அது எப்படி பெரிய அணைக்கட்டுத் திட்டங்கள் மில்லியன் கணக்கான வனவாசிகள், கிராமப்புற மக்களை அலைக்கழிக்க வைக்கின்றன என்பதைப் பற்றியோ இப்படியான நீர் அளவை நிர்வகிப்பது சுற்றுச்சூழலில் எத்தகைய தாக்கத்தை ஏற்படுத்தும் என்பதையோ பற்றி மூச்சுவிடவில்லை.[26] அப்போது வெகுஜன மற்றும் அறிவுசார் கருத்து பெரிய அணைகள் மனித முன்னேற்றத்திற்கு மிகவும் தேவை என்பது. ஆனால் கடந்த ஒரு பத்தாண்டுகளில் அணுகுமுறையில் கடலளவு மாற்றம் ஏற்பட்டுள்ளது. அணைக்கட்டுகளுக்கு எதிரான பிரசித்தி பெற்ற கருத்துப்பிரச்சாரங்கள் பெரிய இயக்கங்களை நடத்தி அணைக் கட்டுமானங்களை நிறுத்துமளவிற்கு உலகளாவிய கவனத்தை ஈர்த்து அவ்வகை 'வளர்ச்சி'யை முடிவுக்குக் கொண்டு வந்தன.

பெரிய அணைக்கட்டுகள் ஏற்படுத்தும் சுற்றுப்புறச்சூழல் மற்றும் சமூகம் சார் தீய விளைவுகளை கணக்கிட்டு விரிவாக ஆராயும்போது 'அணைகளுக்கு அணையிடுவது' எவ்வளவு அவசியம் என்பது புரிகிறது.[27] அதுபோன்ற ஒவ்வொரு திட்டத் தையும் நடைமுறையில் அது ஏற்படுத்தப்போகும் சூழலியத் தாக்கங்களை மனதில்கொண்டு ஆதிவாசிகளை இடம்பெயர வைப்பதற்கும் காடுகளை அழிப்பதற்கும் எதிராகவே சூழலிய லாளர்கள் இயக்கங்களை கட்டமைத்துள்ளனர். அணைக்கட்டு என்பது கேள்விக்கு உட்படுத்தமுடியாத அளவிற்கு சமூக முன்னேற்றத்திற்கு பயன்படும் எனும் பொதுக் கருத்து எடுபட வில்லை என்பதே வளர்ச்சிவாதிகளுக்கு பெரிய அடி ஆகும். வழக்கமாக வலிமையற்ற எளிதில் ஏமாற்ற முடிந்தவர்களாகவே காட்டப்பட்ட ஆதிவாசிகள் மிகப்பிரமாண்டமான வளர்ச்சித் திட்டங்களை முற்றிலுமாக நிறுத்திக்காட்டியது வளர்ச்சித் திட்டங்கள் வெற்றுக்காகிதப்புலிகளே என்பதை எடுத்துக் காட்டி விட்டது.

இந்தியாவில் பல பெரிய அணைக்கட்டுமானங்கள் கடுமை

யான எதிர்ப்பிற்கு உள்ளாகி உள்ளன. இரண்டு இமாலய நதிகளான பாகிரதியையும், பிலங்கானாவையும் தடுத்து கட்டப் படும் டெஹரி அணை ஒரு உதாரணம் ஆகும்.[28] 260 மீட்டர்கள் உயரம் (உலகின் ஐந்தாவது மிக உயரமானது) கிட்டத்தட்ட 6,68,000 ஹெக்டேர் நிலப்பரப்பில் பாசனத்திற்கு தண்ணீர் தரும் உத்திரவாதத்துடன் நீர் மின் திட்டத்தையும் உள்ளடக்கிய சுமார் 2000 மெகாவாட் மின்சாரம் தரும் உத்திரவாதமும் இணைந்த அணைகட்டு டெஹரி.

1978இல் அமைக்கப்பட்ட டெஹரி பந்த் விரோதி சங்க்ராஷ் சமிதி என்கிற அமைப்பு அணைக்கட்டுமானத்தை எதிர்த்து இரண்டு கருத்துக்களை முன்வைத்து போராடி வருகிறது. முதலாவது அணைக்கட்டுமானம் மற்றும் தேர்ந்தெடுக்கப்பட்ட இடம் நிலநடுக்கத்தை ஏற்படுத்தக்கூடும். இரண்டாவது அணை இமயமலையை வேகமாக மண் ஏற வைத்துவிடும். சுமார் 70,000 மக்கள் இடம் பெயர வேண்டியிருக்கும் என்று சமிதி கூறுகிறது. டெஹரி எனும் நகரத்தையே இமயமலையின் சற்றுமேலே தள்ளி கட்டவேண்டிவரும். சமிதியால் போடப்பட்ட ஆட்சேபனை மனு ஒன்று சமீபத்தில் உச்சநீதிமன்றத்தில் தள்ளுபடி செய்யப் பட்டது.

நர்மதை பள்ளத்தாக்கு வளர்ச்சித்திட்டத்தின் ஒரு பகுதியாக கட்டப்பட இருக்கும் சர்தார் சரோவர் அணை மற்றும் இந்திரா சாகர் அணை ஆகியவற்றின் கட்டுமானத்தையும் எதிர்த்து இதே போன்ற போராட்டங்கள் நடத்தப்படுகின்றன. நர்மதா திட்டத்தின் அணை நிரம்பும்போது ஏற்படப்போகும் சுற்றப்புறச்சூழல் இழப்புகள் இந்திய அரசின் சுற்றுச்சூழல் பாதுகாப்புத்துறையின் கூற்றுப்படியே, அணைக்கட்டுமானம் அது வழங்க இருக்கும் மின்சாரம் விவசாய சாகுபடி என எல்லாவகை இலாபத்தையும் விட, அதிகம். மனித இழப்புகளைப் பொறுத்த வரையில் ஒரு மில்லியன் மக்கள் பெரும்பாலும் ஆதிவாசிகள் இடமாற்றம் செய்யப்படுவார்கள் ஆதிவாசிகளில் அவ்வளவு பேரை எந்த அரசாலுமே சமாளிக்க நிச்சயம் முடியாது.[29]

வளர்ச்சிக்கு எதிரான யுத்தமாக நர்மதா அணை சாதாரணமாக மாறிவிடவில்லை. 1989 செப்டம்பர் 28 அன்று 60,000 பேர் கொண்ட பிரம்மாண்டமானதொரு ஊர்வலம் பெரிய அணை ஒன்றினால் முழுதும் முழ்கிப்போன ஊர் பகுதியில் அணைக் கட்டுமான வேலையையே நிறுத்தப்போவதாக அரசுக்கு நோட்டீஸ்

விட்டது. 1990 டிசம்பர் 25 அன்று அணை எதிர்ப்புவாதிகள் சர்தார் சரோவர் அணைக்கட்டுமானம் நடக்கும் இடத்திற்கே நீண்ட தூர ஊர்வலமாக பாதயாத்திரை சென்று கட்டுமானப் பணிகளை நிறுத்தினர்.

பிலிப்பைன்ஸ் ச்சிகோ நதியின் மேல் கட்டப்பட இருந்த ச்சிகோ அணையின் கட்டுமானமும் இதேபோல நிறுத்தப் பட்டது. இந்த இடம் 1,40,000 மக்கள் தொகை கொண்ட இரண்டு ஆதிவாசி இனங்களான போன்டாக் மற்றும் கலிங்கா இன மக்களின் மீன் பிடிப்புப் பகுதியாகும். 1975இல் முதல் திட்ட கணக்கெடுப்புக்குழு வந்தபோது அது ஆதிவாசிகளின் எதிர்ப்பு மனுக்களையும் கறுப்புக்கொடி போராட்டங்களையும் சந்திக்க வேண்டிவந்தது. கொஞ்சம் நாட்களில் பானாமின் எனும் அரசு சார்ந்த ஆதிவாசிகள் நுழைந்தது மேலும் பிரச்சனையை புரையோடிப்போக வைத்தது. அணையை ஆதரிக்கும் ஆதிவாசி களுக்கு பரிசும், பணமும் கல்வியுதவியுமென்று பானாமின் களத்தில் இறங்கியது. பானாமின் உடனடியாக அந்தப்பகுதியை விட்டே ஓடுமாறு நிர்பந்திக்கப்பட்டது. அதற்கு பதில் அங்கே நிறுத்தப்பட்ட 60ஆவது சிவில் அமைதி ஆயுதப்படை பெடாலியனும் திரும்பிச்செல்ல வைக்கப்பட்டது,

ச்சிகோ அணை எதிர்ப்பு விவகாரம் விரைவில் சர்வதேச கவனத்தை பெற்றது.[30] அது அரசிற்கு எதிரான புதிய மக்கள் ராணுவ (என்.பி.ஏ)த்தை மக்களுக்கு ஆதரவாக வரவழைத்தது. அரசுப் படைகளுக்கும் மக்கள் இராணுவ அமைப்புக்கும் இடையிலான உள்நாட்டுப்போராக அது வடிவெடுத்தது. ஆதிவாசிகள், என்.பி.ஏ மற்றும் இராணுவம் உள்ளடக்கிய அந்தப் பிரச்சனை விமானத்திலிருந்து குண்டு மழை, தரைப்போர், குண்டுவெடிப்புகள் இனப்படுகொலைகள் என்று தொடர்ந்தது. 1980இல் ஏற்கனவே நூறு மக்களுக்கு மேல் கொலை செய்யப்படுகிறார்கள். 'வளர்ச்சி' என்பது ஒரு வகை யுத்த முறையே ஆகும். கலிங்க இன மக்கள் வசிக்கும், பிராந்தியம் மிகக்கொடிய விதத்தில் சீர்கெட்டு ஒரு போர்களம் போலத்தான் காட்சியளிக்கிறது. எது எப்படியோ ச்சிகோ அணை கட்டப்படவே இல்லை.

தாய்லாந்தின் நாம் ச்சோகன் அணையின் கட்டுமானமும் நிறுத்தப்பட்டுவிட்டது.[31] இந்த அணையின் கட்டுமானத்தை நிறுத்தும் போராட்டம் பல்வேறு கல்விக்கூடங்களைச் சேர்ந்த மர்தோல் பல்கலைக்கழக மாணவர்களால் மிகத்திறமையாக

முன்னெடுத்துச் செல்லப்பட்டது. தாய்லாந்தின் தேசிய சமூக மற்றும் பொருளாதார வளர்ச்சி வாரியம் உலக வங்கியிடம் திட்டத்தை அமுல்படுத்த பணமே பெற்ற பிறகும் போராட்டங்கள் மிகத்தீவிரமாக நடத்தப்பட்டன. அது மட்டுமல்ல, மக்களை திரட்டுவதில் இயக்கம் பெரும் வெற்றியும் பெற்றது. உலக வங்கிக்கு மாணவர்கள் அனுப்பிய ஒரு திறந்த கடிதத்தில் சுற்றுச் சூழலியளார்கள், அகழ்ய்ச்சியாளர்கள், வழக்குரைஞர்கள் பத்திரிகையாளர் முதல் காஞ்சன புனி மற்றும் சமதி சங்காரம் மக்கள் வரை பலரும் கையொப்பமிட்டிருந்தனர்.

தாஸ்மானியாவின் பிராங்க்ளின் நதியின்மேல் கட்டப்பட இருந்த மாபெரும் அணைக்கட்டின் கட்டுமானத்தை நிறுத்துவதே அந்த தெற்கத்திய தீவின் இடைத்தேர்தல் பிரச்சனையாகவும் ஆன பிறகு நாட்டின் பொதுத்தேர்தல் பிரச்சனையாகவுமே ஆகிப்போனது. அணைக்கு எதிரான இயக்கங்கள் தொழிலாளர் கட்சியை ஆதரித்தும் ஆட்சியிலிருந்த லிபரல் கட்சியை எதிர்த்தும் பிரச்சாரம் செய்தன. ஆட்சிக்கு வந்தால் அணைக்கட்டுமானத்தை நிறுத்தி விடுவதாக தொழிலாளர்கட்சி வாக்குறுதி வழங்கியது. தேர்தலில் லிபரல் அரசு தோல்வியைத் தழுவியது.[32]

இந்தியாவில் பொதுமக்களது நிர்பந்தத்தால் கைவிடப்பட்ட மற்றொரு அணைத்திட்டம் பேதி ஹைடல் திட்டம்.[33] உள்ளூர் விவசாயிகள் அதிலும் குறிப்பாக டோட்கர்கள் சமூகத்தவர்கள் அப்பகுதியில் பல நூற்றாண்டுகளாக உயர் சாகுபடி சார்ந்த விவசாய பொருளாதாரத்தை அமுலாக்கியவர்கள் போராட்டத்தில் குதித்தார்கள். டோட்கர்கள் ஒரு கருத்தரங்கை நடத்தி சுற்றுச் சூழலியளார்கள் மற்றும் பொருளாதார நிபுணர்களை வரவழைத்து திட்ட செலவு அமுலாக்கத்தில் வரும் பின்விளைவுகள் குறித்து ஆழமாக ஆய்வுகள் மேற்கொண்டு முடிவுகளை அறிவிக்க வைத்தனர். கருத்தரங்கில் இந்தியத் திட்டக்குழு இத்திட்ட விஷயத்தில் 'தவறாக' வழி நடத்தப்பட்டுள்ள உண்மை வெளியே கொண்டுவரப்பட்டது. திட்டத்திற்கான ஒப்புதல் வழங்கப்படுவது ஒத்திவைக்கப்பட்டது.

இந்தியாவில் மக்களின் சூழலியலாளர்கள் போராட்டத்தை எதிர்நோக்கும் மற்ற அணைத்திட்டங்கள் கோயல்காரோ, சாராவதி யூம்குட்டி மற்றும் கவர்ணரேகா.[34] எல்லா பிரச்சனை களிலுமே பெரிய அளவில் இயக்கங்களாக இயங்கும் சூழலிய அமைப்புகள், கட்டுமானத்தை கைவிட நிர்பந்தித்து போராடு

கின்றன. இந்த எல்லாவற்றிலுமே கட்டுமானம் நடந்தால் இலட்சக்கணக்கான அப்பாவி மக்கள் பரம்பரை பரம்பரையாக வாழ்ந்த இடத்தை விட்டு ஏதோ அரசு தரும் மானியத்தை நட்ட ஈட்டை வாங்கிக்கொண்டு எங்காவது ஓடவேண்டிய நிலையே உள்ளது. மலேசியாவில், இரண்டு பில்லியன் டாலர்கள் திட்டமான பாக்கம் அணையை[35] எதிர்த்து தேசிய அளவில் சகாபத் ஆலம் மலேசியா எனும் அமைப்பு ஒரு பெரிய எதிர்பிரச்சாரத்தில் இறங்கியுள்ளது. 1986 பிப்ரவரி 5 இதழில் 'அரசுத் திட்டத்தால் தங்களது நிலம் அழிவதை தடுக்க உள்ளூர் மக்கள் சூளுரைத்ததாக' தி மட்ரிபியூன் பத்திரிக்கை எழுதியது. எஸ்.ஏ.எம் அத்திட்டத்தின் சூழலியத் தாக்கங்களை ஏற்படுத்தப்போகும் பின்விளைவுகளை பட்டியலிடுகிறது. பாக்கம் அணைக்கு உலக வங்கியும் ஆசிய வளர்ச்சி வங்கியும் உதவி செய்கின்றன. எஸ்.ஏ.எம் இத்திட்டம் குறைந்த பட்சம் 5000 குடும்பங்களை தங்களது வாழிடங்களை விட்டு விரட்டுவதோடு அதன் பலன் உள்ளூர் மலேசியர்களைவிட வெளிநாட்டில் வாழ்பவர்களுக்கே அதிகம் போய்ச் சேரும் என்கிறது.

இந்தியாவின் அணு உலை எதிர்ப்பு இயக்கங்கள்:

சில ஆண்டுகளாக இந்தியாவில், நவீன அறிவியல் மற்றும் தொழில்நுட்பத்தின் உயர்ந்தபட்ச 'கண்டுபிடிப்பு' ஒன்றை எதிர்த்து இயக்கங்கள் கட்டப்படுகின்றன: அணுசக்தி! உலக அளவில் பிரசித்தி பெற்ற போராட்டங்கள் கேரளா, கர்நாடகா, குஜராத், மற்றும் ஆந்திரபிரதேசத்தில் அணுசக்தி உலைகளை எதிர்த்து நடத்தப்பட்டன. அணு உலைகளின் பாதுகாப்பு குறைபாடுகள் மற்றும் அபாயங்கள் குறித்த பல துல்லியமான புள்ளி விவரங்களோடு சாதாரணமாக நடக்கும் பொய் கருத் தரங்குகளையும் சேர்த்தே எதிர்த்து வலுவான போராட்டங்கள் நடக்கின்றன. சாதாரண மக்கள் அணு உலை இரகசியங்களை சர்வசாதரணமாக அலசி ஆராய்ந்து குறைகளை மூக்கில் விரல் வைக்குமளவு தெளிவாக போட்டு உடைக்கிறார்கள்.

இந்த 'விஞ்ஞானிகளல்லா'தவர்களை வீழ்த்திட நினைத்து எவ்வளவோ முயன்றாலும் வல்லுநர்களால் சிலபிரதான கேள்வி களுக்கு விடை கூற முடியவில்லை. பிரதான முக்கியத்துவம் வாய்ந்த கேள்வி எப்படி ஏற்கனவே கட்டப்பட்டுள்ள அணு உலைகளை இவர்கள் எப்படி பாதுகாக்கிறார்கள் என்பது. அதுவும் செர்னோபில் சம்பவத்திற்கு பிறகு அவர்கள் எவ்வளவு

விளக்கங்கள் அளித்தாலும் சந்தேகம் தீருவதே இல்லை.

வெற்றியடைந்த முதல் அணு உலை எதிர்ப்புப் போராட்டம் ஒன்று கேரளத்தின் கொத்தமங்கலத்தில் தொடங்கியது.[36] அணுக் கதிர் வீச்சிலிருந்து காத்துக்கொள்ளும் அமைப்பு (OPNR) மற்றும் கேரள சாஷ்ட்ரா பரிஷத்தும் இணைந்து அதை நடத்தின. (OPNR) இரண்டு பாகங்கள் கொண்ட அறிக்கையை அங்கே அமைக்கப்பட இருந்த அணு உலை ஏற்படுத்த இருக்கும் இயற்கை மற்றும் மனிதர்கள் மீதான பாதிப்புகள் குறித்து விரிவாக எழுதி வெளியிட்டது. 1984 தேர்தலில் மாவட்டத்தின் பிரதான பிரச் சனையாகிய அது பிறகு அரசு நிர்வாகம் திட்டத்தை முற்றிலும் திரும்பப்பெற வழி வகுத்தது.

1990இல் தொடங்கப்பட்ட அணு சக்தி கார்ப்பரேஷன் மீண் டும் கேரளத்தில் அணுஉலை தொடங்க ஆலோசனை கூறியது. எதிர்ப்பு பயங்கரமாக இருக்கும் என்ற அச்சத்தில் இடம் எதையும் அது தேர்வு செய்யவில்லை.

கர்நாடகத்தில், கய்கா பகுதியில் இந்திய அணுசக்தி கமிசன் 235 மெகா வாட் திறன் கொண்ட ஆறு அணுஉலைகள் கட்ட திட்ட மிட்டு வருகிறது.[37] அங்கே உள்ளூர் சுற்றுப்புறச் சூழலியலாளர்கள் திட்டத்தை கைவிடக்கோரி போராடி வருகிறார்கள். அவர்களுக்கு ஆதரவாக கோவாவிலும் பலர் போராட்டத்தில் இறங்கியுள்ளனர். விபத்து என்றால் கோவாவும் சேர்த்து காலி செய்யப்படும் என்பதால் கிராம மக்கள் மத்தியில் எண்ணிலடங்கா பிரச்சாரங்கள் மூலம் அணு உலையின் உண்மைகள் விளக்கப்பட்டுள்ளன. இந்திய அணுசக்தி துறையை எதிர்ப்பாளர்கள் எந்த அளவிற்கு பாதித்தார்கள் என்பதைப் பார்க்கவேண்டும். மூத்த விஞ் ஞானிகளான ஆர். இராமண்ணாவும் எம்.ஆர். சீனிவாசனும் உள்ளூர் மக்களையும் போராட்டவாதிகளையும் நேரில் சந்தித்து சந்தேகங்களை போக்க முன்வந்தார்கள் என்றால் போராட்டத்தின் உக்கிரம் விளங்கும். என்ன சொல்லியும் மக்கள் நம்ப மறுக்கிறார்கள். காரணம் அணு சக்தித்துறை மற்ற இந்திய அணுஉலைகளில் தான் பாதுகாக்கும் விதங்களை இரகசியமாக வைத்துள்ள அதே வேளையில் உலகிலேயே தாராப்பூர் அணு உலைதான்[38] அதிக மான சுற்றுச்சூழல் நச்சாக்கத்தை ஏற்படுத்துகிறது எனும் புள்ளி விவர இரகசியங்கள் அம்பலத்திற்கு வந்துவிட்டன.

காய்கா அணுஉலையை பெரிய அளவில் பலரும் எதிர்ப்பதற்கு

பிரதான காரணம் அந்தப்பகுதியில் உள்ள மிகவும் அடர்ந்த இயற்கை காடுகள். ஒன்றிரண்டு மட்டும் அப்படி இந்தியாவில் மிஞ்சியுள்ளன. இந்த உலை கட்ட காட்டப்படும் இடம் பல பெரிய அணைக்கட்டுகளுக்கு மத்தியில் நிலப்பரப்பில் அவை களுக்கு கீழ்மட்டத்தில் உள்ளது. அந்த இடம் ஒரு நில அதிர்ச்சிப் பகுதியாகவும் அறிவிக்கப்பட்டுள்ளது. இந்த அணு உலை எதிர்ப்பு போராளிகளில் கன்னட எழுத்துலக ஜாம்பவான் சிவ்ராம் கரந்த்தும் ஒருவர் என்பது குறிப்பிடத்தக்கது.

குஜராத் மாநிலத்தின் கக்ராப்பார் திட்டத்தை எதிர்த்து மற்றொரு அணு எதிர்ப்பு இயக்கம் தொடங்கப்பட்டுள்ளது.[38] போலீஸ் தடையையும் மீறி 5000 ஆதிவாசி மக்கள் அணுஉலை திட்டக்குழு கூட்டத்திற்குள் அத்துமீறி நுழைந்தனர். இயக்கத்தை முன்னெடுத்துச் செல்வது சூரத்தை தலைமையாகக்கொண்ட முழுமையான புரட்சிக்கான கல்வியகம். முன்னாள் முதலமைச்சர் பாபு பாய் பட்டேல் தான் ஆட்சியிலிருந்தபோது மத்திய அரசிடம் அணுமின் நிலையம் தொடங்க கேட்டுக்கொண்டதற்காகத் தான் மிகவும் வருந்துவதாக இப்போது சொல்கிறார்.

ஐந்து நட்சத்திர சுற்றுலா வளர்ச்சி:

சிறிய மாநிலமான கோவாவில் இன்னமும் தொடரும் ஐந்து நட்சத்திர சுற்றுலா வளர்ச்சிக்கு எதிரான உக்கிரமான போராட்டத்தை பதிவு செய்து முடிக்க விரும்புகிறேன். இயற்கை அளித்துள்ள கொடையின் காரணமாக இந்தியாவின் மற்ற இடங்களை விட அதீத அமைதியோடும் அழகோடும் காட்சி யளிக்கும் கோவாவை ஐரோப்பிய அமெரிக்க உல்லாச சுற்றுலா பயணிகள் வருகை புரியும் இடமாக ஒரு ஐந்து நட்சத்திர அந்தஸ்தோடு உருவாக்க திடீரென திட்டமிடப்பட்டது. இலங்கை மற்றும் ஆப்பிரிக்காவிற்கு (ஆப்பிரிக்கா இப்போது எய்ட்ஸ் கண்டமாகிவிட்டது) போகமுடியாத சூழ்நிலையால் அவர்களது உல்லாசபுரியாக இப்போது 'கோவா' தன்னை மாற்றிக்கொள்ள வேண்டும். உள்ளூர் மக்கள் கலந்தாலோசிக்கப்படவில்லை. இதற்கான முடிவுகள் புது தில்லியில் எடுக்கப்பட்டன.

1987 ஜூன் 5ஆம் நாள் உள்ளூர் நிர்வாகம் சுற்றுலா வளர்ச்சிக் காகத் தான் எடுக்க இருக்கும் மாபெரும் திட்டவரையறைகளை அறிவித்தது. இந்த பிரதான திட்டம் உள்ளூர் பொருளாதாரத்தை முற்றிலும் புதிய திசையில் வேகமாக முன்னேற வைக்குமென்று

மார்தட்டியது. ஏற்படும் பின்விளைவுகள் பயங்கரமானவை. திட்டவல்லுநர்கள் ஒன்றை மறந்தார்கள். கோவா அதிகம் படித்தவர்கள் வாழும் பகுதி. அதிவிரைவாக செய்தி எங்கும் பரவியது. ஒரு சில வாரங்களிலேயே 'ஹவாய்' போன்றஇதே போன்ற திட்டங்கள் அமுலான தெற்கத்திய ஊர்களுக்கு என்ன நேர்ந்தது என்பது எல்லோருக்கும் கலக்கத்தை ஏற்படுத்தியது. உள்ளூர் மக்கள் ஜாக்ரட் ஜியோகாண்ரான்ச்சி ஃபாஜ்[39] (தீவிர கோவா மக்கள் இராணுவம்) எனும் ஆயுதப்படையை நிறுவி திட்டத்தை கடுமையாக எதிர்த்தார்கள். உள்ளூர் நிர்வாகம் ஸ்தம்பித்தது. திட்டத்தை உடனே அமுல்படுத்தாமல் ஒரு வல்லுநர் குழுவை அரசு நியமித்தது. பிறகு திட்டம் கைவிடப்பட்டது.

அதே வேளையில் ஃபாஜ் மேலும் மேலும் 'வீரர்களை' சேர்த்தே வருகிறது. கண்காட்சிகள், போராட்டங்கள், ஊர் வலங்கள், பாதயாத்திரைகள் - உள்ளூர் நிர்வாகமும் மைய அரசும் இன்னமும் கூட பதில் சொல்லிக்கொண்டே இருக்க வேண்டிய கட்டாயத்தை ஏற்படுத்திவிட்டது. தனது இலக்கை ஃபாஜ் இறுதியாக அடையும்போது 'வளர்ச்சி' என்கிற பெயரில் தெற்கத்திய சுற்றுச்சூழலை மாசடைய வைக்கும் மற்றொரு சதித்திட்டம் முறியடிக்கப்படும்.

வளர்ச்சிக்கு எதிரான சிந்தனையாளர்கள்:

'வளர்ச்சி'க்கு எதிரான போராட்டங்களின் வரலாறு 'வளர்ச்சி'க்கு எதிரான சிந்தனைகளையும் உள்ளடக்கியதாக இருக்கவேண்டும். குறிப்பிடத்தகுந்த மாபெரும் சிந்தனையாளர்கள் அறிவார்ந்தப் பங்களிப்புகளை 'வளர்ச்சி'க்கு எதிராக நிகழ்த்தியுள்ளனர். அவர்களில் முதன்மையானவர் மோகன்தாஸ் கரம்சந்த் காந்தி.

இதுவரை அறியவந்துள்ள அனைத்து சிந்தனைகளையும் தன்னிடமே நம்பிக்கை வைக்கும்படியான ஒரு மாயையாக 'வளர்ச்சி' இருப்பதால் இந்த அனைத்து வகை சிந்தனை போக்குகளுமே வளர்ச்சிக்கு எதிரான சிந்தனையாளர்களை மிக மோசமாக காழ்ப்புணர்ச்சியோடு எதிர்க்கின்றன. இது காந்தியின் விஷயத்தில் நூற்றுக்கு நூறு உண்மை. அவரை எல்லோருமே (கிட்டத்தட்ட) எதிர்க்கிறார்கள். கம்யூனிஸ்ட்டுகள், புரட்சிவாதிகள், மார்க்ஸியர்கள், நக்சலைட்டுகள், லிபரல்கள், ட்ராட்ஸ்கிவாதிகள் மற்றும் நவீன சிந்தனையாளர்கள்: இந்த மாறுபட்ட அணிகள் இவ்விஷயத்தில் ஒரே மாதிரி யோசிப்பது அவர்கள் 'வளர்ச்சி'

குறித்த அனுமானங்களை ஒரே நோக்கில் பார்க்கிறார்கள் என்பதைத்தான் காட்டுகிறது.

‘வளர்ச்சி’க்கு எதிரான காந்தியின் வாழ்நாள் பங்களிப்பு 1909இல் வெளியான ‘இந்திய சுயராஜ்யம்’ *(Hind -Swaraj)* புத்தகம் ஆகும்.[40] இந்த நூல் நவீன நாகரீக மற்றும் தொழில்நுட்பத்தை ஈவு இரக்கமின்றி விமர்சிக்கிறது. தொழில்துறையின் ‘அழிவு’ இயல்பை சர்வசாதாரணமாகப் புரிந்துகொண்ட அவர் அதன் மனிதத்திற்கு எதிரான தன்மையையும் அது எதை நோக்கி சமூகத்தை இட்டுச் செல்லும் என்பதையும் தெளிவாகக் கண்டார். இந்தக் காரணங்களால் அது பொது வாழ்க்கையை முன்னேற்றாது என்ற முடிவுக்கு வந்தார். இயந்திரங்களா, மனிதர்களா என்கிற நிலை வந்தபோது மனிதர்கள்தான் எனும் தனது நிலையை அவர் மாற்றிக்கொள்ளவே இல்லை.

தனது இந்திய சுயராஜ்யம் நூலில் மேற்கத்திய சிந்தனையாளரான லுயிஸ் மம்போர்டைவிட இரண்டு பத்தாண்டுகள் முன்னதாகவே பிரச்சனையை தீர்க்க தரிசனத்தோடு காந்தியால் அணுக முடிந்திருந்தது. மம்போர்டைப் போலவே காந்தியின் சிந்தனைப்போக்கு இன்றுவரை கேள்விக்கு உட்படுத்த முடியாத ஒன்றாக உள்ளது. இயந்திரங்கள் குறித்த ‘புராதன அறிவு’ நம்பிக்கை வெளிச்சத்திற்கு வருவதோடு ‘பெண்டாகன்’ அதிகாரம் தோலுரித்துக் காட்டப்படுகிறது. காந்தி எழுதினார்: இது குறித்து மேற்கிலிருந்து வரும் சிந்தனைகள் அனைத்துமே வன்முறையில் தோய்த்து எடுக்கப்பட்ட மையினால் எழுதப்படுகிறது. இதை நான் கடுமையாக எதிர்க்கிறேன். ஏனென்றால் இந்த பாதையின் முடிவில் ஏற்படப்போகும் அழிவை என்னால் பார்க்க முடிகிறது. மேற்கிலிருந்து இந்த போக்கு குறித்து வரும் சிந்தனைகளிளேகூட இதனால் அவர்கள் சிக்கிக் கொண்ட முடிவற்ற பேரழிவிற்கு தங்களது வாழ்முறை போய் விட்டதை அறிந்துகொண்ட அதிர்ச்சி அலைகளையே நான் பார்க்கிறேன்”

அவரது ‘இந்திய சுயராஜ்யம்’ எழுத்திற்கு பின்னாலான நாட்களை குறித்த தனது ‘த்விஜா’[41] நூலில் டி.கே மஹாதேவன் காந்தி, மக்கள் மேற்கத்திய சிந்தனைப் போக்கின் அடிமைகளாக மாறுவதைக் குறித்தே அதிகம் கவலையுற்றார் என்பதை யாரும் புரிந்து கொள்ளவில்லை என்று கூறுகிறார். அவர் ஒரு குறிப்பிட்ட (பிட்டானிய) அரசை எதிர்த்து இலக்காக வைத்துக்கொண்டதாக மக்கள் கண்டனர்:[43] “அவரது மனம் இருபக்கமும் தீவிரமாக

இழுபட்டது. ஒருபுறம் இந்தியா அவரை இழுத்தது மறுபுறம் நவீன கலாச்சாரம் சந்தித்த மிகக்கொடிய சீரழிவுப்பாதை சீர்திருத்தத்திற்கு அழைத்தது. தனது தாய் மண்ணின் அழைப்பை அவரால் தட்டமுடியவில்லை. ஆனால் ஒன்று மட்டும் உண்மை. அவரது இதயத்தில் விழுந்த பிரதான கவலை இந்தியா, பிரிட்டி ஷாரிடமிருந்து (அல்லது அது யாரிடமிருந்தாக இருந்தாலும்) விடுதலை பெற வேண்டும் என்பதைவிட மனிதனை இயந்திர, கவலைப்படாத புதிய சொத்துக்களை சேர்ப்பதைத்தவிர வேறு சிந்தனையற்ற மனித நேயமே இல்லாத பண்பாட்டுச் சீரழி விலிருந்து காப்பாற்றவேண்டும் என்பதுதான்."[43]

நவீன கலாச்சாரம் நம்மை மட்டுமே அடிமைகள் ஆக்கிவிட வில்லை என்றார் காந்தி. அது பிரிட்டிஷாரையும் சேர்த்தே அழித்துக்கொண்டிருக்கிறது. மேற்கு தனது நவீன நாகரீகத்தை முழுமையாக தூக்கியெறிந்துவிட்டால் மட்டுமே கிழக்கும் மேற்கும் சிந்திக்க ஒரே விஷயம் குறித்து அளவளாவ முடியும். அதுவே இந்தியாவிற்குப் பொருந்தும். இந்தக் கவர்ச்சியான நாகரீக மோகத்தை தூக்கியெறியாவிட்டால் பிரிட்டிஷ்காரர்கள் இருந்தாலும் இல்லாவிட்டாலும் நாம் தொடர்ந்து அடிமை களாகவே இருப்போம். "பிரிட்டிஷ் அரசு தூக்கியெறிப்பட்டு இந்திய ஆட்சி நிறுவப்பட்டு இந்த 'நவீன' முறைகளின்படி ஆட்சி நடத்தப்படுமென்றால், இந்தியர்கள் ஐரோப்பா மற்றும் அமெரிக்காவின் இரண்டாம் அல்லது ஐந்தாம் பதிப்பாக மட்டுமே இருப்பார்கள்!"

1909இல் 'இந்திய சுயராஜ்யம்' நூல் வெளிவந்த உடனேயே தடைசெய்யப்பட்டது. ஐரோப்பிய அறிவியலுக்கும் மேற்கத்திய முன்னேற்ற (வளர்ச்சி) சிந்தனைக்கும் முற்றிலும் எதிரான நூல் என்று ரொமெய்ன் ரொலாண்ட் மிகச்சரியாக விமர்சித்தார். பார்த்தா சாட்டர்ஜி தனது சமீபத்திய கட்டுரையொன்றில் காந்தியின் இந்த வகை விமர்சனப்போக்கு பூர்ஷ்வா வகை கலாச்சாரத்திற்கு எதிரான விமர்சனமாக பார்க்கப்படவேண்டும் எனக்கூறுகிறார். பூர்ஷ்வா வகை கலாச்சாரம் இந்தியர்களுக்கு புதிதாக இருந்ததால் 'வளர்ச்சி'க்கான தூண்டுதலாக அமைந்து போனது.[44] இது கொண்டிருந்த அடிப்படை நச்சாக்கங்களுக்கு பதில் கூற ஒட்டுமொத்தமாக அந்தக் கலாச்சாரமே தவறு என்று சாடுவது ஒன்றே வழி என காந்தி கண்டார். பூர்ஷ்வா கலாச்சாரமே தனிமனித சொத்துக் குவிப்பை மையமாகக் கொண்டிருக்கிறது. மண்டவில்லும் ஸ்மித்தும் உடனடியாக அங்கீகரிக்கவல்ல

உழைப்பை சமூக ரீதியில் சுரண்டுதல், மற்றும் சந்தை சார்ந்த விதிகளை அந்த கலாச்சாரம் கொண்டிருந்தது. அரசியல் ரீதியில் பார்க்கப்போனால் இரட்டைத்தன்மை கொண்ட மேலாண்மை முன் மொழியப்பட்டது. அதாவது மக்கள் தங்களைத் தாங்களே ஆள்வதாக பேருக்கு சொல்வார்கள். அவர்களது பிரதிநிதிகள் ஆட்சியின் அங்கத்தினர்கள் ஆவார்கள். அவர்களது எந்த செயலையும் தட்டிக்கேட்க முடியாது வேண்டுமானால் சில ஆண்டுகளுக்கு ஒரு முறை மாற்றலாம். பூர்ஷ்வா கலாச்சாரத்தின் புதிய கண்டுபிடிப்புகள் மீதான வெறி, புதிய சோதனைகள் மீதானவெறி, தத்துவத்தை தர்க்க ரீதியில் அணுகாமல் பயன்பாட்டு ரீதியில் அணுகுவது, அனைத்துவகை புராதன ஒழுக்கங்களின் மீதும் கேலியான துவேஷம் மற்றும் மதமற்று நிற்கும் நிலை அதன் கல்வி முறையின் முரட்டுத்தனம் என்று பல பரிமாண குறைகளை ஒரே அடியாக அதை முற்றிலும் மறுத்தே காந்தி தூக்கியெறிகிறார்."[45]

தொழிற்துறை முன்னேற்றமடைந்த நாடுகளின் பூர்ஷ்வா சமூகம் தங்களது கச்சாப்பொருள் கொள்ளையை நிகழ்த்த தெற்கத்திய நாடுகளின் அரசுகளை நிர்ப்பந்திக்கும் பச்சையான ஏஜெண்ட் வேலையை 'வளர்ச்சி' செய்யுமானால் அது மாதிரியான ஒரு யோசனைக்கு முழுமையான மறுப்பு காந்தியிடம் உள்ளது. இந்த விஷயத்தில் காந்தி தான் அடைந்த பதவிகள் புகழ் என எல்லாவற்றிற்கும் மேல் மிகத்தெளிவான நிறைவான 'வளர்ச்சி' எதிர்ப்புவாதியாக இருந்தார். நவீன நாகரீகம், அதன் நிறுவன முறையில் மற்றும் அதனை முதன்மைப்படுத்தும் அமைப்புகளினால் மனித துயரங்களை அதிகப்படுத்தவே செய்யுமென்று அவர் முடிவு செய்திருந்தார். ஆசைக்கும் துன்பத்திற்கும் இடையிலான தொடர்பை தெளிவாக அறிந்திருந்த அவர், சில நூற்றாண்டுகளுக்கு முன் கௌதம புத்தர் என்ன சொன்னரோ அதை அப்படியே திரும்பக் கூறினார். மேற்கத்திய மருத்துவர்கள் வழக்கறிஞர்கள் போன்றவர்களை அவர் கடுமையாகத் தாக்கினார். பாராளுமன்ற மேற்கத்திய முறையை விபசாரம் என்று கூறிய அவர் மேற்கத்திய கல்விமுறை எத்தகைய பின்விளைவை ஏற்படுத்தும் என்பதைக் கண்டார். மாசே துங்கைப் போலவே 'வளர்ச்சி'யும் கலாச்சாரமும் ஒன்றை யொன்று அழித்துக்கொண்டு விடும் இயல்புடையன என்பதை காந்தி கண்டார் : வளர்ச்சியின் வெற்றி கலாச்சார அடையாள அழிவில்தான் சாத்தியம். அதை அடைந்த பிறகு 'வளர்ச்சி'யை தொடர வேண்டியதன் தேவை என்ன?

எனவே காந்தியின் திட்டங்களையோ அல்லது "இந்திய சுயராஜ்யம்" நூலையோ கோகலேவிலிருந்து நேரு வரை பல முக்கிய இந்தியத்தலைவர்கள் கடுமையாக எதிர்த்ததில் ஒன்றும் ஆச்சரியமில்லை. காந்திக்கும், நேருவிற்கும் இடையிலான கருத்து வேறுபாடு குறித்த முதல் பதிவு 1928இல் நேரு காந்திக்கு எழுதிய கடிதத்தில் நிகழ்ந்தது.[46]

இந்த நாட்டை விடுதலை எனும் வெற்றியை நோக்கிக்கொண்டு செல்லும் தலைசிறந்த தலைவர் நீங்கள் என்று உங்களை நான் மிகவும் போற்றிவருவது நீங்கள் அறிந்ததே. உங்களது முந்தைய வெளியீடுகளான 'இந்திய சுயராஜ்யம்'[47] உட்பட சிலவற்றோடு எனக்கு கருத்து வேறுபாடு உண்டு என்றாலும் தங்களது தலைமையை நான் மெச்சுகிறேன்.

ஆனால் நீங்கள் மேற்கத்திய நாகரீகத்தின் சில தோல்விகளை மிகவும் பெரிதாகக்காட்டி அதனை தவறாக கணித்துள்ளீர்கள் என்று நினைக்கிறேன். சமீப காலமாக இந்தியா மேற்கிடமிருந்து கற்க ஏதுமில்லை எனவும் போதுமான அளவு ஞானம் அதற்கு அதன் இறந்தகாலத்திலிருந்தே கிடைக்குமெனவும் கூறிவருகிறீர்கள்... இந்தப்பார்வையை நான் முற்றிலுமாக மறுக்கிறேன், மேற்கத்திய மற்றும் தொழிற்துறை நாகரீகம் இந்தியாவை ஆட்கொள்ளும் என்றே நான் நினைக்கிறேன். சில மாற்றங்களுடன் அதை நாம் ஏற்க வேண்டியதுதான், ஆனாலும் தொழிற்துறையின் பிரதான அம்சங்கள் விடுபடாமல் அப்படியே பின்பற்றப்படுவதே நாட்டிற்கு நல்லது. நீங்கள் நன்றாக அறியப்பட்ட தொழிற்துறையின் தவறுகள் பின்விளைவுகள் பற்றி மோசமாக விமர்சிக்கும் நீங்கள் அதன் நல்ல அம்சங்களின் மேல் கவனம் செலுத்தாமலேயே தூக்கியெறிவதற்கு பிரச்சாரம் செய்கிறீர்கள்.

காந்தி இப்படி பதில் எழுதினார்:

...உங்களது பார்வைக்கும் எனது பார்வைக்கும் இடையே சில முரண்பாடுகள் ஏற்படத்தொடங்கி உள்ளதை என்னால் பார்க்க முடிந்தது என்றாலும் எத்தகைய கொடிய விரிசலாக அது இருக்கப்போகிறது என்பதை உணர சந்தர்ப்பம் வரவில்லை. இப்போது என்னையும் எனது கருத்துக்களையும் எதிர்த்து நீங்கள் ஒரு யுத்தமே நடத்த தயாராவதை பார்க்கிறேன். நான் செய்வதும் சொல்வதும் தவறென்றால் நாட்டிற்கே சரிசெய்ய முடியாத அளவிற்கு கெடுதல் செய்பவன் நான். என்னை எதிர்த்துப் போராடத்தான் வேண்டும்

நீங்கள்.... இப்போது எனக்கும் உங்களுக்கும் இடையிலான கருத்து வேற்றுமை மிகுந்த விரிசலானதாகவும் தலைகீழ் விகிதத்திலும் இருப்பதை பார்க்கிறபோது நாம் ஒன்றிணைந்து சிந்திக்க வாய்ப்பே இல்லை என்றுதான் தோன்றுகிறது. அச்சில் வெளியிட முடிந்த அளவு உங்களது எதிர் கருத்துக்களை எழுதுங்கள்... நான் 'யங் இந்தியா'வில் பிரசுரிப்பேன். எழுதுவது ஒரு பெரிய தேவையற்ற பளுவாக உங்களுக்குத் தோன்றினால்... என் முன் இருக்கும் இந்தக் கடிதத்தையே நான் வெளியிடத் தயாராக இருக்கிறேன்... இதையே நேர்மையான வெளிப்படையான உங்கள் உள்ளப்பதிவு ஆவணமாய் கருதுகிறேன்."

இந்த கருத்து வேற்றுமையை வெளிப்படையாக அச்சாக்கம் செய்ய நேரு பின்வாங்கியதைப் பார்க்கிறோம். ஆனால் 1940இல் தான் காந்தி இந்த கருத்து வேறுபாடு குறித்து முதலில் வெளிப்படையாக ஒப்புக்கொள்கிறார். அப்போது அவர் எழுதினார்: "பண்டித நேரு தொழில்மயமாவதை விரும்புகிறார். ஏனென்றால் அதில் சோசலிசத்தை கலந்தால் முதலாளியத்தின் குறைபாடுகள் விலகிவிடும் என்று அவர் நினைக்கிறார். எனது பார்வையில் தொழில்மயமாதலில் தீயன பல கலக்கப்பட்டுள்ளன. சமூகத்தையும் இயற்கையையும் சேர்த்தே அழிக்கவல்ல அவை சோஷலிஸம் எவ்வளவு சதவிகிதம் கலந்தாலும் விரட்டவே முடியாதவை." இந்த கருத்து வேற்றுமைகள் 1945இல் இறுதியாக மேலும் ஒரு கடிதப் பகிர்வில் போய்முடிந்தது.

நமது காலகட்டத்தின் மிகவும் முக்கியத்துவம் கொண்ட ஒரு கருத்து மோதல் நடந்துள்ளது. ஒரு பக்கம் காந்தி; மறுபக்கம் நேருவும் இன்ன பிற காந்தி விமர்சகர்களும். விவாதம் 'வளர்ச்சியைப்பற்றி தேச கட்டமைப்புப்பற்றி. 1947க்குப்பிறகு இந்தியாவை நேருவும் அவரது ஆதரவாளர்களும் நடத்திய வழிக்கும் காந்தியவழிக்கும் இடையிலானது மட்டுமே அல்ல அந்த விவாதம். மாறாக நமது சமூகம், மனிதநேயம், மனிதநோக்கம் கலாச்சார அடையாளம் குறித்த இரண்டு தனித்தனி தத்துவ சிந்தனை போக்குகளின் இடையே நடந்த விவாதம் அது. தற்போதைய யுத்தத்தின் தோற்றுவாய் அங்கிருந்தது. இன்று எதிர்பார்த்தது போலவே முதலாளித்துவமும் சோஷலிசமும் பயங்கரமான பிரச்சனையில் சிக்கியுள்ளன. தாராள ஜனநாயகம் தனது உச்சகட்டத்தை அடைந்துள்ளது. எப்போதெல்லாம் முடியுமோ அப்போதெல்லாம் மக்களுக்கு எதிரான தனது சுயத்தை அது வெளிப்படுத்துகிறது.

மேலும் சோஷலிசம் மற்றும் முதலாளியம் ஆகிய இரண்டுமே குறை வரவு விதிக்கு உட்பட்டு சந்தையியம் ஆகிப்போயின. இரண்டுமே மனிதனை இயற்கையிடமிருந்து பிரித்து தனித்து அதற்கு எதிராகவே திருப்பிவிட்டன. மனித இலாபங்களுக்காக எவ்வளவு வேண்டுமானாலும் இயற்கையை அழிக்கலாம். காந்தியின் மிக எளியதொறு கருத்து இதற்கு நேர்எதிரான பார்வையை கொண்டுள்ளது: அவர் எழுதினார், "ஒவ்வொரு மனிதனின் தேவைக்கும் போதுமானது உள்ளது.... ஒவ்வொரு மனிதனின் பேராசைக்கும் போதுமானது இல்லை".

அவர் சொன்னார், "மேற்கிலிருந்து இறக்குமதி செய்யப்பட்ட கவர்ச்சிகரமான முழக்கங்களை பார்த்து அதற்கு இரையாகி விட வேண்டாம், கிழக்கே பல்லாண்டுகளாக நமக்கென்று ஒரு மரபு இல்லையா?" நாட்டிற்காகத்தான் எதையெல்லாம் செய்தோமோ அது அனைத்துமே அந்த மரபின் வழி தனது மனதில் பதிந்தவற்றிடமிருந்தே செய்ததாக தன் மட்டில் அவர் நம்பினார். "சுயத்தை இழந்து ஆங்கிலமயமாகிப்போய், தேசிய அடையாளத்தை துறந்து தனி மனிதனாகி தனது மரபையே பயனற்றது என்று தனது பழக்க வழக்கங்கள் மற்றும் நிராசைகளையே மாற்றிக்கொண்டுவிட்ட கூட்டத்திற்கு நான் முற்றிலும் பயனற்றவன் ஆகிவிட்டேன்."

இன்றைய 'வளர்ச்சியடைந்த உலகின்' பார்வையில் காந்தியின் இந்த திறந்த ஒப்புதல் அதிமுக்கியத்துவம் பெறுகிறது. இந்த அரசு சார்ந்தோ, சாராமல் எதிர்த்தோ நிற்கும் 'வளர்ச்சி' உலகம், அடிமைகள், ஏழைபாழைகள், அறிவியல், கல்வி, இன்சாட், கம்யூட்டர், மார்க்சிய லெனினிய கருத்தாக்கம் அல்லது துப்பாக்கியின் வழியே விடுதலை அடைய வைத்துவிடலாம் என்று நம்புகிறது. இவற்றையெல்லாம் தூக்கியெறிந்துவிட்டு மகாத்மா காந்தி இராட்டையை ஒரு இயந்திரமயமாதலுக்கு எதிரான எளிய சாதனத்தை தேசிய விடுதலையின் சின்னமாக்கினார். மரபு சார்ந்த உணர்வுகள், சுயமரியாதை மற்றும் இந்திய மண்ணின் புராதன சிந்தனைகளைக் கலந்து அதையே ஒரு ஆயுதமாக உலகம் மதித்தே ஆகவேண்டிய ஒரு ஆயுதமாக ஆக்கிக்காட்டினார்.

காந்தியைத்தவிர நவீன நாகரீகத்தின் மீதும் அதன்பின் விளைவுகளின்மீதும் கறாரான விமர்சனங்களை கொண்டிருந்த சமகால அறிஞர் லூயிஸ் மம்ஃபோர்ட். 1940களில் மம்ஃபோர்ட், காரட் ஹார்டின் சாதாரணர்களின் சிக்கலை எழுதுவதற்கு (1968)

சில பத்தாண்டுகள் முன்னமேயே காந்திக்கு ஒப்பான சிந்தனை ஓட்டத்தைக் கொண்டிருந்தார். தனது 1944இன் 'மனிதனின் கட்டாயம்' எனும் நூலில் தீவிர சமத்துவ நிலையை நோக்கிய மனித இனப்பயணத்தை முன் அனுமானித்தார். ஆனால் 'இயந்திரத்தின் மீதான நம்பிக்கை'யில் தனது அனுமானம் தவறு என்பதை ஒப்புக் கொள்கிறார். ஒரு அற்புதமான கட்டுரையில் இயந்திரமயமாதல் கொண்டு வரப்போகிற பயங்கர பின் விளைவுகளை மட்டும் அறிந்திருந்தால் தான் தனது தாயின் கருவறையை விட்டே வராமல் எதிர்த்து நின்றிருக்கலாம் என்றெழுதினார்.

இது நம்மை காந்தியையும் மம்ஃபோர்டையும் இணைத்துப் போற்றிய இலிச்சியிடம் கொண்டு வருகிறது. 'சமூகத்தை பள்ளியிடமிருந்து மீட்டல்' (De-schooling Society) எனும் தனது முத்தாய்ப்பான நூலின் மூலம் இலிச் நம்மிடம் வருகிறார்.[51] முதல் பார்வைக்கு இந்த நூல் பள்ளிக் கல்வியை விமர்சிக்கும் நூலாகவே அனைவர் கண்ணி லும் பட்டது. ஆனால் விரைவில் "பள்ளியிடமிருந்து மீட்டல்" பள்ளியைப் பற்றியது அல்ல முழுக்க முழுக்க தொழிற்துறை நாகரீகம், மனித இனத்தின் இயற்கைப் போக்கின் மீதான அதன் தாக்கம், ஆகியவற்றைப் பற்றியது என்பதை உலகம் அறிந்தது. "சக்தியும் சமத்துவமும்";[52] "உற்சாகத்தின் சாதனங்கள்" மற்றும் 'தவிர்க்கவே முடியாத மருத்துவ தண்டனைகள்' ஆகியவற்றை இலிச் பின் நாட்களில் சேர்த்தார்.

'வளர்ச்சி'யின் அளவு குறித்த சர்ச்சைகள் எழுந்து கொண்டிருந்த போது "பள்ளியிடமிருந்து மீட்டல்' வெளிவந்தது. "மக்களது அரசின்" நல சேவைத் திட்டங்கள் தவிர்க்க முடியாமல் மிகக்கொடிய பின்விளைவுகளை சமூகத்தின் மீது ஏற்படுத்தி விட்டது. அவ்விளைவுகள் அதீத பொருள் உற்பத்தி ஏற்படுத்திய விளைவுகளைவிட கொடியவை. நலனைப் பாதுகாத்தலின் மீதான வரம்பு என்பது வரம்புகளை பாதுகாத்தலில் போய் முடிந்துவிட்டது. மிக அதிகமானவர்களை மிக அதிக வேகத்தில் 'படிக்க' வைத்தது.[53] படிப்பிற்கே எதிராகப் போய்விட்ட அதே வேளையில், மருத்துவத்தை நிறுவனமயமாக்கியது. சுகாதாரப் பேணலை நிறுத்தி வணிகமயமான நோய் பெருக்கிகளை பெரும் மருத்துவமனைகளுக்கு கொண்டு சென்றால் மட்டுமே தீர்க்க முடிந்த நோய்களை (மரபணு ரீதியிலேயே) அதிகப்படுத்தி விட்டது. அது மட்டுமல்ல அதீத வேகத்தில் மக்களுக்கான பயண பயன்பாடுகள் இன்று மக்களை (உடல்ரீதியில்) அதிகம் இடத்தைவிட்டே அசையாதவர்களாக்கி விட்டது. இவை மூக்கில்

விரல் வைக்க வைத்துவிடும் கொடிய பின்விளைவுகள் ஆகும்.

அவரது சமீபத்திய 'நிழல் வேலை'யில் இலிச் தனது வேலையை 'பற்றாக்குறையின் மீதான ஆய்வு' என்று அழைக்கிறார். பற்றாக் குறை குறித்து அநாவசியமான அனுமானங்களே இந்த நவீன பொருளாதாரத்தில் அடிப்படை. இந்த அனுமானங்களின் வழியே அடையப்பட்ட சில கணக்கீடுகளே பொருளாதாரக் கல்வி என்பதன் கோட்பாடுகளை நிறுவின. பொருளாதார வளர்ச்சி என்பது நமக்கு முன்பு கிடைத்த மேற்கண்ட பொருளாதாரக் கல்வி எனும் அபத்தத்தை அடிப்படையாகக்கொண்டு அரசுகள் தங்களது அதிகாரத்தை பயன்படுத்தி நம் மீது திணிப்பவை ஆகும். எனவே உயிர் வாழ்வதற்கான அடிப்படைத் தேவைகள் (பற்றாக்குறைக்கு எதிரானவை) என்பன 'வளர்ச்சி'க்கு எதிராக குழிபறித்தே தன்னை காத்துக்கொள்ள முடியும்.[54]

'உய்விற்கு எதிரான யுத்தம்' எனும் அன்றாட பேச்சு குறித்த தனது மற்றொரு கட்டுரையில் இலிச் பதினாறாம் நூற்றாண்டின் மனிதனான, நெப்ரிஜா என்பவரை சுட்டிக்காட்டுகிறார். நெப்ரிஜா, இஸெபெல்லா மகாராணியின் ஆலோசகர், கொலம்பஸ் இராணிக்காக புதிய பல இடங்களைக் கண்டறிந்து கொண்டிருந்த அதே வேளையில், தனது ஆட்சியில் முழுமையான அதிகாரக்கட்டுப்பாட்டை இராணி எப்படி கொண்டு வரலாம் என்பது குறித்து நெப்ரிஜா யோசனை கூறுகிறார்.[55]

'இதுவரை கற்பிக்கப்படாத மக்களின் சாதாரண மொழியில் இலக்கணக் கட்டுப்பாடுகளை கொண்டு வருவதே சிறந்த வழி', வீட்டில் பேசப்படும் மொழியின் மீது கட்டுப்பாடுகளை கொண்டு வருவதன் தேவையை மேலும் விளக்கிய நெப்ரிஜா 'கட்டுப்பாடும் அரசு அதிகாரமும் செலுத்தப்படாத அம்மொழி வழியாக மக்கள் மகாராணிக்கே பெரிய சவாலாக இருக்கிறார்கள்'. பிரச்சனையாகவே அதுவரை பார்க்கப்படாத மனித இயல்புகளில் ஒன்று முதல்முறையாக தலையீட்டிற்கு உட்படுத்தப்பட்டது. நவீன அரசு ஒன்றின் அரசியல் இலாபத்திற்காக 'ஸ்திர'த் தன்மைக்காக.

நெப்ரிஜாவின் மரபின் காரணமாக இலிச் சொல்கிறார். நாம் இன்று, மக்கள் இந்த நவீன உலகில் யார் யாரிடம் எப்படி பேச வேண்டும் என்று கற்றுத்தரவேண்டிய இடத்திற்கு வந்துள்ளோம். நவீன புதிய இடங்கள் வழியே பயணிக்க அவர்களுக்கு சரியான

சக்கரங்கள் பொறுத்தும் வேலை இது. நுகர்வுக்கலாச்சார அமைப்பில் தாய்மொழியைக்கூட இப்படி இப்படித்தான் பேசவேண்டும் என்று கற்பதன் மீது சார்ந்தே வளர்வதுதான் இன்றைய புதிய நவீன 'நெறி'. இலிச் எழுதுகிறார்.[56] 'தானாகவே கற்கும் பேச்சு மொழிக்கும் தாய்மொழியையே கூட கற்பிக்க வைத்தலுக்குமான மாற்றம் தாய்ப்பாலிலிருந்து புட்டிப்பாலுக்கும், உய்விற்கான அடிப்படைத் தேவைகள் என்பதிலிருந்து வசதியாக வாழ்தல் என்பதற்கும், தேவைக்காக உற்பத்தி செய்தல் என்பதிலிருந்து சந்தைக்காக உற்பத்தி செய்தல் என்பதற்கும் மாறியதன் ஒருவகையான நீட்சியே" முன்னாட்களில் தேவாலயத்திற்கு வெளியே மீட்பு இல்லை. இப்போதோ கல்வி அதிகார எல்லைக்கு வெளியே படித்தல், எழுதுதல் (முடிந்தால்) பேசுதல்கூட இல்லை! கட்டமைக்கப் பட்ட மொழியிலேயே குடும்பங்கள் நடக்கின்றன! நவீன அரசின் பிரஜையும் அவருக்கு அரசு வழங்கிய மொழியும் ஆகிய இரண்டுமே புதுமையானவை, "இரு விஷயங்களுக்குமே வரலாற்றில் எங்குமே முன் மாதிரி இல்லை."

இதே போன்ற ஒரு கட்டுரையில் இலிச் எப்படி தொழிற்சாலை முதலில் தனது அஸ்திவாரத்தை கட்டியது, எப்படி அது தன்னை விரிவுபடுத்திக்கொண்டது என்பனவற்றை விரிவாக எழுதுகிறார். இந்த தொழிற்துறை தனது இயக்கத்தை தொடங்குவதற்குமுன் மத்திய கால சமூகம் வேலை வாய்ப்பின்மை இன்றி 'பணம்' எனும் விஷயமின்றியே வாழ முடிந்த அம்சங்களையும் கொண்டிருந்தது. கூலிக்கு வேலை செய்வது என்பது துயரத்தின் அடையாளமாகவும், பிச்சையெடுப்பது அல்லது விற்றுப்பிழைப்பது ஆகியவற்றின் மதிப்பீட்டு முறை எதிர்ப்பதாகவும் இருந்தது. கூலிக்கு வேலை செய்வது என்பதே தூற்றப்பட்ட பரிதாபத்திற்குரிய ஒன்றாக இருந்த காலம் அது. அந்த காலகட்டத்தில் 'வறுமை' விரும்பத்தகாத பொருளாதார நிலையல்ல. மாறாக 'வறுமை' என்பதும் பொருளாதாரத்தின் ஒரு அடையாள நிலையாக இருந்ததே காரணம். விரைவில் சேர்க்கைகள் அந்த நிலையை மாற்றின. பொருட்சேர்க்கை கூலிவேலை செய்வதை பயனுள்ள நிலையாகவும் பிச்சையெடுப்பதை சமூகத்திற்கே பயனற்ற ஒன்றாகவும் ஆக்கியது. இப்போது சமூகத்தால் கேவலமாக தூற்றப்பட வேண்டிய இடத்திற்கு பிச்சையெடுப்பவர்கள் தள்ளப்பட்டார்கள். அவர்கள் பிச்சைக்கார விடுதிகளுக்கு துரத்தப்பட்டு திட்டமிட்டு அன்றாட வாழ்வில் கசையடிகளாலும் பட்டினியாலும் பலமிழக்க வைக்கப்பட்டு தொழிற்சாலை வேலைக்கு பொருத்தமானவர்கள்

ஆக்கப்பட்டார்கள்.[57]

வயல்கூலிகள் இவ்வகை வளைதலுக்கு உட்படவில்லை. முதலில் நிலமும் பிறகு பிச்சைக்காரர்களை பிச்சைக்கார விடுதிகளில் ஆக்கிரமித்தது சமூகத்தில் மிகப்பெரிய கலவரத்தில் கொண்டுபோய் விட்டிருக்க வாய்ப்புகள் இருந்தன. உலகையே அவை தலைகீழாக புரட்டிப் போடுமளவு கொடிய சண்டைகளை ஏற்படுத்தி இருக்கவும் கூடும். ஆனால் புதியதொரு சமூக சாதனம் நிலைமையை காப்பாற்றியது. பட்டிகளில் ஆடுகளைப் போல வேலைநேரம் முழுதும் அடைக்கப்பட்டவர்கள் கொதித்தெழுந்து மிகப்பெரிய அளவில் ஒரு சமூகக்கலவரத்தை தூண்டுவதிலிருந்து நிலைமையை காப்பாற்றினார்கள். இலிச்சை பொறுத்தவரை அவர்களது குடும்பத்தின் பெண்கள் மீதான அவர்களது அடக்குமுறையாக வேலைக்குப்போன ஆண்கள் தங்களது மனைவியின் மேற்பார்வையாளர்கள் ஆனார்கள். ஆண்களும் பெண்களும் தங்களது உய்விற்காக அதுவும் தங்களது முதலாளியின் இலாபத்திற்காகவும் நுகர்வுப்பொருட்களை வாங்கிக்குவித்து சந்தை மூலதனத்தை பெருக்கவும் ஒருவரை ஒருவரே சுரண்டினார்கள்."[58]

இலிச்சின் கீழ்கண்ட வார்த்தைகள் பயங்கரமானவை:

குலாக்கில் ஸெக் வெறும் அடிமைதான் என்று நினைப்பவர் ஹிட்லரின் பிரதான கோஷத்தை மறந்துவிடுகிறார். ஆஸ்ச்வித் யூத முகாமின் வாயிலில் வைக்கப்பட்டிருந்த கோஷம் — "ஆர்பிட் மாச் பிரித் (வேலையே விடுதலை தரும்)" என்பதை மறந்துவிடக்கூடாது. இதைப் புரிந்து கொள்ளாதவர் அந்த முகாமில் யூதன் செய்த கூலியற்ற வேலையே அவனது சொந்த அழிவுக்கு மரணக்குழி பறிக்கும் வேலைதான் என்பதைப் புரிந்துக்கொள்ளவும் முடியாது. மொழிநடை மற்றும் சொல்லாக்கம் போன்றவை மக்கள் தங்களைத் தாங்களே அழிக்கப்பட வேண்டியவர்கள் என்ற பட்டியலை தயாரிக்க வைத்த சமூக நிறுவனத்தை நியாயப்படுத்தி விடமுடியாது.[59]

எதிர்காலம் குறித்து இலிச் வெளியிட விரும்பும் ஒரே கருத்து, பொருளாதாரச் சுருக்கம் மக்கள் பேச்சு மொழியின் மதிப்பைத் திருப்பலாம். பேச்சுமொழி என்றும் அவர் ஆசிரியரே இல்லாமல் தாயிடமிருந்து இயல்பாக கற்ற பேச்சு மொழி, யாராலும் கூலியளிக்கப்படாமலேயே அன்றாட வாழ்க்கையை உயர்த்திக் கொண்டு அதே சமயம் பொருளாதார கணக்கீடுகள்

எதற்கும் தன்னை உட்படுத்தக் கடும் எதிர்ப்பை வெளியிட்டு, தன்னிச்சையாக எவ்வகை சந்தைக்கும் வெளியே தங்களது அன்றாட தேவைகளைப் பூர்த்தி செய்து கொள்ளவும், இயல் பாகவே அதிகாரவர்க்கத்தின் கட்டுப்படாத சிக்காக்கோ 'பையன்களாலும்' சோசலிச கமிசார்களிலும் எவ்வித அளவைக் கும் உட்படுத்த முடியாதவர் மொழியை பேச்சு மொழி என்று இலிச் அழைக்கிறார். விரும்பத்தகுந்த எதிர்கால சமூகம் தனது ஆரோக்கியம் இப்படி வாழ்தலில் இருப்பதைக் காணும்.[60]

மேற்கில் மனிதனைக் குறித்த பிம்பங்கள் எப்படியெல்லாம் மாற்றமடைந்தன என்பதைப் பார்க்க வேடிக்கையாக இருக் கிறது. ஒரு காலத்தில் மேற்கத்திய மானுடவியலாளர்கள் மேற்கில்லா சமூகங்களை காட்டுமிராண்டிகளாகவும், வன வாசிகளாகவும், பண்பாடற்றவர்களாகவும் கண்டார்கள். பிறகு அவர்கள் அச்சமூகங்களை பின்தங்கிய, மரபுசார்ந்த, வளர்ச்சி தடைப்பட்ட முன்னேற்றத் தகுதியற்ற வெளியுதவி தேவைப் படும் சமூகங்களாக கண்டார்கள். இரட்டைப் பொருளாதாரம் குறித்து நிறையப் பேசப்பட்டது. ஒழுங்கற்ற பழமைவாதிகளை நாகரீக முறைப்படுத்த வேண்டி இருந்தது. காலணியணியா மருத்துவர்கள் காலணி அணியா மேலாளர்கள் குறித்தெல்லாம் நாம் கேள்விப்பட்டோம். இப்போது எல்லாம் தலைகீழாக மாறிவருகிறது. இவான் இலிச்சின் உய்விக்கும் மனிதன் (மீண்டும்) நவீன சிந்தனைகள் நாகரீகம் குறித்த எந்த அக்கறையுமற்ற வேலை வெட்டியில்லாத சராசரி மனிதன். மீண்டும் மகாராஜா தனது உடைகளைக் களைந்துவிட்டார். நாகரீகங்கள் சுழற்சி முறையில் நகரவில்லை. மாறாக வட்டப் பாதையில் செல்கின்றன!

தொழிற்துறை சமூகத்தின் மீதான இலிச்சின் தாக்குதல் மேற் கத்திய மரபு சார்ந்தது. உய்விற்கான நாகரீகம், பேச்சு மொழியின் மதிப்பு என்றெல்லாம் அவர் விரிவாக பேசினாலும் அவருக்கு இருக்கும் ஆதாரம் எல்லாம் மேற்கத்திய (மத்தியகால) வரலாறு. மத்தியகால வாழ்விற்கு திரும்பச் செல்லும் வேண்டுகோள் புதி தல்ல. இலிச்சே தனது குருவாக ஒப்புமை அளிக்கும் மம்ஃபோர்ட் இது குறித்த விஷயங்கள் பற்றி அறிவார்த்தமாக நிறைய எழுதியிருக்கிறார்.

கல்கத்தா கட்டிடவல்லுநரான ஜெய்சேன் அதற்கும் ஒரு பத்தாண்டுகளுக்கு முன் எழுதிய 'நோக்கமற்ற நகரம்' நூலில் இதற்கு சமமான அதிர்ச்சி தரும் ஆய்வுக்களங்களை ஏற்படுத்து

கிறார்.[61] கிராம மற்றும் நகர எல்லை வாழ் அடிப்படை உய்விற்கான வழியுள்ள கலாச்சாரங்கள் இன்றைய நகரங்களில் குடிபெயர்ந்து அவற்றை உருமாற்றம் செய்துவிட்டன. அது போன்ற சூழலில் வாழும் (பிளாட்பார) மக்களுக்கு உய்விற்கான வழியே பிரதானம்.[62] கூலி இரண்டாவது பட்சமே. உதாரணமாக கல்கத்தாவில் ரிக்ஷா இழுக்கும் பெரும்பாலான பிகார் மக்களுக்கு அடிப்படை பிழைப்பு விவசாயம். அவர்கள் தங்களது கிராம விவசாய வேர்களை முற்றிலும் களைய மாட்டார்கள். வேறு பிழைப்பு என்பது இரண்டாம் பட்சமானது. மும்பையின் கைத்தறி ஆலைகளின் தொழிலாளர்கள் இரண்டு வருடங்கள் தங்களது வேலை நிறுத்தத்தை தொடர்ந்து நடத்தியபடி தங்களது கிராமங்களில் காலத்தை கழிக்க முடிந்ததும் கூட அதே காரணத்தால்தான். உள்ளவாறே பிழைத்திருப்பது என்பதே பிரதானம்.

இங்கே நான்கு பிற வளர்ச்சிக்கு எதிரான சிந்தனையாளர்களை அறிமுகம் செய்யவேண்டி இருக்கிறது: மசானபு ஃபுகோகா, மனுகோத்தாரி மற்றும் லொபாமேத்தா, மற்றும் கஸ்டவோ எஸ்டேவா. 1978இல் ஜப்பானிய விவசாய விஞ்ஞானியான ஃபுகோகா 'ஒற்றை வைக்கோல் புரட்சி' எனும் நூலை வெளியிட்டார்.[64] வெளியில் உண்மைபோலத்தெரியும் நவீன விவசாய முறையின் பொய்முகத்தை கிழித்து நவீன நாகரீகத்தின் வெற்றிடத்தன்மையை அவர் வெளிச்சத்திற்குக் கொண்டு வந்தார். நவீன விவசாய முறையை கேலிக்கு உட்படுத்துவது மட்டுமே ஃபுகோகாவின் ஒரே நோக்கமாக இருந்திருந்தால் அவர் மிக மோசமான விளைவுகளை பேரழிவையே நவீனத்து வத்திற்கு ஏற்படுத்தி இருக்கமாட்டார். பாதிப்புகளும் குறை வாகவே இருந்திருக்கும். ஆனால் அவருடைய பாதையோ மாற்று விவசாயத்தை குறித்தது அல்ல மேற்கத்திய விவசாய அறிவியலைக் குறித்தும் அல்ல, மையமான நிகழ்வுகள் விஷயங் கள் என்று அவரே அழைக்கும் ஒரு நாற்பதாண்டு காலத்தை அவர் தனது "கண்டுபிடிப்பிற்கு உட்படுத்தினார்".

ஃபுகோகா தனது விவசாய முறையை "எதுவுமே செய்யாத" விவசாயம் என்று அழைக்கிறார்.[65] அவர், நம்மில் இயற்கையே சிறந்த விவசாயி என்பதால் பிரச்சனைகள் வரும்போது அதை சமாளிக்கும் மாற்று வழிகளை நமது குறைந்த புரிதலோடு அதனிடமிருந்து எடுத்தவைகளைக் கொண்டு மிகவும் கடினப்பட்டு செய்பவைகளை அது மிக எளிதில் செய்யவல்லது என்று அனுமானித்தார். விவசாயம் செய்யத்தேவை என்று பொதுவாக நம்பப்படும் எந்த நவீன கருவி மற்றும் இடுபொருட்கள் (விதை

தவிர) இன்றியே ஃபுகோகா தனது நிலத்தில் நவீன விவசாய முறைக்கு இணையான மகசூலைப் பெற்றார். ஃபுகோகா நவீன நாகரீகத்தின் 'வளர்ச்சி' குறித்த துடிப்பை மற்ற அதன் இயல்புகளோடு ஒப்பிட்டு சென் புத்தமத அடிப்படையில் ('வளர்ச்சி' குறித்த கோட்பாட்டியலில் ஒருவர் அதை கேள்விப் படக்கூட முடியாது) அணுகி பொருளாதார வளர்ச்சி என்கிற ஒன்றே தேவையில்லை என்பதை நிறுவினார்.[66]

நீங்கள் எதுவுமே செய்யாவிட்டால் உலகம் எப்படி இயங்கும். வளர்ச்சி என்கிற ஒன்றில்லையென்றால் உலகம் எப்படி இருக்கும்? எனும் கேள்விக்கு கீழ்கண்டவாறு அவர் பதில் கூறுகிறார்.

நீங்கள் ஏன் வளர்ச்சி அடையவேண்டும்? பொருளாதார வளர்ச்சி 5 சதவிகிதத்திலிருந்து 10 சதவிகிதமாக உயர்ந்தால் மகிழ்ச்சியும் இரட்டிப்பாகப் போகிறதா? 0 சதவிகித முன்னேற்றத் தால் என்ன கெடுதல்? அதுவும் நிலையான தன்மை கொண்ட பொருளாதாரம்தானே? எளிமையாகவும் கவலையே இல்லா மலும் எதையும் சாதாரணமாக எடுத்துக்கொண்டும் வாழ்வதற்கு ஒப்பாகுமா?

வளர்ச்சி நம்மை எப்படி கட்டிப்போடுகிறது? ஃபுகோகா எழுதுகிறார்:

உலகை மக்கள் துப்புத்துலக்கி அதுவேறல்லது என முடிவு செய்து இதையும் அதையும் செய்யத்துடிக்கும் போது விவசாயிகள் மிகவும் பரபரப்போடு செயல்படத் தொடங்குகிறார்கள். மேலும் மக்கள் ஏதாவது செய்யும்போது சமூகம் வளர்ச்சி அடைகிறது. அடைய அடைய மேலும் பிரச்சனைகள் முளைக்கின்றன. இயற்கையை கைவிடுதல் அதிகமாவதும், உயிர் ஆதார விஷயங்கள் மிக விரைவாக தீர்ந்து வருவதும், மனித உணர்வு முற்றிலும் தகர்ந்து ஒருவித அசாதாரண நிலை வருவதும் இவையாவுமே மனிதன் எதனோடாவது தன்னை அடையாளப்படுத்த துடிப்பதனால் வந்த வினைகள். ஆரம்பத்திலோ வளர்ச்சியடைய வேண்டிய காரணம் எதுவுமே இருக்கவில்லை. எதையுமே செய்யவேண்டிய அவசியமும் இருக்கவில்லை. இப்போது நாம் எதையுமே புதிதாக கொண்டு வரக்கூடாது என்பதற்காக ஒரு இயக்கம் நடக்க எதையும் செய்யவேண்டிய நிலைக்கு வந்துவிட்டோம்.[67]

தனது 'எதையுமே செய்யாத' விவசாயமுறையை முன்வைத்து ஃபுகோகா வளர்ச்சியை தாக்கியது போலவே மருத்துவத் துறையில்

நோய் குறித்த இயற்கை கோட்பாட்டை ஏதும் செய்ய வேண்டிராத மருத்துவ சிகிச்சையைக்கொண்டு மனு கோத்தாரியும் லோப்பா மேத்தாவும், தங்களது 'புற்றுநோயின் இயல்பு' எனும் 1973ஆம் ஆண்டைய நூலில் 'வளர்ச்சி'யை விமர்சித்திருக்கிறார்கள்.[68] சமீபத்திய நூலான 'மரணம்' (Death) உக்கிரமாக 'வளர்ச்சி'யை சாடுகிறது. இந்த இரண்டு மருத்துவப் பேராசிரியர்களும் மேற்கத்திய மருத்துவமுறையின் பெரும்பாலான அனைத்து முறையியல்புகளையுமே கேள்விக்கு உட்படுத்தும் அதே சமயம் பெரிய நோய்கள் என்று அது அழைக்கும் கேன்சர் (புற்றுநோய்) நீரிழிவு நோய் மற்றும் இரத்தக் கொதிப்பு என அவற்றை குணப்படுத்தும் பதட்டத்தையும் அதிலுள்ள பகட்டையும் தோலுரிக்கின்றனர். இதுபோன்ற உயிர்க்நோய்களுக்கு காரணியும் இல்லை சிகிச்சையும் இல்லையென்பதே அவர்களது வாதம். ஒரு மருத்துவனின் வேலை CURE எனும் சொல்லின் உண்மையான பொருளான கவனித்துக் கொள்தல் (to care) என்பதே ஆகும்.

நவீன மருத்துவம் முன்வைக்கும் நோய்களுக்கான காரணிகள் குறித்து புதியப்புதிய கண்டுபிடிப்புகள், கோட்பாடுகள் இவற்றை எதிர்த்து இவற்றிற்கு மாறாக இவர்கள் மரபியல் நோய் கோட்பாட்டை முன்வைத்து உள்ளனர். அதாவது நாம் மனிதப் பிறவியாக இருக்கின்றோம் என்கிற முதல் உண்மையே நாம் மரபு சார்ந்தவர்கள் எனும் நிலைக்கு இட்டுச்செல்கிறது. ஒரு சமூகம் தனது தொடர் ஜீன் வகைப்பாடு காரணமாக குறிப்பிடத்தகுந்த சில பிறப்புசார் கோளாறுகளை ஒரு பக்கவாதம் அல்லது புற்றுநோயை ஏற்படுத்தி அவற்றை தனிமனிதர்களை அங்கும் இங்குமாக பாதிப்படைய வைக்கிறது. இது எந்தவித பாகுபாடுமின்றி நிகழ்தகவின் அடிப்படையில் பரவலாகிறது.

'இந்த உலகில் ஐந்து பேரில் ஒருவர் புற்றுநோயால் பாதிக்கப் படவேண்டும். இது தவிர்க்க முடியாதது. ஐந்து பேரில் எந்த நபர் என்பது நிச்சயிக்கப்படாத நிகழ்தகவின்படி முடிவு செய்யப் படுகிறது' என்று அவர்கள் மேலும் கூறுகிறார்கள். மரபியல் அதை செல்வந்தர்களுக்கும் ஏழைகளுக்கும் பரப்புவதில் பாகுபாடு பார்ப்பது இல்லை. நவீன மருத்துவத்துறையோடு அவர்களுக்கு தொடர்பு இருக்கிறதா இல்லையா என்பதையும்கூட அது கவனத்தில் எடுத்துக்கொள்வது கிடையாது.

கோத்தாரியும் மேத்தாவும் எழுதுகிறார்கள்:

இயற்கையின் அறிவார்ந்த நியதியின்படி நாங்கள் சொல்வது மிகத்தெளிவான உண்மைகள்: ஒரு மனிதனின் புற்றுநோய், மற்ற நான்கு மனிதர்களின் புற்றுநோயிலிருந்தான விடுதலை. என்னுடைய கடுமையான நீரழிவு, உங்களுடைய கடுமையற்ற அல்லது நீரிழிவே இல்லாத நிலை; ஒரு குழந்தையின் கிழிந்த மேல்தாடை ஆயிரம் குழந்தைகள் அதிலிருந்து தப்பிய நிலை; ஒரு மனிதரின் லூகோமியா 32,999 மனிதர்களின் அதிலிருந்து தப்பிய நிலை. அறிவு வளர்ச்சியின் உச்சத்தை அடைந்த மேல்நிலை மனிதர்களும் அடித்தளத்தில் இந்த சராசரி இழப்பு களோடும் வாழ்ந்தே ஆகவேண்டும். எனவே முற்றிலும் நோயற்ற முழு சுகாதாரமான மனிதர் ஒவ்வொருவரும் மற்றவரால் அடையமுடியாத 'முழு ஆரோக்கிய' அட்டை வைத்திருப்பவர் ஆகிறார்.

'இதைத்தான் நாங்கள் நோயின் ஜனநாயகம் என்று அழைக் கிறோம். அது புற்றுநோயோ, நீரிழிவோ, மாரடைப்போ அல்லது மரணமோ இயற்கை எண்ணிக்கையின் அடிப்படையில்தான் இயங்கி ஆகவேண்டும். எனக்கு 29 வயதில் மாரடைப்பு வந்து இறந்துபோன ஒரு சகோதரர் இருந்தார். இறந்ததன் மூலம் அவர் நான் 48 அல்லது 60 வயது வரை வாழும் வாழ்வை எனக்கு பரிசாக அளித்தார் என்றே புரிந்து கொள்கிறேன். எதையோ உண்டோ அல்லது சேர்த்துக்கொள்ளாமல் போயோ அல்லது நமது சொந்த தவறாலோ வருவதல்ல நோய் என்பதை நாம் எப்போதாவது புரிந்து கொண்டே ஆகவேண்டும். சமூகக் கடமையின் தனிமனித நிலையிலான வெளிப்பாடே நோய், தன் விருப்பின்றி ஏற்கப்பட்டது அது.. யார்தான் புற்றுநோயை ஏற்றுக்கொள்வார்கள். யாருமே தனி மனிதர்கள் அல்ல... ஒவ்வொரு மனிதனின் புற்றுநோயும் நான்தான்.[69]

'மரபு ரீதியிலான நோய்' எனும் கோட்பாடு 'வளர்ச்சி' வழி நோய் கோட்பாட்டியலின் அடிப்படையையே தகர்த்து எறிகிறது. 'வளர்ச்சி' மருத்துவம் பெரியப்பெரிய மருத்துவ சாதனங்கள், அறிவு, ஆராய்ச்சி என்று இறங்கி நோயற்ற சமுதாயத்தை ஏற்படுத்தி பெரிய நோய்களிடமிருந்து மனிதர்களை மீட்டு 'வளர்ச்சி' அடைய சூளுரைக்கிறது. இவ்வகை 'அரசியல் வாக்குறுதிகளுக்கு' எந்த ஆதாரமும் இல்லை; ஆனால் இவை பெரிய அளவில் நடக்கும் ஆராய்ச்சிகளுக்கு கோடிக்கணக்கில் பணம் ஒதுக்கவும் பலருக்கு வேலை தரவும் உதவுகின்றன.

கோத்தாரியும், மேத்தாவும் பெரிய நோய்களை குணப்படுத்து

வதில் வளர்ச்சிக்கு ஏதிராக நிற்கின்றனர். தீவிர சிகிச்சை எனும் பெயரில் அதிகமாக வேதித்தலையீடுகள் செய்தல் ஒரு நோயாளியை நிலைகுலைய வைத்து அவர் விரைவில் மரணமடையவே வழிவகுக்கின்றன என்று அவர்கள் கருத்து கூறுகிறார்கள். அவர்களது நோய் குறித்த இயற்கைக் கோட்பாடு நவீன அறி—வியலின் பார்வையைக் கடந்து மேற்கத்திய மருத்துவ முறையை மறுதலிப்பதோடு நோய்களின் மீதான மிகவும் பொறுப்புமிக்க புதிய புரிதலை ஏற்படுத்துகிறது. இதன் மூலம் புதிய நோய் ஆளுமை முயற்சிகளைத் தூண்டுகிறது.

இங்கே இணைக்கப்பட்ட நான்காவது மனிதர் கஸ்டவோ எஸ்டேவா, அவரது "மக்களின் வெற்றிடத்தை மறுஆக்கம் செய்தல்" எனும் கட்டுரை இந்த நூலில் அங்காங்கே எடுத்தாளப் பட்டுள்ளது. மனித வாழ்வை முதலில் தனக்கு அளிக்கப்பட்ட கல்வி மற்றும் தொழில் ரீதியிலான பயிற்சியின் மூலம் ஏற்பட்ட அனுபவம். இரண்டாவது அவர் தனது பாட்டியோடு வாழ்ந்த காலத்தில் அவர் மனிதர்களை நோக்கி அணுகிய முறையில் தான் கற்ற மற்றொரு பார்வை. விரைவில் எஸ்டேவா அவை இரண்டும் வெவ்வேறு கூறுகளை கொண்டிருப்பதைக் கண்டார்.

தனது கட்டுரையில் தான் தனது சுயம் எது எனும் தேடலில் ஒரு பார்வைக்கும் மற்றொரு பார்வைக்கும் இடையிலான வேற்றுமையை ஆராயப்புகுந்த அவர், தன்னை முற்றிலுமாக 'கல்வியற்ற' எதிர் தொழிலாக்கம் செய்துகொள்ள எளிதில் நேர்ந் ததை வியப்போடு விளக்குகிறார். இப்போது 'உலக மதிப்பீடுகளை களைய வேண்டியதன்' முக்கியத்துவத்தை விளங்கிக் கொள்கிறார். எல்லாம் கற்பிக்கப்பட்ட சொல்லாக்கங்கள். முதலில் தனக்கு கற்பிக்கப்பட்ட சொற்கள் தன் சொற்கள் தானா என்பதை தேடவேண்டிய கட்டாயம் ஒவ்வொரு மனிதனுக்கும் உள்ளது என்று கூறும் அவர், மேற்கத்திய மதிப்பீடுகள், மற்றும் அதன் 'வளர்ச்சி' உலகையே முற்றிலுமாக தூக்கியெறிவதன் அவசியத்தை உணர்த்துகிறார்.

குறிப்பிடத்தகுந்த வகையில், ஜப்பானிய அரிசி நிபுணர் ஒருவர், மும்பையின் இரண்டு மருத்துவப் பேராசிரியர்கள், மேற்கத்திய மத்தியகால வரலாற்றை ஆராயும் ஒரு சமூக வரலாற்றாளர், தன்னை எதிரி தொழிலாக்கம் செய்துகொண்ட ஒரு மெக்ஸிகர் இவர்கள் ஒருவரை ஒருவர் அறியாமலேயே தனித்தனியாக ஒரே பத்தாண்டுகளில் முடிவுக்கு வந்தனர்: மேற்கத்திய நாடுகளின்

சுயமுன்னேற்றம் எனும் இலக்கு சார்ந்த, வெப்ப இயங்கியலின் இரண்டாம் விதியை கண்மூடித்தனமாக பின்பற்றும் வாழ்வை நோக்கிய முரட்டுப்பார்வை மூலம் மேலும் மேலும் எளிதில் தீர்க்கவே முடியாத புதிய பிரச்சனைகளை கொண்டுவரும் 'வளர்ச்சி' இறந்துவிட்டது!

6

தொகுத்துரைத்தலாக...

இந்த விரிவான விளக்கங்கள் — அறிதல்களுக்கு முடிவில் எழும் முதல் கேள்வி, சரி மாற்றுவழி என்ன? இந்தக் கேள்வி குறிப்பாக 'வளர்ச்சி' என்பது நாட்டின் நலனுக்காக ஆட்சியாளர்கள், வல்லுநர்களால் கொண்டு வரப்பட்டது என்று ஏற்றுக் கொள்கிறவர்களால் கேட்கப்படுகிறது. மாற்றுவழிதான் என்ன? அதற்காக நாம் மத்திய கால வரலாற்றுக்கோ காட்டுமிராண்டி வாழ்க்கைக்கோ, கட்டைமாட்டு வண்டிக்கோ திரும்ப முடியுமா?

'வளர்ச்சி'யை இந்த மட்டோடு நிறுத்தும் போது மில்லியன் கணக்கான மக்கள் மேலும் அதன் விரும்பத்தகாத தீய விளைவுகளில் சிக்காமல் தங்களது கொடிய ஏற்றத் தாழ்விலிருந்தும் மீண்டு திரும்ப நாம் வழி வகுக்கிறோம் அல்லவா? இந்த நியாயமற்ற விளைவுகள் இத்தோடாவது, தொடராது நிற்க உதவுகிறோம் அல்லவா? ஜொனாதன் ஷெல் எழுதிய அபாலிஷன்[1], உட்பட பல வளர்ச்சிக்கு

எதிரான விமர்சனங்களின் ஒருவரி செய்தியும் அதுதானே?

அதேசமயம் நாம் 'வளர்ச்சி' என்பது அதிகார அரசு ஆதரித்து நடத்தும் திட்டமாகவும், சுரண்டல் கொள்ளை மற்றும் தவிர்க்க இயலாமல் இயற்கையை அழிக்கும் 'இரட்டை பேச்சு' கொண்டதாகவும் இருப்பதைக் கண்டோம். மில்லியன் கணக்கான மக்களிடமிருந்து குதூகலத்தையும், மகிழ்ச்சியையும் பிடுங்கி ஏழைகளுக்கும் செல்வந்தர்களுக்கும் இடையிலான இடைவெளியை மேலும் பெருக்கிவிடும் வகையில் அது வடிவமைக்கப்பட்டுள்ளது. கடந்த நான்கு பத்தாண்டுகளாக 'வளர்ச்சி' தோன்றியது முதல் அதன் திட்டங்கள் அமுலாக்கம் பெற்றது வரை நாம் கற்ற பாடம் இதுதான். ஏதோ பெரிய சமூகம் சார்ந்த நோக்கம் இருப்பதுபோல 'வளர்ச்சி' காட்டிக் கொள்கிறது. ஆனால் அதற்கு நேர்மாறான விஷயங்கள்தான் 'வளர்ச்சி'யின்போது நடக்கின்றன. தனது உண்மையான செயலாக்கத்தின்போது, திட்டமிடல் மற்றும் நிறைவேற்றுதல், உற்பத்தி மற்றும் நுகர்வு என்று எங்குமே ஜனநாயகப் பகிர்வுகளற்றது வளர்ச்சி. திட்டமிட்டு இயற்கையையும் மனித வளங்களையும் கட்டுப்படுத்தும் அதிகாரம் பெற்றவர் களே இதனால் பலனடைகிறார்கள். இந்த சர்வதேச ஆளும் கும்பலுக்கு வளர்ச்சி என்பது முடியாமல் தொடரும் வளமான வரப்பிரசாதமும் அதிகார வாய்ப்பும் ஆகும். 1979இல் எனது ஹோமோ ஃபேபர் புத்தகத்தில் குறிப்பிட்டதை மீண்டும் இங்கே பதிவு செய்வது பொறுத்தமாக இருக்கும் "மற்ற மேற்கத்திய பகுதிகளில் மேற்கத்திய ஆளுமையின் பரவலே அப்பகுதி யினுடைய, வறுமை, வலி மற்றும் அழிவுகள் அனைத்திற்கும் மறைமுக காரணி ஆகும். இப்போது நாம் புதியதொரு நெறிக்கு வருகிறோம்... "முடிந்த அளவு கூடுதலான எண்ணிக்கையின் ஆகக்கூடுதலான துயரம்".[2]

மாற்றுவழியைத் தேடுவது என்பது முதலில் நமக்குத் தோன்று வதுபோல அவ்வளவு சுலபமானது அல்ல. உண்மையில் இந்த நூலின் பிரதான செய்திகளை ஜீரணித்த ஒருவருக்கு 'மாற்றுவழி என்ன' என்கிற கேள்வியே தேவையற்றதாகத் தோன்றும்.[3] மாற்றுவழி குறித்த உரையாடல் நசிவடைவதற்கு பெரும்பாலும் சுட்டப்படும் மாற்றுவழி எல்லாமே தொழில் நுட்பம் சார்ந்தே இருப்பது ஒரு காரணம். இது அவற்றை முன்மொழிவது எளிதாகவும் பிறகு அமுல்படுத்தி செயலாற்றுவது மிகவும் கடினமாகவும் இருப்பதால்தான். தவிர இதுபோன்ற மாற்று வழிகள் அரசியலுக்கு அப்பாற்பட்டு, முழு ஜனநாயகத் தன்மையோடு இருப்பதும்

மிகவும் அபூர்வமானதே.

மாற்று வழிகளைப் பரிசீலிக்க மேற்கத்தியமல்லாத மனித அனுபவங்கள் கொள்கைகள் இதுவரை பின்பற்றப்படவில்லை. ஒருமுறை கூட சோதனை செய்யப்படவில்லை எனும் உண்மையை 'மாற்றுவழி' யோசனையாளர்கள் ஏற்காததும் ஒரு காரணம் ஆகும். ஆனால் 'மேற்கில்லாத' எனும் பதமும் மிகவும் ஆபத்தானது. அப்பதத்தை நாம் விரிவுபடுத்துவது அதை மாற்று வழியாக யோசிக்க மட்டுமேயன்றி அதை தலைசிறந்ததாக தூக்கிப்பிடிக்க அல்ல. அஷிஸ்நந்தி கூறுவதுபோல, இந்தியா 'மேற்கல்லாத (Non-West)' நாடல்ல. இந்தியா, இந்தியாவே என்பது பொறுத்தமான உதாரணம்.⁴ மேற்கிற்கு வேண்டுமானால் மாற்று வழிகள் தேவைப்படலாம். மேற்கற்றவையோ வேறு ஏதாவது தேடலாம். இந்த வேறு எதுவோ என்பது பின் நவீனத்துவமோ அல்லது பின் மரபுமாக இருக்கலாம். ஆனால் கட்டாயம் மேற்கற்றதாக இருக்கவேண்டும்.

இரண்டு முக்கிய எதிர்வுகளின் அடிப்படையில் நான் வளர்ச்சி, அறிவியல் மற்றும் வன்முறை குறித்து விவரித்தேன். முதலாவது இயற்கைக்கும் அறிவியலுக்கும் இடையிலான யுத்தம். இரண்டாவது உள்ளவாறு பிழைத்திருப்பதற்கும் வளர்ச்சிக்கும் இடையிலான யுத்தம். முந்தைய பத்தாண்டுகளில் இயற்கையும் உய்விற்கான உள்ளவாறே சும்மா விடப்படுவதும் மிகவும் பிற்போக்கான விஷயங் களாகவும் நவீன அறிவியல் பார்வை அற்றவையாகவும் நாகரீக ரீதியில் பின்தங்கிய விஷயமாகவும் பார்க்கப்பட்டன. பின்பு நவீன அறிவியலும், வளர்ச்சியுமே ஆதாரங்களாகின. இது பலவிதங்களில் வன்முறையை ஏற்படுத்தியதை நாம் கண்டோம்.

இது இப்படி இருக்க மனித வரலாற்றில், அதிலும் சிந்தனை கள் குறித்த வரலாற்றில் மேலே சொல்பவை எப்போதும் மடமடவென்று கீழே வருவதை எதிர்பார்க்கலாம். பல சிந்தனை யாளர்கள் கலீலியோ வழி (நவீன) அறிவியலின், கோட்பாடு மற்றும் செய்முறை ரீதியிலான வீழ்ச்சியை குறித்து இன்று பேசுகிறார்கள். பிரிஜியோஃப் கப்ராவின் 'திருப்பு முனை' (Turning Point) இந்த இயந்திர குறுகிய அறிவியல், வீழ்ச்சியை எட்ட இருக்கிறது என்பதை (கீழே அதை ஆய்வு செய்ய இருக்கிறோம்) பார்க்கிறோம்.⁵

முடிவாகப்பார்த்தால் அப்படியே இயல்பாக பிழைத்திருப்பது அல்ல; 'வளர்ச்சியே' இயல்பற்றது ஆகும். 'வளர்ச்சி' உள்ளவாறே

இயல்பாக இருப்பதை மேலும் கெடுதலாக்கியது. அதேபோலவே நாம் பார்க்கும் நாகரீகமய அறிவியலின் மாயை பிரதியே கலீலிய வழி அறிவியல் என்பதையும் முன்மொழிகிறோம். இந்த இரண்டு கருத்தாக்கங்களை எடுத்துக்கொண்ட இந்த ஆய்வு சில விமர்சனங்களை வாதங்களை இறுதியாக தொகுத்துரைத்து முழுமை பெறுகிறது.

வளர்ச்சி, உள்ளவாறே விடுதல் மற்றும் அஹிம்சை:

நம் இயல்பான கலாச்சாரத்தின் மீது மேற்கத்திய அறிவுஜீவிகள் மேற்கண்ட ஆரோக்கியமான சில ஆய்வுகள் நமது காலத்தில் பிரதான நீரோட்ட மன அலைகளிடம் வந்து சேரவில்லை. இந்த ஆய்வுகள் உள்ளவாறே பிழைத்திருத்தல் என்பது 'அகிம்சை'யின் மதிப்பாகவும் அதன் ஒரு தரமாகவும் பார்க்கப்படுகிறது. இது தற்போதைய தொழிற்துறை சமூகங்களுக்கு மிகவும் தேவையான ஒன்றாகும். வளர்ச்சி என்பது மக்களுக்கு தேவையான ஓய்வையும் நல்ல சத்தான உணவையும் வழங்குவதோடு அடிக்கடி தொடர்பு படுத்தப்படுகிறது. ஆனால் பழங்கால கலாச்சாரங்கள் இவ்விஷயத்தில் ஏற்கனவே தலைசிறந்தவையாக இருந்தன.

மானுடவியல் நிபுணர் ஷாலியன்ஸ் உண்மையாக செல்வம் படைத்த சமூகம் பற்றி பேசுகிறார்.[6] இராபர்ட் க்ளார்க்கும் ஜ்யாப்ரிஹிண்டேவும் 'காட்டுமிராண்டிகள் சந்தித்த சவால்களில் விரிவாக இச்சமூகங்களின் மேலாண்மையை விவரிக்கிறார்கள். இதே கருத்துகள் ஸ்டீபன் மார்க்லினால் விரிவாக ஆராயப்பட்டு 'முழு உலகிற்கும் இலாபம் ஈட்ட' கட்டுரையில் இடம்பெறுகின்றன.[7] மாறாதிருத்தல் வளர்ச்சி அடைதல் ஆகிய இரண்டினுடைய பொருளாதார அடிப்படைகள், கட்டாயங்கள் குறித்து 'வறுமையும் வளர்ச்சியும்' நூலில் ரிச்சர்ட் வில்கின்சால் ஆராயப்பட்டுள்ளது. இதை வேறு பலரும் செய்துள்ளனர். (இதுகுறித்து நான் எனது ஹோமோ ஃபேபர் நூலில் விரிவாக பேசியுள்ளேன்.)[8] சமீப காலத்தில் இக்கருத்துகள் மீது மிகக்கச்சிதமான வரைவு கெய்த் பச்சனனால் எழுதப்பட்டுள்ளது.[9]

மாற்றமடைய விரும்பாத மக்களது, பொருளாதார வளர்ச்சிவாதிகளின் அணுகுமுறை குறித்து பல 'வளர்ச்சி' கருத்தரங்குகளில் சொல்லப்படும் அற்புதமான ஒரு கதை உண்டு. அக்கதையிபடி ஒரு வளர்ச்சி நிபுணர் ஒரு தென்னை மரத்தடியில் உறங்கிக்கொண்டிருக்கும் கூலியை சந்திக்க நேர்கிறது.

தென்னை மரத்தடியில் தூங்கிக்கொண்டிருந்தால் எப்போதாவது தேங்காய் விழும். அதை எடுத்துக்கொண்டு போய் விற்று விடலாம் என்கிறார் கூலி. வளர்ச்சி வித்தகர் பதட்டமடைகிறார். 'தூங்குவது தவறு. வெட்டிப்பொழுது போக்கக்கூடாது. இப்படித் தூங்காமல் தேங்காய் உற்பத்தியைப் பெருக்க வேண்டும். அவை விழும் வரை காத்திருக்காமல் அவற்றை நாம் விரட்டிப் பிடுங்கி விற்கலாம். உனது வருமானம் அதிகரித்து கூலியாளான நீ செல்வந்தனாவாய். மற்றவர்கள் உனக்காக மரமேறி தேங்காய் பறிப்பார்கள். அப்புறம் நீ ஹாயாக தென்னை மரத்தடியில் படுத்து நிம்மதியாக உறங்கிக்கொண்டே பொழுதைப் போக்கலாம்' என்கிறார். 'அதையேதான் இப்போதும் செய்து கொண்டிருக்கிறேன்' என்கிறார் கூலி.

மாறாதிருத்தலை உன்னதப்படுத்த விரும்பவில்லை நான். (வளர்ச்சியை பல நாளிதழ்கள், நிகழ்வுகள், தினந்தோறும் உன்னதப் படுத்தி பிரச்சாரம் செய்தே வருகின்றன) ஆனால், இன்றைய மாறாதிருத்தலின் பிடிவாதம் 'வளர்ச்சி'யின் பின் விளைவே. அடிமைபடுத்தி மோசமாக அதிகாரம் செலுத்தியதன் விளைவே என்று நான் நினைக்கிறேன்.

க்ளார்க்கும் ஹின்ட்லேவும் ஒரு உதாரணம் தருகிறார்கள்:

நியூ க்யூனியாவில் சில காலங்களுக்கு முன் ஒரு பழங்குடி இன மக்கள் இருந்தனர். நல்ல விவசாயிகள், தேர்ந்த வீரம் செறிந்த மரபை பல சந்ததிகள் பரம்பரைகள் — மெல்ல பரிணாமம் அடைந்து பெற்றனர். தாங்கள் வாழ்ந்த நிலப்பரப்பிற்கு சூழலுக்கு ஏற்றவாறு தங்கள் தேவைகள் அனைத்தும் பூர்த்தி அடைந்த ஒரு சமூகமாக அவர்கள் வாழ்ந்து வந்தனர். இப்போது அது தொடரவில்லை. ஒரு சர்வதேச சுரங்க நிறுவனம் அவர்கள் வாழ்ந்த அந்த நிலத்தினடியில் உலகின் மிகவும் விலையுயர்ந்த ஒரு குறிப்பிட்ட தாதுப்பொருள் அபரிதமாக படிந்துள்ளதை கண்டுபிடித்து புல்டோசர்கள் வைத்து அரசின் அதிகாரத்துணையோடு வீடுகளை தகர்த்து கிராமத்தையே அழித்து நிலத்தை காலி செய்தனர். ஒரு காலத்தில் மாவீரர்களாக இருந்தவர்கள் இப்போது நிறுவனம் தந்த ஈட்டுப்பணத்தில் அவர்களுக்காக நிறுவனமே திறந்த மதுக்கடைகளில் செலவு செய்து, இரவில் நிறுவனம் கட்டிக்கொடுத்த தற்காலிக கூரை களுக்குக்கீழே படுத்துறங்குகிறார்கள். ஆயிரக்கணக்கான ஆண்டு கள் பழங்குடி இன மனிதர்களாக இயற்கையோடு இணைந்து நெஞ்சு நிமிர்த்தி வாழ்ந்தவர்கள் இப்போது சமூகப்பிரச்சனையாகி

பொது இடங்களின் தொந்தரவு தரும் ரவுடிகளாகி தங்களது நிலம் திருடப்பட்டு, கலாச்சாரம் அழிக்கப்பட்டு மேற்கத்திய மனிதர்களின் அடக்கமுடியாத கச்சாப்பொருள் தேடிடும் வெறிக்கு சுயமரியாதையையும் சேர்த்து பலியிட்டு அழிவின் விளிம்பில் உள்ளனர்.[10]

மெல்ல மாறிக்கொள்ளுதல், வழுவமைதி மற்றும் அகிம்சை இவை பழங்குடி இனமக்கள் மட்டுமல்ல தொழிற்துறையின் தலையீட்டிற்கு நிலைபெற்ற மேற்கற்ற எல்லாச் சமூகங்களின் மூன்று முக்கிய இயல்புக்கூறுகள் ஆகும். பச்சனன் இவைகளின் 'முழுமைபெற்ற கலாச்சாரங்கள்' குறித்துப் பேசுகிறார். வடக் கத்திய சமூகங்கள் இயல்பற்ற எப்போதும் ஒழுங்கு சிதைந்து வாழும் கலாச்சாரங்களைக் கொண்டுள்ளன. சீரற்று இருப்பது மட்டுமல்ல அதீதமான தொழிற்துறை கழிவை உற்பத்தி செய்து, ஏராளமான கச்சாப்பொருட்களைத் தேடி இயற்கையை அழித்து, எப்போதும் மற்றச் சமூகத்தைச் சேர்ந்த மில்லியன் கணக்கான ஏதாவது ஒருவகை மக்களைப் பலிகடாக்களாக வைத்திருக்கும் கலாச்சாரம் மேற்கினுடையது. மாறாதிருத்தல் சராசரி செல் என்றால் புற்றுநோயால் அதீதவேகத்தில் பெருக்கமடையும் செல் வளர்ச்சி, புற்றுநோய் முழு மனித உடலையே சீர்குலையவைத்து விடுகிறது என்பது எதேச்சையாக அமைந்துபோன உவமை. அதையேதான் சுற்றுச்சூழலுக்கு வளர்ச்சியும் செய்கிறது. ஓசோன் படலத் துளைகளும், புவி வெப்பமடைதலும் இரண்டு சரியான உதாரணங்கள்.

வளர்ச்சியை நிறுத்துதல் இறந்த காலத்திற்குத் திரும்புதலே எனும் வாதம் இந்தவகை உண்மைகளைப் புறக்கணிக்கிறது. தனது 'வளர்ச்சி' வெறியைத் தணிக்கும் ஒரு மனிதன் இறந்தகாலத்திற்குத் திரும்பிவிட முடியாது. மாறாக நடந்த அழிவுகளை ஓரளவாவது சமன் செய்து மீண்டும் அதற்குமேல் மாறாத நிலையை ஏற்படுத்துகின்றான். (மேற்கத்தியவாதிகள் அவ்வப்போது ஏராள மான நேரமும் பணமும் கோடிக்கணக்கில் செலவு செய்து தங்கள் உடலை மனத்தை ஆசுவாசப்படுத்துகிறார்கள். அதுவே தங்களது பொருளாதாரத்திற்கும் பொருந்தும் என்பதை அவர் கள் உணரவில்லை.)

வளர்ச்சி குறைந்த பாதிப்படைந்த நாடுகள் தங்களது சுற்றுப்புறச் சூழலையோ அல்லாத பிற நாடுகளின் சுற்றுச்சூழலையோ சீர்கெடுக்கும் உறவை மாற்றி அவற்றைப் பேணும் உறவுக்குத்

திரும்ப வேண்டும் எனும் ஒற்றைக்கோரிக்கையே போதுமானது. தங்களது சொந்த நாட்டின் இயற்கை செல்வங்களையும் மற்ற நாடுகளின் இயற்கை செல்வங்களையும் ஒட்டச் சுரண்டு வதையாவது நிறுத்தலாம். இது ஒரு அறிவார்ந்த கோரிக்கையாக தெரியவில்லை என்றால் ஒருவர் மாறாதிருக்கும் நிலையிலிருந்து வளர்ச்சிக்குத் தாவிய கற்பித்தல் முறையைத் திருப்பிடக் கோரலாம். நிதானமான பொருளாதாரத்திலிருந்து மிகவும் பதட்டமடையும் பொருளாதாரத்திற்குத் தாவியதைத் திருப்பிடக் கோரலாம். இவ்விஷயங்களில் எந்தப் பாத்திரமும் வகிக்காத பழங்குடி இனத்தவருக்கு மாற்று வழிகள் தேவையில்லை. பச்சனன் சொல்வதுபோல எவ்வளவோ முறை 'வளர்ச்சி'யின் முரட்டுத்தனத்தால் பலவிதத்தில் அழிவுக்கும் சிதைவிற்கும் உட்படுத்தப்படும் அவர்களது சமூகங்கள் முழுமையான சமூகங்கள். ஆனால் 'வளர்ச்சி' சமூகங்களோ ஒரே மாதிரியான சிந்தனைகளான உற்பத்தியளவு, இலாபம், சந்தை போன்றவற்றால் முழுமையை என்றைக்குமே அடையமுடியாதச் சமூகங்கள் ஆகும்.

இந்த ஒற்றை பரிமாண அல்லது நேர்க்கோட்டுத்தன்மை அதன் விளைபொருளையும் உற்பத்தி செய்கிறது. மார்க்லின் எழுதுகிறார்:

வளர்ச்சியடைந்த மேற்கின் 'பொருள் முதல் செழிப்பு' மற்ற விஷயங்களில் வறுமைக் கோட்டைக்கொண்டு வந்துவிட்டது. நுகர்வுப் பொருட்கள் தான் ஆத்மார்த்த மற்றும் உணர்வுப்பூர்வ நடவடிக்கைகளில் விழுந்த வெற்றிடத்தை நிரப்புகின்றன. இது இன்று சாதாரணமாக நடப்பதே. உதாரணமாக என்னிடம் ஒரு கார் இருந்தால் அது வெறும் பயணத்திற்கு மட்டும் உதவுவது இல்லை. அது ஒரு கௌரவம், அதிகாரம், சுய அடையாளம், என் வாழ்நிலைக்கான அர்த்தம். கௌரவம், அதிகாரம் மற்றும் அடையாளம் பொதுவாக வேலை இடத்தில் இல்லாத ஒன்று. அவை சமூகத்திலும் ஏன் வீட்டிலும் கூட இல்லைதான்."

எங்கே பார்த்தாலும் நிறைந்துள்ள வறுமையைத் தெரியாமல் செய்ய மார்க்லின் நமது கவனத்தை முழுமையடைந்த கலாச்சாரங்களில் நடந்துள்ள சிலவற்றின்பால் திருப்புகிறார். இந்தியா குறிப்பிடத்தகுந்த உதாரணம். நிலத்தடிப் பாறைப்படிவு எரிபொருளை ஆதாரமாகக்கொண்ட தொழிற்துறை முன்னேற்றம் அடையமுடியாதிருத்தல் இந்தியா 'வளர்ச்சி' குன்றிய நாடாகவே கருதப்படுகிறது. இருந்தாலும், அதன் கலை, நாடகம், குரல் வழி

இசை, வாத்திய இசை போன்றவற்றில் வளர்ந்த நாடுகளுடைய தேவையின் அடிப்படையில் பார்க்கிறபோது வளர்ச்சி பெற்ற நாடு. அதே போலவே இந்திய உணவு சமைத்தல் மற்றும் பாதுகாப்புமுறை அமெரிக்கா அல்லது ஐரோப்பிய முறையைவிடச் சிறந்தது. ஓரளவு சிறந்ததை மையப்படுத்தப்பட்ட அரசியல் பொருளாதாரத்தில் சில நூற்றாண்டுகளுக்கு முன்வரை இந்தியா கொண்டிருந்தது. மற்றும் உலகின் தலைச்சிறந்த ஆடை தொழிற்துறை கேந்திரங்களில் ஒன்றாக இருந்தது இந்தியா. சில நாகரீக உற்பத்திப் பொருட்களின் எண்ணிக்கை குறைவால் ஒரு பின்தங்கிய வளர்ச்சி குன்றிய வரலாறு கொண்ட நாடு எனும் தகுதிக்குறைப்பு செய்யப்பட்டுள்ளது.

சரி. இந்தியா அதேநிலையிலேயே அப்படியே இருக்கட்டும் என்று வாதாடப்போகிறோமா? அதுவும் சுரண்டல்வாத சாதிய அடக்குமுறை கொண்ட தெற்கத்திய நாடாகத் தொடர்வதாக இந்தியாவை விட்டுவிடச்சொல்கிறோமா. அதற்குச் சாத்தியமே இல்லை. 'வளர்ச்சியை' விட்டு ஆதார வாழ்விற்கு இயற்கையாக வழுவமைதிக்குத் திரும்புவது என்பது மாற்றமின்றி வாழ்வது அல்ல. மேலும் மேலும் மாற்றங்கள் புதிய சூழ்நிலைக்குத் தகுந்தவாறான தன்னை மாற்றி கொள்ளுதல் இயல்பாக நடப்பதையே இயற்கை வழி ஆதரிக்கிறது. இந்தியா, சீனா, இலங்கை, தாய்லாந்து அல்லது கொரியா போன்ற நாடுகளின் நாகரீகங்கள் வரலாற்றில் பிரமாண்டமான கட்டிடக் கட்டுமானக் கலையம்சப் படைப்புகளைச் சாதித்துள்ளன. பல நூற்றாண்டுகளாகச் செழிப்பை ஒரு மரபாகவே ஆக்கிய விவசாய வழிகளைக் கண்ட நாகரிகங்கள் அவை. மரபணு கிருமிகளின் நற்பலன்களைக்கூடக் கண்டறிந்து (சமையலறைப் பாதுகாப்பில் தன்னிறைவு அடைந்து) தங்களது சூழலுக்குப் பயன்படுத்தியவை. தற்போதைய பாராளுமன்ற அரசியல் வழியைவிட மிகவும் சிக்கலான சமூகம் மற்றும் படிநிலை சார்ந்த அரசியல்வாதிகளைச் சமூகக்கருவிகளாக பயன்படுத்தி எந்தச் சிக்கலிலும் தன்னிச்சையாக முடிவுகள் எடுக்குமளவு முதிர்ச்சி அடைந்திருந்த நாகரிகங்கள் அவை.[12]

எங்கெல்லாம் 'வளர்ச்சியோ' அல்லது நவீன அறிவியல் தொழில் நுட்பத்தைத் தூக்கிக்கொண்டு திரியும் சக்தியோ பலவீனப்பட்டு வீழ்ந்ததோ அந்தத் துறைகளையெல்லாம் வெற்றிகரமாக மக்கள் விஞ்ஞானமே தூக்கி நிறுத்தியது. அவ்விடங்களில் மீண்டும் நுழைந்த 'அற்ப' மனிதர்களின் சக்தியும் பலமும் மக்களின் நல்வாழ்வை மீண்டும் ஸ்தாபித்துள்ளது. 'வளர்ச்சி' சதியை

உணர்ந்து தன்னை எதிர் தேர்ச்சிக்கு உட்படுத்திக்கொண்ட ஒரு அறிவு ஜீவியின் வேலையே மக்களுக்கான இடத்தை இட்டு நிரப்புவதற்காக, சாதாரணங்களின் அரசியலைக் கட்டமைத்து அதைச் சட்டப்பூர்வமாக்குவதே என்று அதனால்தான் கஸ்டவோ எஸ்டேவா வாதாடுகிறார். அவரது கூற்றுப்படி அவரும் அவரது சகாக்களும் தொடங்கியுள்ள வேலை 'அரசு மற்றும் சந்தை நிறுவனங்களைக் குறிப்பாக அவைகளின் அதிகார மையமாதலை முற்றிலும் கலைத்து விடுவதே'. ஏனென்றால் அரசும், சந்தை நிறுவனங்களுமாகச் சேர்ந்து நமது வாழ்விற்கும் திட்டங்களுக்கும் குறுகிய எல்லைகளையே வகுக்கின்றன.[13]

இந்த மாற்றங்கள் நடந்து அவற்றின் விளைவுகள் அறியப்படும் போது முதலில் அதனால் மடியப்போவது 'பொருளாதார வறுமை' என்பதையும் நான் சேர்க்க விரும்புகிறேன். வறுமையை அதிகப்படுத்திக்கொண்டே போகும் இந்தப் பழுதடைந்த 'வளர்ச்சி' எந்திரம் இவ்வகை மாற்றங்களால் நிறுத்தப்படவும் வாய்ப்பு உண்டு. 'மக்கள் நலன்' என்பதை 'வளர்ச்சி'யிடமிருந்து தொடர்பற்று அறுத்துக் கொள்ள முடியும் என்பதே தற்போது மெக்ஸிகோ உட்படத் தெற்கத்திய பொருளாதாரங்கள் எதிர் நோக்கிடும் பிரச்சனைகள் என்கிறார் எஸ்டேவா. இது ('சாதாரண விவசாயக்கூலிகளுக்கு') வளர்ச்சி ஏற்படுத்தும் கடுமையான விளைவுகளைக் குறைத்து அல்லது முற்றிலும் நிறுத்தி அவர்களது உய்விற்கான திட்டங்களைச் செயல்படுத்தும் வாய்ப்பை நமக்குத் தருகிறது.[14] விவசாயக்கூலிகள் தங்களது சகஜநிலையை மீண்டும் அடையவும், தங்கு தடையற்ற வர்த்தகம் என்பதால் மிகவும் பாதிக்கப்பட்ட ஆனால் முற்றிலும் அழிக்க முடியாமல் போன உடலியல் மற்றும் கலச்சாரக் கூறுகளில் விழுந்த விரிசல்களை மீண்டும் நிரப்புவதும் என்பதே மெச்சிகோ வரலாற்றின் ஒரு கூறாக உள்ளது.

வர்த்தகவாதிகளுக்கும், தாங்களாகவே நியமித்துக்கொண்ட வளர்ச்சி வெறியர்களுக்கும் இந்த யோசனை நினைத்துப் பார்க்கவே முடியாத ஆபத்தாக உள்ளது. உள்ளார்ந்த இந்த மக்களின் சுயமரபுகளோடான தொடர்பு இருபத்தியோராம் நூற்றாண்டில் கொஞ்சமும் பொருந்தாத அறிவியலற்ற நகைப் பிற்குரிய ஒன்றாக அவர்களால் சித்தரிக்கப்படுகிறது. அது அவர்களது பிறவிக் குணம். நூற்றியிருபத்தைந்து ஆண்டுகளாக அவர்கள் முன்மொழிந்த மேற்கத்திய கல்வி அந்த இணைப்பை நிரந்தரமாக அறுத்தெரியும் என்று எதிர்பார்ப்பவர்கள் இன்றைய இப்புதிய

சூழலால் மிகுந்த அச்சத்திற்கு உள்ளாகி இருக்கிறார்கள்.

'திறந்த மனப்பான்மை' 'சுதந்திர நாகரிகம்' 'தங்குதடையற்ற வணிகம்' எனும் மதிப்பீடுகள் முன்பிருந்த மரபுகள் பழைய மதிப்பீடுகள் யாவற்றையும்விட சிறந்தது என்றும் எல்லாக் கலாச்சார மரபுகளுமே இதற்கு அடிபணிந்து பழையதைக் களைந்து அறிவியல் பூர்வமாகிவிடவேண்டும் என்பது ஒருவிதக் கருதுகோள். அந்த 'திறந்தமன' மதிப்பீடுகள் மட்டுமே மனிதவளம் முன்னேற்றம், வளர்ச்சி என எடுத்துச்செல்ல முடியும் என்பது மற்றொரு கருதுகோள். இக்கருதுகோள்களுக்குத் தங்களை அர்ப்பணித்து விடுகிறவர்கள் ஏதோ இந்த மனிதக்குலத்தையே தன் சுண்டுவிரல் அசைவுக்குள் வைத்திருக்கும் இராணுவத்தின் முதல்வரிசை உறுப்பினராகத் தன்னைக் கற்பித்துக் கொள் கிறார்கள். அவர்களது கற்பிதமே சரி என்றும், அவர்கள் தேர்வு செய்யும் மதிப்பீடுகள், பொருட்கள்தான் மற்றவர் அனைவருக்கும் பொறுத்தமானது என்றும் நினைக்கும் மூடநம்பிக்கையாலும், அறியாமையாலும், அவர்களே முன்மொழிந்த 'அறிவியல்' அற்ற திக்கிற்குத் தள்ளப்படுகிறார்கள்!

இறந்தகால மரபுகளில் சிலவற்றை நாம் இருபதாம் நூற்றாண் டில் கடைபிடிக்க முடியாது என்பது உண்மைதான். ஆனால் அதை யாரோ ஒருவர் அல்ல, மக்கள் தாங்களாகவே முடிவு செய்யவேண்டும். தங்களது சொந்த மண்ணின் கருத்துகளால் வளர்ச்சி அடைந்த சமூகங்களே போற்றப்படும், இறக்குமதி செய்யப் பட்ட கருத்துக்களால் செயற்கையாக வளர்த்தெடுக்கப்பட்ட சமூகங்கள் அவை எவ்வளவுதான் உணர்ந்தவையாக இருந்தாலும் பொறுந்தா வரலாறாகவே போய் முடியும். அதற்காக ஒரு பழமைவாத நிலப்பிரபுத்துவ அரசை நிர்மானிக்க இதை ஒரு வாதமாகப் பயன்படுத்த முடியாது. ஆளும் கும்பல் உள்ளூர் மக்களிடையே தனக்கு ஆதரவான ஒரு பரிவாரத்தை வன்முறை மற்றும் அதிகாரத்தால் உருவாக்கி வைக்கிறது. அவ்வப்போது இந்தத் தொழில்நுட்ப வன்முறை கும்பலுக்கும், நிலப்பிரபுத்துவ அமைப்புக்கும் இடையே ஏற்படும் கூட்டணி (நிலப்பிரபுத்துவ அமைப்பே காலனித்துவ ஆட்சியில் அமைந்த ஒன்று) வாழ்வை மேலும் கடினமானதாகவும் பாரமானதாகவும் ஆக்கி சாதாரண மக்களை மிகவும் பாதிக்கிறது.

'வளர்ச்சி'க்கு எதிரான வேறு மாற்றுவழிதான் என்ன? எஸ்டேவா பரஸ்பர 'விருந்தோம்பல்' என்கிறார். இலிச் 'மக்களின் அமைதி'

என்கிறார். காந்தியோ 'கிராமச் சுயராஜ்யம், சர்வோதயா' என்கிறார். எஸ்டேவா விவசாயக்கூலிகள் மற்றும் சிறு விவசாயிகள் 'இப்போதும்கூட விருந்தோம்பலுக்குத் திரும்ப இயல்பாகவே முடியும்' என்கிறார். இது ஒரு அற்புதம். அவர்களுக்கு இதுவே உய்விற்கான வழி மட்டுமல்ல வாழும் முறை என்றும் தெரியும். 'வளர்ச்சி' சோதனை முற்றிலும் தோல்வியடைந்த எந்திர முரட்டுத் தன்மையிலிருந்த உலகை மீட்கப் பரஸ்பர நன்மதிப்பை நிலைநாட்டும் விருந்தோம்பலே உலகைக் கட்டிக்காக்கும் அமைதிவழி. இன்றைய உலகில் துயர நிழல்களால் அது மேலும் வெளிச்சத்திற்கு வருகிறது. 'ஹோமோ சாபியன்ஸ் மற்றும் ஹோமோலுடன்ஸ் இருவரும் 'ஹோமோ பொருளாதாரவாதி'யை ஏற்படுத்த உருவாக்க நடந்த சோதனையின் துயரத்தை உணர்ந்து அதன் பயங்கரத்திலிருந்து மீண்டதைக் கொண்டாடுகிறார்கள்.[15]

ஏற்கனவே நான் பூர்ஷ்வா சமூகத்தையும், வளர்ச்சியையும் கடுமையாக விமர்சித்த 'காந்தியை அறிமுகம் செய்துள்ளேன். ஆனால் இவ்விஷயத்தில் மிகவும் தீவிரம் காட்டியது காந்தி மட்டுமல்ல. ஈரானில் நடந்த இஸ்லாமியப் புரட்சி மேற்கத்திய நிறுவனங்களை எதிர்த்து நடந்த அதே மாதிரியான அல்லது இன்னும் தீவிரமான கொந்தளிப்பாக இருந்தது. ஆனால் பிரச்சனை, உலகில் இஸ்லாமிற்கும் இபர் (மற்றவர்களுக்கும்)க்கு மானதென்றே பார்க்கப்படுகிறது.' கலிம் சித்திக் எழுதுகிறார்.

காலனித்துவத்திற்குப் பின்னான மேற்கின் ஆட்சி பிடிக்கும் ஜோடனையின் சக்கரங்கள் முறையே கல்வி, நவீன மயமாக்கல் மற்றும் வளர்ச்சி. மேற்கத்திய கல்வி பெற்றவர்கள் இந்த வார்த்தைகளுக்கான பொருளைத் தங்களுக்கு கல்வியளித்த மேற்கின் பார்வையில் மட்டுமே பார்க்கிறவர்கள். அந்தக்கூட்டம் மேற்கத்திய 'தத்துவத்தை'யே ஏற்கிறது. இடதுசாரி என்றும் சோசலிஸ்ட் என்றும் கம்யூனிஸ்ட் என்றும் இந்தப்பெரிய கூட்டத்தின் ஒரு சிறுபகுதி அழைத்துக் கொள்வது ஒரு பெரிய சமாதானம் அல்ல[16]

கொமேய்னியின் தலைமையில் இசுலாமியப் புரட்சி நடந்ததைக் குறித்து எழுதும்போது சித்திக் கீழ்கண்டவாறு கருத்துரைக்கிறார்:

ஈரானின் இசுலாமிய இயக்கம் மட்டுமே 'க்ரு'வை முழுமையாக அடையாளம் கண்டு, நவீன யுகத்தில் நேரடியாக, மிகத்

தெளிவாக அதன் எல்லாவகையான பகுதிகளையும் — ஏன் இசுலாமியர்கள் எனக் கணக்கிடப்பட்ட மேற்கத்திய கல்வி — பெற்று மாறியவர்களின் உள்ளூர் அமைப்பாக்கம் உட்படச் சேர்த்தே எதிர்த்த முதல் இயக்கம் ஆகும். க்ருப்பின் எல்லாவகை நிழல்களும் நிறங்களும் அடையாளம் காணப்பட்டன. 'தேசிய வாத' பிதற்றலிலிருந்து, மத்திய மாநில அரசு, அரசியல் கட்சிகள் முதலாளியம், நிலப்பிரபுத்துவம், நவீனத்துவம் மட்டுமல்ல மேற்கத்திய கலாச்சாரத்தின் திறந்த மன நிர்வாக அணுகு முறை, சுதந்திர மதிப்பீடுகள் என அனைத்துமே கணக்கிடப்பட்டுள்ளன.[17]

காந்தி மேற்கையும் (இந்தியாவையும்) கூட இந்த நவீன நாகரீகத் திடமிருந்து மீட்கவேண்டும் என்று கேட்டதுபோலக் கொமய்னி மேற்கத்திய கலாச்சாரத்திடமிருந்து இசுலாமிய உலகை மீட்கவேண்டுமென கோரினார். 'வளர்ச்சி'யை புகுத்துவதன் மூலம் தங்களது மண்ணின் சுய அடையாளம் உள்ள மக்களை அமெரிக்கா அல்லது ஐரோப்பாவின் இரண்டாம் அல்லது மூன்றாம் தர பிரதிகளாக ஆக்குவதை இருவருமே முழு பைத்தியக்காரத்தனம் என்று சாடியிருப்பார்கள்.

அதேசமயம், மேற்கத்தியமயமாகிப்போன தெற்கின் ஆளும் வர்க்கங்களுக்கு 'வளர்ச்சி'த் திட்டங்கள் மிகவும் கவர்ச்சி கரமாகத் தோன்றின. இந்த வெறிக்கு ஆளாகித் தங்களது நாட்டின் இயற்கை ஆதாரங்கள், நாட்டின் வளங்கள் ஏன் தங்களது அரசியல் அதிகாரத்தைக்கூட மேற்கிற்கு அடகுவைக்க அவர்கள் தூண்டப்பட்டார்கள் என்கிறார் சித்திக். தங்களது நாட்டுமக்கள் பெருந்திரளிடம் அது சரியாக எடுபடாததால் 'வளர்ச்சி' வேர் கொள்ள முடியாமல் பெரும்பாலும் ஆட்டம் கண்டே வந்தது. 'வளர்ச்சி'யின் மீதான மயக்கம் கிட்டத்தட்ட அழிவிற்கு எடுத்துப்போனது. நல்லவேளையாக இப்போது சர்வதேச அளவில் விழிப்புணர்ச்சி ஏற்பட்டு மாற்றுவழிகள் தேடப்படுகின்றன. மேற்கத்திய நாடுகள் தங்களது நாட்டில் காணப்படும் வறுமையைச் சர்வதேசமயமாக்குவதற்கான (குறிப் பாக அமெரிக்க வறுமை) முயற்சியே உலகை மேற்கத்திய மயமாக்கல் என்பதைக் கண்டுபிடித்தமையே இம்முயற்சிகளின் உந்துசக்தியாக அமைந்துவிட்டது.

தெற்கத்திய நாடுகளில் 'வளர்ச்சி'யின் ஸ்திரமற்ற இன்றைய நிலை ஒரு திருப்புமுனையாகும். 'வளர்ச்சி' பின் இருந்து இயக்கும் அதிகாரக்குழுமம் மக்கள் தங்கள் மீது நம்பிக்கையை இழந்து

தங்களைத் தூக்கியெறிவார்கள் என்பதை 'ஏற்க' சில பத்தாண்டுகள் கூட ஆகலாம். ஆனால் அடிபணிவுக்கு எதிரான காலகட்டத்திற்கு அடிக்கல் நாட்டப்பட்டு விட்டது.[18] சில ஆண்டு களுக்குமுன் முற்றிலுமாக மாந்திரீகக் கவர்ச்சிக்கு ஆளாகி 'மேற்கே' குறி எனத் தங்களது காலனித்துவத்திற்குப் பிறகான நாட்டைத் தங்கள் சொந்த மண்ணின் கலாச்சாரத்திடமிருந்து அந்நியமான சிலர் அடகு வைத்திருக்கலாம். இன்றைய சந்ததிகள் மாறுகின்றன. அவை வேறு மாதிரி முடிவு செய்யும். எதிர்கால அரசியல் மெல்லத் தெற்கின் மரபுகள் சார்ந்த, மரபணு, கலை மற்றும் இதர திறன்களை விட்ட இடத்திலிருந்து தொடர அஸ்திவாரம் இடும். ஏற்கமுடியாத 'வன்முறையை' கொண்டவையாக அவை இருக்காது. மேற்கிலிருந்து கடந்த தனது 200 வருடத் தொடர்பில் தொற்றிக்கொண்ட நோய்களிடமிருந்து தெற்கு இப்போது தன்னை மீட்டெடுத்துச் சிகிச்சைக்கு உள்ளாக்க வேண்டும். ஜலால் அல் அகமது தெற்கின் இன்றைய நிலையை 'மேற்கு மய' நோய் (Occidentosis) என்று அழைக்கிறார்.[19]

நவீன அறிவியல், அறிவியல் மற்றும் அஹிம்சை:

நவீன அறிவியல் மிகுந்த தீவிரமாக வன்முறையோடு தன்னை இணைத்துக்கொண்டுள்ள நிலையில்; அது 'வளர்ச்சியின்' வழியே கொள்ளை மற்றும் அழிவைக் கொண்டுவருவது உண்மை என்பதைக் கண்டோம். இந்த அத்தியாயத்தைப் பயனுள்ள விதத்தில் மேலும் தொடர மறுபடியும் அதேகேள்வியை கேட்க நேர்கிறது. மாற்று வழி என்ன? நவீன அறிவியலை மறுப்பது என்பது பொது அறிவையே மறுப்பதா? ஒருவர் அறிவைப்போய் எதிர்க்க முடியுமா?

மனித வாழ்வின் செயல்முறைக்கே அறிவு அடிப்படை தேவைகளுள் ஒன்றாகிவிட்டது. பிறப்பைவிட வளரும் சூழலே தனிமனித ஆளுமையை முடிவு செய்யத்தொடங்கிய பிறகு அறிவு ஆளுமையின் ஒரு முக்கியப் பகுதியாகிவிட்டது. (இதுகுறித்த ஆய்வுக்கட்டுரை எனது ஹோமோஃபேபர் புத்தகத்தில் உள்ளது) ஆனாலும் நான் மேற்கத்திய அறிவியலுக்கும், அதற்கு முந்தைய அறிவியலுக்கும், (நாகரீக அடிப்படை அறிவியல்) இடையே தெளிவான வித்தியாசத்தை உணர்த்த விரும்புகிறேன். முந்தைய அறிவியல்கள் தங்களது கலாச்சாரங்களோடு மிகவும் பின்னிப் பிணைந்தவை. அதனாலேயே வன்முறையோடு அவைகளால் கைகோர்க்க முடியாது. அறிவு கலாச்சார மையமாக இருந்ததால்

கலாச்சாரம் அறிவை வழிபடுத்தியும், சமயங்களில் தடுக்கவும் கூட முயலும். அதன் கலாச்சாரக் கூறுகளிலிருந்து அதனால் தனிமைப்படவே முடியாது. எங்கே அறிவு முடிந்து எங்கே கலாச்சாரம் தொடங்கியது என்று கண்டுபிடிப்பதேகூட மிகவும் கடினமாக இருந்தது.

கலாச்சாரமில்லா பிரபஞ்சமயம் எனும் நவீன அறிவியலின் கூறு முன்பு எப்போதுமே கேள்விப்படாதது. ஆனாலும் இன்றைய நவீன அறிவியலின் முன்னேற்றம் அதன் அக்கறைகள் மேற்கத்திய அரசியல் சார்ந்தவை எனத் தத்துவ ஆசிரியர்கள் பலர் கருத்து கூறியுள்ளனர். ஆனால் ஒரு வித்தியாசம் உள்ளது. மேற்கத்திய அரசியல், மேற்கத்திய அறிவியலை வழி நடத்துகிறதா அல்லது மேற்கத்திய அறிவியல், மேற்கத்திய அரசியலை அதன் சொந்த அக்கறைகளைக் கொண்டு வழி நடத்துகிறதா என்பதைச் சரிவரத் தெளிவுபடுத்துவது கடினம். ஒரு சரியான பார்வையில் நவீன அறிவியல் என்பது ஏறவும் குறையவும் மேற்கத்திய அறிவியலே ஆகும். அது இனக்குழு அறிவியலின் ஒரு சிறப்புப்பகுதி. அதன் தீவிரப் பிரபஞ்சமயம் மற்ற இனக்குழு அறிவியல்களின் மீது மிகக்கொடிய விளைவுகளை ஏற்படுத்திவிட்டது என்பதும் உண்மை.

புவி ஒரே ஒரு பிரபஞ்சக் கோட்பாடு மற்றும் கால அட்ட வணையின்கீழ் கொண்டுவரப்பட்டதற்குமுன் இருந்த பல்வேறு இனக்குழு அறிவியல்களை எடுத்துக்கொள்வோம். அறி—வியலின் வரலாற்றுப்பதிவுகள் மீது இந்தப் புவி ஆக்கிரமிப்பு பலவிளைவுகளை ஏற்படுத்தியது. மற்ற இனக்குழு அறிவியல் மற்றும் அவைகளின் இயற்கை மாறுதல்கள் மீதான புரிதல் வெறும் அனுமானம் எதிர்பார்ப்பு, பார்வை என்றும் அதனைப் பயன் படுத்தி மேற்கத்திய அறிவியல் அடைந்தது எல்லாம் கோட்பாடு, விதி என்றும் வரலாற்றில் பதிவு செய்யப்பட்டுள்ளது.

கலாச்சாரத்தைக் கடந்து நிற்பதாகக் கூறப்படும் நவீன அறிவியலுக்கும், கலாச்சாரக் கூறுகளின்றி ஒருபோதும் புரிந்து கொள்ளவே முடியாத பிற இனங்களின் அறிவியலுக்குமான வித்தியாசத்தை உணர்த்த ஒரு உதாரணம் தருகிறேன். மேற்கத்திய அறிவியலின் முரட்டு இயல்பும், மற்ற இனக்குழு அறிவியலின் மக்கள் மதிப்பு, அடையாளம், கலாச்சாரக்கூறுகள் மீது 'உண்மை'யாய் இருக்கும் தன்மையும் எளிதில் விளங்கும். பல்வேறு கலாச்சாரங்கள் நோய், மருந்து மற்றும் ஆரோக்கியத்தை அணுகும்முறை இதற்கு

ஒரு பெரிய உதாரணம்.

நவீன மருத்துவம் என்று இன்றைக்கு அறியப்படும் மருத்துவம் ஆங்கிலேய மருத்துவமுறையான அலோபதி முறையை முற்றிலும் சார்ந்தது. இது நோயின் அறிகுறியை எதிர்த்து அதை இல்லாமல் செய்யும் முறையைப் பின்பற்றுகிறது. உயர் இரத்த அழுத்தம் உடையவராக இருந்தால் உடனடியாக (ஹைப்பர் டென்ஷன்) அதீத மன அழுத்தத்திற்கு எதிரான வேதிமருந்துகள் உட்கொள்ள வைக்கப்படுகிறது. உடலின் மீது வெப்பக் கட்டிகள் வந்தால் உடனே அந்தக் கட்டிகளை உடைக்க வெப்ப எதிர்ப்பு மாத்திரைகள். மனித உடலை ஒரு சுயதீர்வு உயிரோட்ட முழுமையாகக் காணாது தனித்தனி அங்கங்களாகக் கண்டு அவை நோய்வாய்ப்பட்டால் அந்த அங்கத்தையே கூட மாற்றிக்கொள்கிற அளவிற்கு மேற்கத்திய மருத்துவம் உள்ளது. எனவே நோயைக் குணப்படுத்துவது என்பது பெரும்பாலும் முரட்டுத் தொழில்நுட்பம் சார்ந்ததாகிறது. அது உடலைக் கட்டாயப்படுத்திப் பயமுறுத்திப் பல சாதனங்களைக்கொண்டு கீறி, கிழித்து, வன்முறையைப் பிரயோகித்துச் சிகிச்சை அளிக்கிறது. அடிக்கடி அலோபதி நோயைக் குணப்படுத்தும். ஆனால் நோயாளியைக் கொன்றுவிடும் என்று கூறுகிறோம்![20]

வெறுத்துப்போகும் அளவிற்கு நோய் கண்டுபிடிப்பு சோதனைகளை உடலில் தொழில் நுட்பம் சார்ந்து நடத்தி, பிறகு முரட்டுத்தனமாகச் சிகிச்சை அளிக்கும் அலோபதி, இதனால் நோய் எதிர்ப்பு குறைபாட்டை ஏற்படுத்திவிடுகிறது என்பதே உண்மை.[21] பாக்டீரியாக்களைக் கோடிக்கணக்கில் கொன்றுபோடுவதன் மூலம் நோய்த்தீர்வு உருவாகமுடியாது. மனிதன் பல நூற்றாண்டுகளாக இயற்கை உடனான தனது உறவின் மூலம் பெற்ற உடலியல் நோய் மீட்பு சக்திகளைப் புறந்தள்ளிவிட்டு அலோபதி வளர்ந்து வருகிறது.

இந்தியாவின் மருத்துவமுறைகளில் ஒன்றான ஆயுர்வேதம், உண்மையில் நோய்களைக் குணப்படுத்துவது குறித்தது அல்ல, மாறாக ஆரோக்கியமாக வாழ்வதைக் குறித்தது ஆகும். எனவே அது ஊட்டச்சத்து மற்றும் உணவுப்பழக்கத்தை முன்மொழிகிறது. நோய் என்பது உடலில் ஏற்பட்டுள்ள சமநிலை சிதைவாகப் பார்க்கப்படுகிறது. ஒருவரது உடலுக்கு முற்றிலும் அந்நியமாக இருக்கும் வேதி மருந்துகளை அபரீதமாகத் தருவது நோயினால் வரும் கஷ்டத்தைப் போக்கிவிடாது. மருத்துவரின் வேலை

உடல் தன்னைத்தானே மீண்டும் சமநிலை அடைந்து நோய் போய்விட்டது எனும் நிலையை அடைய உடல் தனது பழைய சகஜநிலையை அடைய உதவுவதே. நம் கலாச்சாரத்திற்கு வெளியே ஆயுர்வேதம் என்பது அறிவார்த்தமாக தனித்துறையாக நினைக்கப்பட முடியாதது.

அதேபோல அக்குபஞ்சர் சீனாவிற்கே உரிய மருத்துவமுறை, நவீன நரம்பியல் முறைக்குச் சீன அக்குபஞ்சரை பொறுத்திட நவீன மருத்துவம் செய்த முயற்சிகள் யாவுமே நீர்த்துப்போயின. நவீன அறிவியலுக்கு வெளியே எப்படிக் கச்சிதமான மருத்துவ முறை ஒன்று உருவாகியது என்பதை விளக்கவும் அவர்களால் முடியவில்லை. கலாச்சாரப் புரட்சியின்போது சீனாவில் எப்படிப் பழைய 'க்வி' கோட்பாட்டுமுறை அக்குபஞ்சருக்கு கோட்பாட்டியல் பார்வையில் புதிய மெருகு ஊட்டப்பட்டது என்பதைக் கிரி தேசிங்கர் விளக்குகிறார். அது மனித மற்றும் விலங்குகளின் உடல்களிலுள்ள பன்னிரண்டு மத்திய ரேகைகளை முன்வைத்து அவைகளுக்கு இடையிலான ஒப்புமைகளின் மூலம் கச்சிதமாகப் பின்பற்றப்படுகிறது.[22]

ஆயுர்வேதமாக இருப்பினும், அக்குபஞ்சராக இருப்பினும் அவை அந்தந்தக் கலாச்சாரக் கூறுகளுக்கு வெளியே வைத்துப் புரிந்துகொள்ளப்பட முடியாதவை. நவீன அறிவியலின் இயல்பான ஒரு அணுகுமுறை முதலில் அவைகளை அறிவுசார்ந்த மருத்துவ முறைகளாகவே ஏற்காமல் புறக்கணித்தது. அவைகளின் திறன்களைப் பரிசீலித்து உண்மையைக் கண்டுபிடிக்க முயலாமலேயே அவைகளை முற்றிலும் அழித்துவிடுவதற்குச் சதி செய்வது நவீன அறிவியலின் கூறுகளில் ஒன்றாகிவிட்டது. ஆனால் அவற்றிலுள்ள சிலவற்றை அப்படியே ஏதோ தான் புதிதாகக் கண்டுபிடித்து விட்டதாகக்கூறி அதன் கலாச்சாரக் கூறுகளுக்கு வெளியே 'ஆராய்ந்து' அதையும் தனது காலனித்துவச் சுரண்டலுக்கு உட்படுத்திவிட்டது. அவற்றைக் குறித்துத் தனது 'முடிவுகளை'யும் பரப்பிவிட்டது.

இது பல விரும்பத்தகாத பின்விளைவுகளை ஏற்படுத்தி விட்டதைக் காண்கிறோம். உதாரணமாக, மேற்கத்திய பார்வையில் ஆயுர்வேதம் என்பது இந்த நவீன யுகத்தில் பின்பற்ற முடியாத பழைய பத்தாம்பசலி முறை என ஸ்தாபிக்கப்பட்ட அதே வேளையில் நல்ல சிலகூறுகள் வெளியே தெரியாமல் மேற்கத்திய மருத்துவமுறையால் எடுத்துக்கொள்ளப்பட்டன.

மற்றபடி ஆயுர்வேதத்தின் உடல்சார்ந்த பல முக்கிய விபரனைகள் வெறும் பேத்தல்கள் பயன்பாட்டில் இல்லாதவை என்று தூக்கியெறியப்பட்டன. இது போன்ற விஷயம் அக்குபஞ்சருக்கும் நடந்துள்ளது. என்ன நடக்கமுடியும் என்பதற்கான முழுமையான சான்றாக பிரிஜியோஃப் கப்ராவின் எழுத்துகள் விளங்குகின்றன. அவர் மருத்துவத்தைவிட இயற்பியல் குறித்தே செயல்பட்டுள்ளார் என்றாலும் ஆயுர்வேதம், அக்குபஞ்சர் போன்றவைகளை மேற்கு தனது 'ஆய்விற்கு' உட்படுத்தும்போது நேர்வது என்ன என்பது இவர் விஷயத்தில் பட்டவர்த்தனமாகத் தெரிகிறது.

பத்தாண்டுகளுக்கு முன் வெளிவந்த கப்ராவின் முதல் வெற்றிகரமான புத்தகமாகிய தி டாவோ ஆஃப் பிஸிக்ஸ் நமது 'ஆசிய' வாசகர்ககள் இடையே பெரிய அளவில் தாக்கத்தை ஏற்படுத்தியது. ஏதோ நாம் பல நூற்றாண்டுகளுக்கு முன் கண்டெடுத்து வைத்திருந்த லாட்டரி சீட்டுக்குத் திடீரென்று பரிசளித்ததுபோல அது நடந்தது. தன்னால் புதிதாக 'அடையப்பட்ட' 'குவாண்ட்' உலகைப் புரிந்து கொண்ட அதை வரைபடத்திற்கு உட்படுத்தத் திணறும் மேற்கத்திய இயற்பியலுக்கு ஒரு வரப்பிரசாதமாக இந்து மற்றும் சீன டாவோவாத புராதன நூல்கள் மற்றும் படங்களில் அதே கூறுகள் காணக்கிடைக்கின்றன என்பதே கப்ராவின் கருத்தாகும்!

நவீன அறிவியலை, கிழக்கிந்திய புராதன நம்பிக்கைகளோடு தொடர்புபடுத்திப்பார்க்கிற பார்வை கப்ராவுக்கு முன்னாலும் இருந்தது. ஐன்ஸ்டீன் ஜெகதீஸ்சந்திர போஸ் அளித்த இந்திய மரபொழுங்கினால் மிகவும் ஈர்க்கப்பட்டார். ஓப்பன் ஹெய்மர், ஹெய்சின்பர்க் மற்றும் ஸ்கோர்டிஞ்சர் போன்றவர்கள்கூட விளங்கிக்கொள்ள முடியாத கணித மாதிரிகளை விளக்க 'பழங்காலத்தை' துணைக்கு அழைத்துக் கொண்டார்கள்.

தனது இரண்டாவது நூலான திருப்புமுனை *(Turning Point)*யில்[23] தனது டாவோ ஆஃப் பிஸிக்ஸ் நூலில் எடுத்துக்கொண்டதை மேலும் தொடர் ஆய்வுகளுக்கு உட்படுத்துகிறார். டெஸ்கார்ட்டஸ், நியூட்டன் மற்றும் கலீலியோ ஆகியவர்களைக் கொண்ட அடிப்படை இயற்பியலின் இயற்கை மீதான அணுகுமுறை இறந்துவிட்டதாகத் தனது தீவிர ஆய்விற்குப் பிறகு அறிவித்த கப்ரா இந்த 'இயந்திர' உலகப்பார்வை, அப்படியே உயிரியல், உளவியல் மற்றும் மருத்துவம், பொருளாதாரத்திலும் உள்ளதைக் குறிப்பிட்டு உலகைச் சிறுகூறுகளாக உடைத்து ஆகச்சிறியதை

ஆராயும் அணுகுமுறை எங்கும் வெற்றியடைந்துவிட்டதைச் சுட்டுகிறார். இந்த 'சிறு கூறு பார்வை' கொண்ட அறிவியலின் தீயப் பின்விளைவுகள் ஆராயப்படுவதே அவரது நோக்கம்!

இப்போது நாம் உயிரியைக் குறித்தே யோசிக்காத உயிரியலையும் 'மனம்' இல்லாத உளவியலையும் உடல் ஆரோக்கியத்திற்கே எதிரான மருத்துவத்தையும் பட்டறிவு இல்லாத பொருளாதாரத்தையும் பார்க்கிறோம். இந்த நவீன அறிவியலின் பயங்கரங்களிலிருந்து மக்கள் தங்களை மீட்டுக்கொள்ளத் தவிக்கிறார்கள்.

ஆனால் கப்ராவின் பார்வை வேறு ஒருவர் இந்தப் பிரச்சனையை ஆழமாகப்பார்த்தால் உலகைச் சிறுகூறுகளாக உடைத்து ஆகச்சிறியதை ஆராயும் முறையைத் தாண்டி தனது தீர்க்கத் தரிசனத்தைச் செலுத்த முடியும்! அதற்கு ஆதாரமாக வாழ்வின் மீதான புதிய 'முறையியல்' மீது நமது கவனத்தைக் கொண்டு வருகிறார். 'முறையியல்' பார்வைமனம், நினைவுகள், மற்றும் 'பகுதிகளாக அல்லாத ஒரு கூட்டு முழுமையான' பார்வையிலான ஆரோக்கிய நலன்காப்பு, மேற்கத்திய மற்றும் கிழக்கிந்திய மனவியல் குணப்படுத்தும் முறைகளைக் கவர்ச்சிகரமாக இணைத்துப் போற்றுதல் மற்றும் பொருளாதாரம், தொழில்நுட்பம் போன்றவற்றில் தோன்றியுள்ள புதிய முன்மாதிரிகள் எனத் தனது வியூகத்தைக் கப்ரா வகுக்கிறார்.

இந்தப்புதிய 'தீர்க்கதரிசனம்' சுற்றுச்சூழல் தன்மைகொண்டது என்று அவர் மேலும் கூறிச்சொல்கிறார். அதன் உட்கூறுகள் பெண்ணியம் மற்றும் ஆன்மீகம் சார்ந்தவை. இந்தப் புதிய பார்வை அரசியலிலும் — சமூகத்திலும் மாற்றங்களைக் கொண்டு வந்தே தீரும். நமது இந்த இயற்பியல்வாதி குறிப்பிடத்தகுந்த விதத்தில் மற்றொரு கருத்தையும் வெளியிட்டார். ஏற்கனவே தான் டாவே ஆஃப பிஸிக்ஸில் கூறியதுபோல, 'இந்தக் கூட்டு முழுமையாக' உலகை அணுகும் பார்வை மேற்கில்லாத கலாச்சாரங்களின் அடிப்படையிலிருந்துதான் வந்தது என்பதே அது!

இந்தக் கடைசி கருத்து கப்ராவிற்கு புதிய வகை கௌரவங்களைக் கொண்டு வந்தது. 1980இல் இந்தியக் கல்வியின் அதிகாரத்தலைமையான 'பல்கலைக்கழக மானியக்குழு' (University Grand Conversion) ஸ்ரீ அரவிந்தர் நினைவு பேருரைகள் ஆற்றக் கப்ராவை அழைத்தது. இந்தியத் தத்துவ அறிஞரான ஸ்ரீ

அரவிந்தர் 1940களில் டார்வினின் பரிணாமக் கோட்பாட்டையும், இந்திய மரபொழுங்கையும் ஒன்றுக்கொன்று பொருத்திட முயன்றவர். கப்ராவுக்கு விடுக்கப்பட்ட இந்த அழைப்பு மேற்கத்திய அறிவியலுக்கு 'தெற்கத்திய அறிவின்' நவீனக் கூறுகளின் பயன்பாடு குறித்து ஆராய அழைப்பு விடுத்தது போலானது. நமது மரபொழுங்கு குறித்த நமது அங்கீகாரம் இன்னமும்கூட பலம் பொருந்தியதல்ல. யாரோ அயல்நாட்டவரின் நற்சான்றிதழ் தேவையாய் இருக்கிறது! காலனித்துவம் முடிந்து நாற்பதாண்டுகள் ஆன பிறகும் கூட நமது புராதன அறிவு ஏற்புடையதா அதற்கு ஏதாவது தற்காலப் பயனுள்ளதா என்ற மேற்குதான் வந்து சான்றளிக்க வேண்டியுள்ளது. ஒரு புதிய 'கிழக்கிந்திய இயல்' கிழக்கில் இதெல்லாம் அருமை என்று 'திடீர்' கண்டுபிடிப்பு நிகழ்த்துகிறது. கிழக்கிற்குத் தன்னிடம் இத்தனை பெரிய சொத்து இருந்ததே தெரியவில்லை!

இந்த இடத்தில் கப்ரா எதிர்நோக்கும் அதே விஷயத்திற்கு ஸ்ரீ அரவிந்தர் அளித்த பங்களிப்பு குறித்துப் பார்ப்பது உதவியாக இருக்கும். புதுவையைச் சேர்ந்த இந்த இந்துத்துவ 'முனிவர்' தனது காலத்தில் மிகவும் பிரபலமாகப் பேசப்பட்ட பரிணாமத் தத்துவம் எனும் மேற்கத்திய அறிவியலின் கோட்பாட்டை ஏராளமான சுய நம்பிக்கையுடன் இந்திய மரபொழுங்கோடு இணைத்துக் கவனிக்கத்தக்க விதத்தில் "ஏற்கனவே நாங்கள் கூறியதுதான் ஐரோப்பா இப்போது சரியாகச் சிந்திக்கிறது." எனும் பாணியில் இந்தியச் சிந்தனையில் வேறூன்றி தனது கட்டுரைகளை எழுதினார்.[24] ஏற்கனவே மேற்கோடு — இந்தியச் சிந்தனை மற்றும் மத நம்பிக்கை மரபை இணைக்கும் ஜெகதீஸ் சந்திரபோஸின் முயற்சி தோல்வி அடைந்தது.[25] கப்ரா முந்தைய இரண்டு நூல்களில் தான் அடைந்ததாக நம்பியவைகளை மீண்டும் தொடர்கிறார். அவர் மூன்று பிரதானச் சிந்தனைகளை முன் வைக்கிறார். முதலாவது தன்னிச்சையாகவும் தனித் தனியாகவும் பார்க்கப்படும் மேலும் பகுதியாக்கத்திற்கு உட்படுத்த முடியாத இறுதி பாகமாக உலகை 'அழித்து' விட முடியாது. இக்கருத்து புதியது அல்ல என்கிறார் கப்ரா. 'இந்தியச் சீன மரபொழுங்கில் இந்த மேற்கத்திய கண்டுபிடிப்பை ஆதரிக்கும் கருத்துகள் ஏராளமாக உள்ளன.[26] 'கப்ரா அறிவியல் இயற்பியலாளர் ஹென்றி ஸ்டேப்பை மேற்கோள் காட்டுகிறார்: "ஒரு அணு உட்கரு பொருள் எதையும் சாராத தன்னிச்சையாக இருந்துவரும் பாகுபடுத்தலுக்கு உட்படாத முழுமை அல்ல அது மற்றவைகளோடு தனது உறவின் வழி

அறியப்படும் ஒரு உறவுத்தொடரின் பகுதியே." கப்ரா சொல்கிறார் இதை நாகார்ஜீனா கூறியதோடு ஒப்பிட்டுப்பாருங்கள்: "தங்களைப் பொறுத்தவரை ஏதுமற்றவையான பொருட்கள் தங்களுக்குள்ளும் இயற்கையோடும் சார்தல் உடையதிலிருந்து சுயபுரிதலைப் பெறுகின்றன."[27]

அடுத்தது சார்புத்தத்துவத்தோடு சம்பந்தப்பட்டது. சரியான அறிவியல் புள்ளிவிவரங்கள் இன்றி தங்கள் மன உந்துதலால் உண்மையை மர்மவாதிகள் அடையும்போது ஐன்ஸ்டீன் வழங்கிய நான்காவது பரிமாணமாகிய காலத்திற்கு அவர்கள் கடந்து சென்று விடுகிறார்கள் என்கிறார் கப்ரா. உண்மையில் நான்கு பரிணாமங்கள் மட்டுமே உள்ளன எனும் முடிவுக்கு நாம் எப்படி வருவது என்பதற்குக் கப்ராவிடம் பதிலில்லை. சமீபத்தில் பாகிஸ்தானிய இயற்பியலாளர் அப்டஸ் ஸலாம், உதாரணமாக ஒன்றிணைத்தல் கோட்பாட்டைப் புரிந்துகொள்ளப் பதிமூன்று பரிணாம உலகம் தேவைப்படுகிறது என்று கூறியுள்ளார். தவிரப் பரிமானம் *(Dimension)* என்பதே ஒரு பகுப்பாய்வு அலகு, ஒரு மனம் சார்ந்த உருவாக்கம். அதுபோன்ற உருவாக்கங்கள் அந்த அறிவு ஜீவித மர்மவாதிகளுக்கு என்ன அர்த்தத்தை ஏற்படுத்தி விடமுடியும்?

கப்ரா வெளியிடும் மூன்றாவது முன்மொழிவு சிவனின் நடனத்தைச் சுற்றிவருகிறது. நவீன இயற்பியல் நடப்புகள் தொடர்ந்தும் வேகமாகவும் இயங்குவது அணு உட்கருவின் துகள்களை அழித்தும் புதிதாக உருவாக்கியும் மாறிமாறி செயல்படுவதன் மூலம்தான் என்று முன்மொழிகிறது. உலகினை ஆக்கவும், அழிக்கவும் வல்ல சிவன் ருத்ரதாண்டவமான நடனம் அதன் தொடர் ஆக்கத்தை உணர்த்துகிறது. இந்த 'திருப்திதரும்' தடயத்தைக்கொண்டு கப்ரா கீழ்கண்ட முடிவுக்கு வருகிறார்.

"கிழக்கிந்திய புராதன அறிவு நவீன அறிவியல் கோட்பாடுகளுக்கு ஒரு பின்புலத்தைத் தருகின்றன என்று தேவையான ஆதாரங்களுடன் தைரியமாகக் கூறலாம்"

இப்படியான தனது மாபெரும் 'ஆய்வு முடிவுகளை' அறிவித்த பிறகு கப்ரா இதே போன்ற மற்றொரு சிந்தனை பிரிவிற்குள் செல்கிறார். சமீபத்திய இயற்பியல் புரட்சி வரையில் பிரகஸ்தாபிக்கப்பட்ட பிரிவுகளாக உடைத்துப் பாகங்களைத் தனித்தொகுதிகளாக ஆராயும் முறையியலுக்கு எதிராக 'அமைப்பு' ரீதி ஆராய்ச்சி

எனும் பார்வையை முன் வைக்கிறார். இந்த முழுமை அல்லது அமைப்பு ரீதி பார்வை இயற்கை மற்றும் உண்மைநிலை மீதான அனைத்து வகை கிழக்கிந்திய மரபுகளோடும் மிகவும் அருகே உள்ளது.[29]

சற்றே ஆழமாகப் பார்த்தால் (கப்ராவின்) 'முழுமை' மற்றும் 'அமைப்பு' ரீதி பார்வைக்கும் பழைய பகுதிகளாகச் சுருக்கிப் பார்க்கும் பார்வைக்கும் கப்ரா மார்தட்டுவதுபோல வித்தியாசம் நிறைய உண்டு என்பதே பொய் என்பது விளங்கும். 'முழுமையாக' பார்த்தல் (அதாவது ஒரு செல் என்பது ஒரு செல் அல்ல அது இந்த முழு இயற்கையின் ஒரு பகுதியே எனும் பார்வை) என்பதே மனதின் ஆக்கம்தான். இயற்கை ஆராய்ச்சி, நோக்கம் மற்றும் திறனைச் சரியாக ஒப்பிட அளவிட மனம் மட்டும் போதாது (சிலர் அதை முழுமையற்றது துல்லியமற்றது என்றும் கூறுகிறார்கள்) மேற்கத்திய பிற கலாச்சாரங்கள் மனதைக் கோட்பாட்டளவில் குறைபாடு உள்ளதாகக் கருதுகின்றன. அடிப்படையில் அது வெளி உலகால் கட்டமைக்கப்பட்ட தூலமற்ற உலகைக் கொண்டது. இரண்டாவது அது தனது சொந்தக் கருத்துக்களின் கருவியாகப் பயன்படும் இயல்புடையது. இதை ஒப்புக்கொள்ளாமல் போனால் அடிப்படையில் தவறாகத்தான் புரிந்து கொள்ளப்படும். (மனதை அடக்கி ஆளவே மேற்கத்திய கலாச்சாரங்கள் புதுப்புது மரபு சார்ந்த யுக்திகளைத் தேடுகிறார்கள்) ஒரு இறையாண்மை ஆய்வாளன் நடப்பியலை மறுப்பான், காரணத்தைக் கேள்விக்குள்ளாக்குவான் தனது மறுப்பின் மீது தன் மறுகேள்விகளை சுற்றி அதனைத் தனித்துப் போய்விடாமல் தடுத்துவிடுவான். அதைவிட முக்கியம் ஒரு இறைத் தேடல் என்பதே முழுமையான இறுதிநோக்கத்தை முக்தியை நேரடியாக அடைவதாகத்தான் கூறிக்கொள்கிறது. அதன் இடத்திற்கு அறிவியல் நுழைய வாய்ப்பே இல்லை.

கப்ராவைப் பொறுத்தவரை கூறுகளாகக் குறைத்தல் ஒருபுறம், 'முழுமை'யாகக் காணுதல் மறுபுறம், ஒரே பெட்டகத்தின் இரண்டு புள்ளிகள் அவர் எழுதுகிறார்: கூறுகளாகக் குறைத்தும் அல்லது முழுமையாகக் காணுதல், பகுப்பாய்தல் இணைத்து ஆராய்தல் இரண்டும் ஒன்றுக்கொன்று உதவும் கருதுகோள்கள். அவரது கூற்றுப்படி 'முழுமை' பார்வை கூறுகளாகக் குறைத்தலுக்கு எதிரானது அல்ல. அது கூறுகளாகக் குறைத்துப்பார்க்கும் நோக்கின் குறைபாடுகளைக் களைய வல்லது அவ்வளவே. எனவே 'முழுமை' பார்வைக் கூறுகளாகக் குறைத்தல் அறிவு முறைக்கு மாற்றாக வந்தது அல்ல — அதையும் பயன்படுத்தும் தன்மையது.

ஆனால் இது சுத்தமடத்தனம் ஆகும்! கூறுகளாகக் குறைத்து மதிப்பிடும் முறை, முழுமை முறை இரண்டுமே மேற்கத்திய அறிவியலின் கட்டமைப்புகள் ஆகும். 'முழுமை'யாக பார்ப்பது என்பது கிழக்கிந்திய தத்துவ ஞானிகள் வாழ்வை நோக்கிய இறையாண்மை வழிதான் என்று கூறுவது இறைவழி தேடலை ஆன்மீகத்தை பகுப்பாயும் மன அறிவு நிலைக்கு எடுத்து வருவதே ஆகும். கிழந்கிந்திய மரபு சார்ந்த ஆன்மீகம் அனைத்துமே ஒரு விஷயத்தை ஆதாரமாகக்கொண்டவை! அவை அறிவியல்மயப்படுத்த முடியாதவை.... அல்லது அறிவியலுக்கு எதிரானவை.

"முடிவுக்கு ஒருவரை இழுத்துச் சென்றுவிட 'பூட்ஸ்ட்ராப்' அமைப்பு முறை ஆய்வுப்பார்வையில் சாத்தியம் என்கிறார் கப்ரா. பல்வேறு அமைப்புகளை குறித்த ஆய்வுகள் முடிவுகளை ஒரு குறிப்பிட்ட புரிதலோடு ஒன்றிணைந்து ஒரு கோட்பாடாக, புரிதலாக மற்றும் முறைமையாக மாற்றிட முடியும்.

ஆனால் மனம் என்பதும் இந்த வழுக்கிச்செல்லும் 'பூட்ஸ்ட்ராப் பில்' ஒரு அங்கம். முழுதும் அனுமானங்களின் அடிப்படையிலும், கற்பனை முடிவுகளாலும் — முழுமையாக ஆய்தல் அது இது என்று பெரியதாகக்காட்டிக்கொண்டு பம்மாத்து செய்வது விரும்பத்தக்கதல்ல! யதார்த்தத்தை எப்போது மறுக்கும் 'மனம்' இன்றி புள்ளி விவரங்களின் அடிப்படையிலேயே கோட்பாடுகளை நிறுவ டெஸ்கார்டஸ் முதல் மற்றும் முறையியலாளர்களின் முயற்சிகள் கொடிய விளைவுகளிலோ அல்லது தோல்வியிலோதான் முடிந்தன. நவீன அறிவியல் தனக்கே உரிய அனுமானங்களின் அடிப்படையில் எப்படி இயங்குகிறது. என்பதை நாம் ஏற்கனவே கண்டோம்.

இன்றைய நவீன அறிவியலின் சிக்கலை தீர்க்க கப்ரா முன் மொழியும் அதிக சிக்கலற்ற தீர்வு, மொத்தமாகப் பார்க்கும் அறிவியல் முறை, ஜோடிக்கப்பட்ட அறிவியல் முறை ஆகும். யதார்த்தத்தின் மீதான ஆராய்ச்சி மூலம் பெற்றதாக தான் நம்பும் ஒன்றை ஒரு கையிலும், இன்றைய அறிவியல் உலகின் மீது பொருந்தும் — கிழக்கிந்திய மரபுகளை மற்றொரு கையிலுமாக கப்ரா எடுத்துக்கொள்கிறார். புதிய பார்வையை மட்டுமல்ல 'உலகைப் பற்றி கடைசியான முழுமையடைந்த புரிதலை' உருவாக்கவும் பார்க்கிறார் கப்ரா.

அதே போன்ற ஆர்வக்கோளாறோடு சில வருடங்களுக்கு முன்பு

அரவிந்தர் தனது சொந்த தத்துவங்களை காலாவதி ஆக வைத்தார். சில பத்தாண்டுகள் கழித்து யதார்த்தம் குறித்த நமது புரிதல் இப்போது இருப்பதைவிட வேறாகி இருக்கும். இது நடக்கும்போது தனக்கு இருப்பதாகக்காட்டிக் கொள்ளும் உண்மை மதிப்பீட்டை மாற்றிக்கொண்டு காலத்திற்கேற்ப வளைந்து கொள்ளும், ஆனால் கிழக்கிந்திய மரபுகள் தனது மாற்றிக்கொள்ளமுடியா தத்துவங்களை வைத்துக்கொண்டு 'காலாவதி'யானது எனும் விமர்சனத்தோடு தத்தளிக்கும்.

இந்த ஒரு காரணத்திற்காகவே கப்ரவின் முயற்சி முறியடிக்கப் படவேண்டும். இம்மாதிரியான பகுப்பாய்வு மனங்களின் சுய ஆளுமையை அடையும் முயற்சிகளை இந்திய மரபு எப்போதுமே கண்டு கொண்டது கிடையாது. அதே மரபை தூக்கியெறிந்தது பற்றி கப்ரா பகுப்பாய்வுமயமான அறிவியல் தேடல் மனத்தின் நோக்கமும் இந்திய (அல்லது சீன) மரபு சார் தத்துவவாதிகள் நோக்கமும் ஒன்றே என்று அறிவிக்கிறார். இவ்விஷயத்தில் யூ.ஜி.சி.யோ அவரேகூட நினைத்துப் பார்க்க முடியாத அளவு இந்தியாவிற்கு அவர் கெடுதல் விளைவிக்கிறார். அவரது பகுப்பாய்வு எனும் சலுகை இந்திய மரபொழுங்கின் ஆன்மீக மேல்நிலைக் கலாச்சார அந்தஸ்த்தின் மீதான தாக்குதல் ஆகும். சிவனின் பிரபஞ்ச தாண்டவம் ஒரு வெண்கல சிலையாக தொடராமல் நின்றுபோகும். ஏனெனில் அதன் தொடர்நிலை அதி கற்பனை ரூபம் — மிகச்சாதாரண குறை ஆயுள் கொண்ட ஒரு புரிதலுக்குள் அடக்கப்பட முடியாத கலாச்சாரம் சார்ந்தது.

இறுதியாக மேற்கத்திய அறிவியலை கிழக்கிந்திய மரபிற்கு உகந்ததாக்குவது அறிவியலை முன்னேற்றிடவே ஆகும். அறி— வியலின் பொருந்தாத இந்த மரபொழுங்கு பார்வைக்கு கிடைக்கும் வரவேற்பு மற்ற மரபுகளை வேட்டையாட அதைத்தூண்டும். அந்த அர்த்தத்தில் கப்ரா புதிய முறை காலனியாதிக்கத்தோடு வரும் ஒரு சாதாரண மேற்கத்திய நவீன விஞ்ஞானியே ஆவார். எப்போதெல்லாம் அறிவியல் அதற்கு மேல் போகமுடியாத ஒரு திக்கில் சிக்கிக் கொள்கிறதோ அப்போதெல்லாம் அது மாற்று வழி தேடலை தொடங்குகிறது. அதற்காக மற்ற நம்பிக்கைவாதிகளை தூண்டி அவர்களுக்கு போலி கௌரவத்தை தரவும் அது தயங்காது.

இது நவீன மருத்துவமுறை ஒருபுறமும் ஆயுர்வேதம் மற்றும் அக்குபஞ்சர் மற்றொருபுறமும் இருக்க எப்படி நடந்தது என்பதை

ஏற்கனவே கண்டோம். ஆயுர்வேதம் மற்றும் அக்குபஞ்சரின் பயன்படும் கூறுகள் மட்டும் 'நவீன'த்திற்கு இரையாக்கப்பட்டு மற்றவையும் அவைகளின் கலாச்சார சட்டகமும் தேவையற்றவை என்று ஒதுக்கப்பட்டன. நவீன அறிவியல் என்பது இறை ஆன்மீக தேடலையோ அல்லது மேற்கத்திய கலாச்சாரங்களின் உட்பார்வை களையோ என்றைக்குமே மதித்தது கிடையாது.

இன்றைய பிரச்சனை நவீன அறிவியலுக்கு மனித மரபொழுங்கு தேவைப்படும் பிரச்சனை. அது இந்திய மரபு சார்ந்த பிரச்சனை அல்ல. இந்திய மரபிற்கு யாருடைய நற்சான்றிதழும் தேவையில்லை. (அதற்கு அரசியல் பங்களிப்பிற்கான வாய்ப்பே தேவை.)

மேற்கத்திய கூறுகளை மேற்கத்திய பார்வையிலேயே மேற்கின் தேவைகளுக்கு ஏற்பவே அனைத்தையும் அணுகுவதால் கப்ரா காட்டும் தீர்வுகள் பொய்யான தீர்வுகளாகவே இருக்க முடியும் ஒரு பொய்யான சிகிச்சை முறையைத்தான் முன் வைக்க முடியும்.

1492இல் கிரிஸ்டோபர் கொலம்பஸ் கிழக்கு இந்தியாவிற்கு புதிய கடல் வழிகளை கண்டுபிடிக்க என்று புறப்பட்டார். வழி தவறிப்போய் அமெரிக்கத் தீவான சால் எல்வாடாரிலே போய் இறங்கிவிட்டு இறுதியாகத் தான் இந்தியாவை கண்டுபிடித்து விட்ட தாக நினைத்தார். கிழக்கு என்று நினைத்து உண்மையில் அவர் மற்றொறு புதிய உலகை கண்டுபிடித்துவிட்டிருந்தார். கப்ராவின் பயணம் கொலம்பஸின் பயணத்தை போலவே தான் எதை அடைந்ததாக கூறிக்கொள்கிறதோ அதை அடையவில்லை.

கப்ராவைவிட அதிக நம்பிக்கையானதும் ஆனால், அதைவிட குறைவான சந்தேகத்திற்குரியதுமான ஒன்று சமீபத்திய அறிவியலோடு தன்னை இணைத்துக் கொண்ட இசுலாமிய முயற்சி. இது குறித்த ஆழமான சிந்தனைகளை தாங்கிய வாதங்களை கிளப்பியவர்களில் சியாவுதீன், சர்தார், எஸ்.பர்வேஷ்மன்சூர், எம். இக்பால் அசாரியா, குல்சார் ஹைதர், மற்றும் சிலர் அடங்குவர். தற்போது நின்றுபோய்விட்ட 'இன்கொயரி' இதழில் அவர்களது கூட்டான பல சிந்தனைக் கட்டுரைகள் கருத்துக்கள் வெளிவந்தன. 'மைடாஸ் மன்னனின் தொடு உணர்ச்சி' எனும் தலைப்பில் மிக அற்புதமானதொறு தொகுப்பை சர்தார் சமீபத்தில் தொகுத்து வெளியிட்டுள்ளார்.[30]

தொகுப்பின் பிரதான பிரச்சனை நவீன அறிவியல் உலகில் தற்போது ஏற்படுத்தியிருக்கும் 'சுற்றுப்புறச்சூழல்' சிக்கலும் அதனை

தடுக்க இசுலாமிய உலகின் மத்தியஸ்த்த முயற்சிகளும் தான். இசுலாமிய மனநிலை என்பது 'இந்த இயற்கை உலகின் ஒழுங்கை பேணுவது ஒவ்வொரு இசுலாமியர்களின் கடமை' என்பதாக அமைவதால் இந்த புதிய இசுலாம் விமர்சக இசுலாமியர்கள், நமது காலகட்டத்தில் பின்பற்றத்தகுந்த ஒழுங்குசார் மரபாக இசுலாமை, கருத்துரைக்கிறார்கள். அதே சமயம் நவீன அறி— வியலின் அடிப்படைகளுக்கு இசுலாமின் பதிலும் கடமையும் என்னவாக இருக்க முடியும் என்பதையும் கூட சர்தாரும் அவரது நண்பர்களும் பட்டியலிடத் தவறவில்லை.

இசுலாமிய அறிவு ஜீவிகள் மத்தியில், நவீன அறிவியலானது அழிப்பது, மரணிக்க வைப்பது என்பதில் ஒருவித வெறிகொண்டு செயல்படுவதால் அது இயற்கை அழிவிற்கான ஒருபோதும் மங்காத ஆபத்தான ஆயுதம் என்கிற அதன் வல்லுநர்கள் குறித்த நம்பிக்கையை ஒருபோதும் சரிசெய்ய முடியாத அளவிற்கு கெடுத்துவிட்டது. பர்வெஸ் மன்சூர், 'அழிவு ஆயுதங்களை புதிதாக கண்டுபிடிக்கும், அவற்றின் உற்பத்தி உரிமங்களை பதிவு செய்யும் மட்டமான நோக்கத்திலிருந்து சமூக கடமைகளிலிருந்து தன்னை முற்றிலும் விலக்கிக்கொள்ளும் கோட்பாட்டுத்தன்மை வரையிலான' நவீன அறிவியல் குறித்து பேசுகிறார்.[31]

அழிவிற்கான நவீன அறிவியலின் பங்களிப்புகளோடு ஒப்பிடும் போது இசுலாமிய மறுமலர்ச்சி, அளித்த புரிதல்கள் எப்படி நேர் எதிரானவை என்பதை விளக்குவது அவசியம். பர்வெஸ் மன்சூர், 'இசுலாமின் ஆரம்ப காலகட்டத்தில் சுற்றுச்சூழலை பாதுகாத்து அதன் ஒழுங்கைப்பேணுதல் எனும் 'கடமையை' முன்வைத்து இசுலாமிய சமூகம் இயங்கியதை அந்த காலகட்டத்தில் பயிர் பாதுகாப்பில் அது கொண்டு வந்த பாசன முறைக்காக இசுலாமிய தொழில்நுட்பம், இசுலாமிய நகரங்களாக ஃபெஸ், சனா மற்றும் இஸ்பஹான் ஆகியவற்றின் சூழல், அவைகளின் கலை மற்றும் கைவினைப் பொருட்களில் காணலாம்' என்பதை எழுதுகிறார்.[32]

இசுலாமிய அறிவியல் சமூக மற்றும் ஒழுங்கு மதிப்பீடுகளின் எல்லைகள் சார்ந்து இயங்கியது. இன்று 'இசுலாமிய அறிவியல்' என்று அறிய வந்துள்ள ஒன்று பொருத்தமான மிகவும் பயனுள்ள சில அறிவார்த்த கோட்பாடுகளை உருவாக்கியத்தோடு, புதிய கலைத்தன்மைகளையும் கொண்டது.[33] இசுலாமிய அறிவியல் அதனால் கட்டமைக்கப்பட்ட சுற்றுச்சூழலின், கோட்பாடுகள்

மற்றும் பின்பற்றுதல்களை அடிப்படையாகக்கொண்டு மலர்ந்து வளர்ந்தது. ஹசன் பதிவுசெய்து உள்ளதுபோல அந்த அறிவுதான் எங்கும் கோலோச்சியது.

இசுலாமிய புரிதலின் அடிப்படையில் 'இயற்கையின் அடித் தளத்தை களைந்தெரியும் மனிதனின் முயற்சி அவனையும் கலைத்து 'படைத்தவனுக்கு' எதிராக அவனை நிறுத்துகிறது. உண்மையில் இயற்கை மீதான இசுலாமின் மரியாதை மிகவும் உயர்ந்தது. ஹுசெய்ன் நாசர் போன்ற பழங்கால இசுலாமிய அறிவு ஜீவிகள் இசுலாம் நிகழ்த்திய தொழில்நுட்ப வளர்ச்சி, இயற்கைக்கே எதிரானது என்று எதிர்த்தார்கள்' என்கிறார் பர்வேஸ் மன்சூர்.³⁴

புவியின் மற்றப்பகுதிகளை பாதித்துள்ளது போலவே இசுலாமிய நாடுகளையும் சுற்றுச்சூழல் அழிவு பெரிதும் பாதித்துள்ளது. குருட்டுத்தனமாக எந்தவித விமர்சனமும் இன்றி அழிவையே ஆதார கருவியாகக்கொண்ட மேற்கத்திய தொழில்நுட்பத்தை இறக்குமதி செய்ததே, தங்களது மத கலாச்சார வேர்களை முற்றிலுமாக துறந்த சில இசுலாமிய தலைவர்கள் சொந்த மண்ணையே பேரழிவிற்கு உட்படுத்திவிட்ட வேலை. இதுதான் இன்றைய இசுலாமிய அரபிய உலகின் பிரதான அச்சம் விளை விக்கக்கூடிய சூழல் கேட்டிற்கு காரணம்.

மேற்கத்திய வரலாற்றின் இதே போன்றதொரு இருண்ட காலத்தில் செய்ததைப் போல உலகை மீண்டும் சரி செய்யும் முயற்சிக்கு இந்த 'இருண்ட காலத்திலும் இசுலாம் ஒரு மாற்று வழியை காட்ட முடியுமா?' சர்தார் கேட்கிறார்: "இசுலாமிய உலகில் இசுலாமிய அறிவியலின் எழுச்சியை மீண்டும் கொண்டு வர நடக்கும் முயற்சியும் மேற்கத்திய அறிவியலின் அழிவுப்பாதை மீதான மனித புரிதலும் ஒன்றிணைய வாய்ப்புள்ளதா?"³⁵

மேற்கத்திய அறிவியலை ஒரு தேர்ந்த அறிவுச்சாரமாக எப்படி இசுலாமிய அறிவு ஜீவிகள் அணுகுகிறார்கள் என்பதைப் பொருத்தது அது. மற்றொரு கேள்வி. இந்த வேலை மேற்கத்திய அறிவியலுக்குப் பயன்படுமா அல்லது இசுலாமிற்கு பயன்படுமா? இரண்டு முகாம்களையும் பயனடைய வைக்கும் ஒன்றிணைப்பு சாத்தியமா? இப்படிப்பட்ட அறிவியலை 'உள்ளே' விடுவது என்பது மேற்கிற்காக — மேற்கு ஏற்படுத்தியதே எனும் கொடிய சுயநலத்தோடு எங்கும் நுழையும் அந்த ட்ரோஜான் மரக்

குதிரையை உள்ளேவிட்டது போலாகிவிடுமா? நம்முன் ஏற்கனவே இந்திய மரபொழுங்கிற்குள் நுழைந்த பிரிஜியோஃப் கப்ராவின் எடுத்துக்காட்டு உள்ளது.

தற்காலத்திய பிரச்சனை புதிய முன் மாதிரிகளை உருவாக்கு வதன் மூலம் தீர்க்கப்படுமா? அல்லது கலீலிய அறிவியல் முறையை மறுத்து ஒதுக்குவதன் மூலம் வழி இருக்கிறதா (இது அறிவியலின் அடிப்படையையே மாற்றுவது) என்பதில் நமக்கு தெளிவு இல்லை. ஆனால் புதிய அறிவியல் எனும் மேற்கின் பார்வையில் நமக்கிருக்கும் சந்தேகம் இசுலாமிய அறிவியல் மீது இல்லை. காரணம் இசுலாமிய அறிவியல் என்பது இசுலாமிய மதிப்பீடுகளுக்கு வெளியே செயல்பட சாத்தியமே இல்லை.[36]

அறிவியல் அறிவற்ற நிலையை இசுலாம் வெறுக்கிறது என்று இசுலாமிய அறிவு ஜீவிகள் கூறுகிறார்கள். இயற்கையை கவனித்து அதன் காரணிகளை அறிவது என்பது இறைவனை புரிந்து கொள்ளவும், இஸ்லாமிய சமூகத்தின் பிரச்சனைகளை தீர்த்துவைக்கவும் பயன்படும் என்று 'திருக்குரான்' முன்வைக்கிறது. நவீன அறிவியல் போல 'அறிவியலுக்காக அறிவியல்' என்பது இசுலாமிய அறிவியலில் சாத்தியமில்லை. அறிவது என்பதே இறை வனை அறிவது. சமூகத்தை அறிவது ஆயாத்துகளை (இறைவனின் அடையாளங்களை) அறியவும் அவனை புரிந்து கொள்ளவும் அறிய வளர்ச்சி தேவை 'ஒரு உண்மையான இசுலாமிய வாழும் சூழலில் குரானின் கருத்துக்களை விட சிறந்தது என்று ஒரு அறிவியல் கண்டுபிடிப்பை நிகழ்த்துவதற்கு சாத்தியமே இல்லை' என்கிறார் மன்சூர். முகம்மது நபி சோதிடத்தை கைவிடக்கூறியது அது அறிவுக்கு சம்பந்தமில்லாத துறை என்பதாலல்ல. தவறான வழிக்கு இட்டுச்செல்வதற்கு அதில் சாத்தியம் அதிகம் என்பதால்தான்.

சியாவுதீன் சர்தார் எந்த ஒரு இசுலாமிய சமூகமும் அறிவியலை எதிர்கொள்ளும்போது அதன் முன் இருக்கவேண்டிய 'இலக்குகள்' குறித்து சில தெளிவான புரிதல்களை முன் வைக்கிறார். இந்தப் புரிதல்கள் இசுலாமிய கலாச்சாரத்தின் அடிப்படை மதிப்பீடுகளை மட்டுமல்ல, ஒரு இசுலாமிய சமூகம் வளர்ச்சி அடையவும், முன்னேறவும் அவை கோட்பாட்டு வழிமுறைகளாகவும் அமையத்தக்கன என்கிறார். மொத்தத்தில் அவை அறிவியல் தேடலுக்கே அடிப்படையானவை. அவர் அதுபோன்ற பத்து கருத்தாக்கங்களை முன் வைக்கிறார். தாவ்ஹீத் (ஒற்றுமை) இலாபாஃ (நம்பிக்கை) இபதா (தொழுகை) இலிம் (அறிவு) ஹலால்

(பாராட்டத்தகுந்த) மற்றும் ஹராம் (குற்றம் சாட்டத்தகுந்த) அடல் (சமூக நியாயம்) மற்றும் சலிம் (அநியாயம்) இஸ்டிஸ்லாஹ் (பொதுநலம்) மற்றும் தியா (கழிவு).[37]

ஒரு உதாரணத்தை முன்வைத்து அவர் எழுதுகிறார். 'அடல்'லுக்கான அறிவியல் தொழில்நுட்பம் 'ஹலால்' பெறுவது. ஆனால் மனிதநலனுக்கு எதிரான அயல் கருத்துக்களையும் அழிவை ஆதாரங்களை சுரண்டும் பேரழிவை ஏற்படுத்துவது எனவே அது 'ஹராம்'மிற்கு உகந்தது ஆகும்!

இசுலாமிய நடைமுறை சட்டங்கள் (ஷரியா) சுற்றுப்புறச்சூழலை காப்பாற்றுவதற்கான நடைமுறை சட்டங்களாக மாற்றப்பட முடியும் என்றும் அதே போலவே ஆணித்தரமாக வாதாடுகிறார். 'மைடாஸ் மன்னன் தொடு உணர்ச்சி' முன்வைக்கும் இசுலாமிய அறிவியல் சுற்றுச்சூழலின் கோட்பாடுகள் மிகவும் ஆழமான, தைரியமான முயற்சி ஆகும்.

இது ஒருபுறம் இருக்க கடந்த காலங்களில் ஒரு தலைப்பட்ச பார்வையோடான அளவு விடுதலையை அடிப்படையாகக் கொண்ட அறிவியலுக்கு நேர் எதிராக இசுலாமிய விஞ்ஞானி கள் அணுகியதை குறிப்பிடவேண்டும். தங்களது சம காலத்திய அடிப்படையில் அறிவியலை அணுகிப் பழகியவர்கள் இந்த மாற்று வழியில் சிந்திப்பது அவ்வளவு எளிதல்ல.

நவீன அறிவியலைப்போல இசுலாமிய மரபு அடிப்படை யிலான அறிவியல் தேவைகளின் அடிப்படையில் எல்லாம் கொண்டதல்ல என்று சையீது ஹுசைன் நாசர் எச்சரிக்கிறார்.[38] தனத புதிய நூலான 'இசுலாமிய அறிவியலி'ல் கீழ்கண்டவாறு எழுதுகிறார்:

இசுலாமிய அறிவியலைப் பொறுத்தவரை அதன் தத்துவார்த்த அறிவியல் பிரிவுகள், மதம் சார்ந்த மையச் சிந்தனைகளைக் களைந்துவிட்டே பார்த்தாலும்கூட இது உலகின் இயற்கை மனிதமனவியல் மற்றும் கணிதம் ஆகியவற்றைச் சுற்றி வருவதைக் காணலாம். இசுலாமின் அறிவியல்கள், தங்களது மரபொழுங்கு, சார்ந்த அடையாளங்கள், கலையார்வம், கலை ஆகியவைகளோடு ஆழமாகப் பின்னிப் பிணைந்திருப்பதையும் காணலாம். ஏனென்றால் அவைகளில் எப்போதும் இசுலாமிய உலகை வழி நடத்தும் புனிதச் சட்டங்கள் அவ்வுலகின் சமூகத்தின் பொருளாதார மற்றும் சமூக வாழ்வின் தடங்களும், தடயங்களும் காணக்கிடைக்கின்றன.

இது பாகங்களாகப் பிரிவுகளாகக் குறைத்துக்கொண்டே போகும் மதத்தைப் புறக்கணித்த இலக்கற்ற, அடையாளங்களைச் சிதைக்கும் உட்கூறுகளை ஏற்படுத்திக்கொண்டே போகும் நவீன அறிவியலுக்கு முற்றிலும் எதிரான போக்குடையது ஆகும். அதனாலேயே அதை அறிவியலின் பொது அர்த்தத்தில் ஒரு அமைப்பாகவும் அறிவார்ந்த நடைமுறையையும் காட்டுவது முடியாத காரியம் ஆகிறது.

எனவே இவை இரண்டையும் ஒன்றிணைப்பது என்பது அர்த்தமற்றதாகவும் விரும்பத்தகாததுமாகவே இருக்கும். இந்திய மரபொழுங்கை மேற்கத்திய அறிவியலோடு இணைத்தபோது நமக்கு உருவான மோசனமான பின்விளைவுகளை ஏற்கனவே பார்த்தோம். பர்வெஸ் மன்சூர் அதை எழுத்திலும் வடிவத்திலும் செய்து காட்டுகிறபோது நமக்குக்கிடைப்பது ஒன்றிணைவு அல்ல. மாறாகக் குழப்பச்சாரம், மேற்கத்திய அறிவியல் ஒன்றிணை வில் நம்பிக்கையற்றது. உலகில் தன்னைத்தவிர மற்ற எல்லா அறிவுக்கொள்கை இயல்களுமே காட்டுமிராண்டித்தனமானது என்பதே அதன் பார்வை.

இசுலாமோ எப்போதும் ஒன்றிணைவைப் பற்றியே சிந்தித் துள்ளது. வரலாற்றின் அடிப்படையில் இசுலாம் தனது போதகர் முகம்மது நபியைத்தவிர மேலும் இரண்டு ஒன்றிணைவு வாதிகளைக் கண்டது. அல்—பெராபியும் மிர்தமாதும், இசுலாமிய அறிவு வரிசையைத் தர நிர்ணயத்திற்கு உட்படுத்தி அந்தப் பேராசான்கள் அறிவுக்கொள்கை இயலின் அடிப்படையில் இசுலாமிய அறிவியலை ஏற்கனவே முறைப்படுத்தி உள்ளனர். நான்காவது ஆசானின் வேலை மிகவும் சிக்கலானது. 'வெல்வதற்கு முடியுமா?' என வினவும் சவாலானது. மிகவும் பலம் பொருந்திய ஆள் முழுங்கி 'அறிவியலின் முறை' இசுலாத்தையே கபளீகரம் செய்துவிடும் ஆபத்தை அவர் எதிர்நோக்குகிறார். முடிவாக இந்த நேர் மோதலில் நவீன அறிவியல் முடிவிற்கு வந்து இசுலாம் பிழைத்திருக்குமா என்பதைப் பார்க்கவேண்டியுள்ளது.

சீன அறிவியல்:

சீனம் குறித்த இந்தியக் கல்வியாளர்களில் ஒருவரான கிரி தேசிங்கார், கலாச்சாரப் புரட்சியின்போது மாவோவின் தலைமையில் சீனாவில் தனியானதொரு சீன அறிவியல் அந்த நாட்டின் மாறிவந்த சூழலுக்கும் அறிவு ஜீவிகளின் ஒன்றிணைவு

களுக்கும் இடையில் — புதிதாக அடையப்பட்டது என்பது குறித்துச் சமீபத்தில் ஆராய்ந்திருக்கிறார்.[39] அப்படி இருக்க வாய்ப்பு உண்டு என அவர் முடிவாக அறிவிக்கவும் செய்கிறார். நாதன் சிவனும் ஏ.சி. கிரகாமும் (சீனம் குறித்த மற்றக் கல்வி யாளர்கள்) அடைந்த முடிவுகளை மேற்கோள்காட்டி, சிறிய ஆனால் மிகவேகமாக வளர்ந்துவரும் எண்ணிக்கையிலான ஆய்வாளர்கள் சீன அறிவுப்பிரிவின் அடிப்படையில் சீன அறிவியல் கோட்பாடுகளைப் பரிசீலிப்பது அதிகமாகிவிட்டது என்கிறார். அவரது கருத்து:

இப்படிப்பட்ட அணுகுமுறை அறிவியல் மற்றும் தொழில் நுட்பத்தில் சீன மரபைப் பிரகஸ்தாபித்து அதை ஒரு பின்பற்றத் தகுந்த கருத்துருவமாக மாற்றமுடியும் என்பதையே காட்டுகிறது. அது தனக்குள் மட்டுமே அடக்கப்படும் முறையியலாகவோ அல்லது நவீன அறிவியலின் மிகப்பழைய வரலாறாகவோ இருக்க இனி முடியாது. வரப்போகும் ஐரோப்பிய கண்டுபிடிப்புகள் குறித்து ஊகங்களை வெளியிடாது தன்போக்கில் அது செயல்படும். 'சீரற்ற வரலாற்று வளர்ச்சியின்' பலிகடா ஆக அது தயாரில்லை. அது எதையுமே சார்ந்திருக்க வேண்டிய அவசியமற்ற பலத்தையும் உத்வேகத்தையும் தன்னகத்தை கொண்டுள்ளது. புறச் சிந்தனைகளைப் பிரபஞ்சவியல் (உதாரணம் பௌத்தம்) கூட உள்வாங்கப்பட்டு நம்பிக்கையோடு அதனுள் அடக்கப்படுகின்றன.[40]

பூர்ஷ்வா அறிவியல் மீது மாசேதுங்கிற்கு எத்தகைய மரியாதையும் பரிதாப உணர்வும் இருக்கவில்லை என்கிறார் தேசிங்கார். அவர் (மாவோ) அறிவியல் தொழில்நுட்பம் மற்றும் அதன் நிறுவனத்தன்மையே முற்றிலுமாக எதிர்த்தார். ஸ்டாலினின் காலத்திற்குப் பிறகான சோவியத் சார்ந்த மரபொழுங்கு சார்ந்த வெற்றி சிந்தனை சார்ந்த பூர்ஷ்வா இலக்கு கொண்ட அறிவியல் அனைத்திற்கும் எதிரானது மாவோ அறிவியல். அதற்காக மாவோ மேற்கத்திய அறிவியலுக்கு ஒரு மாற்றுவழி தேடி அலைந்தார் என்று எண்ணிவிடக்கூடாது என்று எச்சரிக்கிறார்.[41] தேசிங்கார். மாவோ தனது அறிவியலை ஒரே உண்மை அறிவியல் என்று அழைத்தார். எனவே அதன் கோட்பாடு முழுதும் சீனமே. சீனத்தின் உள்ளூரில் கடைபிடிக்கச் சில அறிவியலின் அடிப்படையையும் அதீத நம்பிக்கையும் கலந்து உருவாக்கப்பட்டிருந்தாலும் மாவோவின் அறிவியல், அடிப்படையில் தாவோ இயலின் அடிப் படைகளை உள்வாங்கிக் கொண்டுள்ளதால் முடிவு முற்றிலும் வித்தியாசமானதாக இருக்கிறது.[42]

மாவோவின் முயற்சி பழைய சீன அறிவியல் மரபை ஒழுங்குகளின் அடிப்படையில் காந்தி போன்றவர்கள் கனவு கண்டது போல ஆக்கிடும் அரிய முயற்சி ஆகும். தனது திட்டங்களைச் செயல்படுத்த மாவோ, அறிவியல் தொழில்நுட்பவாதிகளைச் சேர்த்துக்கொள்ள மறுத்தார்; மாறாக, அதற்காகச் சீன மக்களையே அவர் நம்பியிருந்தார். அவரது மக்களே தொழிற்சாலையிலும் வயல்களிலும் அறிவியலை வளர்த்தார்கள். மாவோவின் மரணத்திற்குப் பிறகு புதிய அதிகார வர்க்கத்தால் இந்த முறை களைந்தெறியப்பட்டது. இப்போது அது வரலாற்றின் அடியில் மூழ்கியேவிட்டது.

இந்த முன்மாதிரிகளை நாம் பூர்ஷ்வா அறிவியலுக்கு எதிரான எதிர்வினைகள் என்று காண்போமேயானால் வருங்காலம் அது போன்ற பல உன்னத விஷயங்களில் நிரம்பியுள்ளது என்பதை உணர்வோம். அவை வெற்றியடைபவையா இல்லையா என்பது குறித்துக் கவலைப்படத் தேவையில்லை. தேசிங்கார் சொல்வதுபோல உலகையே ஏன் பிரபஞ்சத்தையே தனது ஆளுகைக்குக்கீழ் கொண்டு வரவேண்டும் எனும் 'தலைமை' வெறியோடு செயல்படும் மேற்கத்திய அறிவியலுக்கு ஒரு மாற்றுவழி என்று எதுவுமே வெற்றியடையவில்லை.

இதுபோன்ற திசையில் மாற்றுவழி எனும் பெருந்தாகத்தோடு முயற்சிகள் தொடர்கின்றன என்பதே நம்பிக்கை தரும் விஷயம் ஆகும்.

மனித வரலாற்றில் மனித நாகரீகம் நவீன அறிவியலின் பார்வைக்கு வெளியே தனது கலை இலக்கியத்தைப் படைக்கக் கூடிய மரபைக் கொண்டுள்ளது என்பதை நினைவுபடுத்திக் கொள்ள வேண்டும். மேலும் நவீன அறிவியல் மற்றும் வளர்ச்சி ஆகிய இரண்டு ஒடுக்குமுறை சிந்தனைகளும் சில நூற்றாண்டு கால வயதே ஆனவை. நாம் முன்மொழியும் திசை மாற்றம் தவிர்க்க முடியாதது. பண்பாடற்ற மூலதனத்தின் பிடியில் உள்ள உலகை மீட்க நாகரீக சிந்தனைகள் தேவையென்பதால் இந்தப் புத்தகம் வெளிவருவதன் நோக்கமே கலாச்சாரத்தை ஒரு சத்தியாகிரகமாக்கும் அரசியலை வலுப்படுத்துவதே ஆகும்.

ooo

அடிக்குறிப்புகள்:

அத்தியாயம் 1:

1. கஸ்டாவோ எஸ்டேவா, Regenerating Peoples Space, Alternatives, புதுதில்லி. பாகம் XII எண்.1, ஜனவரி 1987, பக்கம்: 135.
2. மீடோஸ் எட் அல், The limits to growth, யுனிவர்ஸ் 1972.
3. ஜி.ஹார்டின் சொன்னதாக பி.காமொனர், Ecology and Social Action, பக்:25 26. மற்றும் IDRC அறிக்கையையும் (பாகம் 17, எண் 2, ஏப்ரல் 1988) சேர்த்து யோசிக்கவும்.
4. டபிள்யு. மோர்ஹவுஸ் மற்றும் எ.சுப்பிரமணியம் ஆகியோர் எழுதிய The Bhopal gas tragedy CIPA, நியூயார்க், 1988அறிக்கையை வாசிக்கவும். ஏனைய பல அறிக்கைகளைவிட சிறப்பானது மற்றும் டேவிட் வையர், The Bhopal Syndrome, IOCU, பினாங்கு, 1986போபாலின் உலகளாவிய பாதிப்பின் பதிவு பார்க்கவும்.
5. The Bhopal Tragedy - ஓராண்டுக்கு பிறகு APPEN 1985, வாசிக்கவும். பாதிக்கப்பட்டவர்களது நேரடி பதிவுகள் பல மற்றும் ஆல்வாரஸ் Bhopal Six years latter, மூன்றாம் உலக நாடுகளின் அமைப்பு மாநாடு, மலேசியா கட்டுரை 1991, ஜனவரி - எண் 5.
6. ஜப்பானில் ஹிரோஷிமா, நாகசாகி குண்டுவெடிப்பில் பாதிக்கப்பட்டவர்களை குறிக்கும் சொல்லாக்கம்.
7. State of Environment - அறிக்கையிலிருந்து, அறிவியல் மற்றும் சுற்றுச்சூழல் இயக்ககம் புதுதில்லி - பக்: 246. இதன்பின் CSE அறிக்கை II என அழைக்கப் படும்.
8. கலெடவுஸ் ஜூமா, Pesticides and The Hungry, சுற்றுச்சூழல் பாதுகாப்பு மையம் நைரோபி, 1981.
9. ஃபூ கியாக் ஷிம், The Pesticide Poisoning Report, IOCU, பீனாங்கு, 1985. பக்கம்: 23.

10. சி.ஜூமா - மேற்கண்ட நூல் - Pesticides and the hungry.

11. டேவிட் டெம்போ, வார்டு மோர் ஹவுஸ் மற்றும் லூசிண்டா வைக்கிள், Abuse of Power, நியூ ஹாரிகன் பிரஸ், நியூயார்க் 1990.

12. கிளாட் ஆல்வாரஸ் 'The fate of the Earth', இல்லஸ்ட்ரேட்டட் வீக்லி ஆஃப் இந்தியா, 30, திசம்பர் 1984.

13. Operation - Faith இதுதான் மத்திய பிரதேச மாநில அரசு யூனியன் கார்பைடு ஆலையில் மத்தெயில் ஐசோசையனைடு (MIC)யின் பாதிப்பை 'முற்றிலும்' சரிசெய்வதாக இந்திய விஞ்ஞானிகளால் நடத்தப்பட்ட தூய்மைபடுத்தும் நாடகத்திற்கு வைக்கப்பட்ட பெயர்.

14. எஸ்டேவா - Regenerating peoples space - பக்: 136.

15. ஸ்டான்லி ஆடம்ஸ், Roche Versus Adams, ஜொனாதன் கேப், 1984, பக்: 85.

16. கிளாட் ஆல்வாரஸ், 'Climax of a Hazardous System' என்கொயரி, லண்டன். பிப்ரவரி 1985 மீண்டும், 1985 மார்ச், பீனாங்கு A PEN இதழில் மறுபிரசுரம்.

17. எஸ்டேவா - Regenerating peoples space. பக்: 135.

18. பி. இஸ்லிஸ் எழுதிய Poverty and the Industrial Revolution, லண்டன் 1971 வாசிக்கவும்.

19. De colononizing history, Technology and Culture in India, China and the west 1492 முதல் இன்று வரை, எனும் தலைப்பில் மறுபிரசுரம் ஆகியுள்ளது. The Apex Press, நியூயார்க்; Other India Press, கோவா, 1991.

20. கே.எல்.கெடியா மற்றும் ஏ.சின்ஹா, Roots of under development; A peep into India's colonial past வாசிக்கவும், வாரணாசி 1988.

21. பார்க்க: ஹென்றி எஃப். டோபைன்ஸ், Current Authropology, தொ 7, எண் 4, 1966. பக்: 395–449.

22. ஆர்.டி.டக்காக்கி, Iron Cages: Race and Culture in 19th Century America. அத்லோன் வெளியீடு. டக்காக்கி அருமையான பல யோசனைகளை தருகிறார் 1979.

23. கிளாட் ஆல்வாரஸ் 'மக்களுக்கு எதிரான வளர்ச்சி', Development Forum, ஜெனிவா, ஜூலை 1978.

24. E-ஹரிபாபு, Integration of Human Settlements in India: Towards a contextual model, IIT Kanpur - 1983. பக்1.

25. கிராமப்புற மேம்பாட்டுக் குழுமம், Artisans in Wardha Block, சேவாகிராம், வார்தா, 1979. பக்: II.

26. ஆர்.சி.தத், The Economic History of India, தொ 1, தில்லி, 1973 (மறுபதிப்பு)

27. தொழில்நுட்ப கொள்கையை தொழில்துறை வளர்ச்சி சேவை குறித்த அரசின் அறிக்கையின் பிற்சேர்க்கையில் காணலாம். Contributions of Handi Crafts and Hand Looms to Indian Development, Review Paper - 3, புதுதில்லி 1983.

28. மேற்கண்ட ஆவணம்.

29. எல்.சி.ஜெயின் Textile Policy Set to Annihilate Employment in the woolen Cottage Sector, IDS, தில்லி 1983.

30. இது குறித்து முழுமையாய் அறிய புதிய இந்திய தொழில்துறை கொள்கை குறித்த Financial Express இதழ் கட்டுரை காண்க - ஜூன் 7 இதழ் 1985.

31. Implications of the 1985 Textile Policy, தில்லி 1985, தாஸ்ட்கார்.

32. டாரில் டி. மோண்டே Temples or Tombs? சி.எஸ்.இ. புதுதில்லி, 1985. பக்: 257.

33. கிராமப்புற மேம்பாட்டுக் குழுமம், Artisans in Wardha Block, சேவாகிராம், வார்தா

1979. பக்: 80.

34. மேற்கண்ட நூல் பக்: II.

35. ரமேஷ் எஸ். பட்: Problems of the Management of Bamboo Resources in Tamilnadu, Bombay Natural History Society, 1982.

36. மேற்கண்ட நூல்: பக்: 58.

37. மேற்கண்ட நூல்: பக்: 38.

38. காண்க: The State of the Environment Report, CSE புதுதில்லி, 1982, பக் 27. மேலும் சூழலிய சீர்கேடுகள் (OPM) குறித்து அறிய 'Environmental Planning' அறிக்கை வாசிக்கவும். ஷாஹ்டால், 1981. பக் 178. மற்றும் Economic Political Weekly இதழில் வெளிவந்த ஆர்.கேஷ்வானியின் Tragedy of the Zone, கட்டுரை. ஜூலை 26, 1986 இதழ்.

39. சினிமார்ட் பவுண்டேஷன், Scenario of the 7 percent, தொ II, தில்லி 1985.

40. ஹெச்.எஸ்.டேவிட், Victims of the Miracle: Development and the Indians of Brazil, கேம்பிரிஜ் யுனிவர்சிட்டி பிரஸ் மற்றும் காண்க டபிள்யூ. மெக்னெயில் எழுதிய 'Plagues and People, ஆஸ்கார் வெளியீடு 1979. பக்: 222.

41. ஜி.ஜோஷி, 'Forest Policy and Tribal Development; Problems of Implementation Ecology and Exploitation - Social Action இதழ் தொ 31, அக்டோபர் - திசம்பர் 1981. பக்: 446 மற்றும் காண்க பியூரர் – ஜெய்மண்ட்ராஃப் எழுதிய 'Tribes of India; The Struggle for Survival, OUP, தில்லி, 1982.

42. இ.கோல்டுஸ்மித் மற்றும் ஹில்டுயார்டு, 'The Social and Environmental Effects of Large Dams, தொ I மற்றும் II லண்டன், 1984, மேலும் வாசிக்கவும் World Rivers Revies (முன்னர் அணைகள் குறித்த செய்தி கடிதஇதழ் என அறியப்பட்டது.)

43. ஏ.யாக்னிக்: 'நர்மதா அணைத்திட்டம்: வளர்ச்சி யாருக்கு?' SETU, ஹைதரபாத்.

44. நர்மதா அணை குறித்த மேலும் விபரங்களுக்கு வாசிக்கவும், கிளாட் ஆல்வாரஸ் மற்றும் ஆர்.பில்லோரே எழுதிய Damming the Narmadha, APPEN மற்றும் Third World Network வெளியீடு, மலேசியா, 1988.

45. Scenario of the 7 percent, தொ II. இந்நூல், பெய்லாடில்லா இரும்பு தாது வெட்டி எடுக்கும் திட்டம், A.C.C. சிமெண்ட் தொழிற்சாலை (ஜினிஜ்பானி) வெஸ்ட்ரன் கோல் ஃபீல்டு, ரோரோ ஆஸ்பெஸ்டாஸ் சுரங்கம் உட்பட பல தொழில் நிறுவனங்களின் மலைவாழ் மக்கள் மீதான கொடிய வன்செயல்களை சித்தரிக்கிறது.

46. பாட் மூனேவின் The Seeds of the Earth 1980: மேலும் அவரது 'Law of the seeds Another Development and Plant Genetics Resources" வாசிக்கவும் Development Dialogue இதழ் 1983, 12 மற்றும் 1985–1.

47) E.ஹாஸ், See the world while it Lasts, Consumers Association of Penang, மலேசியா, 1985.

48) ஹெச்.அப்துல்லா On the Export of Frogs Legs From India, Journal of the Bombay Natural History Society 82(2) செப்டம்பர் 23, 1985, (விரிவான விமர்சனம்).

49) 'Nutrient Drain', CSE அறிக்கை II பக் 20 வாசிக்கவும்.

50) இது குறித்து விரிவாக அறிய இதே நூலின் இரண்டாம் அத்தியாயம் வாசிக்கவும்.

51) இது குறித்து விரிவாக அறிய இதே நூலின் இரண்டாம் அத்தியாயம் அவசியம் வாசிக்கவும்.

52) எம்.ராமன் எழுதிய 'Third World Exhaustion of Resources by the First World; The Historical and Current Situation', Consumers Association, பீனாங்கு, மலேசியா. 1984.

அத்தியாயம் 2:

1) என். லக்ஷ்மண் 'Hunger' தி இல்லஸ்ட்ரேடட் வீக்லி கட்டுரை, ஜன 26, 1986.

2) ஜே.கே. பஜாஜ், 'Green Revolution: A Historical Perspective', PPST புலட்டின், தொ 2, எண் 2, பக் 98.

3) மேற்கண்ட நூல் பக்: 106.

4) ரொலாண்டோ பி.மோடினா மற்றும் ஏ.ஆர்.ரிடாவோ, IRRI Rice; The miracle that never was, Aces Foundation, The philippines, 1987 மற்றும் கி.ஆல்வாரஸ் வாசிக்கவும்: 'The last days of IRRI?' இன்கொயரி இதழ் தொ 3. எண் 3, பக்: 32 - 33.

5) கி.ஆல்வாரஸ், 'The Great Gene Robbery' தி இல்லஸ்ட்ரேடட் வீக்லி ஆஃப் இந்தியா, 23, மார்ச் 1986 இதழ் மற்றும் வாசிக்க பர்டோன் ஒனேட், IRRI Seeds Threat to National Security. ஜர்னல் ஆஃப் அப்ரோபிரியேட் டெக்னாலஜி, ஏசஸ் பவுண்டேஷன், பிலிப்பைன்ஸ்.

6) கி.ஆல்வாரஸ் தி கிரேட் ஜீன் ராபரி.

7) ஜே.கே.பஜாஜ், பசுமைபுரட்சி பக்: 93.

8) மேற்கண்ட நூல்.

9) பாரத் டோக்ரா, Poverty, Development and Poverty; India - 1947-84. புதுதில்லி, 1984 பக் 141.

10) சி.டி.குரியன், Dynamics of Rural Transformation: A study of Tamilnadu. 1950-1975, ஓரியண்ட் லாங்மேன், புதுதில்லி, 1980.

11) மேற்கண்ட நூல்.

12) Operation Flood: Development or Dependance, சைட் வெளியீடு (CED) மும்பை 1982. பக்: 2லிருந்து எடுத்தாளப்பட்டது.

13) சாந்தி ஜார்ஜ், Operation Flood, OUP புதுதில்லி 1985 நூலின் உள்ளூர் பசுக்கள் குறித்த மூன்று ஆற்புதமான அத்தியாயங்களே உள்ளன.

14) Exotic Gross Breeding of Cattle in India, அகில பாரத கிரிஷ் கோசவ சங்கம் வெளியிட்ட நிபுணர் குழு அறிக்கை: மும்பை 1979.

15) மேற்கண்ட நூல்.

16) எம். ஹால்ஸ் தொகுத்த Operation Flood, A Study: National Dairy Development Board, 1976 பக்: 55.

17) கி.ஆல்வாரஸ்: மற்றொறு புரட்சி தோற்கிறது, அஜந்தா வெளியீடு, தில்லி 1985.

18. மேற்கண்ட நூல் பக்: 55–56.

19) Indian Dairy Corporation, ஆண்டறிக்கை, 1985.

20) எல்.கே.ஜா மற்றும் பிறர் Report of the Evaluation Commitee on Operation Flood II. வேளாண்மைத்துறை, இந்திய அரசு 1985, பக் 49-53.

21) கி.ஆல்வாரஸ்: Genus and The Environment: பரிசார் - விரிவுரை, சர்வதேச சுற்றுச்சூழல் தினம், புனே - 1985.

22) பி.எஸ்.பவிஸ்கார், கி.ஆல்வாரஸ், மற்றொரு புரட்சி தோற்கிறது. பக்: 232-33.

23) சாந்தி ஜார்ஜ் Operation Flood. பக் 292.

24) ஜெ.குரியன், எழுதிய Social Factors and Economic Organisation of the Traditional - Small - Scale Fishermen of India CDS, திருவனந்தபுரம் 1978.

25) ஜெ.கால்டங், நீலப்புரட்சியும் மேலிருந்து கீழ் வளர்ச்சியும்; கேரளத்தின் இந்தோ

நார்வே கூட்டுத்திட்டம்; PRIO வெளியீடு எண் 2–12 ஆஸ்லோ.

26) கி.ஆல்வாரஸ், 'The Social Forestry con game' டெக்கான் ஹெரால்டு, 11 நவம்பர் 1981.

27) வந்தனா சிவா, எச்.சி.சரத் சந்திரா மற்றும் ஜெ.பந்தோபாத்யாயா. Social Economic and Ecological Impact of Social Forestry in Kolar, ஐ.ஐ.எம். பெங்களூரு 1981.

28) பி.வி. கிருஷ்ணமூர்த்தி, The Derteriorationg Eco-Economic Scene in South Mysore (1981) WWL, தில்லி.

29) E.SE Citizens Report காண்க பக்கம் 51-71.

30) வந்தனாசிவா மற்றும் பிறர் மேற்கண்ட நூல் பக்: 77.

31) மேற்கண்ட நூல் பக்: 46.

32) வேளாண்மை மற்றும் கிராமபுற வளர்ச்சி அமைச்சகம் வெளியிட்ட Report of the Group Constituted to Evolve Guidelines for grant of tree Pattas / Leafes: வாசிக்கவும் 1985.

33) வந்தனாசிவா, 'Comming Tragedy of the Commons', Economic and Political Weekly, 12, ஏப்ரல் 1986 இதழ்.

அத்தியாயம் 3:

1) கி.ஆல்வாரஸ், 'Science, Colonialism and Violence: A Luddite View', அஷிஸ் நந்தியுடன் இணைந்து; OUP 1988.

2) கி.ஆல்வாரஸ், Science, Technology and the future of the Human Rights, தில்லி, கிளோபல் பியூச்சர்ஸ், 1986.

3) ஆர்.ராமசுப்பன், இந்தியாவில் பொது சுகாதாரமும் மருத்துவ ஆய்வும், (சார்க் அறிக்கை) 1982.

4) சி.வி. சேஷாத்ரி, Development and Thermodynamics, MCRC - 1982.

5) சி.வி. சேஷாத்ரி, மற்றும் வி.பாலாஜி, Towards on New Science of Agricultural, MCRC. பக்: 4.

6) மேற்கண்ட நூல் பக்: 5.

7) மேற்கண்ட நூல் பக்: 7.

8) டி.பொலேசின்ஸ்கி, Food, Social Cosmology and Mental Health The Case of Sugar, ஐக்கிய நாடுகள் பல்கலைக்கழகம், UNUP - 324. பக்: 8.

9) மேற்கண்ட நூல் பக்: 1.

10) மேற்கண்ட நூல் பக்: 89.

11) மேற்கண்ட நூல் பக்: 40.

12) மேற்கண்ட நூல் பக்: 9.

13) மேற்கண்ட நூல் பக்: 12.

14) மேற்கண்ட நூல் பக்: 16.

15) சி.வி.சேஷாத்ரி, Special Symposium on Social and Cultural Impacts; Microw Biology of Food, ஹெல்சின்கி, GIAM VII 1985. பக்: 4.

16) மேற்கண்ட நூல் பக்: 10.

17) பொலெசின்ஸ்கி, Food, Social Cosmology and Mental Health. பக்: 23.

18) மேற்கண்ட நூல் பக்: 46.

19) மேற்கண்ட நூல் பக்: 48.

20) கி.ஆல்வாரஸ் எடுத்தாண்டது, 'Idly: Saving Grace' The Sunday Herald, இதழ்; செப்டம்பர் 25, 1988.

21) சி.வி.சேஷாத்ரி, Microbiology of Food பார்க்க பக்கம்: 17.

22) கி.ஆல்வாரஸ் 'Indias Rural Technology Experiments: A/Gitique, சி.ஓ.ஆர்.டி. தில்லி 1984 காணவும்.

23) ஜெ.காட்டிஸ்ஹாம் (தொ) Bottle Babies; A Guide to the Baby Food Issue, ஐ.எஸ்.ஐ.எஸ், 1976.

24) F.W. ரோஸா, 'Breast Feeding and Family Planning' பி.ஏ.ஜி.புலிட்டின் மார்ச் 5, 1915 இதழ்.

25) விமல் பாலசுப்பிரமணியன் எழுதிய Contraception as if Women Mattered மும்பை, சி.இ.டி. 1986.

26) எம். ஃபுகோகா, ஒற்றை வைக்கோல் புரட்சி, Friends Rural Centre, ரசூலியா, 1985 பக்18.

27) வி.சிவா மற்றும் ஜெ.பந்தோபாத்யாயா, Forests in India's Heritage ரிசர்ச் பவுண்டேஷன், டேராடூன், 1985.

28) இந்தியன் வனத்துறையின் மக்கள் விரோத நடவடிக்கைகளை விரிவாக அறிய பி.பி.எஸ்.டி. செய்தி மடல் வாசிக்கவும். தொ 3. எண் 1 (1983) பக்: 31-113.

29) வரலாற்றுப்பூர்வமான ஆழமான தகவல்களுக்கு ராமச்சந்திரகுஹா, 'Forestry and Social Protest in British Kumaun (1893-1921) ரஞ்சித்குஹா தொகுத்த 'Subaltern Studies'ல் சேர்க்கப்பட்டது.

30) வேளாண்மை குறித்த தேசிய கமிஷன், பகுதி IX, 1976.

31) எம்.கேட்இல், பிரசாத் மற்றும் ரவுஃப்அலி, Forest Management in India-A Critical Reviews 1982 வாசிக்கவும். ஐ.ஐ.எஸ்.சி. பெங்களூரு.

32) அமைதிப் பள்ளத்தாக்கை காப்பாற்றி மீட்டெடுப்பது குறித்த விரிவான விளக்கத் திற்கு டி.டி.மோண்ட்டேவின் Temples or Tombs, வாசிக்கவும். பக்: 29-89.

அத்தியாயம் 4:

1) இந்த மேற்கோளை என் கவனத்திற்கு கொண்டுவந்த வரலாற்றாளர் தரம்பால் அவர்களுக்கு நன்றி.

2) அசிஸ் நந்தி The Intimate Enemy ஓ.யு.பி.தில்லி 1980. பக்: XI.

3) மேற்கண்ட நூல்.

4) இது குறித்த விவாதத்திற்கு வாசிக்கவும்; கி.ஆல்வாரஸ், Decolonizing History, பக்: 138FF.

5) எஸ்டேவா மேலும் கூறுகிறார்: 'வளர்ச்சியற்ற நிலை' (Under development) எனும் சொல்லாக்கத்தை கண்டுபிடித்து பயன்படுத்தியவர் ஹாரி ட்ரூமன், அதுவும் சரியாக ஜனவரி 10, 1949... அமெரிக்காவுக்கு வெளியே பெரும்பாலான மனித இனத்தை பாதிக்கும் ஒன்று. அதாவது அமெரிக்கத்தனமாக இல்லாத எதுவும் 'வளர்ச்சியற்ற நிலை' என்பது அவரது அழகான சொல்லாக்கம். (Regenerating Peoples Space. பக் - 144)

6) வளர்ச்சி கோட்பாடுகள் பற்றி விரிவாக அறிய கி.ஆல்வாரஸ் எழுதிய ஹோமோ ஃபேபர் வாசிக்கவும்.

7) ஜி.மெயர் மற்றும் டி.சீயர்ஸ் Pioneers in Development, உலக வங்கி மற்றும் ஓ.யு.பி., தில்லி 1984.

8) ஜி.மெயர், Emerging from poverty; The Economics that Really Matters, ஓ.யு.பி. தில்லி 1984.

9) மெயர் மற்றும் சீயர்ஸ் Pioneers in Development. பக்கம்: IX.

10) மேற்கண்ட நூல் பக்: 19.

11) ஜி.ரோசன், Western Economists and Eastern Societies, ஓ.யு.பி, தில்லி. பக்: 52-53.

12) மெயர் மற்றும் சீயர்ஸ் Pioneers... நூல் பக்: 52.

13) மேற்கண்ட நூல் பக்: 90.

14) மேலும் காண்க ரஜனிகோத்தாரி, State Against Democracy: In Search of Human Government, அஜந்தா வெளியீடு, 1988.

15) மேற்கண்ட நூல் பக்: 231.

16) மேற்கண்ட நூல் பக்: 357.

17) ஜி.மெயர், Emerging from Poverty. பக்: 23.

18) மேற்கண்ட நூல் பக்: 33.

19) மேற்கண்ட நூல் பக்: 13.

20) மேற்கண்ட நூல் பக்: 28.

21) கீ.பெல்லோ மற்றும் ஏனையோர், Development Debade: The World Bank in the Philippines, 1982.

22) இக்பால் அஸாரியா, "What hope for Third World Masses", சி.ஏ.பி. பீனாங்கு, மலேசியா 1984.

23) அமெரிக்க ஐக்கிய நாடுகள் கருவூலத்துறை அறிக்கை; US Participation in the Multilateral Development Banks, வாஷிங்டன் 1982.

24) இ.கோல்டுஸ்மித், 'உலக வங்கித் தலைவர் திரு.கிளாசனுக்கு ஒரு பகிரங்க கடிதம்', The Ecologist இதழ், தொ 15, எண் 1/2 1985. பக்: 4.

25) மேற்கண்ட கட்டுரை எண் 5/6 1985; மற்றும் தொ 17 எண் 2/3 1987.

26) வளர்ச்சி என்பது திரும்பிச்செல்ல முடியாத ஒரு வழிப் பாதை... தொடங்கினால் முடிவுக்கு வராத ஒன்றாக உள்ளதால் அதைத் தொடங்கியதை பெரிய வெற்றி போல அறிவிக்கிறார்கள் - எஸ்டேவா (Regenerating Peoples Space. பக் - 144.)

27) நாம் எப்போதுமே காலத்தை (Time) வெற்றி கொண்டு கட்டுப்படுத்தவே கல்வியளிக்கப்பட்டோம், ஆனால் வெளி (Space) யாவரும் வந்தியங்கும் ஒன்றானதால் யாவருக்குமானதாகி விட்டது - எஸ்டேவா (Regenerating Peoples Space. பக் - 147.)

28) இ.கோல்டுஸ்மித் மற்றும் என். ஹில்யார்டு, large Dams பக் - 18.

29) நமக்கு கிடைத்த இடத்தை அதாவது வெளியை நமதாக்குதல் என்பதே நாம். இந்திய விவசாயிகளுக்கு அதுவே திருப்தி தருகிறது. தாங்கள் தங்களது சொந்த விருப்பப்படி இயங்க முடிந்த நிலம் என்பதே அவர்களது ஒரே அடையாளம் - எஸ்டேவா (Regenerating Peoples Space. பக் - 147.)

அத்தியாயம் 5:

1) பி.வி.கோபாஜ்கார் மற்றும் ஏனையோர், Infant Feeding Practices with Special References to the use of Commercial Infant Foods, இந்திய சத்துணவு கழகம், 1985 மற்றும் வாசிக்கவும் கி.ஆல்வாரஸ், 'Baby Foods Can be Dangerous' தி இல்லஸ்ட்ரேடட் வீக்லி ஆஃப் இந்தியா, 1984 பிப்ரவரி 5 இதழ்.

2) ஜெ.காட்டஸ்ஹாம் (தொ) Bottle Babies; A Guide to Baby Food Issue, ஐ.எஸ்.ஐ.எஸ், 1976.

3) ஐ.பி.எஃப்.ஏ.என், ஐ.ஒ.சி.யு தபால்பெட்டி - 1045, 10830 பீனாங்கு, மலேசியா.

4) ஏ.பியூரர், நெஸ்லே நிறுவனம் ஒரு பேட்டியில் நவ - 28 1975.

5) வந்தனா சிவா, ஜெ.பந்தோபத்யாயா மற்றும் என்.ஜெயல், Afferstation in India; Problems and Strategies, அம்பியோ, தொ 14, எண் 6 (1985) மற்றும் எஸ்.பகுகுனா எழுதிய சிப்கோ.

6) எஸ்.சுந்தர், இந்தியன் எக்ஸ்பிரஸ் நாளேடு திசம்பர் 31, 1983.

7) காட்கில் ஸ்ரீராமையாவுக்கு (வனத்துறை செயலர்) 24, செப்டம்பர் 1983.

8) கி.ஆல்வாரஸ் 'அப்பிகோ', இந்தியன் எக்ஸ்பிரஸ், செப் 9 இதழ் 1984.

9) எம்.காட்கில் மற்றும் ஏனையோர், 'Weather Environmental Activism' சன்டே ஹெரால்டு, பிப்ரவரி 19, 1984.

10) எஸ்.சுந்தர், இந்தியன் எக்ஸ்பிரஸ், 1983 திசம்பர் 31.

11) எம்.காட்கில், Weather Environmental Activism.

12) Animals of Earth நூலில் மேற்கோள், தொ 1, எண் 1, ஓஷன் ஆர்க் இன்டர் நேஷனல், USA.

13) எம்.காட்கில், Weather Environmental Activism.

14) 'Fatal Felling', சிட்டிசன்ஸ் ரிப்போர்ட் II சி.எஸ்.இன் 1985, பக்: 259.

15) ரஞ்சித்குஹா வாசிக்கவும், Subaltern Studies, தொ IV, பக்: 54-100.

16) சி.எஸ். சிட்டிசன்ஸ் ரிப்போர்ட் 1982, பக்: 47.

17) எம்.ஏ.வாஹீத்கான், (Chir: A Techno-Economic Evaluation) Scenario of the 7 Percent தொகுதி II பக்கம்: 58.

18) சகாபத் ஆல்ம், மலேசியா, Environment, Development, Natural Resource Crisis in Asia and the Pacific, 1984. பக்கம்: 253-76.

19) எஸ்.ஆர்.ராமசாமி, 'People's Response to Desertification in Karnataka', Control of Drought (Desertification and Famine) கருத்தரங்கில் வாசிக்கப்பட்ட ஆய்வுரை INTACH, புதுதில்லி, மே 1986.

20) டி.மோண்டே Temples or Tombs?

21) பி.பி.எஸ்.டி செய்தி மடல் காண்க, தொ 3, எண் 1. மேலும் Scenario of the 7 Percent, தொ I மற்றும் II வாசிக்கவும். இக்கருத்து ஆழமாக விளக்கப்பட்டுள்ளது.

22) புதிய வனத்திட்டம், Scenario of the 7 Percent, தொ 1, பக்: 176.

23) N.பெர்னான்டஸ் மற்றும் ஏனையோர், புதிய வனக்கொள்கையை நோக்கி, ஐ.எஸ்.ஐ. புதுதில்லி, 1983.

24) புதிய வனக்கொள்கை, Scenario of 7 Percent நூல் தொ 1, பக்: 188.

25) பர்டன் ஆன்டே, 'ஐ.ஆர்.ஆர்.ஐ. விதைகள்: தேசிய பாதுகாப்பிற்கே ஆபத்து', ஜர்னல் ஆஃப் அப்ரோ பிரியேட் டெக்னாலஜி, ஏஸஸ் பவுண்டேஷன், மணிலா.

26) 'The Pervertion of Science and Technology: An Indictment' World order Models Project

வெளியிட்ட அறிக்கை, ஆல்டர்நேட்டிவ்ஸ் இதழ் தொ IV, எண் 3, ஜனவரி 1979, பக்கம்: 413-9.

27) இ.கோல்டுஸ்மித் மற்றும் என்.ஹில்யார்டு, பெரிய அணைகட்டுகளால் ஏற்படும் சமூகசூழலிய அழிவுகள் கட்டுரை. தொ I மற்றும் II, வாட்பிரிட்ஜ் இகோலாஜிகல் சென்டர் 1984.

28) கி.ஆல்வாரஸ் மற்றும் ஆர்.பில்லோரி, Sawning The Narmadha, 1988. சர்வதேச மழைக்காடுகள் இயக்கம் மற்றும் மூன்றாம் உலகக்குழுமம், மலேசியா.

30) காண்க மலேசியா, இயற்கை வளம் குறித்த பிரச்சனை, ஆசிரியர் மற்றும் பசிபிக். பக்: 25376.

31) மேற்கண்ட நூல் பக்: 86.

32) மேற்கண்ட நூல் பக்: 364.

33) 'அணைகள்' காந்தி சமாதான நிறுவனம், புதுதில்லி 1982.

34) சி.எஸ்.இ. வெளியிட்ட Citizen's Report II. பக்கம் 116 வாசிக்கவும்: Stop Construction of the Kharkai Dam in the Interest of Tribals and Nation.

35) 'தி பாக்கன் திட்டம்' சர்வதேச அணைகள் குறித்த செய்தி மடல் தொ 1, எண் 1.

36) கொத்தமங்கலம், Kerala's Anti-Nuclear Campaign பிசினஸ் இந்தியா, மார்ச் 25, 1985 இதழ்.

37) காய்கா அணு உலை குறித்தறிய, எஸ். சீனிவாசன் எழுதிய 'Requiem for Nuclear Power வாசிக்கவும், Economic & Political Weekly அக்டோபர் 11, 1986 இதழ்.

38) கக்ராபூர் குறித்து அறிய, என்.தேசாய், The Movement Against Nuclear Power in Ligil VIII எண் 41, அக்டோபர் 1987.

39) வாசிக்கவும்: Memorandum to Jagdish Tytler, Union Minister for Tourism, எழுதிய ஜக்ரட் கோயஞ்சாச்சி பாஜ். நவம்பர் 30 1987.

40) மோகன்தாஸ் கரம்சந்த் காந்தி, 'ஹிந்த் ஸ்வராஜ்' நூல், நவஜீவன், 1982.

41) டி.கே.மகாதேவனுக்கு காந்தி 'துவிஜா', East West Press, 1977. பக்கம்: 177.

42) மேற்கண்ட நூல் பக்கம்: 125.

43) மேற்கண்ட நூல் பக்கம்: 118.

44) பி.சாட்டர்ஜி, 'Gandhi and the Critique of Civil Society' in Guha (தொ) Subaltern Studies நூல் தொ III. 1984.

45) மேற்கண்ட நூல் பக்கம்: 162.

46) ஜவஹர்லால் நேரு, தேர்ந்தெடுத்த தொகுதி தொ 3, ஓரியண்ட் லாங்மேன் 1972. பக்கம்: 13–14.

47) மகாத்மா காந்தி - மொத்த தொகுதி தொ 35. பக்கம்: 469-70.

48) 'வளர்ச்சி என்றால் என்ன? - பழைய விவாதத்திற்கு திரும்புவோம்', பிபிஎஸ்டி செய்தி மடல், தொ 3, எண் 1.

49) 'துவிஜா' (டி.கே.மகாதேவன்) பக்கம்: 174-179.

50) எஸ்.எம் ஃபோர்டு, 'Reflections' தி நியூயார்க்கர், 1975.

51) ஐ.இலிச், 'டிஸ்கூலிங் சொசைட்டி' பென்குயின், ஹார்மோன்ஸ்வொர்த் 1973.

52) ஐ.இலிச், Energy and Equity, Tools for Conviviality, Medical Nemesis (Limits to Medicine), பென்குயின், ஹார்போன்ஸ்வொர்த்.

53) மேற்கண்ட நூல் பக்கம்: 29

54) மேற்கண்ட நூல் பக்கம்: 39

55) மேற்கண்ட நூல் பக்கம்: 44

56) மேற்கண்ட நூல்

57) கிரிஸ்டோபர் ஹில், The World Turned upside Down, 1975.

58) ஐ.இலிச், Shadow work, பக்கம்: 108.

59) மேற்கண்ட நூல் பக்கம்: 115.

60) மேற்கண்ட நூல் பக்கம்: 58

61) ஜெய் ஸென், The unintended City, கொல்கத்தா - 1976.

62) எஸ்டேவா எழுதுகிறார்: இப்படி தங்கள் விவசாய பொருளாதாரம் முற்றிலும் சிதைக்கப்பட்ட பிறகு, நகரங்களுக்கு விவசாயிகள் குடி பெயர்ந்தது நடந்தது. எனினும் ஏற்கனவே 'வளர்ச்சி' அங்கும் நகர்வாழ் மக்களின் வாழ்வாதாரங்களை சிதைத்து விட்டிருந்ததால் அங்கே தாங்கள் கனவு கண்ட வாழ்வை அவர்களால் அடைய முடியவில்லை. சாதாரண கூலி வேலைகூட பலருக்கு கிடைக்கவில்லை. தங்க இடமும் இல்லை. உணவுக்கே வழி இல்லாத அந்த நிலையில் அவர்கள் உண்மையான விளிம்பு நிலை மனிதர்களாகி, கிடைத்த இடங்களில் எல்லாம் வாழிடங்கள் அமைத்து 'குப்பங்களை' படைத்து தங்களது பழைய வாழ்வோடு வேர் அறாமல் வாழ்கிறார்கள் (Regenerating Peoples Space).

63) மற்ற வளர்ச்சிக்கு எதிரான சிந்தனையாளர்கள்: பி.பி.எஸ்டி கல்வியகத்தை சென்னையிலிருந்து இயக்கும் தரம்பால் மற்றும் மஜித் ரஹ்ஹேமா, எட்வர்டு கோல்டுஸ்மித் என பட்டியல் நீள்கிறது.

64) புகோகா, ஒற்றை வைக்கோல் புரட்சி.

65) மேற்கண்ட நூல் பக்கம்: 15.

66) மேற்கண்ட நூல் பக்கம்: 158.

67) மேற்கண்ட நூல் பக்கம்: 159.

68) எம்.கோத்தாரி மற்றும் எல்.மேத்தா, Cancer, மரியான்பாயர்ஸ் வெளியீடு, 1979 மற்றும் Death மரியான்பாயர்ஸ் வெளியீடு, 1986.

69) 'The Cancer Conundrum' கட்டுரை தி இந்தியன் எக்ஸ்பிரஸ் இதழ் செப்டம்பர் 11, 1983.

அத்தியாயம் 6:

1) ஜெ.ஷெல், தி அபாலிஷன், லண்டன் 1984.

2) கி.ஆல்வாரஸ், டிகாலனைஸிங் ஹிஸ்டரி, பக் XV.

3) எஸ்டேவா எழுதுகிறார்: சுவாரசியமான விஷயம் என்னவென்றால், அவர்கள் நம்மிடமே மாற்று என்ன என கேட்பதுதான். 'வளர்ச்சி' என்பதற்கான மாற்று மாற்றுவழி, வேறொன்று, இதெல்லாம் மறுபடி விதவிதமான வேறு வகை 'வளர்ச்சி' என்பதல்லாமல் வேறென்ன? நாற்றமெடுத்த 'வளர்ச்சி'யை நியாயப் படுத்த 'வேறு என்ன மாற்று' என அவர்கள் கேட்கிறார்கள் என்பதே உண்மை (Regenerating Peoples Enemy பக்கம்: 137)

4) ஏ.நந்தி The intimate Enemy பக்கம்: 75.

5) பிரிஜியோஃப். கப்ரா, The Turning Point, பிளெம்மிங்கோ வெளியீடு.

6) எம்.ஷாலின்ஸ், Stone age Economics, 1972; மற்றும் வாசிக்கவும்; ஆர்.கிளார்க், ஜி. ஷின்ட்லே, The Challenge of the Primitives, 1975.

7) எஸ்.மார்க்லின், 'The gain the Whole World' ஹார்வார்டு, 1981.

8) கி.ஆல்வாரஸ், டிகாலனைசிங் ஹிஸ்டரி.

9) கே.பச்சனன், 'The Worlds of Different Peoples', ஐ.எஃப்.டி.ஏ. எண் 55.

10) கிளார்க் மற்றும் ஹின்ட்லே, Challenge of the Primitives, 1975. பக்கம்: 10.

11) எஸ்.மார்க்லின் 'To gain the whole world', பக்கம்: 3.

12) தரம்பால், Indian Science and Technology in the 18th Century, 1971.

13) எஸ்டேவா, Regenerating People's Space, பக்கம்: 139.

14) மேற்கண்ட நூல் பக்கம்: 145.

15) மேற்கண்ட நூல் பக்கம்: 140.

16) கே.சித்திக் (தொ) Issues in the Islamic Movement (1983-84). கோலாலம்பூர் 1985, பக்கம்: 7.

17) மேற்கண்ட நூல் பக்கம்: 8.

18) எஸ்டேவா எழுதுகிறார்: மேற்கத்திய வளர்ச்சி செயல்திட்டம் ஏதோ வெற்றி போல சித்தரிக்கப்படுகிறது. நமக்குத் தெரியும் அது முடிந்துவிடவில்லை. பலருக்கு இப்போது அது வெற்றி பெறாத பயங்கர சூழலிய பேரழிவுமிக்கது எனும் எண்ணம் வரத்துவங்கி விட்டது என்பதே உண்மை. அது காலாவதி ஆகிவிட்டது... உயிரை விட்டுவிட்டது' (Regenarating Peoples Space. பக்: 141).

19) ஜலால் அல் ஐ. அகமது Occidentosis; Aplagne of the west, மிஸான் பிரஸ், பெர்க்லி, 1984.

20) கோத்தாரி மற்றும் மேத்தா எழுதிய Cancer and Death வாசிக்கவும். நவீன மருத்துவம் என்பதன் சீர்கேடு அழகாக விளக்கப்பட்டுள்ளது.

21) இலிச் Medical Nemesis.

22) ஜி.தேசிங்கார் 'Science and Technology in China'; A Frame work of Analysis சீனம் குறித்த அறிக்கை XXI (1985) பக்: 910.

23) எஃப் கப்ரா, The Turning Point.

24) கி.ஆல்வாரஸ், 'Sri Aurobindo: Superman of Supertalk?' குவஸ்ட் இதழ் கட்டுரை தொ. 93, ஜனபிப் 1975.

25) மகாத்மா காந்தியின் உலகறிந்த சீடர் ஒருவர் மன கட்டுப்பாட்டின் வழியே சமூக மாற்றம் எனும் அவரது கொள்கையை நேரடியாக செயலாக்க முயன்றார். வாசகர்கள், சீனிவாச திலக் எழுதிய 'The Myth of Sarvodaya; A study of Vinoba's Concept' வாசிக்கவும். பிரேக் துரூ வெளியீடு, புதுதில்லி 1984.

26) எஃப். கப்ரா, The new vision of Reality, பாரதீயவித்யாபவன் வெளியீடு மும்பை – 1983.

27) மேற்கண்ட நூல் பக்: 9.

28) மேற்கண்ட நூல் பக்: 29.

29) மேற்கண்ட நூல் பக்: 20.

30) Z. சர்தார் (தொ) The Touch of Midas, மான்செஸ்டர் பல்கலைக்கழக வெளியீடு 1984.

31) மேற்கண்ட நூல் பக்: 151.

32) மேற்கண்ட நூல் பக்: 161-2.

33) மேற்கண்ட நூல் பக்: 60.

34) மேற்கண்ட நூல் பக்: 161-2.

35) மேற்கண்ட நூல் பக்: 3.

36) மேற்கண்ட நூல் பக்: 236.

37) மேற்கண்ட நூல் பக்: 8.

38) எஸ்.எச்.நாசர், இசுலாமிய அறிவியல்: வரைபட ஆய்வு, லண்டன், 1976 பக்: XII.

39) ஜி.தேசிங்கார், சீனாவின் அறிவியல் தொழில்நுட்பம்.

40) மேற்கண்ட நூல் பக்கம்: 16.

41) மேற்கண்ட நூல் பக்கம்: 14.

42) மேற்கண்ட நூல் பக்கம்: 15.